தனது மனைவியைத் தொப்பியாக நினைத்துக்கொண்ட மனிதர்

ஆலிவர் சேக்ஸ்

தமிழில்: ச.வின்சென்ட்

எதிர் வெளியீடு

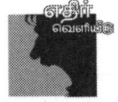

தனது மனைவியைத் தொப்பியாக நினைத்துக்கொண்ட மனிதர்

ஆலிவர் சேக்ஸ்

தமிழில்: ச. வின்சென்ட்

முதல் பதிப்பு: ஜூன் 2018

எதிர் வெளியீடு,
96, நியூ ஸ்கீம் ரோடு, பொள்ளாச்சி - 642002.
தொலைபேசி: 04259 - 226012, 99425 11302.

விலை: ரூ. 320

The man who mistook his wife for a hat
Copyright © 1985, Oliver Sacks
All Rights Reserved
Tamil Translation copyright with Ethir veliyeedu.

Translated by S. Vincent

First Edition: June 2018

Published by
Ethir Veliyeedu, 96, New Scheme Road. Pollachi - 642 002.
Email: ethirveliyedu@gmail. com
www. ethirveliyedu. in

Price: ₹ 320

Wrapper Design: Santhosh Narayanan

ISBN : 978-93-87333-24-6

Layout : Publishing Next
Printed at Jothy Enterprises, Chennai.

All rights reserved. No part of this book may be reprinted or reproduced or utilised in any form or by any electronic, mechanical or other means, now known or hereafter invented, including photocopying and recording, or in any information storage or retrieval system, without permission in writing from the Publisher.

ஆலிவர் உல்ஃப் சேக்ஸ்

ஆலிவர் உல்ஃப் சேக்ஸ் ஓர் ஆங்கிலேய நரம்பியல் வல்லுநர், மருத்துவர், அறிவியல் வரலாற்றாசிரியர், எழுத்தாளர். லண்டனில் 1933 ஆம் ஆண்டு பிறந்தார். ஆக்ஸ்ஃபோர்டிலும் அமெரிக்காவில் கலிஃபோர்னியா பல்கலைக்கழகத்திலும் கல்வி பயின்றார். அமெரிக்காவிலேயே பணியாற்றிய அவர் 2015 ஆம் ஆண்டு மரணமடைந்தார்.

அவர் எழுதிய நூல்களில் சில: *The Awakenings (1973), The Man who mistook his wife for a hat (1985), Hallucinations (1995), The Mind's Eye (2010). The Awakenings* முதலியன திரைப்படங்களாகவும் வெளிவந்திருக்கின்றன.

The Awakenings, சேக்ஸ் நியூயார்க் பெத் ஆப்ரகாம் ஹெல்த் சர்விசஸ் மருத்துவமனையில் தனது மனநோயாளிகள் குணம்பெற அவர் எடுத்துக்கொண்ட முயற்சிகளை விளக்கும் நூல். அப்போது புதிதாகக் கண்டுபிடித்த L. டோபா மருந்தினால் அவர்கள் குணமாக்கப்பட்டதை சேக்ஸ் விவரிக்கிறார். அந்த நோயாளிகள் நிலையான விழிப்புணர்வைப் பெறுகிறார்கள். இந்த நூல் ஹறால்ட் பின்டர் என்ற ஆங்கில நாடக ஆசிரியர்மேல் மிகுந்த தாக்கத்தை ஏற்படுத்திற்று. அவருடைய நாடகமான *A Kind of Alaska*-வில் அதன் தாக்கத்தைக் காணமுடியும்.

ச. வின்செண்ட்

மதுரை, கருமாத்தூர் அருள் ஆனந்தர் கல்லூரியில் ஆங்கிலத்துறைத் தலைவராக இருந்து ஓய்வு பெற்றவர். நைஜீரிய நாவலாசிரியர் சினுவ அச்சிபியின் நாவல்களை ஆய்வு செய்து முனைவர் பட்டம் பெற்றவர். பல நூல்களை ஆங்கிலத்திலிருந்து தமிழுக்கும் தமிழிலிருந்து ஆங்கிலத்திற்கும் மொழியாக்கம் செய்திருக்கிறார். சுயமுன்னேற்ற நூல்கள், முதியோருக்கான நூல் ஆகியவற்றையும் எழுதியிருக்கிறார். எதிர் வெளியீட்டில் *ஃபிராய்ட்* முதல் *The History of Prathaba Mudualiar* வரை பத்து நூல்கள் வெளிவந்திருக்கின்றன. பொள்ளாச்சி அருட்செல்வர் மகாலிங்கம் மொழிபெயர்ப்பு மையம், நியூ சென்சுரி புக் ஹவுஸ், நம் வாழ்வு, பன்முகம் முதலிய பதிப்பகங்கள் அவரது நூல்களை வெளியிட்டிருக்கின்றன.

அறிமுகம்

2012 ஆம் ஆண்டு வெளியிட்ட Hallucinations என்ற புத்தகத்தில் ஆலிவர் சேக்ஸ் தனது மருத்துவப்பணியைத் தொடங்கியபோது பெற்ற ஓர் அனுபவத்தை விவரிக்கிறார். ஒற்றைத் தலைவலி பற்றிப் புத்தகம் எழுத அவர் ஆய்வு மேற்கொண்டிருந்தார். அப்போது எட்வர்ட் லைவிங் எழுதிய ஒரு நூலை வாசித்தது அவருக்கு ஆழமான தாக்கத்தை ஏற்படுத்திற்று என்று குறிப்பிடுகிறார். "அதைப் படித்தபோது நானே லைவிங்காக ஆவதுபோல உணர்ந்தேன். அவர் விவரித்த நோயாளிகளை நான் நேரடியாகவே பார்த்தேன். சில வேளைகளில் நான் புத்தகத்தைப் படித்துக்கொண்டிருந்தேனா அல்லது நானே எழுதிக்கொண்டிருந்தேனா என்ற ஐயம் எழும்" என்று சொல்கிறார். லைவிங்கின் மனித சமுதாய அக்கறையால் அவர் வேறுலகிற்கே செல்கிறார்.

லைவிங்கின் நூலில் நரம்பியலுக்கு ஒரு கருணைமிக்க, மனிதாபிமானமுள்ள, நோயாளிகளின் வாழ்க்கையிலுள்ள கதையாடல்களில் ஆழமாக ஒன்றிப்போகும் அணுகுமுறையைக் கண்டார். அவர்போல் எழுதுவதற்கு யார் தகுந்தவர் என்று தேடி தானே அதைச் செய்யமுடியும் என்று முடிவு கட்டினார். ஒரு நூல் அல்ல பல நூல்கள் எழுதினார். "ஆம்ஃபிடமைன்(ஒரு வகை போதைப்பொருள்)களை எடுப்பதைவிட இது உண்மையான மகிழ்ச்சியைத் தந்தது" என்று கூறுகிறார்.

இந்த நாற்பத்தேழாண்டுகளில் பதினோரு புத்தகங்கள் எழுதியுள்ளார். அவற்றில் ஒன்பது நிகழ்வுக் குறிப்புகளின் தொகுப்பு, இரண்டு வாழ்க்கை வரலாறு.

சேக்ஸ் தனது முகவுரையில், "மக்கள் மீதும் நோய்கள் மீதும் ஒரே மாதிரியான அக்கறை கொண்டிருக்கிறேன்" என்று

சொல்கிறார். இந்தக் கருத்து நோயைப் பற்றிய ஹிப்பாக்கிரீட்டீசின் வரலாற்றுக் கருத்தியலை அடிப்படையாகக் கொண்டது. இதுதான் நோயியலாகும். நோய்பற்றி 'என்ன' என்பதோடு 'யார்' என்பதும் முக்கியத்துவம் பெறுகின்றது.

நரம்பு நோயியலில் 'யார்' எவ்வளவு முதன்மையானது என்பதைப் புரிந்துகொள்வது எளிது. ஏனென்றால் சேக்ஸ் தனது நீண்ட பணி நாட்களில் சிகிச்சையளித்து, ஆவணப்படுத்திய நோயாளிகள் மனிதர் என்ற தன்மையில் விகாரப்படுத்தப்பட்டவர்கள். இதன் மூலம் மனிதர் என்ற ஆய்வுப்பொருளை எப்படிப்பார்க்க வேண்டும் என்று காட்டுகிறார். அவருடைய நோயாளிகள் விநோதமானவர்கள், ஏறக்குறைய இயற்கைக்கு அப்பாற்பட்ட கனவுலகத்தவர். அவர்களது மூளை அவர்கள் உடல் இல்லாதவர்கள் என்றும், காலம் 1945 ஆம் ஆண்டோடு நின்றுவிட்டது என்றும் அவர்களை நம்ப வைத்து ஏமாற்றியிருக்கிறது. மிக மனவளர்ச்சி குன்றிய சிலர் எண்களில் கவித்துவ ஈடுபாடு கொண்டவர்களாகவும் இருந்தார்கள். நுண்ணறிவு நிலையில் இயற்கைப் பிறழ்ச்சியாக இவர்களது விநோத நடவடிக்கைகளைப் பார்க்காமல் தடுத்தது சேக்ஸின் மனித உணர்வு மட்டுமே. நம்முடைய நவீன அறிவியலும்கூட நுண்ணுணர்வு இழத்தலால் பாதிக்கப்பட்டிருப்பதை அவர் கண்டனம் செய்கிறார்.

சோதனைச் சாலை முறைகளும், அளவுகாண் சோதனைப்படுத்தலும் நரம்பியலை ஆதிக்கம் செலுத்தத் தொடங்கியபோது, அது கெடத்தொடங்கிவிட்டது என்பது சேக்ஸின் கருத்து. உளவியலில் ஸ்கின்னரின் நடத்தைக் கோட்பாட்டினால் உளவியலுக்கு ஏற்பட்ட பாதிப்பை மறைமுகமாக எடுத்துக்காட்டுகிறார் சேக்ஸ். சேக்ஸின் அணுகுமுறை முற்றிலும் மாறானது. அது ஆன்மாவற்ற நரம்பியல் அல்ல; உடலற்ற உளவியல் அல்ல. சேக்ஸ் நோய்க் குறிப்புகளுக்கு முக்கியத்துவம் தந்து எழுதிய பத்தொன்பதாம் நூற்றாண்டு மேதைகளான வைலிங், ஃபிராய்ட், சார்கட், டரட் ஆகியோரால் உள்ளூக்கம் பெற்றவர். இந்த மருத்துவச் சிந்தனையாளர்களிடமிருந்து சேக்ஸ் மனித அடையாளமே ஒரு கதையாடல் என்பதைப் புரிந்து கொண்டார். நம்மிடமே நாம் யார் என்று சொல்வதின் விளைவுதான் நாம் யார் என்பது.

"கதையாடல் முதலில் வருகிறது; அதற்கு ஆன்மீகம் முதலிடம் பெறுகிறது" என்று சேக்ஸ் எழுதுகிறார். 'ஆன்மா', 'ஆன்மீகம்' என்ற சொற்களைப் பயன்படுத்த அவர் அஞ்சுவதில்லை. அவருடைய எளிமையான, அலங்காரமில்லாத உரைநடை

ஒரு திறந்த மனப்பான்மையைப் பிரதிபலிக்கிறது. தானே ஒரு கண்டுபிடிப்பாளராக இருந்தாலும், மார்டின், ஹ்யூலிங்க்ஸ் ஜேக்சன், லூரியா ஆகியோருடைய கருத்துகளோடு தன்னுடையவற்றையும் ஒருங்கிணைத்துக் கொள்கிறார். அவர் நூற்களைப் படித்தபிறகு வாசகர் தனக்கு உறுதியான அடிப்படை கிடைத்திருக்கிறது என்ற தெளிவான உணர்வைப் பெறுவார்.

ஆனால் 1980 களுக்குப்பிறகு இந்த அடிப்படை என்னவானது என்ற கேள்வி எழும். ஏனென்றால் மூளையை ஸ்கேன் செய்தல், மூளை அறுவைச் சிகிச்சை ஆகிய தொழில்நுட்ப வசதிகள் நுழைந்தபிறகு நரம்பியல் பல மாற்றங்களைப் பெற்றிருக்கிறது. ஆயினும் இக்காலத்து நரம்பு அறிவியலைக் கொண்டுமட்டுமே தனிமனிதனை மொத்தமாக அணுகுவது சாத்தியமில்லை என்பதையும் நாம் அறிகிறோம். 1980களில் சேக்ஸ் சொன்னதுபோல, ஒரு மனித ஆய்வுப் பொருளைச் சோதிப்பதற்கு சோதனைச் சாலை தகுந்த இடமில்லை. மனித உயிர்கள் இயற்கையாக வாழும் நுட்பமான நிலைகளைச் செயற்கைச் சூழல் கொண்டுவரமுடியாது.

நான் முதலில் 'தனது மனைவியைத் தொப்பியாக நினைத்துக் கொண்டவன்' என்ற நிகழ்வுச் செய்தியைப் படித்தபோது என்னிடம் அதிகம் தாக்கத்தை ஏற்படுத்தியது சேக்ஸ் 'தெரு நரம்பியலை' நடைமுறையில் கொண்டுவந்ததுதான். டரட் நோயால் பாதிக்கப்பட்ட ஒரு பெண் நடந்துபோனபோது முப்பது நாற்பது ஆட்களைப்போல அவர் நடித்ததைக் குறிப்பிடுகிறார். அந்தப் பெண்ணை அவர் தொடர்ந்துபோய்க் கவனித்தார். சேக்ஸின் கருணையுள்ளம் ஒரு நோயை அதன் இடத்திலேயே அறிந்துகொள்ள எடுக்கும் உறுதியோடு இணைந்து கொள்கிறது. மேலும் அடையாளப்படுத்தலில் முரண்பாடு பற்றி ஆய்வதற்கான முழு ஈடுபாட்டை இந்நிகழ்ச்சி காட்டுகிறது. இவை அனைத்தும் சேக்ஸின் நூலில் விரவிக் காணப்படுகின்ற இழை. மனித மனம் மிகப்பயங்கரமான நோயையும் எதிர்த்து நின்று போராடும் என்பதற்கு இது எடுத்துக்காட்டு என்று உணர்த்துகிறார்.

உடல் நலத்திற்கும் நோய்க்கும் இடையேயுள்ள இரட்டைத்தன்மை பாரம்பரியமாக அறியப்படும் ஒன்று. சேக்ஸைப் படித்தபிறகு இந்த உணர்வு நம்மை முழுமையாகப் புரிந்துகொள்வதற்குத் தடையாக இருக்கிறது என்பது புரிகிறது. சில நோய்கள் போதைப் பொருள்கள்போல நம்மை அதீதமான உடல் நலமுள்ளவராக உணரச்செய்கிறது என்றும் அது நமது

அடையாளத்தை அடிமைப்படுத்தி ஆதிக்கம் செலுத்துகிறது என்றும் சேக்ஸ் கருதுகோள்களாக முன்வைக்கிறார். அவருடைய நூலில் தத்துவார்த்த விவாதங்கள் நடைபெறுகின்றன. நீட்சே, கான்ட், கியர்க்ககார்ட், ஹியூம் முதலான தத்துவஞானிகள் மேற்கோள் காட்டப்படுகிறார்கள். மேலும் மனித மூளை செல்களால் ஆனது என்ற உண்மையைத் தத்துவார்த்தமாக அணுகுகிறார். நாம் யார், நாம் ஏன் இங்கே இருக்கிறோம், நாம் எங்கே போகிறோம் முதலான மெய்யியல் கேள்விகளை எழுப்பி அவற்றை நமது உண்மையான தோற்றப்பாட்டில் வைக்கிறார்.

இந்தத் தத்துவார்த்தம் சார்ந்த நரம்பியல்தான் சேக்ஸினுடைய நூலுக்குள் நம்மைத் தீர்க்கமாக ஈடுபடச்செய்கிறது. அதோடு அவருடைய மேற்கோள்கள் இலக்கியம், இசை, கலை, இறையியல் என்று வியப்பளிக்கும் பல துறைகளின் வீச்சு இணையும்போது நமது ஈடுபாடு இன்னும் ஆழமாகிறது. அதுபோல அவர் புது சொற்றொடர்களைத் தானே உருவாக்கிக் கொள்ளும்போது அவருடைய கருத்து புதிய விளக்கமும் தெளிவும் பெறுகிறது. அவர் பென்ஃபீல்ட், பெரோட் போன்றோரின் ஆய்வுக் கட்டுரைகளைப் பற்றிக் குறிப்பிடுகிறார். அவை நாவல்களைவிடச் சுவையாக இருக்கின்றன என்று குறிப்பிடுவது அவருடைய படைப்புக்கும் பொருந்தும்.

சேக்ஸின் உள்மனத்திலிருப்பது ‘மனிதம்’ - ‘மனித இனம்’. இதுவே அவரை இதுவரையில் பலரும் நுழையாத மனித அனுபவத்திற்குள் இட்டுச் செல்கிறது. அவருடைய மருத்துவக்கொள்கை, அக்கறை, எதையும் தீர்ப்பிடாமை, ஒழுக்க நெறிக்கு உட்பட்டமை ஆகியவற்றை உள்ளடக்கியது. அறிவியலால் கைவிடப்பட்ட பருப்பொருள்தன்மை (concreteness) உடையது அவருடைய இரக்கம். நேரடியானது. முன்னாள் அயர்லாந்துப் பிரதமர் சார்லஸ் ஹாகே, “நடைமுறைக்கு நன்றாகத்தான் இருக்கிறது. ஆனால் கோட்பாடாக அது சரியாக இருக்குமா?” என்று கேட்டார். சேக்ஸைப் படிக்கும்போது இதுதான் நினைவிற்கு வருகிறது. சேக்ஸுக்கு கோட்பாடு எதுவும் வேண்டாம்.

சேக்ஸ் மருத்துவருக்கும் நோயாளிக்கும் இடையே எழுப்பப்பட்டுள்ள பாரம்பரியத் தடைகளை உடைத்தெறிந்தார். அவருடைய ஆழமான மனிதம் அவருடைய ஒவ்வொரு செயலிலும் வெளிப்படுகிறது. மருத்துவமனை ஒரு பாதுகாப்பகம்; நிவாரணத்திற்கான ஓர் இடம்.

சேக்ஸின் புத்தகம் அவருடைய சிந்தனை ஓட்டத்தின் ஒரு பகுதிதான். நம்மை மீண்டும் நம்மோடு சேர்த்து வைப்பதற்காக, மனிதர் அந்நியப்படுதலை விவரணையாக விளக்குகிறார். இது என்னுடைய வாழ்க்கையிலும் உண்மையாயிற்று. எனக்கு 1970களில் புத்தகங்களைச் சிப்பம் கட்டுகின்ற வேலை. அப்போது ஆலிவர் சேக்ஸின் நூற்களைப் படிக்க நேர்ந்தது. ஒருமுறை நான் வேலையில் ஈடுபட்டிருந்தபோது ஆலிவர் சேக்ஸ் ஒரு இளைஞனோடு வந்து கொண்டிருந்தார். அந்த இளைஞனுக்கு டரட் நோய் இருப்பது தெளிவாகத் தெரிந்தது. துடிப்புகள், நடுக்கங்கள் முதலானவை அவன் பேசும்போது காணப்பட்டன.

அப்போது எனக்கு இருபத்து ஐந்து வயதுக்கு மேலிருக்கும். அவரிடம் பேசினேன். அப்போது மனித அடையாளம்பற்றி ஹியூம் சொல்லியிருந்ததை மேற்கோளாகச் சொன்னேன். என்னுடைய பேச்சு அவரைக் கவர்ந்திருக்க வேண்டும். அவர் தனது பச்சை நிறப் பேனாவினால் அதைக் குறித்துக் கொண்டார். அப்போது அவர், "பச்சை நிறம் தத்துவதைக் குறிப்பதற்காக, தெரியுமல்லவா?" என்றார். நான் அயர்ந்து போனேன்.

சேக்ஸின் எழுத்துகள் கதையாடலின் கருவூலம். அவருடைய ஓவியம் போன்ற விவரிப்புகளும், காட்சிகளும் மற்றவர்களைப்போலவே எனக்கும் உட்தூண்டலாக இருந்தன. நடுத்தரமான எழுத்தாளர்கள் கடன் வாங்குகிறார்கள்; நல்ல எழுத்தாளர்கள் திருடுகிறார்கள் என்று சொல்வார்கள். ஒரு நல்ல எழுத்தாளனுக்கு அடையாளம் இன்னொரு எழுத்தாளனை அப்படியே அபகரித்து தன்னுடையதாக ஆக்கிக்கொள்வதுதான் என்று நான் சொல்வேன். நான் ஒரு நல்ல எழுத்தாளன் என்று உரிமை கொண்டாட வேண்டுமென்றால், நான் அந்தப் பெயரைப்பெற கொஞ்சம் கொஞ்சமாக சேக்ஸினுடைய எழுத்துகளைத் திருடினேன் என்று சொல்வதற்காக தயாராக இருக்கிறேன். என்னுடைய கதை மாந்தர்கள் அவருடைய படைப்பிலிருந்து பிறந்தவர்கள் என்று நான் வெட்கமின்றிச் சொல்லிக் கொள்வேன்.

- வில் செல்ஃப்

(1961 ஆம் ஆண்டு பிறந்த வில் செல்ஃப் ஓர் ஆங்கில நாவலாசிரியர், சிறுகதை எழுத்தாளர். பத்து நாவல்களும் ஐந்து சிறுகதைத் தொகுதிகளும் வெளியிட்டுள்ளார். Umbrella, The Book of Dave ஆகிய நாவல்கள் குறிப்பிடத்தக்கவை.)

லியோனர்ட் ஷென்கோல்ட்க்கு...

"நோய்களைப் பற்றிப் பேசுவது 'அரேபிய இரவுகள்' தரும் பொழுதுபோக்கு போன்றது."

- வில்லியம் ஆஸ்லர்

(இயற்கைவாதியைப் போலல்லாது) மருத்துவர் ஒரு தனி உயிரியைப்பற்றி, ஒரு மனித ஆய்வுப் பொருளைப் பற்றி அக்கறை கொள்பவர். எந்த எதிர்ச் சூழல்களிலும் அதனுடைய அடையாளத்தைக் காப்பவர்.

- ஐவி மெக்கன்சி

பொருளடக்கம்

முகவுரை ... 15

பகுதி ஒன்று - இழப்புகள் ... 19

1. தனது மனைவியைத் தொப்பியாக நினைத்துக்கொண்ட மனிதர் ... 27
2. காணாமல் போன மாலுமி ... 48
3. உடலிழந்த பெண் ... 77
4. படுக்கையிலிருந்து கீழே விழுந்த மனிதர் ... 94
5. கைகள் ... 99
6. மாய உருவங்கள் ... 108
7. ஒரே தளத்தில் ... 114
8. வலப்பக்கம் பார் ... 122
9. தலைவர் உரை ... 126

பகுதி இரண்டு : மிகுதிகள் ... 133

10. வேடிக்கைப்பேச்சுப் பேசும் தசை நடுக்க ரே ... 141
11. மன்மத நோய் ... 155
12. அடையாளம் ... 163
13. ஆம், அருட்தந்தை, சகோதரி ... 175
14. ஆட்கொள்ளப்பட்டவர்கள் ... 180

பகுதி மூன்று: கடத்தல்கள் ... 187

15. பழைய நினைவு ... 193

16. கட்டுப்படுத்த முடியாத பழைய நினைவுகள் ... 215

17. இந்தியாவிற்கு ஒரு பயணம் ... 219

18. தோலுக்குக் கீழே ஒரு நாய் ... 223

19. கொலை ... 230

20. ஹில்டகார்டின் காட்சிகள் ... 236

பகுதி நான்கு: எளியோரின் உலகம் ... 243

21. ரெபக்கா ... 252

22. நடமாடும் கிரோவ் ... 264

23. இரட்டையர்கள் ... 274

24. தன்னுள் வாசம் செய்யும் கலைஞர் ... 296

நூல் வரிசை ... 318

பின்னுரை ... 321

குறிப்புகள் ... 325

கலைச்சொற்கள் ... 327

முகவுரை

"ஒரு புத்தகத்தை எழுதும்போது கடைசியாக முடிவு செய்வது எதை முதலில் வைப்பது என்பதுதான்" என்று சொல்கிறார் பாஸ்கல். எனவே இந்த வினோதமான கதைகளை எழுதி, தொகுத்து, ஒழுங்கு செய்து, தலைப்பையும் இரண்டு குறிக்கோள் குறிப்புகளையும் தேர்ந்து கொண்டபிறகு, இப்போது என்ன செய்திருக்கிறேன், ஏன் செய்திருக்கிறேன் என்பதை ஆராய வேண்டும்.

நூல் தொடக்கக் குறிக்கோள் குறிப்புகள் (epigraphs) இரண்டு இருப்பதும், இரண்டுக்குமிடையே முரண்பாடு இருப்பதும் (ஐவி மெக்கன்சி, மருத்துவருக்கும் இயற்கையியவாதிக்கும் இடையே காணும் முரண்பாடு) என்னுள் இருக்கும் இரட்டைத் தன்மையோடு ஒத்துப் போகிறது: என்னுள் நான் ஒரு மருத்துவரையும் இயற்கையியவாதியையும் காண்கிறேன்; எனக்கு நோய்களிடம் இருக்குமளவிற்கு ஆர்வம் மக்களிடமும் உண்டு; நான் ஒரு கோட்பாட்டாளனும், நாடக ஆசிரியனும்கூட. அறிவியலும் புனைவியலும் என்னைச் சமமாகவே ஈர்க்கின்றன. இரண்டையுமே மனிதனின் நிலையில் காண்கிறேன். அது நோய் நிலையில் அல்ல. ஏனென்றால் விலங்குகளுக்கும் நோய்கள் வருகின்றன. ஆனால் மனிதன் தானாகவே நோயில் விழுகிறான்.

என்னுடைய பணியும் வாழ்க்கையும் - அனைத்துமே நோயாளிகளோடுதான். ஆனால் நோயாளிகளும், அவர்களின் நோயும் என்னைச் சிந்தனைகளுக்குள் தள்ளிவிடுகின்றன. அவை இல்லை என்றால் அந்தச் சிந்தனைகள் வந்திராமல் போகலாம். நீட்சே கேட்பது போலவே நாமும், நோயைப் பொறுத்தவரையில், அது இல்லாமல் நாம் வாழ்வைக் கடத்த முடியாதா என்று கேட்கத் தூண்டப்படுகிறோம் என்று சொல்லவும், அது இயற்கையின் அடிப்படையைப் பற்றிய கேள்விகளை எழுப்பவும்

கட்டாயப்படுத்தப்படுகிறேன். இடைவிடாமல் என்னுடைய நோயாளிகள் என்னைக் கேள்வி கேட்கத் துரத்துகிறார்கள்; இடைவிடாமல் என்னுடைய கேள்விகள் நோயாளிகளையும் துரத்துகின்றன. ஆகவேதான், இந்தக் கதைகளிலும், ஆய்வுகளிலும், ஒன்றிலிருந்து அடுத்ததற்கு ஒரு இயக்கம் தொடர்ந்து இருக்கிறது.

ஆய்வுகள் என்பது சரிதான்: கதைகளும், நிகழ்வு அறிக்கைகளும் ஏன்? நோயின் வரலாற்றுக் கருத்தியலை ஹிப்பாக்கிரீட்டஸ் முன் மொழிந்தார். அதேபோல நோய்களுக்கு தொடக்க அறிகுறிகள் முதல் அவற்றிற்கு உச்சக் கட்டத்திற்குப் போகும் மகிழ்ச்சியில் அல்லது இறப்பில் முடிவதுமான ஒரு ஓட்டம் இருக்கிறது என்ற கருத்தை ஹிப்பாக்கிரீட்டஸ் முன் வைத்தார்.

ஆகவே நோயின் இயற்கை வரலாற்றைப் பற்றிய (நோய்) நிகழ்வு அறிக்கைகள்; விவரிப்பு அல்லது விளக்கம் - நோயியல் (pathography) என்று பழைய சொல்லால் துல்லியமாகக் குறிப்பிடப்பட்டது - ஆகியவற்றை ஹிப்பாக்கிரீட்டஸ் இவ்வாறு அறிமுகப்படுத்தினார். அப்படிப்பட்ட வரலாறுகள் இயற்கை வரலாற்றின் ஒரு வடிவம்தான் - ஆனால் அவை தனிமனிதரைப் பற்றியோ அவருடைய வரலாற்றைப் பற்றியோ ஒன்றும் நமக்குத் தெரிவிப்பதில்லை. அவர் சந்திக்கின்ற அவரது அனுபவங்களை, அவருடைய நோயை எதிர்த்து உயிர் வாழ அவர் நடத்தும் போராட்டங்களைப் பற்றி ஒன்றும் தெரிவிப்பதில்லை. குறுகிய நோய் விவரக் குறிப்பில் ஒரு 'ஆள்' இருப்பது இல்லை. நவீன நோய் விவரக் குறிப்புகளில் அந்த ஆளை மேலோட்டமான சொற்றொடரால் குறிப்பிட்டு விடுவார்கள். (குரோமோசோம்கள் எண்ணிக்கை வழக்கத்திற்கு மாறாக உள்ளது; வெள்ளை நிறப் பெண்ணினம் 21 என்பது போன்ற சொற்களில் விவரிப்பார்கள்). இது ஒரு மனிதரையும் குறிக்கும், எலியையும் குறிக்கும். மனிதர் என்ற ஆய்வுப் பொருளை, துன்பத்தையும், நோயையும் எதிர்த்துப் போராடும் ஒரு மனிதரை - மையத்திற்கு மீட்டுக்கொண்டு வரவேண்டுமென்றால், நோய் விவரக் குறிப்பை ஒரு கதையாடல் போல, கதையாக ஆழப்படுத்த வேண்டும். அப்போதுதான் 'என்ன' என்பது மட்டுமல்லால் 'யார்' என்ற உண்மையான மனிதர், நோய் தொடர்பான - உடல் சார்ந்த உறவுள்ள ஒரு நோயாளியைக் காண்கிறோம்.

ஒரு நோயாளியின் அடிநாதமாக இருக்கும் உளநிலை, நரம்பு நோயியல் உளவியல் ஆகியவற்றில் உயர்மட்டக் கணிப்புகளுக்கு

மிகத் தேவையானது. ஏனென்றால், நோயாளியின் மனிதம் இங்கே அடிப்படையில் இடம் பெறுகிறது. நோயையும், நோயாளியின் அடையாளத்தையும் ஆராய்வதைப் பிரிக்க முடியாது. இத்தகைய சீர்குலைவுகளும், அவற்றை விவரித்தலும், ஆராய்வதும் புதியதொரு தனித் துறையாக ஆகிறது. அதனை அடையாளத்தின் நரம்பியல் (neurology of identity) என்று அழைப்போம். ஏனென்றால் மிகப் பழமையான, மனத்துக்கும், மதிக்கும் மூளைக்குமுள்ள சிக்கலைப் பற்றி 'தான்' என்பதை நரம்பு அடிப்படைகளை அது ஆராய்கிறது. உளம் சார்ந்தவற்றிற்கும், உடல் சார்ந்தவைக்கும் இடையில் ஒரு இடைவெளி, வகைப்படுத்தலில் இடைவெளி இருக்க வேண்டியது சாத்தியம்தான். ஆனால் இரண்டுக்கும் பொதுவான, ஒரே நேரத்தில் பிரிக்க முடியாத ஆய்வுகளும், கதைகளும் அவற்றை நெருக்கமாகக் கொண்டு, எந்திரத்தனமும் வாழ்க்கையும் சந்திக்கும் இடத்திற்கு, உடல் செயல்பாடுகளை வாழ்க்கை வரலாற்றோடு உறவுபடுத்தியிருப்பதற்கு அழைத்து வர உதவுகின்றன. இவைதான் என்னை வசீகரிக்கின்றன. அவற்றை இங்கே நான் முன் வைக்கிறேன்.

மனிதருடைய நோய்க் குறிப்புகள் சார்ந்த கதைகளைச் சொல்லும் மரபு பத்தொன்பதாம் நூற்றாண்டில் உச்சக் கட்டத்தை அடைந்து மனிதத்தைத் தொடர்ந்த நரம்பு நோய் அறிவியல் வந்த பிறகு ஒரு சரிவைக் கண்டது. "நரம்பியல் நிபுணர்களிடமும் உளநோய் மருத்துவரிடமும் பொதுவாகக் காணப்பட்ட விவரிக்கின்ற ஆற்றல் இப்போது போய் விட்டது. அதனைத் திரும்பக் கொண்டு வர வேண்டும்" என்று லூரியா எழுதினார். அவருடைய நூற்களான The Mind of Mnemonist, The Man with the Shattered World ஆகியவை இந்த மரபை மீட்டெடுக்கும் முயற்சிகள். எனவே இந்த நூலிலுள்ள நோய்க் குறிப்புகள் பழைய பாரம்பரியத்தைச் சார்ந்தவை. லூரியா பேசும் பத்தொன்பதாம் நூற்றாண்டு மரபு. முதல் மருத்துவ வரலாற்றாசிரியரான ஹிப்பாக்கிரீட்டிசின் மரபு. வரலாற்றுக்கு முந்தைய காலங்களில் உலகெங்கும் காணப்பட்ட நோயாளிகள் தங்களது மருத்துவரிடம் கதைகளாகச் சொல்லும் மரபு அது.

பண்டைய கட்டுக் கதைகளில் வீரர்கள், பாதிக்கப்பட்டோர், வீர மரணமடைந்தோர், தலைவர்கள் என்ற மூலப் படிவ மனிதர்கள் இருப்பார்கள். இங்கே சொல்லப்படுகின்ற வினோதமான கதைகளில் அவர்களைப் போன்றோரே இருப்பார்கள். இல்லையென்றால் தொலைந்து போன மாலுமி அல்லது வேறு வினோதமான மனிதர்களை இந்தப் பழங்கதை அல்லது உருவகச் சொற்றொடர்களில் எப்படி வகைப்படுத்துவது? அவர்கள் கற்பனைக்கெட்டாத நாடுகளில்,

முகவுரை | 17

அவர்கள் இல்லாவிட்டால் நம்மால் புரிந்து கொள்ள முடியாத, கற்பனை செய்ய முடியாத நாடுகளில் பயணம் செய்பவர்கள். இதனால்தான் அவர்களுடைய வாழ்க்கையும், பயணங்களும் கட்டுக் கதைகளின் தன்மையைக் கொண்டிருக்கின்றன. அதனால் தான் குறிக்கோள் குறிப்பாக ஆசியரின் 'அரேபிய இரவுகளிலிருந்து படிமம் ஒன்றை எடுத்திருக்கின்றேன். அதனால் நான் கதைகளையும், கட்டுக்கதைகளையும், நோய்க்குறிப்புகளையும் பற்றி பேசக் கட்டாயப்பட்டிருப்பதாக உணர்கிறேன். இந்த சாம்ராஜ்யங்களில் அறிவியலும் புனைவியலும் லூரியா புனைவியல் அறிவியல் என்றார். உண்மையும், கட்டுக் கதையும் சந்திக்கும் இடத்தில் அவை ஒன்றாக வருகின்றன. அந்தச் சந்திப்பு இங்கே சொல்லப்படுகின்ற நோயாளிகளின் வாழ்க்கையை எடுத்துக் காட்டுகின்றன.

ஆனால் எத்தகைய உண்மைகள்! எத்தகைய கட்டுக் கதைகள்! அவற்றை நான் எதனோடு ஒப்பிடுவேன்? இவற்றிற்கு இணையான மாதிரிகளோ உருவகங்களோ, பழங்கதைகளோ இல்லாமல் இருக்கலாம். புதிய குறியீடுகள், புதிய தொன்மங்கள் வருவதற்கான காலம் இதுவோ?

நான் இந்நூலை எழுத உதவிய பலருக்கும் எனது நன்றியை உரித்தாக்குகிறேன். சிறப்பாக நான் சொல்கின்ற கதைகளில் வரும் நோயாளிகள், சிலவேளைகளில் அவர்களது உறவினர்களின் தன்னலமற்ற உதவிக்கும், தாராளத்திற்கும் நன்றிக் கடன்பட்டிருக்கிறேன். அவர்களுக்கு இதனால் நேரடியாகப் பயன் எதுவும் கிடைக்காவிட்டாலும், அது அவர்களுக்குத் தெரிந்திருக்காது. அவர்கள் தங்களது வாழ்க்கையைப் பற்றி எழுத அனுமதியளித்தது மட்டுமல்ல, என்னை ஊக்குவிக்கவும் செய்தார்கள். அதனால் மற்றவர்கள் அறிந்துகொண்டு புரிந்துகொண்டு குணமடைய உதவ முடியும் என்று நம்பினார்கள். தனிப்பட்ட, தொழில் சார்ந்த நம்பிக்கையின் காரணமாக பெயர்கள், சூழல்கள் பற்றிய விபரங்களும் மாற்றப்படுகின்றன. ஆனால், அவர்களது அடிப்படை 'உணர்வுகள்' காக்கப்படுவதுதான் எனது நோக்கம்.

நியூயார்க் ஆ.சே
பிப்ரவரி 10, 1985

பகுதி ஒன்று

இழப்புகள்

நரம்பியலில் அனைவரும் பயன்படுத்தும் சொல் 'பற்றாக்குறை'. இது நரம்பியல் செயல்பாட்டில் ஒரு குறைபாட்டை, இயலாமையைக் குறிக்கிறது: பேச்சை இழத்தல், மொழி இழப்பு, நினைவிழப்பு, பார்வையிழப்பு, செயல்திறன் இழப்பு, அடையாளத்தை இழத்தல், குறிப்பிட்ட செயல்பாடுகள் அல்லது திறன்களிலுள்ள பல்வேறு குறைகள் அல்லது இழப்பு ஆகியவற்றைக் குறிக்கும். நமக்கு இவற்றைக் குறிக்கப் பல தனியான சொற்கள் உண்டு. பேச்சொலியின்மை (aphonia), பேச்சிழப்பு (aphasia), சொற்பார்வை இழப்பு (alexia), நுண்ணுணர்வு இழப்பு (agnosia), மறதி (amneisa), உச்சரிப்புப் பிறழ்வு (aphemia) தசை இயக்கக் கோளாறு (apraxia), உடல் இயக்கக் கட்டுப்பாட்டின்மை (ataxia). நோயாளிகள் நோயினாலோ, காயத்தினாலோ, வளர்ச்சியடையத் தவறியதாலோ ஓரளவு அல்லது முழுமையாக இழந்துபோகும் ஒவ்வொரு குறிப்பிட்ட நரம்பு அல்லது அறிவுச் செயல்பாட்டுக்கும் ஒவ்வொரு தனிச்சொல் இருக்கிறது.

மூளைக்கும், மதிக்கும் இடையேயுள்ள தொடர்பு பற்றிய அறிவியல்பூர்வமான ஆய்வு 1861 ஆம் ஆண்டு தொடங்கியது. ஃபிரான்சில் பேச்சைப் பயன்படுத்துவதிலுள்ள பேச்சுப் பிறழ்வு (aphasia) என்பதால் ஏற்படும் குறிப்பிட்ட கஷ்டங்கள் மூளையில் இடது அரைக்கோளத்திலுள்ள ஒரு குறிப்பிட்ட பகுதி பாதிக்கப்பட்டதால் ஏற்பட்டது என்று புரோக்கா கண்டுபிடித்தார். இது மூளை நரம்பியல் பற்றிய ஆய்வு தொடங்கக் காரணமாக இருந்தது. இதனால் மூளையின் குறிப்பிட்ட மையங்கள் - மொழி, நுண்ணறிவு, புலன் காட்சி முதலான குறிப்பிட்ட திறன்களைக் காட்டும் மனித மூளையின் வரைபடத்தை வரைவது சில பத்தாண்டுகளில் சாத்தியமாயிற்று. பத்தொன்பதாம் நூற்றாண்டின் இறுதியில், பல நுண்ணிய ஆய்வாளர்களுக்கு - அனைவருக்கும்

மேலாக ஃபிராய்டுக்கு (தனது புத்தகமான Aphasia-வில் (பேச்சிழப்பு) குறிப்பிடுவதற்குக் காரணமான) - இப்படி வரைபடம் போடுவது மிக எளிது என்றும், எல்லா அறிவுச் செயல்பாடுகளும் சிக்கலான உள் கட்டமைப்பு கொண்டவை என்றும், சிக்கலான பல்தொகுதியுடைய உடல் சார்ந்த அடித்தளம் இருக்க வேண்டும் என்றும் விளங்கியது. இதனை, சிறப்பாக அடையாளம் காணுதல், புலன்காட்சி ஆகியவற்றிலுள்ள குறிப்பிட்ட பிறழ்வுகள் பற்றி ஃபிராய்ட் உணர்ந்தார். அதனைக் குறிப்பிட அவர் 'அக்னோசியா' (agnosia) என்ற சொல்லை உருவாக்கினார். மொழிப் பிறழ்வையும், அறிதல் பிறழ்வையும் புரிந்து கொள்ள, புதியதொரு அறிவியல் தேவைப்பட்டது என்று நம்பினார்.

ஃபிராய்ட் காண விரும்பிய மூளை மதி பற்றிய புதிய அறிவியல் இரண்டாம் உலகப் போரின்போது தொடங்கியது. A.R.லூரியா, (அவருடைய தந்தை R.A. லூரியா), லெயண்ட்டெவ், அனோசின், பெர்ன்ஸ்டைன் முதலானோருடைய கூட்டு முயற்சி அது. அவர்கள் அதற்கு நரம்பு உளவியல் (Neuropsychology) என்று பெயரிட்டார்கள். மிகவும் பயனுள்ள இந்த அறிவியலின் வளர்ச்சி R.A. லூரியாவின் வாழ்நாள் பணியின் விளைவு. புரட்சிகரமான முக்கியத்துவம் வாய்ந்த இந்த அறிவியல் மேலை நாட்டைத் தாமதமாகவே அடைந்தது. முறையாக அது Higher Cortical Functions in Man (ஆங்கில மொழிபெயர்ப்பு 1966) என்ற நூலில் விளக்கப்பட்டது. வேறொரு வழியில் ஒரு வாழ்க்கை வரலாற்று நூலான அல்லது நோயியல் வரலாறான The Man With a Shattered World (ஆங்கில மொழிபெயர்ப்பு) 1972-இல் வெளியானது. இந்த நூல்கள் பெரும்பாலும் முழுமையாக இருந்தாலும், லூரியா தொடாமல் விட்ட பெரிய பகுதி ஒன்று இருந்தது. Higher Cortical functions in Man என்ற நூல் மூளையின் இடது அரைக்கோளம் தொடர்பான செயல்களைப் பற்றியே சொன்னது. அதேபோல, இந்த நூலின் ஆய்வுப் பொருளான ஜேசட்சிக்கு (இருபதாம் நூற்றாண்டில் வாழ்ந்த சோவியத் உளவியல் ஆய்வாளர், 1902 -1977) இடது கோளத்தில் தான் பெரிய காயம் இருந்தது. வலது பக்கம் முழுமையாக இருந்தது. உண்மையில் நரம்பியல், நரம்பு உளவியல் ஆகியவற்றின் வரலாறு முழுவதும் இடது கோளத்தைப் பற்றிய ஆராய்ச்சியின் வரலாறு என்றே காண முடியும்.

வலது அல்லது சிறிய (minor) கோளத்தினைக் கண்டு கொள்ளாது விட்டதற்கான காரணம், இடது பக்கத்தில் பல இடங்களில் இருக்கும் நசிவுகளை எளிதில் காட்ட முடியும். ஆனால் வலது கோளத்திலுள்ள அவற்றிற்கு இணையான நோய் நிலைகள் அவ்வளவு

தெளிவாக இருப்பதில்லை. இப்பகுதி இடது பகுதியை விட 'நாகரிகமில்லாது' (primitive) என்று இகழ்ச்சியாகக் கருதப்பட்டது. ஆனால் வலப்பக்கம் மனிதனின் பரிணாம வளர்ச்சியின் தனியானதொரு கனியென்று காணப்பட்டது. ஒரு வகையில் இது சரிதான். இடது கோளம் புதுமையானதாகவும், சிறப்பம்சங்கள் நிறைந்ததாகவும் இருக்கிறது. மனிதக் குரங்கு (primate) மனிதனுக்கு முந்திய இனம் (hominid) ஆகியவற்றின் மூளையிலிருந்து மந்தமாகவே வளர்ச்சியடைந்தது. ஆனால், அதற்கு மாறாக, வலது கோளம்தான் ஒவ்வொரு உயிரினமும் உயிர் பிழைத்து வாழத் தேவையான, மெய் நிலையை அடையாளம் கண்டுகொள்ளும் மிக முக்கிய ஆற்றல்களைக் கட்டுப்படுத்துகிறது. வலது கோளம்தான் ஒரு கணினி அடிப்படையான மனித மூளையோடு இணைக்கப்பட்டிருப்பது போல, நிரல்களுக்கும் (programmes) அமைவு நிலைகளுக்குமாக (schematics) வடிவமைக்கப்பட்டிருக்கிறது. பழமை நரம்பியல், மெய் நிலையை விட அமைவு நிலைகள் பற்றி அதிகமான கவனம் செலுத்துகிறது. எனவே வலது கோளப் பக்க நிகழ்வுகள் சிலவற்றை வெளிப்பட்டபோது, அவற்றை இயற்கைக்கு அப்பாற்பட்டவையாகக் கருதினார்கள்.

முன் காலத்திலும்கூட, வலது அரைக்கோள நோய்க் குறிகளை ஆராய முயற்சிகள் மேற்கொள்ளப்பட்டன. எடுத்துக்காட்டாக, *1890*-களில் ஆன்டனும், *1928*-இல் பாட்சலும் முயன்றார்கள். ஆனால், அவர்களது முயற்சிகளும் கண்டு கொள்ளப்படவில்லை.

லூரியா தனது கடைசி நூல்களில் ஒன்றான The Working Brain-இல் வலது கோள நோய் குறிகளுக்காக சிறிய, ஆனால் ஆர்வத்தைத் தூண்டுகிற பகுதியை ஒதுக்கியிருந்தார். அது இப்படி முடிந்தது:

> இன்னும் ஆராயப்படாத குறைபாடுகள் மிகவும் அடிப்படையான சிக்கல்கள் ஒன்றிற்கு நம்மை இட்டுச் செல்கின்றன - அது தான் நேரடியான நனவு நிலையில் வலது கோளத்தின் பங்கு பற்றியது. இது வரையில் இந்த முக்கியமான களம் பற்றிய ஆய்வு புறக்கணிக்கப்பட்டே வந்திருக்கிறது. வெளியிடுவதற்குத் தயாராகவுள்ள சிறப்பான ஆய்வுக் கட்டுரைகளில் அது விளக்கமான ஆய்வுக்கு உட்படும்.

அவருடைய வாழ்நாளின் கடைசி மாதங்களில் இறக்கும் தருவாயில் அவர் இந்த ஆய்வுக் கட்டுரைகள் சிலவற்றை எழுதினார்.

அவை வெளியிடப்பட்டதை அவர் பார்க்கவில்லை. அவை ரஷ்யாவிலும் வெளியிடப்படவில்லை. அவர் அவற்றை இங்கிலாந்திலுள்ள R.L.கிரகோரிக்கு அனுப்பி வைத்தார். அவை கிரகோரியின் *Oxford Companion to the Mind* -இல் வெளியாகும்.

உள் இடைஞ்சல்களும், வெளிக் கஷ்டங்களும் இங்கே சந்திக்கின்றன. அதாவது, சில வலதுகோள நோய்க் குறிகள் உள்ள நோயாளிகளுக்குத் தங்களுக்குப் பிரச்சனைகள் இருப்பதை அறிவது கடினமானது மட்டுமில்லை, முடியவும் செய்யாது. இதனை பாபின்ஸ்கி 'அனோசாக்னோசியா' - உள்காட்சி இழப்பு (anosagnosia) என்று அழைத்தார். அப்படிப்பட்ட நோயாளிகளின் உள் நிலையை, 'சூழலை' காண்பது மிகவும் நுண்ணுணர்வுள்ள பார்வையாளருக்குக் கூடக் கடினமானது; ஏனென்றால் அவருக்குத் தெரிந்தது எதிலிருந்தும் கற்பனைக் கெட்டாத அளவு தொலைவில் இருக்கும். ஆனால் இடது கோள நோய்க்குறிகள் எளிதாகக் கற்பனை செய்யப்படக் கூடியவை. வலது கோள நோய்க்குறிகள் இடது கோள நரம்பியல், நரம்பு உளவியல் நூல்களில் நோய்க் குறிகளைப் போலவே பொதுவாகக் காணப்பட்டாலும் - ஏன் அப்படி இருக்கக் கூடாது? - இடது கோள நோய்க் குறிகளுக்கு ஆயிரம் விவரங்கள் இருந்தாலும், வலது கோள நோய்க் குறிகளுக்கு ஒன்றுதான் இருக்கும், ஏதோ அத்தகைய குறைபாடுகள் நரம்பியல் துறையின் தன்மைக்கே உரியதில்லை என்பது போல. எனினும், அவை மிக அடிப்படையான முக்கியத்துவம் வாய்ந்தவை என்று லூரியா சொல்கிறார். எனவே லூரியா சொல்வது போல அவற்றிற்கு புதியதொரு நரம்பியல் தேவைப்படுகிறது. தனிப்பட்ட மனிதன் சார்ந்த அல்லது லூரியா அழைத்ததுபோல புனைவியல் சார்ந்த (romantic) அறிவியல் தேவைப்படுகிறது. ஏனென்றால் தனி ஆளின் (personal) உடல்கூறு அடிப்படைகள் நமது ஆய்வில் வெளிப்படுகின்றன. இதுபோன்ற அறிவியல் ஒரு கதையின் மூலமாக அறிமுகப்படுத்தப்படுவது சிறப்பாக இருக்கும் என்று எண்ணினார். வலது கோளத்தில் அதிகமான தொந்தரவுள்ள ஒருவருடைய விரிவான நோய் விவர வரலாறாக (case history) இருக்கலாம். நொறுங்கிப்போன உலகில் வாழும் ஒருவருடையதை நிறைவுபடுத்துவதாகவும், அதேசமயம் எதிரானதாகவும் இருக்கும் நோய் விவர வரலாறாக இருக்கும். எனக்கு எழுதிய ஒரு கடிதத்தில், "அப்படிப்பட்ட வரலாறுகளை அவை வெறும் குறிப்புகளாக இருந்தாலும்கூட வெளியிடுங்கள். அது மிக விந்தையான ஒரு உலகம்..." என்று எழுதினார். இந்தச் சீர்குலைவுகள் என்னைச் சிறப்பாக ஆர்வமூட்டின என்றுதான்

சொல்ல வேண்டும். ஏனென்றால் அவை இதற்கு முன்னர் கற்பனை செய்யப்படாத உலகங்களைக் காட்டுகின்றன, திறந்து விடுகின்றன. முன் காலத்தில் இறுகிப்போன, எந்திரத்தனமான நரம்பியலிலிருந்து உற்சாகமும் மாறுபாடும் கொண்டு விரிவான நரம்பியலையும், உளவியலையும் சுட்டுகின்றன.

ஆகவே, தனி மனிதனைப் பாதிக்கும் நரம்பு தொடர்பான சீர்குலைவுகளே மரபு சார்ந்த குறைபாடுகளை விட என்னை அதிகம் கவர்ந்தன. இச்சீர்குலைவுகள் பல வகையனவையாக இருக்கும். சில செயல்பாட்டின் தடங்கல்களைவிட அதிகமானதாக இருக்கக் கூடும். இவை இரண்டையும் தனித்தனியாக ஆராய்வது அறிவுடைமை ஆகும். ஆனால், ஒரு நோய் இழப்பாலோ அதிகரிப்பினாலோ (excess) ஏற்படுவதில்லை என்று முதலிலேயே சொல்ல வேண்டும். பாதிக்கப்பட்ட உயிரி அல்லது தனியாளைப் பொறுத்த வரையில், எவ்வளவு அபூர்வமானவையாக வழி முறைகள் இருந்தாலும் - அதன் அடையாளத்தைத் திரும்பப் பெற, வேறொன்றைத் தர, அதன் அடையாளத்துக்கு இழப்பீடு தர அல்லது காப்பாற்ற ஒரு எதிர்வினை இருக்கும் என்றும் சொல்வேன். இந்த வழிமுறைகளை ஆராய்வதும் அவற்றின் மேல் தாக்கம் ஏற்படுத்துவதும் மருத்துவர்களின் பணியில் முக்கிய பங்கு வகிக்கின்றன. இதனை மக்கன்சி மிக ஆணித்தரமாகச் சொல்கிறார்:

> நோய் என்ற ஒன்றில் அல்லது ‘புதிய நோய்’ ஒன்றில் என்ன இருக்கிறது? இயற்கையியல் அறிஞரைப்போல இல்லாது, மருத்துவர் சராசரிச் சுற்றுச்சூழலுக்குச் சராசரியாகத் தங்களை மாற்றியமைத்துக் கொள்ளும் வெவ்வேறு உயிரிகளைப் பற்றி அக்கறை காட்டுவதில்லை; மாறாக, எதிரான சூழல்களில், தனது அடையாளத்தைக் காத்துக் கொள்ள முயற்சி செய்யும் ஒரு தனிப்பட்ட உயிரியான, மனிதனைப் பற்றி அக்கறை கொள்கிறார்.

இந்த இயக்க நிலை, அடையாளத்தைக் காத்துக் கொள்ளும் இந்த முயற்சி, அந்த முயற்சியின் வழிமுறைகளும் விளைவுகளும் எவ்வளவு விநோதமாக இருந்தாலும்கூட, நெடுங்காலத்துக்கு முன்னரே உள நோய் மருத்துவத்தில் ஏற்றுக் கொள்ளப்பட்டிருக்கிறது; பிறவற்றைப் போலவே இதுவும் ஃப்ராய்டின் பணியோடு இணைத்துப் பேசப்படுகிறது. ஆகவே அறிவுப் பிறழ்ச்சி அல்லது மனப் பேதலிப்பின் மாயத் தோற்றங்களை முதன்மையானவையாகக் காணாமல் (எவ்வளவுதான் தவறாக வழி நடத்தப்பட்டிருந்தாலும்)

மீட்டெடுப்பின் முயற்சிகளாக, முழுமையான குழப்பத்தினால் சிதைந்த உலகை மீளக் கட்டும் முயற்சியாகக் காணப்படுகின்றன. இதே போலத்தான் மக்கன்சியும் எழுதுகிறார்:

> பார்க்கின்சன் நோய்க்குறியின் நோயியல் உடற்கூறு ஒழுங்கமைவாக்கப்பட்ட ஒரு குழப்பத்தை ஆராய்வது ஆகும். முதலாவதாக, முக்கியமான ஒன்று சேர்க்கப்படுபவற்றை அழித்தலினால் தூண்டப்படும் குழப்பம் இது. மறுவாழ்வு அமைத்தலின் செயல்முறையில் நிலையற்ற அடித்தளத்தின் மேல் மீண்டும் வடிவமைக்கப்பட்டது.

பல வடிவமுடைய ஆனால் ஒரு நோயினால் உண்டாக்கப்படும் 'ஒழுங்கமைவுக்கு உட்பட்ட குழப்பத்தை (organized chaos) ஆய்வது தான் Awakenings நூல். எனவே பல வகைப்பட்ட நோய்களால் உண்டாக்கப்படும் ஒழுங்கமைவுக்கு உட்பட்ட குழப்பங்களைப் பற்றி நடத்தப்படும் ஆய்வுகளின் தொடர் இங்கே தரப்படுகிறது.

இந்த முதல் பிரிவான இழப்புகள் பகுதியில், எனது அறிவுக்கு முதன்மையாகத் தெரிகின்ற, காட்சி நுண்ணுணர்வு இழப்பு (visual agnosia) இடம் பெறுகிறது. அதன் தலைப்பு 'தனது மனைவியைத் தொப்பியாகத் தவறாகப் புரிந்துகொண்ட மனிதர்'. அது அடிப்படையாக முக்கியத்துவம் வாய்ந்தது என்று கருதுகிறேன். இப்படிப்பட்ட நோய்க்குறிகளை உடையவர்கள் பண்டைய நரம்பியலின் பதிந்து போயிருக்கும் கோட்பாடுகள், அனுமானங்கள் ஆகியவற்றிற்குக் கடும் புரட்சிகரமான அறைகூவலை விடுக்கின்றனர். குறிப்பாக, ஒரு தனிமனிதருக்கு - மனவெழுச்சியும், வெளியில் காணக்கூடிய உருவமும் கொண்ட ஒருவருக்கு - (கர்ட் கோல்ஸ்டைன் குறிப்பிடுவது போல) மூளையில் ஏற்படும் எந்தப் பாதிப்பும் புலனால் அறியப்பட முடியாத தன்மையை வகைப்படுத்துவதைக் குறைக்கிறது அல்லது நீக்கி விடுகிறது என்ற கருத்துக்குச் சவால் விடுகிறது. (இது போன்ற ஒரு கருத்து 1860-களில் ஹியூலிங்க்ஸ் ஜேக்சனால் முன் வைக்கப்பட்டது). இங்கே டாக்டர் P-யைச் சோதித்துப் பார்க்கச் சொல்லி, "பெருமக்களே, இப்போது என்ன சொல்கிறீர்கள்?" என்பேன்.

1

தனது மனைவியைத் தொப்பியாக நினைத்துக்கொண்ட மனிதர்

டாக்டர் P ஒரு இசைக் கலைஞர். பல ஆண்டுகளாக ஒரு பாடகராக அறியப்பட்டவர். உள்ளூர் இசைப் பள்ளியில் ஆசிரியர். இங்கேதான் அவருடைய மாணவர்கள் தொடர்பாக முதலில் சில பிரச்சனைகள் கண்டறியப்பட்டன. சில வேளைகளில் ஒரு மாணவன் அவர் முன்னால் நிற்பான். டாக்டர் P அவனை அடையாளம் கண்டு கொள்ள மாட்டார் அல்லது குறிப்பாக அவனது முகத்தை அடையாளம் கண்டுகொள்ளமாட்டார். ஆனால், அவன் பேசத் தொடங்கியவுடன் அவனுடைய குரலை அடையாளம் கண்டு கொள்வார். இப்படிப்பட்ட நிகழ்வுகள் அதிமாகிக்கொண்டே வந்தன. சங்கடத்தையும் மனக் குழப்பத்தையும், அச்சத்தையும் சில வேளைகளில் வேடிக்கையையும்கூட உண்டாக்கின. அது மட்டுமில்லை, அவர் முகங்களைப் பார்க்க முடியாதது ஒரு பக்கம் இருக்க, முகங்கள் இல்லாத இடங்களில் முகங்களைப் பார்க்கத் தொடங்கி விட்டார்.

தீயணைக்க வைத்திருக்கும் தண்ணீர்க் குழாய்களையும் கார் நிறுத்தத்தை அளவிடும் மீட்டர்களையும் குழந்தைகளின் தலைகளாக எண்ணித் தட்டிக் கொடுப்பார். மேசை, நாற்காலிகளிலுள்ள வேலைப்பாடுள்ள குமிழ்களிடம் அன்போடு பேசுவார். அவை பதில் சொல்லாததைப் பார்த்து வியப்படைவார். தொடக்கத்தில் இப்படிப்பட்ட வினோதமான பிழைகளை வேடிக்கையாக நினைத்துச் சிரித்தார்கள். டாக்டர் P வேண்டுமென்று செய்வதாகக்

கருதி. ஏனென்றால் ஒரு வித்தியாசமான நகைச்சுவையுணர்வும், ஜென் போன்ற முரண்களுக்கும், வேடிக்கைப் பேச்சுக்கும் உரியவராகவே இருந்திருக்கிறார் அல்லவா? ஆனால் அவருடைய இசை ஆற்றல்கள் வழக்கம் போலவே சிறப்பாக இருந்தன. அவர் நோய்வாய்ப்படவும் இல்லை. முன்னைவிட இப்போது நல்ல உடல்நலத்தோடு இருந்தார். மேலும் அவர் செய்த பிழைகள் வேடிக்கையாக, மீத்திற அறிவுள்ளவையாக இருந்தன. அதனால் அவை சீரியசாக இருக்க முடியாது. சீரியசாக இருப்பது எதையும் குறிப்பதாகவும் கொள்ள முடியாது. ஏதோ வித்தியாசமாக இருக்கிறது என்ற கருத்து மூன்றாண்டுகள் வரையில் வரவே இல்லை. அப்போது அவருக்கு நீரிழிவு நோய் கண்டது. நீரிழிவு நோய் கண்களைப் பாதிக்கும் என்று டாக்டர் P க்குத் தெரியுமாதலால் அவர் கண் மருத்துவர் ஒருவரை நாடினார். அவர் மிகக் கவனமாக நோய் அறிகுறி வரலாற்றை எடுத்துக் கண்களை ஆராய்ந்தார். "உங்கள் கண்களில் ஒரு பிரச்சனையும் இல்லை" என்று முடிவு செய்தார். "ஆனால் உங்கள் மூளையின் பார்வைப் பகுதிகளில் பிரச்சனை இருக்கிறது. உங்களுக்கு என்னுடைய உதவி தேவையில்லை. நீங்கள் ஒரு நரம்பியல் மருத்துவரைப் பார்க்க வேண்டும்" என்றார். எனவே டாக்டர் P என்னைப் பார்க்க வந்தார்.

அவரைச் சந்தித்த சில வினாடிகளிலேயே சாதாரணமாக நாம் சொல்லும் மனத் தளர்ச்சிப் பேதலிப்பு (dementia) அவருக்கு இல்லை என்பது தெளிவாகியது. அவர் நல்ல பண்பாடும், கவர்ச்சியும் உடையவர். நன்றாக தடையின்றிப் பேசினார். கற்பனை வளமும், நகைச்சுவை உணர்வும் கொண்டவர். அவரை ஏன் எங்களது மருத்துவமனைக்கு அனுப்பி வைத்தார்கள் என்று எனக்குத் தெரியவில்லை.

ஆனால் ஏதோ ஒன்று வினோதமாக இருந்தது. அவர் பேசியபோது என்னெதிரில்தான் இருந்தார்; என்னை நோக்கியே இருந்தார்; ஆனால் ஏதோ ஒன்று வித்தியாசமாக இருந்தது - அதை என்னவென்று கண்டுபிடிப்பது கடினமாக இருந்தது. அவர் என்னைத் தனது காதுகளால் பார்த்தார், கண்களால் அல்ல என்று எண்ணத் தொடங்கினேன்.

கண்கள் வழக்கமாகச் செய்வது போல் என்னைப் பார்க்காமல், கவனிக்காமல், 'என்னை உள் வாங்கிக் கொள்ளாமல்' எனது மூக்கு, எனது வலது காது, கீழே எனது தாடை, பிறகு எனது வலது கண் - இவற்றின் தனித்தனி அம்சங்களைக் குறிப்பது போல (ஆராய்வது

போல என்றுகூடச் சொல்லலாம்) வினோதமாக திடீர் திடீரென்று நிலை கொண்டன. என்னுடைய மொத்த முகத்தையும் - அதன் மாறிக் கொண்டிருக்கும் வெளிக்காட்டல்களை - அதாவது என்னை முழுமையாகப் பார்க்கவில்லை. அப்போது இதை முழுவதுமாகக் கவனித்தேனா என்று தெரியவில்லை - சாதாரணமாகத் தெரிய வேண்டிய தீட்சண்யப் பார்வையும், வெளிப்பாடும் கலப்பதில் ஏதோ ஒரு தவறு இருந்தது; சீண்டும் வினோதம் இருந்தது.

"என்ன பிரச்சனை?" என்று நான் கேட்டேன் கடைசியில். "எனக்குத் தெரிந்து ஒன்றுமில்லை" என்றார் அவர், ஒரு புன்னகையுடன். "ஆனால் என்னுடைய கண்களில் ஏதோ கோளாறு என்று மக்கள் நினைப்பதாகத் தோன்றுகிறது."

"ஆனால் நீங்கள் உங்களது பார்வையில் எந்தச் சிக்கலையும் காணவில்லை?"

"இல்லை, நேரடியாக இல்லை; ஆனால் எப்போதாவது தவறு செய்கிறேன்."

அவருடைய மனைவியிடம் பேசுவதற்காக வெளியே சென்றேன். நான் திரும்பி வந்தபோது, டாக்டர் P சன்னல் அருகில் அமைதியாக உட்கார்ந்திருந்தார். கவனமாகக் கேட்டுக் கொண்டிருந்தார், பார்க்கவில்லை. "போக்குவரத்து, தெருவிலுள்ள ஓசைகள், தொலைவில் தொடர் வண்டிகள் - அவை ஒரு வகை ஒத்திசையை உண்டாக்குகின்றன இல்லையா? - உங்களுக்கு ஹனோகரின் பாசிஃபிக் 234 (ஹனோகர், ஸ்விஸ் நாட்டு இசை வல்லுநர்) தெரியுமல்லவா?"

எவ்வளவு அருமையான மனிதர் என்று நினைத்துக் கொண்டேன். இவரிடம் சீரியசாக என்ன நோய் இருக்க முடியும்? அவரைச் சோதித்துப் பார்க்க என்னை அனுமதிப்பாரா?

"கண்டிப்பாக, டாக்டர் சேக்ஸ்!"

தசை வலு, உறுப்புகள் இயைபு, அனிச்சைச் செயல்கள், தொனி என்று மனத்தை இதப்படுத்தும் வழக்கமான நரம்புச் சோதனைகளின் மூலம் என்னுடைய, - ஒருவேளை அவருடையதையும்கூட- மனச் சலனத்தை அமைதிப்படுத்திக் கொண்டேன். அவருடைய அனிச்சைச் செயல்களைச் (reflexes) சோதித்தபோதுதான் - இடப் பக்கம் சிறிது இயற்கைக்கு மாறாக இருந்தது - வினோதமான அந்த

முதல் அனுபவம் ஏற்பட்டது. அவருடைய இடது காலணியைக் கழற்றிவிட்டு அவருடைய பாதத்தைச் சாவியால் சுரண்டினேன் - சிறுபிள்ளைத்தனமான, ஆனால் அனிச்சைச் செயலைச் சோதிக்க முக்கியமான சோதனை அது. பிறகு கண்விழிக் கருவியைச் (ophthalmoscope) சரி செய்வதற்காக வந்தேன். காலணியை மீண்டும் அவரே போட்டுக் கொள்ளுமாறு விட்டுவிட்டேன். ஆனால் ஒரு நிமிடம் கழித்தும் அவர் போடவில்லை. எனக்கு வியப்பாக இருந்தது.

"நான் உதவவா?" என்றேன்.

"என்ன உதவ? யாருக்கு?"

"உங்கள் காலணியைப் போட்டுக் கொள்வதற்கு."

"அடடா" என்றார் அவர். "எனக்குக் காலணி மறந்துவிட்டது." பிறகு "ஷூ? ஷூ?" என்றார். குழம்பியிருப்பது போலத் தோன்றினார்.

"உங்களுடைய ஷூ" என்றேன் நான் திரும்பவும். "நீங்கள் போட்டுக் கொண்டு விட்டீர்களா?"

அவர் கீழ்நோக்கியே பார்த்தார். ஆனால் காலணியைப் பார்க்கவில்லை. மிகவும் ஆழமாக. ஆனால், வேறெதன் மூலமாகவோ, கவனமாகப் பார்த்தார். கடைசியில் அவரது பார்வை அவரது காலில் பதிந்தது. "அது என்னுடைய ஷூ இல்லை" என்றார்.

நான் சரியாகப் பார்கவில்லையா? நான்தான் சரியாகக் கவனிக்கவில்லையா?

"என்னுடைய கண்கள்" என்று விளக்கினார். பிறகு ஒரு கையை தனது பாதத்தில் வைத்தார். "இது என்னுடைய ஷூ இல்லையா?"

"இல்லை, அது இல்லை. அது உங்கள் பாதம். உங்கள் ஷூ அங்கே இருக்கிறது."

"ஆ! நான் அதை என்னுடைய பாதம் என்று நினைத்தேன்."

இவர் ஜோக் அடிக்கிறாரா? அவருக்குப் பைத்தியமா? கண் பார்வை இல்லையா? இது அவருடைய 'வினோதமான பிழை'யென்றால், நான் பார்த்த பிழைகளிலேயே இது மிகவும் வினோதமானது.

நான் அவருடைய காலணியைப் (பாதம்) போட உதவினேன்,

இன்னும் குழப்பத்தைத் தவிர்க்க. ஆனால் டாக்டர் P-யோ எந்தக் கவலையோ, கலவரமோ அடைந்ததாகத் தெரியவில்லை. எதைப் பற்றியும் கவலைப்படாமல் இருந்தார். அவருக்கு வேடிக்கையாக இருந்ததோ? நான் என்னுடைய சோதனையைத் தொடர்ந்தேன். அவருடைய பார்வைக் கூர்மை நன்றாகவே இருந்தது. தரையில் கிடந்த ஊசியைக் கண்டுபிடிப்பது அவருக்குச் சிரமமாக இல்லை; ஆனால் அது அவரது இடப்புறம் வைக்கப்பட்டால் அவரால் கண்டுபிடிக்க முடியவில்லை.

நன்றாகத்தான் பார்த்தார்; ஆனால் அவர் எதைப் பார்த்தார்? நேஷனல் ஜியாகராபிக் மாகசீனுடைய பிரதி ஒன்றை எடுத்துத் திறந்து அதிலுள்ள படங்கள் சிலவற்றை விவரிக்கச் சொன்னேன்.

அவருடைய விடைகள் வித்தியாசமாக இருந்தன. அவருடைய கண்கள் ஒன்றிலிருந்து இன்னொன்றுக்குத் தாவும். மிகச் சிறிய விவரங்களை, தனித்தனியான நுணுக்கங்களைப் பார்த்தன. அப்படித்தான் என்னுடைய முகத்தையும் பார்த்தார். கண்ணைப் பறிக்கும் பிரகாசம் அல்லது நிறம் அல்லது வடிவம் அவரது கவனத்தைக் கவர்ந்து அவரிடமிருந்து விமர்சனத்தை வரவழைக்கும் - ஆனால் எதையுமே முழுமையாக, ஒரு காட்சியாக அவரால் பார்க்க முடியவில்லை. அவர் நுணுக்கமான விபரங்களையே பார்த்தார். முழுமையாகப் பார்க்க முடியவில்லை. ராடார் திரையில் வரும் வரிக்கோடுகளைப் போல அவற்றை அடையாளம் கண்டார். ஒரு படத்தின் முழுமைக்கு அவற்றின் சம்பந்தத்திற்குள் அவர் நுழையவே இல்லை. அதாவது அதன் உடல் அமைப்பை அவர் எதிர்கொள்ளவே இல்லை. அவருக்கு ஒரு நிலக் காட்சி பற்றிய எந்தப் புலனறிவும் இல்லை.

அடுத்து மேலட்டையைக் காண்பித்தேன். அது சகாரா பாலைவனத்தின் மணற்குன்றுகளின் படம்.

"இங்கே என்ன பார்க்கிறீர்கள்?" என்று கேட்டேன்.

"நான் ஓர் ஆற்றைப் பார்க்கிறேன்" என்றார். "ஒரு சிறிய விருந்தினர் இல்லம். அதன் மேல் தளம் நீரில் இருக்கிறது. மேல் தளத்தில் மக்கள் உணவருந்திக் கொண்டிருக்கிறார்கள். அங்கும் இங்குமாக வண்ணக் குடைகளைப் பார்க்கிறேன்." முன்னாலிருந்த படத்தில் எந்த விபரங்களும் இல்லாதது அவரை ஆற்றையும், மேல் தளத்தையும், வண்ணக் குடைகளையும் கற்பனை செய்யத் தூண்டியது போலும். மேலட்டையையும் தாண்டி ஒரு வானத்தைப்

இழப்புகள் | 31

பார்த்து, "அவர் பார்ப்பது" என்று சொல்வதாக இருந்தால் இல்லாத விவரங்களைக் கதையாகச் சொல்லிக் கொண்டிருந்தார்.

நான் பேயடித்தவன் போலத் தோன்றியிருக்க வேண்டும்; ஆனால் அவர் தான் நன்றாகவே சொன்னதாக நினைத்தது போலத் தோன்றினார். அவர் முகத்தில் லேசான புன்னகை தெரிந்தது. சோதனையும் முடிந்து விட்டது என்று தீர்மானித்தது போலத் தோன்றித் தனது தொப்பியைத் தேடினார். தனது கையை நீட்டித் தனது மனைவியின் தலையைப் பிடித்துத் தூக்கித் தனது தலையில் வைக்க முயன்றார். அதாவது தனது மனைவியைத் தொப்பி என்று நினைத்து விட்டார்! இதுபோன்ற நிகழ்வுகளுக்குப் பழக்கப்பட்டவர் போல அவரது மனைவி தோன்றினார்.

மரபுசார் நரம்பு நோயியலின்படியோ, நரம்பு உளவியலின்படியோ இப்போது நடந்தவற்றிற்கு எனக்கு விளக்கம் காண முடியவில்லை. சில வேளைகளில் முழுமையான மன நலத்தோடு இருந்தது போலத் தோன்றினார். சிலவற்றில் முழுவதுமாகப் புரிந்து கொள்ள முடியாத அளவிற்கு நசிந்து போயிருந்தார். ஒரு பக்கம் தனது மனைவியைத் தொப்பியாகக் கருதிக் கொள்கிறார். இன்னொரு பக்கம் இசைப் பள்ளியில் பணியாற்றுகிறார். இது எப்படி சாத்தியம்?

நான் சிந்திக்க வேண்டும்; அவரை மீண்டும் பார்க்க வேண்டும்; அவருக்குப் பழக்கமான இடத்தில், அவருடைய வீட்டில் அவரைச் சந்திக்க வேண்டும்.

சில நாட்கள் கழித்து டாக்டர் P-யையும், அவரது மனைவியையும் அவருடைய வீட்டில் சந்தித்தேன். என்னுடன் டிச்டர்லிப் (ஒரு காதல்பாடல்) பாடலையும் எடுத்துப் போயிருந்தேன். (அவருக்கு Schumann - பாடலாசிரியர்) பிடிக்குமென்று தெரியும்) அதோடு புலன்காட்சியைச் சோதிக்கும் பல பொருட்களையும் கொண்டு போயிருந்தேன். திருமதி P என்னை பெரியதொரு அப்பார்ட்மென்டில் வரவேற்றார். அறையின் மத்தியில் உன்னதமான பாசன்டார்ஃபர் பியானோ இருந்தது. அதனைச் சுற்றி இசை ஸ்டாண்ட், கருவிகள், பாடல் தாள்கள் இருந்தன. புத்தகங்களும் ஓவியங்களும் இருந்தன. ஆனால் இசைதான் மையம். டாக்டர் P உள்ளே வந்து வணங்கினார். கையை நீட்டிக் கொண்டு ஒரு பழங்காலக் கடிகாரத்தை நோக்கி நடந்தார். பிறகு என்னுடைய குரலைக் கேட்டு தன்னைத் திருத்திக்கொண்டு என்னுடைய கைகளைக் குலுக்கினார். நாங்கள் வாழ்த்துகளைப் பரிமாறிக் கொண்டோம். சிறிது நேரம்

அப்போதைய இசை நிகழ்ச்சிகளைப் பற்றிப் பேசினோம். நான் தயங்கிக் கொண்டே அவரிடம் பாட முடியுமா என்று கேட்டேன்.

'டிச்சர்லிட்!' என்றார் வியப்புடன். "ஆனால் என்னால் இசைக் குறிப்புகளை வாசிக்க முடிவதில்லை. நீங்கள் வாசிப்பீர்களா?"

"நான் முயற்சி செய்கிறேன்" என்றேன். அந்த பழைய உயர்தரமான பியானோவில் என்னுடைய வாசிப்புக்கூட நன்றாகக் கேட்டது. டாக்டர் P வயதானவர்தான். ஆனால் இசையில் ஒரு முதிர்ச்சி தெரிந்தது. ஒலியும் குரலும், இசை நுண்ணறிவும் கலந்து இசைத்தது. அவரை இசைப் பள்ளி தர்மத்திற்காக வைத்திருக்கவில்லை என்பது தெளிவாகத் தெரிந்தது.

டாக்டர் P-யின் கன்னப்பொட்டு மடல் (temporal lobe) சரியாகவே இருந்தது. அவருக்கு அவருடைய இசை தொடர்பான மூளையின் புறப்பகுதி (cortex) உன்னதமாகவே இருந்தது. அவருடைய பக்கமடலிலும், (parietal lobe) மூளையடியின் பிடரிமடலிலும் (occipetal lobe) குறிப்பாக காட்சியை நடைமுறைக்குக் கொண்டு வரும் பகுதிகளிலும் என்ன நடந்துகொண்டிருக்கிறது? என்னுடைய நரம்பியல் நோய் கருவிப் பெட்டியில் பிளேட்டோனிக் பொருட்கள் இருந்தன. முப்பரிமாண பல்முகங்கள் கொண்ட அவற்றைக் கொண்டு தொடங்கத் தீர்மானித்தேன்.

"இது என்ன?" என்று கேட்டேன், முதலில் வந்த பொருளைக் கையிலெடுத்து.

"ஒரு கூம்பு" என்றார்.

"இது என்ன?" என்றேன் இன்னொன்றை எடுத்து.

நான் அதைப் பார்க்கலாமா என்று கேட்டார். அதை மிகக் கவனமாக ஆராய்ந்து, "இது டோடெக்காஹிட்ரான். (பன்னிரண்டு முகங்கள் கொண்ட வடிவம்). நீங்கள் மற்றவற்றைப் பற்றிக் கவலைப்பட வேண்டாம். அடுத்தது ஐசோசாஹிட்ரான் (icosahedron இருபது முகங்கள் கொண்டது)" என்றார்.

அருவமான வடிவங்கள் அவருக்குப் பிரச்சனை இல்லை. முகங்கள்? இப்போது ஒரு சீட்டுக்கட்டை எடுத்தேன். அவற்றை - ஜேக், ராணி, ராஜா, ஜோக்கர் - எல்லாவற்றையும் அடையாளம் காட்டினார். ஆனால் இவை அனைத்துமே ஒரு குறிப்பிட்ட பாணியில் வரையப்பட்ட வடிவங்கள். அவர் முகங்களைப்

பார்த்தாரா அல்லது வடிவமைப்புகளைப் (patterns) பார்த்தாரா என்று சொல்ல முடியவில்லை. இப்போது கார்ட்டூன் படங்களைக் காட்டத் தீர்மானித்தேன். பெரும்பாலும் இவற்றையும் சரியாகவே சொன்னார். சர்ச்சிலினுடைய சுருட்டு, பெரிய மூக்கு ஆகியவற்றைக் கண்டுபிடித்து விட்டார். முக்கியமான ஒரு விபரத்தைப் பிடித்தவுடன் முகத்தை அடையாளம் கண்டுபிடித்து விட்டார். ஆனால் கார்ட்டூன்கள் ஒரு திட்டத்தோடு வரையப்பட்டவை. உண்மையான முகங்கள் அப்படியே தீட்டப்பட்ட படங்களை எப்படிப் பார்க்கிறார் என்று கண்டுபிடிக்க வேண்டும்.

இப்போது தொலைக்காட்சியைப் போட்டு, ஒலியில்லாமல், பெட்டி டேவிஸ் (ஹாலிவுட் நடிகை) நடித்த படத்தைக் காட்டினேன். ஒரு காதல் காட்சி நடந்து கொண்டிருந்தது. டாக்டர் P-யால் நடிகையை அடையாளம் காண முடியவில்லை. ஒருவேளை அந்த நடிகையை அவர் இதற்கு முன்னர் பார்க்காமலே இருந்திருக்கலாம். ஆனால் ஒரே காட்சியில் காம உணர்ச்சி, வியப்பு, வெறுப்பு ஆகியவை அனைத்தும் ஒன்றாகி சமாதானமாக ஆனது காட்டப்பட்டது. எனினும் நடிகை முகத்திலும், அவருடைய காதலன் முகத்திலும் தெரிந்த உணர்ச்சிகளை அவரால் அடையாளம் கண்டுபிடிக்க முடியவில்லை. டாக்டர் P-யால் இது எதற்குமே பொருள் காணத் தெரியவில்லை. என்ன நடந்து கொண்டிருந்தது. யார் யார் இருந்தார்கள், ஆணா பெண்ணா என்பது பற்றிக்கூட அவர் தெளிவாக இல்லை. இக்காட்சி பற்றிய அவரது விமர்சனம் எல்லாம் செவ்வாய் கிரகத்தவருடையது போல இருந்தது.

அவருடைய இயலாமை திரைப்பட, ஹாலிவுட் உலகத்தின் செயற்கையான பொய்த் தோற்றத்தோடு தொடர்புடையதாக இருக்கலாம். அவருடைய வாழ்க்கையோடு தொடர்புடையவர்களுடைய முகங்களை அவர் அடையாளம் கண்டுகொள்வார் என்று எனக்குத் தோன்றிற்று. சுவரில் அவருடைய குடும்பம், உடன் பணியாற்றுபவர்கள், மாணாக்கர்கள் ஆகியோருடைய புகைப்படமும், அவருடைய புகைப்படமும் மாட்டப்பட்டிருந்தன. அவற்றை எடுத்து அவரிடம் காட்டினேன், சிறிது ஐயத்துடனேயே. திரைப்படத்தில் வேடிக்கையானதாக இருந்தது, உண்மை வாழ்க்கையில் சோகமாக முடிந்தது. அவரால் யாரையும் அடையாளம் காண முடியவில்லை. அவருடைய குடும்பம், உடன் பணியாற்றியவர்கள் மாணவர்கள் - ஏன் அவரைக்கூட அவரால் அடையாளம் காண முடியவில்லை. ஆனால், ஐன்ஸ்டைனுடைய படத்தைக் கண்டுபிடித்து

விட்டார். அவருக்கே உரிய தலைமுடியும், மீசையும் காட்டிக் கொடுத்திருக்கும். அதுபோலவே வேறு சிலர் விஷயத்திலும் நடந்தது. "ஆ, பால்" என்றார் அவருடைய சகோதரனுடைய படத்தைக் காண்பித்தபோது. "அந்த சதுரமான தாடை, பெரிய பற்கள் - பாலை எங்கிருந்தாலும் கண்டு பிடித்து விடுவேன்" என்றார். ஆனால் அவர் பாலை அடையாளம் கண்டுபிடித்தாரா அல்லது தான் பார்த்த ஆளின் அடையாளத்தைப் பற்றிய அவருடைய ஒன்றிரண்டு முக அமைப்புகளிலிருந்து அறிவுபூர்வமான ஊகமா? இப்படிப்பட்ட வெளியில் தெரியும்படியான அடையாளக் குறிப்புகள் இல்லாவிட்டால் அவரால் இனம்காண முடியவில்லை. ஆனால் அறிதல் திறன் அல்லது தன்னறிவு (gnosis) இதற்குக் காரணமில்லை. அவர் செயல்பட்ட முறையிலேயே ஏதோ தவறு இருக்கிறது. ஆனால் இந்த முகங்களை - அவருக்கு மிக நெருக்கமானவர்களுடைய முகங்களைக்கூட - பருப்பொருள் இல்லாத புதிர் போலவோ, சோதனைகள் போலவோ அணுகினார். அவர் அவற்றைத் தொடர்புபடுத்திப் பார்க்கவில்லை; அவர் அவற்றைக் 'காணவில்லை' 'நீ' என்று பார்த்தால் அவருக்கு எந்த முகமுமே பழக்கமானது இல்லை; அதனை 'அது' என்று சில முக பாகங்களின் தொகுதியாகவே பார்க்கிறார். ஆகவே, புற வடிவம் சார்ந்த, ஆனால் அவரது தனிப்பட்ட அறிதல் சாராத ஒரு அறிவு நிலைதான் இருந்தது. அதனால்தான் உணர்வைக் கண்டுகொள்ளாத அல்லது பார்வையற்ற நிலை. நமக்கெல்லாம் ஒரு முகம் என்பது ஒரு ஆள். அவருடைய முகமான ஆளின் வழியாகவே அவரைப் பார்க்கிறோம். ஆனால் டாக்டர் P-யைப் பொறுத்தவரையில் இந்தப் பொருளில் ஓர் ஆள் இல்லை. வெளியிலோ உள்ளேயோ ஓர் ஆளுமை இல்லை.

நான் அவருடைய அப்பார்ட்மெண்டுக்குப் போகிற வழியில் ஒரு பூக்கடையில் நின்று ஒரு ஆடம்பரமான சிகப்பு ரோஜாவை வாங்கி கோட்டில் மாட்டியிருந்தேன். இப்போது அதை எடுத்து அவரிடம் கொடுத்தேன். அதை ஒரு மாதிரியை வாங்கும் ஒரு தாவர இயல் வல்லுநர் போல வாங்கினார். ஒரு மலரை வாங்குபவர் போல வாங்கவில்லை.

"ஆறங்குல நீளம், நீளமான பச்சை சேர்க்கையுடனான ஒரு சிகப்பு உருவம்" என்றார் அவர்.

"சரி" என்றேன் உற்சாகப்படுத்திக் கொண்டே. "அது என்னவென்று நினைக்கிறீர்கள் டாக்டர் P?"

"சொல்வது எளிதில்லை" அவர் குழப்பம் அடைந்தவர் போலத் தோன்றினார். "பிளாட்டோனிக் மாதிரிகளின் எளிமையான சமச்சீரான அமைப்பில்லை. ஆனால் அதற்கே உரிய உயரிய சமச்சீரமைவு இருக்கலாம். இது ஒரு பூவாக இருக்கலாம்."

"இருக்கலாமா?" என்று கேட்டேன்.

"இருக்கலாம்" என்று ஆமோதித்தார்.

"அதை முகர்ந்து பாருங்கள்" என்றேன். மீண்டும் அவர் தடுமாற்றம் அடைந்தவர் போலக் காணப்பட்டார், உயரிய சமச்சீர் அமைப்பை நான் முகரச் சொன்னது போல. ஆனால் அவர் மரியாதையின் நிமித்தம் அதை முகர்ந்து பார்த்தார். உடனே அவர் உயிர் பெற்றது போல ஆனார்.

"அழகு!" என்றார் வியப்புடன். "ஒரு ரோஜா, என்ன இனிமையான மணம்!" உடனே பாட்டை முணுமுணுத்தார். Die Rose, die lillie... மெய்நிலை பார்வையால் அல்ல, நுகர்ச்சியினாலேயே பெறப்படுவது போலத் தோன்றியது.

கடைசியாக, ஒரு சோதனை கொடுத்தேன். அன்று குளிராக இருந்தது. வசந்த காலத்தின் தொடக்கம். நான் என்னுடைய கோட்டையும் கையுறைகளையும் சோஃபாவில் போட்டிருந்தேன்.

கையுறையை எடுத்து, "இது என்ன?" என்று கேட்டேன்.

"நான் அதைத் தொட்டுப் பார்க்கலாமா?" என்று கேட்டார். அதை என்னிடமிருந்து வாங்கி வரைகணித வடிவங்களை ஆராய்வது போல் ஆராய்ந்தார்.

"தொடர்ச்சியான ஒரு அமைப்பு," என்றார் கடைசியில், "அதன் மேலேயே விரிந்திருக்கிறது. வெளியே நீட்டிக் கொண்டிருப்பவை ஐந்து இருக்கின்றன."

"சரி" என்றேன் நான் எச்சரிக்கையுடன். "நீங்கள் அதை விவரித்து விட்டீர்கள். இப்போது இது என்னவென்று சொல்லுங்கள்."

'தொடர்ச்சியான மேற்பரப்பு' என்று எந்தக் குழந்தையாலும் சொல்ல முடியாது. ஆனால் ஒரு குழந்தை, ஒரு சிசுகூட, ஒரு கையுறையை கையுறை என்று அடையாளம் கண்டு கொள்ளும்; கையில் போட வேண்டியது என்று புரிந்து கொள்ளும். ஆனால்

டாக்டர் P- பார்க்கவில்லை. எதையுமே அவர் தெரிந்ததாகப் பார்க்கவில்லை. பார்வையைப் பொறுத்த வரையில் உயிரற்ற உருவமில்லா உலகில் தொலைந்து போய் விட்டார். உண்மையில் அவருக்கு மெய்யான காட்சியாகத் தான் இல்லாததால் மெய்யான காட்சி உலகும் இல்லை. அவரால் பொருட்களைப் பற்றிப் பேச முடியும்; ஆனால் அவற்றை அவர் நேருக்கு நேர் - முகத்திற்கு முகம் பார்ப்பதில்லை. ஹியூலிங்க்ஸ் ஜேக்சன் பேச்சிழப்பும், இடது மூளைக் கோளத்தில் நசிவுமுள்ள நோயாளிகளைப் பற்றி விவாதிக்கும்போது, கருத்துநிலை இனிவரும் மெய்ம்மை பற்றிய எண்ணத்தை இழந்து விட்டார்கள் என்று கூறி அவர்களை நாய்களோடு ஒப்பிடுகிறார். (அதாவது நாய்களை பேச்சிழப்புள்ள நோயாளிகளோடு ஒப்பிடுகிறார்.) ஆனால் இதற்கு மாறாக, டாக்டர் P ஒரு எந்திரம் போலவே செயல்படுகிறார். ஒரு கணினியைப் போன்ற, காட்சி உலகைப் பற்றிய அக்கறையின்மையை வெளிப்படுத்தினார். ஆனால் ஒரு கணினி அமைப்பது போலவே முக்கிய அடையாளங்களையும் அமைப்புத் தொடர்புகளையும் கொண்டு ஒரு உலகை அமைத்துக் கொள்கிறார். ஒரு அடையாளம் காக்கும் கருவிப் பெட்டி போல, அமைவையும் கண்டுகொள்ள முடியும், ஆனால் மெய் நிலையைப் புரிந்து கொள்ளாமலேயே.

நான் இதுவரையில் செய்த சோதனை எதுவும் டாக்டர் P-யின் உள் உலகைப்பற்றி எந்தக் கருத்தையும் கூறவில்லை. அவருடைய காட்சி நினைவாற்றலும், கற்பனையும் பாதிக்கப்படாமல் அப்படியே இருப்பது சாத்தியமா? எங்கள் ஊர் சதுக்கம் ஒன்றை வடக்குப் பக்கத்திலிருந்து நுழைவதாக, கற்பனையில் அல்லது ஞாபகப்படுத்தி நடந்து போவதாகக் கற்பனை செய்யுமாறு அவரிடம் கூறினேன். அவர் நடந்து போகும்போது அவர் கடந்து போன கட்டடங்களைப் பட்டியலிட்டார். இடப் பக்கங்களை விட்டு விட்டார். அடுத்து சதுக்கத்தைத் தெற்குப் பக்கத்திலிருந்து நுழைவதாகக் கற்பனை செய்யச் சொன்னேன். மீண்டும் அவர் தனக்கு வலப் பக்கத்திலிருந்த கட்டடங்களைச் சொன்னார். முன்னால் அவர் அவற்றைத்தான் விட்டு விட்டிருந்தார்; ஆனால் இப்போது இடப் பக்கத்திலிருந்தவற்றை விட்டு விட்டார். முன்னால் அவர் உள்ளேயே 'பார்த்தவை' இப்போது சொல்லப்படவில்லை; ஒருவேளை அவை இப்போது 'பார்க்கப்பட'வில்லை போலும். இடது பக்கமுள்ள அவரது கட்டடங்கள், அவருடைய காட்சியின் களப் பற்றாக்குறைகள் உள்ளே இருப்பது போலவே வெளியேயும் இருந்தன. அவருடைய காட்சி நினைவாற்றலையும், கற்பனையையும் இரண்டாகப் பிரிக்கின்றது.

இழப்புகள் | 37

மேல்நிலையில் அவருடைய உள் காட்சிப்படுத்தல் எப்படிப்பட்டது? டால்ஸ்டாய் தனது பாத்திரங்களைக் காட்சிப்படுத்தி உயிரூட்டும் இல்பொருள் காட்சியின் ஆழத்தைப் பற்றி நினைத்து, டாக்டர் P-யிடம் டால்ஸ்டாயின் அன்னா கரினா நாவலைப் படித்தாரா என்று கேட்டேன். அவரால் எந்தச் சிரமமும் இல்லாமல் நிகழ்வுகளை நினைவுபடுத்த முடிந்தது; கதைப் பின்னலைப் பற்றித் தெளிவாகச் சொன்னார். ஆனால் காட்சித் தன்மைகளையும், காட்சிக் கதையோட்டத்தையும், காட்சிகளையும் தொடாமல் விட்டுவிட்டார். பாத்திரங்களின் வார்த்தைகளை நினைவு கூற முடிந்தது. ஆனால் முகங்களை நினைவுபடுத்த முடியவில்லை. எனினும், காட்சி விவரணைகளை அட்சரம் தப்பாமல் சொல்ல முடிந்தது. ஆனால் அவை எந்தப் பொருளும் இல்லாமல் வெறுமையாக புலனுணர்வு சாராத கற்பனை அல்லது மனவெழுச்சி மெய்ம்மை இல்லாதவையாக இருப்பது தெரிந்தது. இவ்வாறு உள் நுண்ணுணர்விழப்பும் (internal agnosia) இருந்தது.[1]

ஆனால், இப்படிப்பட்ட நிலை காட்சிப்படுத்தலின் சில வகைகளில் மட்டுமே என்பது தெளிவாயிற்று. முகங்கள், காட்சிகள் ஆகியவற்றைக் காட்சிப்படுத்தல் - காட்சிகளுள்ள கதை, நாடகம் ஆகியவற்றைக் காட்சிப்படுத்தல் முழுவதுமாகப் பாதிக்கப்பட்டது; ஏறக்குறைய அத்திறன் இல்லை என்றே சொல்லலாம். ஆனால், ஒரு திட்ட அமைப்பைக் காட்சிப்படுத்தல் அப்படியே காப்பாற்றப்பட்டிருக்கிறது; கூடியிருக்கிறது என்றுகூடச் சொல்லலாம். இவ்வாறே நான் அவரை மனத்திலேயே ஆடும் செஸ் விளையாட்டில் ஈடுபடச் செய்தபோது, செஸ் பலகையையோ, நகர்த்துவதையோ காட்சிப்படுத்த அவருக்குக் கடினமாகவே இல்லை. உண்மையில் என்னைத் தோற்கடிக்க சிரமப்படவே இல்லை.

---

1. நான் ஹெலன் கெல்லரின் காட்சி விவரிப்புகள் பற்றி வியப்படைந்தது உண்டு. அவையெல்லாம் எவ்வளவுதான் நயத்துடன் இருந்தாலும் வெறுமையாக இருக்கின்றனவா? அல்லது தொட்டறியக் கூடியதிலிருந்து காட்சிக்கு படிமங்கள் மாற்றப்படுவதால், அல்லது சொல், உருவகத்திலிருந்து புலன் சார்ந்ததும் காட்சியுமாக மாறி விடுவதால், அவருடைய பார்வை மூளையின் மேற்பகுதி நேரடியாகக் கண்ணுக்குத் தூண்டப்படாவிட்டாலும் இந்தக் காட்சிப் படிவத்தைக் காணும் திறனைப் பெற்றாரா? ஆனால் டாக்டர் P–யைப் பொறுத்தவரையில் காட்சிப்படப் படிவத்திற்குத் தேவையான மூளையின் மேற்பகுதிதான் குறிப்பாகப் பாதிக்கப்பட்டிருக்கிறது. அவர் படமாகக் கனவு காண்பதில்லை. கனவின் செய்தி காட்சி இல்லாத வகைகளிலேயே தரப்படுகிறது.

லூரியா, தனது நோயாளியான சாஸ்டஸ்கியைப் பற்றிச் சொல்லும்போது, அவர் விளையாடும் திறனை முழுமையாகவே இழந்து விட்டார் என்றும் அவருடைய தெளிவான கற்பனை பாதிக்கப்படவில்லை என்றும் கூறினார். சாஸ்டஸ்கியும் டாக்டர் P-யும் ஒருவரோடு ஒருவருடைய கண்ணாடி பிம்பமான உலகங்களில் வாழ்ந்தார்கள். ஆனால் இவருக்குள்ள சோகமான வேறுபாடு என்னவென்றால், லூரியா சொன்னதுபோல சாஸ்டஸ்கி சபிக்கப்பட்ட ஒருவனுடைய அழிக்க முடியாத உறுதியுடன் தான் இழந்த திறன்களைத் திரும்பப் பெறப் போராடினார். ஆனால் அதற்கு மாறாக, டாக்டர் P சண்டை போடவில்லை. அவருக்குத் தான் என்ன இழந்திருக்கிறோம் என்றே தெரியாது; உண்மையில் எதையாவது இழந்திருக்கிறோமா என்பதுகூடத் தெரியாது. இதில் யார் அதிகம் துயரத்திற்கு உள்ளானவர், யார் அதிகமாகச் சபிக்கப்பட்டவர்? அதைத் தெரிந்தவரா, தெரியாமலே இருந்தவரா?

சோதனை முடிந்த பிறகு, திருமதி P எங்களை உணவு மேசைக்கு அழைத்தார். காஃபியும் சுவையான கேக்குகளும் இருந்தன. பசியோடு, பாட்டை முணுமுணுத்துக் கொண்டே டாக்டர் P கேக்கைச் சாப்பிடத் தொடங்கினார். விரைவாக, எதையும் சிந்திக்காமல், இசை நிகழ்ச்சியை நடத்துவது போல தட்டுகளைத் தன் பக்கம் இழுத்து, அதையும் இதையும் எடுத்துச் சாப்பிடுவதையே இசையாக்குவது போலச் சாப்பிட்டுக் கொண்டிருந்தார். திடீரென்று கதவை யாரோ சப்தமாகத் தட்டுவது போலக் கேட்டது. உடனே இந்தக் குறுக்கீட்டினால் ஆட்கொள்ளப்பட்டு, பயந்துபோய் டாக்டர் P சாப்பிடுவதை நிறுத்திவிட்டு, அசையாமல் உறைந்து போய் உட்கார்ந்திருந்தார். முகத்தில் அக்கறையில்லாத ஆனால் கண்மூடித்தனமான வியப்பு இருந்தது. மேசையைப் பார்த்தார், ஆனால் பார்க்கவில்லை; கேக்குகளை கேக்குகளாகவும் மேசையை மேசையாகவும் அவர் பார்க்கவில்லை. அவருடைய மனைவி காபியை ஊற்றினார். அவருடைய மூக்கு அந்த மணத்தால் ஈர்க்கப்பட்டது; அவர் மீண்டும் தன்னிலைக்கு வந்தார். சாப்பிடும் இசை தொடர்ந்தது.

அவர் எப்படி எதையும் செய்கிறார்? இப்படி என்னை நானே கேட்டுக்கொண்டேன். அவர் கழிப்பறைக்குப் போகும்போது, குளிக்கும்போது, உடையணியும்போது என்ன நடக்கிறது? அவரது மனைவி சமையலறைக்குப் போனபோது அவரைப் பின்தொடர்ந்து சென்று, அவர் எப்படித் தானே உடையணிந்து கொள்கிறார் என்று கேட்டேன். "அது சாப்பிடுவது போலத்தான். நான் அவர்

வழக்கமாக அணியும் ஆடைகளை வழக்கமான இடங்களில் வைப்பேன். அவர் தனக்குத்தானே பாடிக் கொண்டே சிரமமின்றி உடையணிந்து கொள்வார். எல்லாவற்றையுமே தனக்குத்தானே பாடிக்கொண்டுதான் செய்கிறார். ஆனால், அவர் செய்வதில் குறுக்கிட்டால், அந்த நூலிழையை இழந்துவிட்டாரென்றால், உடனே நின்று விடுவார்; தன்னுடைய உடைகளையே தெரியாது - உடல்கூடத் தெரியாது. எல்லா நேரமும் பாடுகிறார். உண்ணும்போது பாடல்கள், உடையணியப் பாடல்கள், குளிப்பதற்குப் பாடல்கள் - அனைத்துக்குமே பாட்டுதான். அவர் பாடாவிட்டால் அவரால் எதையும் செய்ய முடியாது" என்று விளக்கினார்.

நாங்கள் இப்படிப் பேசிக் கொண்டிருந்தபோது என்னுடைய கவனத்தை சுவரில் மாட்டியிருந்த படங்கள் கவர்ந்தன.

"ஆமாம். அவர் சிறந்த பாடகர் போலவே ஓவியரும்கூட. அவருடைய ஓவியங்களை சென்ற ஆண்டு பள்ளி கண்காட்சிக்கு வைத்தது" என்றார் திருமதி P.

அவற்றை ஆர்வத்துடன் பார்த்துக் கொண்டே நடந்தேன். அவை ஆண்டுப் பிரகாரம் வரிசையாக மாட்டப்பட்டிருந்தன. அவருடைய தொடக்கக் கால ஓவியங்களெல்லாம் இயற்கையாக, மெய் நிலையில், தெளிவான மனநிலையையும், சுற்றுச்சூழலையும் காட்டுவதாக, விரிவாகவும், புலனீடானவையாகவும் இருந்தன. ஆனால் பிந்தைய ஆண்டுகளில் அவற்றின் தெளிவு குறைந்து, யதார்த்த, இயற்கை நிலை இல்லாமல் அதிகமாக அருவ நிலையாகவும், வரைபட, கன வடிவ ஓவியப் பாணியாகவும் இருந்தன. கடைசிப் படங்கள், ஓவியக் கித்தான்கள் முட்டாள்தனமாக ஆகி விட்டன. எனக்கு அப்படித் தோன்றின. குழப்பமான கோடுகளும், வண்ணங்களின் திட்டுமாக இருந்தன. இதைப் பற்றி திருமதி P-யிடம் விமர்சித்தேன்.

"ஓ, நீங்கள் டாக்டர்கள்! உங்களுக்கு இரசனையே இல்லை. கலையறிவின் வளர்ச்சியை - எப்படி அவர் யதார்த்த நிலையை விட்டுவிட்டு, அருவ நிலை, குறியீடாக அமையாத கலையை நோக்கி முன்னேறினார் என்பதை நீங்கள் பார்க்க முடியவில்லையா?" என்றார் அவர்.

"இல்லை, அதுவல்ல சிக்கல்" என்று நான் எனக்குள்ளேயே சொல்லிக் கொண்டேன். "அவர் யதார்த்தத்திலிருந்து எதையும் குறிப்பிட்டுச் சொல்லாத நிலைக்குப் போய் அதிலிருந்து அருவ

நிலைக்குப் போயிருக்கிறார். ஆனால், இது கலைஞனின் முன்னேற்றம் இல்லை. ஆனால் நோய் அறிகுறி - அதாவது காட்சி நுண்ணறிவுணர்வு இழப்பை நோக்கி முன்னேறிக் கொண்டிருக்கிறார். ஒன்றைக் குறிப்பிட்டுச் சொல்லும் குறியீடாக அமைவது, படிமம் ஆகியவற்றில் திறன்களும், புலனீடாகவுள்ள பருப்பொருள் உணர்வும், யதார்த்த நிலையின் அறிவும் அழிக்கப்பட்டுக் கொண்டிருந்தன. ஓவியங்களை மாட்டியிருக்கும் இந்தச் சுவர் சோகமான ஒரு நோயியலின் காட்சிப் பொருள். இது நரம்பு நோயாளிக்கு உரியது, கலைக்கு அல்ல."

ஆனால், அதேசமயம் அவர் சொல்வது ஓரளவு சரியாக இல்லையா என்று நான் சிந்தித்தேன். ஏனென்றால், நோய் நிலைக்கும் படைப்புக்குமான சக்திகளுக்கும் இடையேயுள்ள போராட்டம் இது. சில வேளைகளில் அவற்றிற்கு இடையேயுள்ள கூட்டுச் சதி என்றுகூடச் சொல்லலாம். ஒருவேளை அவருடைய கன வடிவ ஓவியக் காலத்தில் கலை வளர்ச்சியும், மன நோய் வளர்ச்சியும் இருந்திருக்கலாம். அவை கூட்டுச் சதியாக ஒரு புது வகையை உண்டாக்கியிருக்கலாம். ஏனென்றால், அவர் பருப்பொருள் பற்றிய உணர்வை இழந்தது போல அருவ நிலையில் முன்னேறியிருக்கலாம். கோடு, எல்லை, மேடு பள்ளம் ஆகிய கட்டமைப்புக் கூறுகள் பற்றிய புலனுணர்வை வளர்ப்பதால், பிக்காசோவைப் போல, புலனால் அறியும் பருப்பொருளில் பதிக்கப்பட்டு அழிந்து போகும். அந்த அருவநிலை அமைப்புகளைப் பார்க்கவும், படைக்கவும் ஆன ஆற்றலைப் பெற்றிருக்கக் கூடும். எனினும் காட்சிப் படங்களில் பெருங்குழப்பமும் நுண்ணுணர்வு இழப்புமே இருந்தன.

நாங்கள் மத்தியில் பாசன்டார்ஃபர் பியானோ இருந்த இசை அறைக்கு வந்தோம். டாக்டர் P கடைசி வரியை முணுமுணுத்துக் கொண்டிருந்தார்.

"சரி, டாக்டர் சேக்ஸ்" என்றார் என்னிடம். "என்னை ஒரு ஆர்வமூட்டும் நோய் அறிகுறியுள்ளவனாகப் பார்க்கிறீர்கள் இல்லையா? நீங்கள் என்ன குறை காண்கிறீர்கள். உங்களது பரிந்துரை என்ன என்று சொல்ல முடியுமா?"

"உங்களிடம் என்ன குறை இருக்கிறது என்று என்னால் சொல்ல முடியாது. ஆனால் என்ன சரியாக இருக்கிறது என்று சொல்லுகிறேன். நீங்கள் உன்னதமானதொரு இசைக் கலைஞர். இசைதான் உங்கள்

இழப்புகள் | 41

வாழ்க்கை. உங்களைப் போன்ற ஒருவருக்கு நான் தரும் சிகிச்சை இசையே முழுவதுமாக இருக்கிற வாழ்க்கை. இசைதான் உங்களுக்கு மையமாக இருந்திருக்கிறது. அதை முழுமையாக, உங்கள் வாழ்க்கையாக ஆக்குங்கள்"

இது நடந்தது நான்காண்டுகளுக்கு முன்னர். அதன் பிறகு நான் அவரைப் பார்க்கவில்லை. ஆனால் அவருக்கு இருந்த விநோதமான படிம இழப்பு, காட்சி இழப்பு, மகத்தான இசையறிவைக் காப்பாற்றுவது ஆகிய நிலையில் அவர் உலகினை எப்படி அணுகினார் என்பது பற்றி நான் அடிக்கடி சிந்திப்பேன். அவரைப் பொறுத்த வரையில் இசை, படிமத்தின் இடத்தை எடுத்துக் கொண்டது என்று நினைக்கிறேன். அவருக்கு உடல் படிமம் (body-image) இல்லை, ஆனால் உடல் - இசை (body-music) இருந்தது. அதனால்தான் அவர் அவ்வளவு எளிதாக இயங்கவும் செயல்படவும் முடிந்தது. ஆனால் அந்த உள் இசை நின்றவுடன் அவரும் மொத்தமாகக் குழப்பமடைந்து நின்று விடுகிறார். அதேபோலத்தான் வெளி உலகத்தோடும்...[2]

The World as Representation and Will - ஷோப்பன் ஹேயர் இசையை 'சுதந்திரமான மனம்' என்று குறிப்பிடுகிறார். உலகைக் குறியீட்டமைவாகத் (Representation) தொலைத்துவிட்டு, இசையையும், தன்னறிவையும் முழுமையாகக் காத்த டாக்டர் P அவரை எவ்வளவு கவர்ந்திருப்பார்!

இது இறுதிவரையில் இருந்தது. அவருடைய மூளையின் காட்சிக்குரிய பகுதிகளில் கட்டியாலோ, அழிவினாலோ, டாக்டர் P அவருடைய நோய் படிப்படியாக முற்றினாலும், அவருடைய வாழ்க்கையின் கடைசி நாட்கள் வரையில் உயிர் வாழ்ந்து இசை கற்றுத் தந்தார்.

---

2. இவ்வாறு, அவருடைய மாணவர்கள் அசையாமல் உட்கார்ந்திருந்தால் படிமங்களாக இருந்தால் அவரால் அவர்களை அடையாளம் காண முடியாது. ஆனால் அவர்கள் இயங்கினால், அவரால் உடனே அவர்களை அடையாளம் கண்டு கொள்ள முடியும். 'அது கார்ல்' என்பார். 'அவனுடைய அசைவுகள், அவனது உடல் – இசை எனக்குத் தெரியும்' இதனை அவருடைய மனைவியிடமிருந்து பின்னர் தெரிந்து கொண்டேன்.)

பின்குறிப்பு

டாக்டர் P-யினால் ஒரு கையுறையைக் கையுறையென்று பொருள் கண்டு முடிவுக்கு வரக்கூடிய திறமையின்மையை எப்படி ஒருவர் புரிந்து கொள்வது? பொருள் காண்பது? அறிதல் நிலை அல்லது புரிதல் நிலை சார்ந்த கருதுகோள்களை உண்டாக்குவதில் அவர் சிறந்திருந்தாலும் அறிதல் நிலை சார்ந்த ஒரு முடிவுக்கு வர அவரால் முடியவில்லை. முடிவுக்கு வருவது உள்ளொளி சார்ந்த ஒன்று, தனிப்பட்டது, முழுமையான, புலனால் அறியக்கூடிய பருப்பொருள் போன்றது. அதாவது ஒன்று தனக்குள்ளும் இன்னொன்றோடும் உள்ள தொடர்பை, அவை எப்படி இருக்கின்றன என்பதை நாம் பார்க்கிறோம். இப்படி தொடர்புபடுத்திப் பார்க்கும் பின்புலம் தான் டாக்டர் P-யிடம் இல்லை. (ஆனால், வேறு துறைகளில் முடிவுக்கு வருவது சரியானதாகவும் உடனடியானதாகவும் இருக்கிறது). இது காட்சிச் செய்தி இல்லாததாலா? அல்லது காட்சிச் செய்தியை தவறாகச் செயல்முறைப் படுத்துவதாலா? (இது பழமை அமைப்பு முறை நரம்பு நோயியலினால் தரப்படுகின்ற விளக்கமாக இருக்கும்) அல்லது தான் பார்ப்பதைத் தன்னுடன் தொடர்புப்படுத்த முடியாதவாறு, டாக்டர் P-யின் மனப்போக்கில் ஏதாவது கோளாறா?

இந்த விளக்கங்கள் அல்லது விளக்க முறைகள் ஒன்றுக்கொன்று தொடர்பில்லாதவை அல்லது தனித்து இருப்பவை அல்ல - வெவ்வேறு முறைகளாக இருந்தாலும் ஒன்றாக இருக்க முடியும், இரண்டும் உண்மையாகவும் இருக்க முடியும். பழைய நரம்பு நோயியலில் இது மறைமுகமாகவோ வெளிப்படையாகவோ ஏற்றுக் கொள்ளப்பட்டிருக்கிறது. மறைமுகமாக மக்ரேயால் ஏற்கப்பட்டிருக்கிறது. குறையுள்ள அமைப்பு முறை அல்லது குறையுள்ள காட்சி செயல்முறை அல்லது ஒன்று சேர்த்தல் பற்றிய விளக்கம் பொதுவானதாக இல்லை என்று காண்கிறார். வெளிப்படையாக கோல்ட்ஸ்டைன் அருவ நிலை அல்லது ‘கருத்துநிலை மனப்போக்கு’ (abstract attitude) பற்றிப் பேசும்போது ஏற்றுக் கொள்கிறோம். ஆனால் வகைப்படுத்தலை அனுமதிக்கும் கருத்துநிலை மனப்போக்கும் டாக்டர் P பற்றிச் சொல்ல முடியவில்லை - முடிவுக்கு வருதல் என்ற கருத்தியல் பற்றியும் விளக்க முடியவில்லை. டாக்டர் P கருத்துநிலை மனப்போக்கு கொண்டிருந்தார் - உண்மையில் அவரிடம் வேறு இல்லை. இது தான் - அவரது மனப்போக்கின் அபத்தமான கருத்துநிலைதான் - அவரால் அடையாளத்தையும், குறிப்பிட்ட தன்மைகளையும் காண முடியாமல் செய்தது - முடிவுக்கு வர முடியாமலும் செய்தது.

மன நோயியலும், உளவியலும் பிறவற்றை எல்லாம் பேசினாலும் முடிவுக்கு வருதலைப் பற்றிப் (judgement) பேசுவதில்லை. ஆனால் முடிவுக்கு வருவதிலுள்ள குறைபாடுதான் பல நரம்பு உளவியல் சீர்குலைவுகளின் சாரமாக இருக்கிறது. (டாக்டர் P-யைப் போல் குறிப்பிட்ட பகுதிகளிலோ அல்லது கேர்சாகாவின் நோயாளிகளில் காணப்படுவதுபோலப் பொதுவாகவோ அல்லது பொட்டுப்பக்க மடல் நோய்க் குறிகளிலோ காணப்படுகின்றன. (12, 13 அதிகாரங்களைப் பார்க்க) முடிவுக்கு வருவதும், அடையாளம் காண்பதும் பாதிக்கப்படுகின்றன. ஆனால் நரம்பு உளவியல் அது பற்றிப் பேசுவதில்லை.

எனினும் தத்துவார்த்தப் பொருளிலோ (தத்துவஞானி கான்டின் கருத்தில்) கணக்கிடக்கூடிய பரிணாம வளர்ச்சிக் கருத்திலோ முடிவெடுத்தல் நமக்குள்ளே மிக முக்கியமான பண்பு. ஒரு மனிதனோ விலங்கோ 'கருத்து நிலை மனப்போக்கு' இல்லாமலேயே உயிர் வாழ்ந்து விடலாம். ஆனால் முடிவெடுத்தல் இல்லையென்றால் விரைவிலேயே அழிந்து விட நேரும். உயர்ந்த வாழ்க்கையின் அல்லது மனத்தில் முதல் பண்பு முடிவெடுத்தல். ஆனால் அது பண்டைய நரம்பியலால் புறக்கணிக்கப்படுகிறது அல்லது தவறாகப் பொருள் காணப்படுகிறது. அப்படிப்பட்ட ஒருநிலை எப்படி வரமுடியும் என்று சிந்தித்தால், அனுமானங்களிலோ பரிணாம வளர்ச்சியிலோ, நரம்பியலிலோ தான் காண்கிறோம். ஏனென்றால் பண்டைய நரம்பியல் (பண்டைய இயற்பியலைப் போல) எந்திர மயமாக இருக்கிறது - ஹியூலிங்க்ஸ் ஜேக்சனுடைய எந்திரத்தனமான ஒப்புமைகள் முதல் இன்றைய கணினி ஒப்புமைகள் வரை இதைப் பார்க்கிறோம்.

ஆனால், மூளை ஒரு எந்திரம்தான்; அது ஒரு வகை கணினிதான். பண்டைய நரம்பியலில் எல்லாமே சரிதான். ஆனால் நமது இருத்தலும் வாழ்வுமாக இருக்கிற நமது அறிவுச் செயல் முறைகள் அருவமானதாக, கருத்து நிலையுள்ளவையாக, எந்திரத்தனமாக மட்டும் இல்லை. அவை தனி மனிதனுக்குரியவை. எனவே அவை வகைப்படுத்தலும் பாகுபடுத்தலும் செய்வதோடு நின்று விடுவதில்லை; அவை தொடர்ந்து முடிவுக்கு வருகின்றன, உணர்கின்றன. இது இல்லையென்றால் நாம் கணினிபோல, டாக்டர் P போல ஆகிறோம். அதே அடையாளப்படி, நாம் உணர்ச்சியையும் முடிவு காண்பதையும் அழித்து விட்டால் - அறிதல் நிலை அறிவியல்களிலிருந்து தனி மனிதன் என்பதை நீக்கிவிட்டால், - அவர்களை டாக்டர் P-யைப் போலக் குறைபாடுள்ளவராக ஆக்கி

விடுகிறோம். பருப்பொருளையும், உண்மை நிலையையும் நாம் புரிதலைக் குறைத்து விடுகிறோம்.

ஒரு வேடிக்கையான ஒப்புமையில், நம்முடைய இன்றைய அறிதல் நிலை நரம்பியலும், உளவியலும் பாவப்பட்ட டாக்டர் P-யை ஒத்திருக்கின்றன. டாக்டர் P-யைப் போலவே நமது அறிதல் நிலை அறிவியல்களும் நுண்ணுணர்வு இழப்பினால் பாதிக்கப்படுகின்றன. எனவே டாக்டர் P நமக்கு ஒரு எச்சரிக்கையாகவும், உவமையாகவும் ஆகிறார். நீதிசார் முடிவை, குறிப்பிட்ட ஒன்றை, தனி மனிதர்க்குரியதை விலக்கிவிட்டு, கருத்து நிலையும், கணக்குப் பார்க்கும் தன்மையும் உடையதாக அறிவியல் மாறிவிட்டால் என்ன நடக்கும் என்பதற்கு டாக்டர் P ஓர் எச்சரிக்கையாகவும், உவமையாகவும் இருக்கிறார்.

அவருடைய நோய் நிலையை நான் தொடர முடியாமற் போனது பற்றி எனக்கு எப்போதுமே வருத்தம்தான். எனக்கு அப்பாற்பட்ட சூழல்களின் உற்றுநோக்கமும், ஆய்வு செய்யவும், உண்மையான நோய்நிலையை உறுதி செய்யவும் முடியவில்லை.

டாக்டர் P-யுனுடைய நோய் விபரம் போன்ற தன்மைகள் போன்ற ஒன்று தனிப்பட்டதாக இருக்கலாம் என்று அஞ்சினேன். ஆகவே, எதேச்சையாக இதுபோன்ற ஒரு நோய் விபரத்தை 1956 Brain பத்திரிக்கையில் பார்த்தபோது எனக்கே பேரார்வமும், மகிழ்ச்சியும் ஏற்பட்டன. அதில் இதுபோன்ற நோய்க்குறிப்பு விபரம் விளக்கமாக விவரிக்கப்பட்டிருந்தது. அதற்கு அடிப்படையான நோயியல் (தலையில் அடிபட்ட காயம்), தனிப்பட்ட சூழல்கள் ஆகியவை முற்றிலும் வேறாக இருந்தாலும், நரம்பு உளவியல் அடிப்படையிலும் இயற்கை தோற்றத்தாலும் இதுபோலவே இருந்தது. இந்தச் சீர்குலைவு பற்றி அதன் ஆசிரியர்கள் ஆவணப்படுத்தியதில் இது 'தனிப்பட்டது' என்று விவரிக்கிறார்கள். என்னைப் போலவே அவர்களும் தங்கள் அனுபவம் பற்றி வியப்படைகிறார்கள்.[3] ஆர்வமுள்ள வாசகர் மாக்ரே, ட்ரால் ஆகியோர் எழுதிய கட்டுரையை வாசிக்கவும், நான் இங்கே மேற்கோள்களுடன் சுருக்கமாகச் சொல்லியிருக்கிறேன்.

---

3. இந்த நூல் வெளிவந்த பிறகே நுண்ணுணர்வு இழப்பு பற்றிய விளக்கவுரைகள் இருப்பது எனக்குத் தெரியவந்தது. குறிப்பாக டாக்டர் ஆண்ட்ரு கெஸ்டசை அண்மையில் சந்தித்தேன்.

அவர்களுடைய நோயாளி 32 வயது இளைஞன். ஒரு கார் விபத்திற்குப் பிறகு மூன்று வாரங்கள் நினைவில்லாமல் இருந்திருக்கிறான். பிறகு அவனுடைய மனைவி குழந்தைகள் உட்பட முகங்களை அடையாளம் காண முடியவில்லை. ஒரு முகம்கூட அவனுக்குப் பழக்கப்பட்டதாக இல்லை. ஆனால் மூன்று பேரை அவனால் அடையாளம் காண முடிந்தது. அவர்கள் அவனோடு பணியாற்றியவர்கள். அவர்களில் ஒருவனுக்கு கண் சிமிட்டல் இருக்கும். இன்னொருவனுக்கு கன்னத்தில் ஒரு பெரிய மச்சம். மூன்றாமவன் உயரமாக ஒல்லியாக இருந்தான். அவனைப் போல வேறு யாரும் இல்லை. மக்ரேயும் டிராலும் இந்த மூவரும் அவர்களிடம் பெரியதாகக் காணப்படுகின்ற ஒரு தன்மையால் அடையாளம் காணப்படுகிறார்கள் என்று சொல்கிறார்கள். பொதுவாக டாக்டர் P-ஐப் போல அவர்களுடைய குரல்களினாலேயே தனக்குப் பழக்கமானவர்களை அடையாளம் கண்டு கொள்கிறான்.

அவனால் கண்ணாடியில்கூடத் தன்னையே அடையாளம் காண முடியவில்லை. குணமடைந்து வரும்போது முகச் சவரம் செய்யும்போது தனது முகத்தைப் பார்த்து அது தன்னுடையது தானா என்று கேட்டான். உடல்வாகின் அடிப்படையில் முகம் தன்னுடையதுதான் என்று தெரிந்தாலும், முகத்தைக் கோணி, நாக்கை நீட்டி உறுதி செய்து கொள்வான். தனது முகத்தைக் கவனமாகப் பார்த்து பிறகு தனது முகத்தை மெதுவாக அடையாளம் கண்டு கொள்ளத் தொடங்கினான். ஆனால் முன்னர் போல பார்த்தவுடனே முடியாது. தலைமுடி, முகத்தின் அமைப்பு, இடது கன்னத்திலிருந்த இரண்டு சிறிய மச்சங்கள் ஆகியவை அவனுக்குத் தன்னையே அடையாளம் காண உதவின.

பொதுவாக அவனால் பொருட்களை ஒரு பார்வையில் அடையாளம் காண முடியாது. சில கூறுகளைத் தேடிப் பார்த்து அவன் ஊகிப்பான். சில வேளைகளில் அவனுடைய ஊகம் அபத்தமானதாக இருக்கும். குறிப்பாக உயிருள்ள பொருட்களில் அவ்வாறு நடந்தது.

---

*அவர் நுண்ணுணர்வு இழப்பு நோயால் பாதிக்கப்பட்ட நோயாளிகள் பற்றிய விளக்கமான ஆய்வுகளை வெளியிட்டிருக்கிறார். டாக்டர் கெஸ்டஸ் ஒரு நோயாளியின் விபரத்தை என்னிடம் சொன்னார். ஒரு விவசாயி **prosopagnosia** என்ற நோயினால் பாதிக்கப்பட்டவர். அவரால் தனது மக்களின் முகங்களை அடையாளம் காண முடியவில்லை. இன்னொரு நோயாளி* National History Museum-*இல் பணியாற்றுபவர். அவர் தனது பிம்பத்தை ஒரு மனிதக் குரங்கின் முப்பரிமாண உருவாக பார்த்தார். இப்படிப்பட்ட நுண்ணுணர்வு இழப்பு பற்றிய ஆய்வுகளை இப்போது **A.R.H.Damasio** ஆகியோர் மேற்கொண்டிருக்கிறார்கள்.*

மாறாக, ஒரு அமைப்பு அதன் பொருட்கள் - கத்தரி, வாட்ச், சாவி போன்றவை - எந்தச் சிரமமும் தரவில்லை. ஆசிரியர்கள் மேலும் கூறுகிறார்கள்: அவனுடைய இடம் பற்றிய நினைவு வினோதமாக இருந்தது. அவனுக்கு வீட்டிலிருந்து மருத்துவமனைக்கும் அதன் சுற்றுப்புறத்துக்கும் வழி தெரியும். ஆனால் வழியிலுள்ள தெருக்களின் பெயர் தெரியாது. டாக்டர் P-ஐப் போல இல்லாமல் இவனுக்குப் பேச்சு இழப்பும் இருந்தது. இவனால் இடப்பக்கத்தைக் காட்சியாக கொண்டு வர முடியவில்லை.

மக்கள் பற்றிய காட்சி நினைவுகள் கடுமையாகப் பாதிக்கப்பட்டிருந்தன என்பது தெளிவாகத் தெரிந்தது. நடத்தை அல்லது தனிப்பட்ட உடல் அசைவுகள் நினைவிருந்தன. ஆனால் காட்சித் தோற்றம், முகம் ஆகியவை நினைவில் இல்லை. அதுபோலவே அவனைத் துருவிக் கேள்வி கேட்டால், அவனுடைய கனவுகளிலும் காட்சிப் படிமங்கள் இல்லை என்று கூறினான். ஆகவே, டாக்டர் P-ஐப் போலவே, இவனுக்கும் காட்சியைப் புலனுணர்தல் மட்டுமில்லை; அவனுடைய காட்சி கற்பனைத் திறனும், நினைவுமே பாதிக்கப்பட்டிருந்தன. அதாவது அவனுடைய தனிப்பட்ட, பழக்கமான, பொருள் சார்ந்தவற்றில் மட்டுமாவது அவ்வாறு நிகழ்ந்தது.

கடைசியாக ஒரு நகைச்சுவையான நிகழ்வு. டாக்டர் P தனது மனைவியைத் தொப்பி என்று தவறாக எடுத்துக் கொண்டார். ஆனால் மாக்ரேயின் நோயாளி தனது மனைவியை அடையாளம் காண அவள் நன்றாக வெளியில் தெரியும்படியான ஒன்றினால் அடையாளப்படுத்திக் கொள்ள வேண்டும் என்பது தேவையாக இருந்தது. அதாவது வெளியில் தெரியும்படியான உடை அல்லது பெரிய தொப்பி போல ஒன்று தேவைப்பட்டது.

2

காணாமல் போன மாலுமி[1]

நினைவாற்றல்தான் நமது வாழ்க்கையை அமைக்கிறது என்பதை அறிய சிறு சிறு அளவிலாவது உங்களுடைய நினைவாற்றலை நீங்கள் இழக்கத் தொடங்க வேண்டும். நினைவாற்றல் இல்லாத வாழ்க்கை வாழ்க்கையே அல்ல... நம்முடைய நினைவாற்றல்தான் நமக்கு இயைபைத் தரக் கூடியது, அதுதான் நமது பகுத்தறிவு, நமது உணர்ச்சி, நமது செயலும்கூட. அது இல்லாமல் நாம் ஒன்றுமில்லை. (இறுதி மறதிக்குத்தான் காத்திருக்க முடியும். எனது தாயைப் பாதித்தது போல ஒரு வாழ்க்கை முழுவதையும் அழித்துவிடக் கூடியது.)

- லூயி புனுவல்

---

1. இந்த வரலாற்றை எழுதி வெளியிட்ட பிறகு லூரியாவின் மாணவரும், The Neuropsychology of Memory *என்ற நூலின் மூலநூலை ரஷிய மொழியில் வெளியிட்டவருமான டாக்டர் கோல்ட்பெர்க்கோடு சேர்ந்து இந்த நோயாளி பற்றி நரம்பு உளவியல் ஆய்வை மேற்கொண்டேன். டாக்டர் கோல்ட்பெர்க் அவருடைய முதற்கட்ட ஆய்வு முடிவுகளை மாநாடுகளில் வெளியிட்டார். அதன் முழு அறிக்கையும் விரைவில் வெளியிடுவோம் என்று நம்புகிறேன்.*

மறதி நோயினால் முழுமையாகப் பாதிக்கப்பட்ட ஒரு நோயாளி பற்றிய டாக்டர் ஜோனத்தான் மில்லரின் ஆழமான மனத்தைப் பாதிக்கும் அசாதாரணமான ஒரு திரைப்படம் அண்மையில் இங்கிலாந்தில் (செப்டம்பர் 1986) திரையிடப்பட்டது. மேலும் ஹிலாரி லாசனால் டாக்டர் P–யை போன்றே பாதிக்கப்பட்ட, நுண்ணுணர்வு இழப்பு நோயாளி ஒருவரைப் பற்றிய திரைப்படமும் எடுக்கப்பட்டுள்ளது. அப்படிப்பட்ட திரைப்படங்கள் கற்பனைக்கு உதவ முக்கியமானவை. 'காட்டப்படக் கூடியவை சொல்லப்பட முடியாது.'

அவை மருத்துவம் சார்ந்த, இருத்தல் பற்றிய மெய்யியல் அடிப்படையான கேள்விகள். அண்மையில் மொழிபெயர்க்கப்பட்ட புனுவலின் வாழ்க்கை வரலாற்றில் காணப்படும் இந்த மனத்தைத் தொடும், அச்சமூட்டும் பகுதி சில அடிப்படைக் கேள்விகளை எழுப்புகிறது. ஒரு மனிதனின் நினைவிலிருந்து பெரும் பகுதி போய்விட்டதென்றால், அதனோடு அவனுடைய கடந்த காலமும், காலத்தோடு அவனுடைய உறவும் தொலைந்து போனால் அவருள் எந்த வகையான வாழ்க்கை (அப்படி என்று ஒன்றிருந்தால்), எப்படிப்பட்ட உலகம், எப்படிப்பட்ட தான் என்ற நிலை காக்கப்பட்டிருக்கும்?

இந்த வினாக்கள் அப்படியே விளக்கம் பெற்ற என்னுடைய நோயாளிகளில் ஒருவரைப் பற்றி இது என்னைச் சிந்திக்கத் தூண்டியது, கவர்ச்சிகரமான, அறிவுள்ள, நினைவாற்றல் இல்லா ஜிம்மி G. என்பவர் அவர். அவர் நியூயார்க் நகரத்திலுள்ள ஒரு முதியோர் இல்லத்தில் 1975-ஆம் ஆண்டு சேர்க்கப்பட்டிருந்தார். அவர் பற்றிய குறிப்பு 'செய்வது அறியாதவர், மனநலம் குன்றியவர், குழப்பமான மனநிலை, தன்னிலை இழந்தவர்' என்று சுருக்கமாக இருந்தது.

ஜிம்மி நல்ல தோற்றமுள்ளவர். நரைத்த சுருட்டை முடி. உடல் நலமும் மிடுக்குமுள்ள நாற்பத்தி ஒன்பது வயதுக்காரர். மகிழ்ச்சியாக, நட்புடன் இருந்தார்.

'ஹலோ, டாக்' என்றார் 'இன்று காலை நன்றாக இருக்கிறது. இந்த நாற்காலியில் உட்காரட்டுமா?' நல்ல மனிதர். அன்பாகப் பேசவும், பதில் சொல்லவும் ஆயத்தமாக இருந்தார். அவர் தனது பெயரையும், பிறந்த நாளையும், கனக்டிக்கட்டில் அவர் பிறந்த ஊரின் பெயரையும் சொன்னார். தான் பிறந்த ஊரை மிக நெருக்கமான அன்புடன் விவரித்தார். வரைபடத்தைக்கூட வரைந்து காட்டினார். அவரது குடும்பம் இருந்த வீடுகளைப் பற்றிப் பேசினார். இன்றும் அவர்களுடைய தொலைபேசி எண்களை நினைவு வைத்திருந்தார். அவருடைய பள்ளி, பள்ளி நாட்கள், அவருடைய நண்பர்கள், அவருக்கு சிறப்பாக விருப்பமுள்ள கணிதம், அறிவியல் ஆகியவற்றைப் பற்றிப் பேசினார். கடற்படையில் அவர் இருந்த நாட்கள் பற்றி ஆர்வத்துடன் பேசினார். அவருக்குப் பதினேழு வயது ஆனபோது, பள்ளிப் படிப்பை முடித்தவுடன் 1943-இல் கடற்படையில் கட்டாயப் பணிக்குச் சேர்க்கப்பட்டார். அவருக்குப் பொறியியல் அறிவு இருந்ததால், வானொலி, மின்னியல்

ஆகியவை இயற்கையாகவே அவருக்கு வந்தன. டெக்சாசில் ஒரு குறுகிய காலப் படிப்பை முடித்த பிறகு ஒரு நீர்மூழ்கிக் கப்பலில் துணை வானொலி ஆப்பரேட்டராக ஆனார். அவர் பணியாற்றிய நீர்மூழ்கிக் கப்பல்களின் பெயர்கள், அவற்றின் பணிகள், அவை வைக்கப்பட்டிருந்த இடங்கள் அவருடன் பணியாற்றிய கடற்படை வீரர்களின் பெயர்கள் ஆகியவற்றையெல்லாம் நினைவு கூர்ந்தார். மோர்ஸ் குறியீடு அவருக்கு நினைவில் இருந்தது. இன்று மோர்ஸ் சங்கேத மொழியில் அவரால் செய்தி அனுப்ப முடியும்.

அவருடைய தொடக்ககால வாழ்க்கை - சுவாரசியமான வாழ்க்கை. மன நெகிழ்வோடு, விபரங்களுடன் நினைவு கூறப்பட்டது. ஆனால் ஏதோ ஒரு காரணத்தினால் நினைவுபடுத்திக் கூறுதல் அதோடு நின்று விட்டது. அவருடைய போர் நாட்கள், அனுபவங்கள், போர் நிறுத்தம், அவருடைய வருங்காலம் பற்றிய நினைவுகள் ஆகியவற்றை நினைவுபடுத்திக் கொண்டார். அவற்றில் மீண்டும் வாழ்ந்தார் என்றும் கூறலாம். அவருக்கு கடற்படை மிகவும் பிடித்திருந்தது; அதிலேயே இருந்து விடலாம் என்றும் நினைத்தார். ஆனால் G. I. மசோதா... பாதுகாப்பு ஆகியவை கிடைத்தவுடன், அவர் கல்லூரியில் சேர்ந்து படிக்கலாம் என்று நினைத்தார். அவருடைய அண்ணன் கணக்குப்பதிவியல் (Accountancy) பள்ளியில் இருந்தார். அவருக்கு ஆர்கானிலிருந்த ஒரு அழகியுடன் திருமணம் ஒப்பந்தம் ஆகியிருந்தது.

இவற்றை நினைவு கூர்ந்து, அவற்றிலேயே திரும்ப வாழ்ந்தபோது உயிர்த் துடிப்புடன் இருந்தார். அவர் கடந்த காலத்தைப் பற்றிப் பேசியதாகத் தெரியவில்லை, நிகழ்காலத்தைப் பற்றிச் சொன்னது போல இருந்தது. அவருடைய பள்ளி நாட்களிலிருந்து அவருடைய கப்பற்படை நாட்களுக்குப் போனபோது அவர் நினைவு கூர்ந்தவற்றை விளக்கப் பயன்படுத்திய காலம் எனக்கு வியப்பளித்தது. கடந்த காலத்தில் சொல்லிக் கொண்டிருந்தார். இப்போது நிகழ் காலத்தில் சொன்னார். அது ஒரு கதையைச் சொல்லும்போது பயன்படுத்தும் நிகழ் காலம் இல்லை. மாறாக, அப்போதைய அனுபவத்தைப் பற்றிச் சொல்லும்போது பயன்படுத்தும் நிகழ் கால வினைச் சொல்.

திடீரென்று எனக்கு ஓர் ஐயம் தோன்றியது.

"இது எந்த வருடம், திரு G?" என்றேன். என்னுடைய வியப்பை நடத்தையால் மறைத்துக்கொண்டு. "நாற்பத்தைந்து, என்ன சொல்ல வருகிறீர்கள்?" என்றார். "நாம்தான் போரில் வெற்றி

பெற்றிருக்கிறோம். டாக்டர் ரூஸ்வெல்ட் இறந்து விட்டார். டுரூமன் அதிபர். நமக்கு நல்ல காலம்."

"நீங்கள், ஜிம்மி! உங்களுக்கு என்ன வயது?"

கொஞ்சம் அபூர்வமாகத் தோன்றியது. ஒரு கணம் கணக்குப் போடுவது போலத் தயங்கினார்.

"என்ன, எனக்குப் பத்தொன்பது இருக்கும். டாக், அடுத்த பிறந்த நாளுக்கு இருபது ஆகிவிடும்."

என் முன்னால் இருந்த நரைத்தமுடி மனிதரைப் பார்த்து கீழே எழுதியிருப்பதுபோலச் செய்து விட்டேன். அதற்காக என்னை நான் மன்னித்ததே இல்லை. ஜிம்மி நினைவு கூர்வதற்கான சாத்தியம் இருந்திருந்தால் அது கொடூரத்தின் உச்சகட்டமாக இருந்திருக்கும்.

நான் அவர் முன்னால் ஒரு கண்ணாடியை நீட்டி, "கண்ணாடியில் பார்த்து நீங்கள் என்ன பார்க்கிறீர்கள் என்று சொல்லுங்கள். கண்ணாடியில் தெரிவது பத்தொன்பது வயது இளைஞனா?" என்றேன்.

திடீரென்று அவரது முகம் சாம்பல் நிறமாக மாற, நாற்காலியை இறுக்கமாகப் பிடித்துக் கொண்டார். "இயேசு கிறிஸ்துவே" என்றார் சன்னமான குரலில். "கிறிஸ்துவே, என்ன நடக்கிறது? எனக்கு என்ன நடந்தது? இது பயங்கரக் கனவா? எனக்குப் பைத்தியமா! இது ஒரு ஜோக்கா?" என்றவர் பயந்து விட்டார். "இது ஒன்றுமில்லை, ஜிம்மி" என்றேன் நான் அவரை அமைதிப்படுத்தும் குரலில். "ஒரு சிறு தவறு. அவ்வளவு தான். கவலைப்படுவதற்கு ஒன்றுமில்லை" என்று சொல்லி அவரை சன்னலருகில் கூட்டிச் சென்றேன். "இது அருமையான வசந்த காலம். குழந்தைகள் பந்து விளையாடிக் கொண்டிருப்பதைப் பாருங்கள்" என்றேன். அவரது முகத்தில் மீண்டும் மலர்ச்சி; புன்னகை செய்தார். நான் அந்த வெறுக்கத்தக்க கண்ணாடியை எடுத்துக்கொண்டு நகர்ந்தேன்.

இரண்டு நிமிடங்கள் கழித்து அறைக்குள் திரும்பிப் போனேன். ஜிம்மி சன்னலருகில் நின்று குழந்தைகள் விளையாடுவதை மகிழ்ச்சியுடன் பார்த்துக் கொண்டிருந்தார். நான் கதவைத் திறந்தவுடன் அவர் வேகமாகத் திரும்பினார். அவரது முகத்தில் ஒரு மலர்ச்சி.

"ஹலோ, டாக், அருமையான காலை வேளை! என்னுடன்

இழப்புகள் | 51

பேச வேண்டுமோ? நான் இந்த நாற்காலியில் உட்கார்ந்து கொள்ளட்டுமா?" அவருடைய வெளிப்படையான முகத்தில் என்னை இனம் கண்டு கொண்டதற்கான அடையாளமே இல்லை.

"நாம் இதற்கு முன்னர் சந்தித்திருக்கிறோமா? திரு G?" என்று கேட்டேன்.

"இல்லை, சந்தித்திருக்கிறோம் என்று சொல்ல முடியாது. நல்ல தாடி வைத்திருக்கிறீர்கள். உங்களை மறக்க முடியாது. டாக்!"

"என்னை ஏன் 'டாக்' என்று அழைக்கிறீர்கள்?"

"நீங்கள் டாக்டர்தானே, இல்லையா?"

"ஆம்; ஆனால் நீங்கள் என்னை இதற்கு முன்னர் சந்தித்திருக்காவிட்டால், நான் யாரென்று உங்களுக்கு எப்படித் தெரியும்?"

"நீங்கள் ஒரு டாக்டரைப் போலப் பேசுகிறீர்கள். நீங்கள் ஒரு டாக்டர் என்று எனக்குத் தெரியும்"

"ஆம், நீங்கள் சொல்வது சரி, நான் இங்கே ஒரு நரம்பு நோய் வல்லுநர்."

"நரம்பு நோய் வல்லுநரா? என்னுடைய நரம்புகளுக்கு என்ன கோளாறு? 'இங்கே' என்றால்; எங்கே? இந்த இடம் எது?"

"நான் உங்களைத்தான் கேட்க நினைத்தேன். நீங்கள் எங்கே இருப்பதாக நினைக்கிறீர்கள்?"

"நான் படுக்கைகளைப் பார்க்கிறேன். நோயாளிகள் இருக்கிறார்கள். இது ஒரு மருத்துவமனை போலத் தோன்றுகிறது. ஆனால்... நான்... மருத்துவமனையில் என்ன செய்து கொண்டிருக்கிறேன் - அதுவும் இந்த முதியவர்கள் மத்தியில் - எல்லோருமே என்னைவிட மூத்தவர்கள். நான் நன்றாகத்தானே இருக்கிறேன் - காளை போல வலிமையோடு... ஒருவேளை நான் இங்கே வேலை செய்கிறேனோ? என்ன வேலை? இல்லை, நீங்கள் தலையை ஆட்டுகிறீர்கள்! நான் இங்கே வேலை செய்யவில்லை என்று உங்கள் கண்களே சொல்லுகின்றன. நான் இங்கே வேலை செய்யவில்லையென்றால், இங்கே என்னைச் சேர்த்திருக்கிறார்கள். நான் ஒரு நோயாளியா, டாக்டர்? எனக்கு நோய், ஆனால் எனக்கு அது தெரியவில்லை.

பைத்தியக்காரத்தனமாக இருக்கிறது, பயமாக இருக்கிறது. இது ஏதாவது ஜோக்கா?"

"என்ன விஷயம் என்று உங்களுக்குத் தெரியாதா? உண்மையிலேயே தெரியாதா? உங்களுடைய குழந்தைப் பருவத்தைப் பற்றி, கனக்டிக்கட்டில் வளர்ந்தது பற்றி, நீர்மூழ்கிக் கப்பல்களில் வானொலி ஆப்பரேட்டராக இருந்தது பற்றி என்னிடம் சொன்னது உங்களுக்கு நினைவில்லையா? அப்புறம் உங்களுடைய சகோதரருக்கு ஆரிகானிலிருந்து வந்த பெண்ணுடன் மண ஒப்பந்தம் ஆனது பற்றி?"

"ஓ, நீங்கள் சொல்வது சரி! ஆனால் நான் உங்களிடம் எப்போது சொன்னேன்? உங்களை வாழ்நாளில் இதற்கு முன் பார்த்ததே இல்லையே! நோயாளிகள் விவரச் சீட்டிலிருந்து இவை பற்றித் தெரிந்திருப்பீர்கள்."

"சரி, நான் உங்களுக்கு ஒரு கதை சொல்கிறேன். ஒருவர் தனது மருத்துவரிடம் தனது ஞாபக மறதிக்காகப் போனார். அந்த மருத்துவர் சில வழக்கமான கேள்விகள் கேட்டார். பிறகு அந்தக் குறைபாடுகள், அவை எப்படி, என்று கேட்டார். அதற்கு அந்த நோயாளி, 'எந்தக் குறைபாடுகள்?' என்று பதிலளித்தார்."

"ஓ, அதுதான் எனது பிரச்சனை" என்றார் ஜிம்மி சிரித்துக் கொண்டே. "நானும் அப்படித்தான் நினைத்தேன். எப்போதாவது மறந்து விடுகிறேன் அப்போதுதான் நடந்த நிகழ்ச்சிகளை, ஆனால் கடந்த காலம் தெளிவாகவே இருக்கிறது."

"உங்களை சோதித்துப் பார்க்க அனுமதிப்பீர்களா? சில சோதனைகள் செய்யலாமா?"

"கண்டிப்பாக, உங்களுக்கு என்ன வேண்டுமென்றாலும்..."

நுண்ணறிவுச் சோதனையில் மிகச் சிறப்பாகச் செய்தார். வேகமாகச் சிந்தித்தார். கூர்நோக்கு உள்ளவர், தர்க்க ரீதியாக ஆராயக் கூடியவர். சிக்கல்களையும், புதிர்களையும் தீர்ப்பதில் எந்தச் சிக்கலும் இல்லை. அதாவது அவற்றை வேகமாகச் செய்ய முடியுமென்றால் எந்தப் பிரச்சனையும் இல்லை. அதிகம் நேரம் தேவைப்பட்டால் என்ன செய்து கொண்டிருந்தோம் என்பது மறந்து விடும். சிறுவர்கள் விளையாடும் கட்டங்கள் விளையாட்டு, செக்கர்ஸ் எனப்படும் சதுரங்கம் ஆகியவற்றை நன்றாகவே விளையாடி என்னைத் தோற்கடித்தார். ஆனால் செஸ் ஆட்டம் சரியாக ஆட முடியவில்லை;

மிக மெதுவாகக் காய்களை நகர்த்தினார்.

நான் அவருடைய நினைவாற்றலைக் குறிப்பாகச் சோதித்தேன். மிக அண்மையில் நடக்கும் நிகழ்வுகள் மறந்து விடுகின்றன. அவரிடம் எதைச் சொன்னாலும் காண்பித்தாலும் ஒரு சில வினாடிகளில் அதை மறந்து விடுகிறார். ஆகவே என்னுடைய கடிகாரம், டை, கண்ணாடிகள் ஆகியவற்றை மேசையின் மேல் வைத்து அவற்றை மூடினேன்; அவற்றை ஞாபகத்தில் வைத்திருக்குமாறு அவரிடம் சொன்னேன். ஒரு நிமிடம் வேறு விஷயம் பேசிய பிறகு நான் மூடி வைத்த பொருட்கள் என்ன என்று கேட்டேன். அவருக்கு ஒன்று கூட நினைவில் இல்லை. நான் அவரை நினைவில் வைத்திருக்கச் சொன்னதுகூட நினைவில் இல்லை. மீண்டும் சோதனையைத் திரும்பச் செய்தேன். இப்போது அவரை மூன்று பொருட்களின் பெயர்களை எழுதச் சொன்னேன். மீண்டும் அவர் மறந்து விட்டார். ஆனால் அவர் எழுதிய தாளை அவரிடம் காண்பித்தபோது அவர் மிகவும் வியப்படைந்தார். எதுவும் எழுதியதாகவே அவருக்கு நினைவில்லை என்றார். ஆனால் அதேசமயம், அது அவருடைய கையெழுத்துத்தான் என்பதையும் ஒத்துக் கொண்டார். பிறகுதான் எழுதியது என்பதற்கான மெல்லிய 'எதிரொலி' ஏற்பட்டது.

சில வேளைகளில் அவருக்கு இலேசான ஞாபகங்கள் இருந்தன. ஏதோ ஒரு மெல்லிய எதிரொலி, தெரிந்த ஒன்று போல ஒரு தோற்றம். இவ்வாறு, ஐந்து நிமிடங்கள். சதுரக் கட்ட விளையாட்டு விளையாடிய பிறகு, "ஏதோ ஒரு மருத்துவர் தன்னோடு சிறிது நேரத்திற்கு முன்னர் விளையாடினார்" என்று நினைவு கூர்ந்தார். ஆனால் சிறிது நேரத்திற்கு முன்னர் என்பது நிமிடங்களா? மாதங்களா என்பது தெரியவில்லை. பிறகு சிறிது நேரம் பொறுத்து, "அது நீங்களாக இருக்கலாமோ?" என்றார். நான்தான் என்று அவரிடம் சொன்னபோது அது அவருக்கு வேடிக்கையாக இருந்தது. இந்த மங்கலான வேடிக்கை உணர்வும் ஆர்வமில்லாமையும் மிகவும் முக்கியமானவை. தன்னிலை இழத்தலாலும், காலத்தினைத் தொலைத்து விட்டதாலும் தள்ளப்பட்ட சிந்தனைகள் போலவே இருந்தன. நான் ஜிம்மியிடம் ஆண்டின் எந்த மாதம் என்று கேட்டேன். அவர் உடனே ஏதாவது ஒரு தடயத்தைத் தேடினார். நான் நாட்காட்டியை ஏற்கனவே மேசையிலிருந்து எடுத்து வைத்திருந்தேன். அதனால் சன்னல் வழியாக வெளியில் பார்த்துக் கணக்கிட முயல்வார்.

அப்படியானால் அவர் தனது நினைவில் பதிவு செய்ய அவர் தவறவில்லை. ஆனால் நினைவின் சுவடுகள் மிகச் சிறிது நேரம்

இருந்தன. ஒரு நிமிடத்திற்கும் அதற்கும் குறைவான நேரத்திலேயே கலைந்து விடக் கூடியவை. அதுவும் குறிப்பாக கவனத்தைச் சிதற வைக்கும் அல்லது போட்டி போடும் தூண்டல்கள் இருந்ததால் அப்படி நடந்தது. ஆனால் அவருடைய நுண்ணறிவு, புலனறிவு ஆற்றல்கள் அப்படியே இருந்தன. மிகவும் உயர்வாகக்கூட இருந்தன.

ஜிம்மியுடைய அறிவியல் அறிவு கணிதத்திலும் அறிவியலிலும் ஆர்வத்துடனுள்ள பள்ளி இறுதி வகுப்பு முடிந்த மாணவனுடையதை போல இருந்தது. எண் கணிதத்திலும், அல்ஜீப்ரா கணக்குகளிலும் மிகச் சிறப்பாக இருந்தார். ஆனால் மிக வேகமாக, மின்னல் வேகத்தில் செய்ய முடிந்தால் தான் அப்படி இருந்தார். பல படிகள் இருந்து நிறைய நேரம் ஆகக் கூடியதென்றால் எந்த இடத்தில் இருந்தார் என்பது அவருக்கு மறந்து விடும். கேள்வியைக்கூட மறந்து விடுவார். தனிமங்கள் அவருக்கு அத்துபடி, அவற்றை ஒப்பிடுவார். தனிம வரிசை அட்டவணை (Periodic Tables)-ஐ வரைந்தார். ஆனால் 92க்கு மேல் அணு எண்களையுடைய தனிமங்களை விட்டுவிட்டார்.

"இது முழுமையானதுதானா?" என்று கேட்டேன், அவர் முடித்தவுடன்.

"ஆம், முழுமையானது. எனக்குத் தெரிந்தவரை இன்றைக்குள்ள நிலவரப்படி."

"யுரேனியத்துக்கு அப்பால் உங்களுக்கு எந்தத் தனிமமும் தெரியாது?"

"விளையாடுகிறீர்களா? மொத்தம் தொண்ணூற்றி இரண்டு மூலகங்கள். யுரேனியம்தான் கடைசி."

நான் கொஞ்சம் நிறுத்தி மேசையிலிருந்து National Geographic சஞ்சிகையை எடுத்து பக்கங்களைப் புரட்டினேன். "கோள்களைச் சொல்லுங்கள், அவற்றைப் பற்றி உங்களுக்கு என்ன தெரியும்?" என்றேன். அவர் தயங்காமல் உறுதியுடன் கோள்களைப் பற்றி - அவற்றின் பெயர்கள், அவற்றைக் கண்டுபிடித்தது, சூரியனிலிருந்து அவற்றின் தூரம், அவற்றின் எடை, தன்மை, ஈர்ப்பு விசை - ஆகியவற்றையெல்லாம் கூறினார்.

"இது என்ன?" என்று கேட்டேன் பத்திரிகையிலிருந்த ஒரு படத்தைக் காட்டி.

"இது நிலா" என்றார்.

"இல்லை. நிலவிலிருந்து எடுக்கப்பட்ட பூமியின் படம்" என்று நான் விடையளித்தேன்.

"டாக்டர், நீங்கள் விளையாடுகிறீர்கள். யாராவது நிலாவுக்கு காமராவைத் தூக்கியல்லவா போயிருக்க வேண்டும்?"

"ஆமாம்".

"அடக் கடவுளே! நீங்கள் ஜோக் அடிக்கிறீர்கள்! அது எப்படிச் சாத்தியம்?"

அவர் ஒரு தலைசிறந்த நடிகராக இல்லாவிட்டால், தான் உண்மையில் உணராத வியப்பைக் காட்டக்கூடிய ஏமாற்றுக்காரராக அவர் இல்லையென்றால், அவர் இன்னும் தனது கடந்த காலத்திலேயேதான் இருக்கிறார் என்பதற்கு இது ஒரு எடுத்துக்காட்டு. அவருடைய சொற்கள், அவருடைய உணர்ச்சிகள், அவருடைய மாசற்ற வியப்பு, தான் பார்த்ததிற்குப் பொருள் காண்பதற்கான போராட்டம் - இவையெல்லாம் நாற்பதுகளில் இருக்கும் ஒரு அறிவுள்ள இளைஞன் வருங்காலத்தை, இன்னும் நடக்காதவற்றை, கற்பனை செய்யக் கூடாத ஒன்றை எதிர்கொள்ளும் ஒருவருடைய உணர்வுகளாகவே இருந்தன. "அவருடைய காலவரையறை 1945-இல் முடிவுற்றது என்பது உண்மையென்று என்னை வேறு எதையும் விட இது நம்ப வைக்கிறது" என்று நான் எனது குறிப்புகளில் எழுதினேன்... நான் அவரிடம் காட்டியவை, சொன்னவையெல்லாம் ஸ்புட்னிக் யுகத்திற்கு முன்னர் (வான்வெளிப் பயணத்திற்கு முன்னர்) ஒரு அறிவுள்ள இளைஞனிடம் ஏற்படுத்தக் கூடிய உண்மையான வியப்பை இவரிடம் உண்டாக்கின.

நான் பத்திரிகையில் இன்னொரு படத்தையும் பார்த்து, அதையும் அவரிடம் கொடுத்தேன்.

"இது ஒரு விமானம் தாங்கிக் கப்பல், உண்மையில் இது ஒரு வெகு நவீன மாதிரி; நான் இதுபோன்ற ஒன்றைப் பார்த்ததே இல்லை" என்றார்.

"இதற்கு என்ன பெயர்?" என்று கேட்டேன்.

அவர் பார்த்துக் குழப்பமடைந்து, "நிமிட்ஸ்" என்றார்.

"என்ன, ஏதாவது விஷயமா?"

"நாசமாகப் போக, எனக்கு எல்லோர் பெயரையும் தெரியும். எனக்கு நிமிட்ஸ் என்று யாரையும் தெரியாது... ஆமாம் ஒரு அட்மிரல் நிமிட்ஸ் இருந்தார். ஆனால் ஒரு விமானம் தாங்கிக் கப்பலுக்கு அவர் பெயர் வைத்தது பற்றி நான் கேள்விப்பட்டதே இல்லை. (நிமிட்ஸ் என்ற விமானம் தாங்கி அமெரிக்கக் கப்பல் 1975-ஆம் ஆண்டு பயன்பாட்டுக்கு வந்தது. அமெரிக்கக் கடல்படை அட்மிரல் நிமிட்ஸ் பெயர் அதற்குச் சூட்டப்பட்டது).

கோபத்துடன் அவர் பத்திரிகையைத் தூக்கிப் போட்டார்.

அவருக்கு களைப்பாக இருந்தது. பொருந்தாத விஷயங்களும், முரண்பாடுகளும் தொடர்ந்து தந்த அழுத்தத்தாலும், அவர் தன்னை உட்படுத்திக் கொள்ள வேண்டிய, அவற்றின் பயங்கரமான விளைவுகளினாலும் அவர் எரிச்சலும் பதற்றமும் அடைந்தார். நான் என்னை அறியாமலேயே அவரை அச்சத்தில் தள்ளி விட்டேன். எனவே இந்தச் சந்திப்பை முடித்துக் கொள்ளலாம் என்று நினைத்தேன். மீண்டும் சன்னலருகில் போனோம். கீழே சூரிய வெளிச்சத்தில் பேஸ்பால் விளையாட்டைப் பார்த்தோம். அவர் அதைப் பார்த்தவுடன் அவரது முகத்தின் இறுக்கம் குறைந்தது. நிமிட்ஸ் கப்பலையும், துணைக்கோள் புகைப்படங்களையும், பிற பயங்கரங்களையும், குறிப்புகளையும் மறந்து விட்டுக் கீழே நடந்த விளையாட்டில் தன்னை ஈடுபடுத்திக் கொண்டார். பிறகு, உணவு அறையிலிருந்து வந்தவுடன், தனது நாவைச் சப்புக் கொட்டிக் கொண்டு, 'சாப்பாடு' என்று சொல்லிச் சிரித்துவிட்டுப் புறப்பட்டார்.

என்னைப் பொறுத்தவரையில் நான் உணர்ச்சி வசப்பட்டேன் என்று சொல்ல வேண்டும். இதயத்தைத் தொடுவதாக இருந்தது - அவருடைய வாழ்க்கை மறதியில் தொலைந்து போய் கரைந்து போவதைக் காணும்போது அபத்தமாகவும், மதி மயக்கம் தருவதாகவும் இருந்தது.

"வாழ்வின் ஒரு கணத்தில் அவரைச் சுற்றி மறதி அகழியோ இடைவெளியோ ஏற்பட்டு தனித்து விடப்படுகிறார்... எப்போதுமே மாறிக் கொண்டிருக்கும், பொருளற்ற பொழுதில் மாட்டிக் கொண்டு கடந்த காலமே (வருங்காலம் கூட) இல்லாத மனிதராக இருக்கிறார்" என்று என்னுடைய குறிப்புகளில் எழுதினேன். பிறகு கவித்துவம் எதுவுமில்லாமல், "நரம்பு நோயியல் ஆய்வு அனைத்தும் நோய் அறிகுறி எதுவுமில்லாமல் சாதாரணமாகவே இருந்தது என்று கருத்து: ஒருவேளை கோரசாஃபின் நோய் நோய்க் குறியாகத்

தோன்றுகிறது. (கோரசாஃப் ரஷிய நரம்பு நோயியல் நிபுணர். அதிக மதுப் பழக்கத்தினால் ஏற்படும் மூளை பாதிப்பு மறதி நோய்க்கு அவர் பெயர் தரப்பட்டிருக்கிறது.) தசைகள் மதுப் பழக்கத்தினால் நலிவடைந்திருக்கின்றன" என்று எழுதினேன். என்னுடைய குறிப்பு மிகவும் கவனமாக குறிக்கப்பட்டு வரிசைப்படுத்தப்பட்ட உண்மை நிகழ்வுகளும், கருத்துரைகளும் சேர்ந்த ஒரு வித்தியாசமான கலவை: அதில் யார் அவர், என்ன, இந்தப் பரிதாபத்திற்குரிய மனிதர் எங்கிருந்தார் என்பது தொடர்பாக இந்தச் சிக்கல்கள் என்ன பொருள் தரும் என்பது பற்றியும், இப்படி நினைவு, தொடர்பு ஆகியவற்றின் நோய் நிலையில் ஒருவர் வாழ்வு என்றும் இருத்தல் என்றும் பேச முடியுமா என்பது பற்றியும் அடக்க முடியாத சிந்தனைகளும் இக்குறிப்பில் இடம் பெறும்.

இதிலும், பிந்தைய குறிப்புகளிலும் அறிவியலுக்கு ஒவ்வாமல் 'தொலைந்து போன ஆன்மா' பற்றியும், எப்படி ஒரு தொடர்பை, வேர்களை ஏற்படுத்த முடியும் என்பது பற்றியும் நான் சிந்தித்துக் கொண்டிருந்தேன். ஏனென்றால் அவர் வேர்களில்லாத ஒரு மனிதர். ஆனால் மிகப் பின்னாலிருக்கும் கடந்த காலத்தில் வேரூன்றியிருப்பவர்.

'தொடர்புபடுத்த மட்டும்தான்' ஆனால் அவர் அந்தத் தொடர்பை ஏற்படுத்த முடியும்! அவர் தொடர்பை ஏற்படுத்திக் கொள்ள நாம் எப்படி உதவ முடியும்? தொடர்பில்லாமல் வாழ்க்கை ஏது? "ஒன்றையொன்று கற்பனை செய்ய முடியாத வேகத்தில் தொடர்ந்து, நிரந்தரமாக மாற்றமும் இயக்கமும் கொண்டிருக்கும் வெவ்வேறு உணர்வுகளின் தொகுப்பு அன்றி வேறில்லை என்று நான் உறுதியாகச் சொல்வேன்" என்றார் ஹியூம். ஒரு வழியில் இவர் ஹியூம் மனிதராக ஆகி விட்டார் - ஜிம்மியில் தனது தத்துவார்த்த கொள்கையைக் காண்பதில், ஒரு மனிதன் தொடர்பு எதுவுமில்லாத ஒன்றுக்கொன்று சம்பந்தமில்லாத மாற்றமாகக் குறைபட்டு விட்டதைக் காண்பதில் ஹியூம் எவ்வளவு வியப்படைவார்?

ஒருவேளை நான் மருத்துவ நூல்களில் ஆலோசனை பெற முடியும். ஆனால் இந்த நூல்களெல்லாம் எந்தக் காரணத்தாலோ பெரும்பாலும் ரஷிய மொழியில் இருந்தன. கோர்சகாஃபினுடைய மூல ஆய்வு நூலில் இப்படிப்பட்ட நினைவு இழப்புகளைப் பற்றிய நோய் விபரங்கள் இருக்கின்றன. அவை இன்னும் 'கோர்சகாஃப் நோய்க்குறி' என்றே அழைக்கப்படுகின்றன. லூரியாவின் Neuropsychology of Memory என்ற நூலில் குறிப்புகள் இருக்கும். இந்த

நூலின் ஆங்கில ஆக்கம் நான் ஜிம்மியைப் பார்த்த அடுத்த ஆண்டு தான் வெளியாயிற்று. கோர்சகாஃப் 1887-இல் எழுதினார்:

> அண்மைக்கால நிகழ்வுகளின் நினைவு மட்டுமே சலனமடைகின்றது. அண்மைக்கால பதிவுகள் விரைவாக மறைகின்றன. ஆனால் நெடுங்காலத்திற்கு முந்திய பதிவுகள் சரியாகவே நினைவு கூறப்படுகின்றன. எனவே நோயாளியின் கெட்டிக்காரத்தனம், அறிவுக் கூர்மை அவருடைய செயலெல்லாம் பெரும்பாலும் பாதிக்கப்படவில்லை.

கோர்சகாஃபின் சிறப்புமிக்க ஆனால் குறைவான குறிப்புகளோடு, ஒரு நூற்றாண்டு ஆய்வும் சேர்ந்தது. அவற்றில் லூரியாவினுடையது ஆழமானது, வளமானது. லூரியாவினுடைய விவரணையில் அறிவியல் கவிதையானது; பேரிழப்பின் துன்பியல் உணர்வுகள் தூண்டப்பட்டன. "இப்படிப்பட்ட நோயாளிகளிடம் நிகழ்வுகளினுடைய பதிவுகளின் அமைப்பும், காலக் கோட்டு வரிசையும் பெரிதும் சலனமடைகின்றன என்பதைக் காண முடியும். அதன் விளைவாக, காலத்தின் ஒருமுகப்பட்ட அனுபவத்தை இழந்து, தனித்தனியான பதிவுகளையுடைய உலகில் வாழத் தொடங்குகிறார்கள்" என்று எழுதினார். மேலும் "பதிவுகளின் மறைவும் அவற்றின் சீர்குலைவும், காலத்தில் பின்னோக்கிப் பரவும். மிகவும் மோசமான நோயாளிகளைப் பொறுத்தவரையில் மிகப் பின்னால் நடந்த நிகழ்வுகளுக்குக் கூடப் போகும்" என்றார் லூரியா.

இந்த நூலில் விவரிக்கப்படும் லூரியாவின் நோயாளிகள் மிக மோசமான மூளைப் புற்றுநோயால் பாதிக்கப்பட்டவர்கள். கோர்சகாஃபின் நோய்க்குறியின் பாதிப்புகள் போலவே இருக்கும். ஆனால் பின்னால் பரவி பெரும்பாலும் இறப்பில் முடியும். கோசகாஃப் விவரித்த தானாகவே தடுத்துக் கொள்ளும் அழிவின் அடிப்படையிலான - மதுவினால் நுண்ணிய ஆனால் முக்கியமான மாமில்லரி துண்டுகளில் (mamillary bodies) (மூளையில் உட்பரப்புக்குள் உள்ள சிறு சிறு பொருட்கள்) ஏற்படும் நியூரான் அழிவின் அடிப்படையிலான, எளிமையான கோசகாஃப் நோய்க்குறிகளை லூரியா தனது நூலில் எடுத்துக் கொள்ளவில்லை - இந்த நோயாளிகளின் மூளையின் பிற பகுதிகள் பாதுகாக்கப்பட்டிருக்கும். அவை பாதிக்கப்பட்டிருக்காது. லூரியாவின் நோயாளிகள் பற்றிய நீண்ட நாள் கண்காணிப்பு சாத்தியமில்லாமல் போயிற்று.

(மறுபடியும் ஜிம்மியின் கதைக்கு வருகிறார்)

1945-இல் சரியாக நினைவு நின்று விட்டது பற்றி நான் முதலில் குழம்பினேன், சந்தேகமும்பட்டேன். *1945*-ஆம் ஆண்டு எப்படி ஒரு குறியீடாக ஆனது? என்று எனது குறிப்பேட்டில் எழுதினேன்.

> *ஒரு பெரிய காலி இடம். அப்போது என்ன நடந்தது? அதற்குப் பின்னர் என்ன நடந்தது என்பது நமக்குத் தெரியவில்லை. அந்த விட்டுப்போன ஆண்டுகளை நாம் அவருடைய சகோதரரிடமிருந்து, கடற்படையிலிருந்து, அவர் அனுமதிக்கப்பட்டிருந்த மருத்துவமனைகளிலிருந்து சேகரித்து நிரப்ப வேண்டும். அப்போது அந்த நேரத்தில் - ஒரு பெரிய துன்பத்தை - போரின்போது மூளை அல்லது மனவெழுச்சி நிலையில் கடுமையான அதிர்ச்சியை அனுபவித்திருக்கக் கூடுமோ? அது அவரை வாழ்நாள் முழுவதும் பாதித்திருக்குமோ? அந்த உச்சக் கட்டநிலை, அவர் உண்மையில் உயிரோடு இருந்த கடைசிக் கட்டம், அதன்பிறகு நீண்ட எதிர் வீழ்ச்சி - போர்தானா?*[2]

ஜிம்மியைப் பல வழிகளில் சோதித்தோம். EEG மூளை ஸ்கேன் எடுத்தோம். மூளையில் பாதிப்பு ஏற்பட்டதற்கான ஆதாரம் எதுவுமில்லை.

---

2. நம்மை வசீகரிக்கும் *The Good War* 1985 என்ற பேச்சு மொழி வரலாற்றில் ஸ்டட் டெர்கல் பல ஆண்கள் பெண்களுடைய கதைகளைச் சொல்கிறார். குறிப்பாக இரண்டாம் உலகப் போர் ஆழமான நிலையில் உண்மையாக இருந்தது. அவர்களது வாழ்க்கையில் மிக முக்கியமான உண்மையான காலமாக இருந்தது. மற்றவையெல்லாம் அவற்றோடு ஒப்பிடும்போது உப்புச் சப்பற்று இருந்தது என்று குறிப்பாக போரில் ஈடுபட்டிருந்த ஆண்கள் சொன்னார்கள். அப்படிப்பட்டவர்கள் போரை மீண்டும் அனுபவிக்கவும், அதனுடைய சண்டைகளை மீண்டும் வாழ்ந்து காட்டவும், நட்புறவு, வாழ்க்கை நெறி உறுதிப்பாடுகள் ஆழங்களைப் பற்றிப் பேசவும் விரும்பினார்கள். ஆனால் இப்படி கடந்த காலத்தில் வாழ விரும்புவதும், நிகழ்காலத்தில் சிரத்தையின்றி இருப்பதும் – இப்போதைய உணர்வுகளையும், நினைவையும் மனவெழுச்சி அளவில் மந்தப்படுத்துவதும் – ஜிம்மியினுடைய அடிப்படையிலான மறதி நோய்க்கு அருகில் வர முடியாது. இதுபற்றி அண்மையில் டெர்கல்லிடம் விவாதித்தேன். "நான் ஆயிரக்கணக்கான ஆண்களைச் சந்தித்திருக்கிறேன். அவர்கள் 1945–க்குப் பிறகு நாட்களை எண்ணிக் கொண்டிருப்பதாகச் சொன்னார்கள். – ஆனால் உங்களுடைய மறதி நோய்க்காரரான ஜிம்மியைப் போல, காலம் நின்றுவிட்ட யாரையும் பார்த்ததில்லை" என்றார் அவர்.

எனினும் இந்தச் சோதனைகளின் மூலம் நுண்ணிய மாமில்லரிப் பொருட்களின் சிதைவு பற்றி எதுவும் கண்டுபிடிக்க முடியாது. அவர் கடற்படையில் 1965-ஆம் ஆண்டு வரை இருந்தாரென்று கடற்படை அறிக்கை அனுப்பியது. அப்போது அவர் முழுத் திறமையோடு விளங்கினார் என்று அறிக்கை சொன்னது.

அடுத்து எங்களுக்கு 1971-ஆம் ஆண்டு தேதியிட்ட பெல்லவியூ மருத்துவமனையிலிருந்து சிறு அறிக்கை ஒன்று கிடைத்தது. அதில் அவர் மொத்தமாக தன்னிலை இழந்திருந்தார்... மதுவினால் மூளை நோய் முற்றிவிட்டது. (கல்லீரல் பாதிப்பும் ஏற்பட்டு விட்டது). பெல்லவியூவிலிருந்து அவர் ஒரு கிராமத்தில் மோசமான நோயாளிகள் மனை ஒன்றுக்கு அனுப்பப்பட்டார். அவரை எங்கள் இல்லம் 1975-ஆம் ஆண்டு பசி பட்டினியான நிலையில் மீட்டது.

ஜிம்மி அடிக்கடி பேசிக் கொண்டிருந்த அவருடைய அண்ணனைக் கண்டுபிடித்தோம். அவர் கணக்குப்பதிவியல் பள்ளியில் படித்ததாகவும் ஆரிகானிலிருந்த ஒரு பெண்ணுடன் அவருக்கு மண ஒப்பந்தம் ஆகியிருந்ததாகவும் ஜிம்மி சொல்லக் கேட்டிருந்தோம். இப்போது அவர் அந்தப் பெண்ணையே மண முடித்து ஒரு தந்தையாகவும் தாத்தாவாகவும் ஆகி விட்டார். முப்பது ஆண்டுகளாக கணக்கராகப் பணியாற்றி வருகிறார்.

நாங்கள் அவரிடமிருந்து உணர்ச்சிமிக்க செய்தி நிறையக் கிடைக்கும் என்று எதிர்பார்த்தோம். ஆனால் செய்தி அதிகமில்லாத ஒரு கடிதம் மட்டும் வந்தது. 1943-ஆம் ஆண்டிலிருந்து அவர்கள் அதிகம் சந்தித்துக் கொள்ளவில்லை என்றும், வெவ்வேறு வழிகளில் போய் விட்டார்கள் என்றும் அதைப் படித்தவுடன் தெரிந்தது. இதற்கு அவர்கள் வசித்த இடமும், வேலையும் மட்டுமில்லை, அவர்களது குணங்களிலிருந்த வேறுபாடுகளும் கூடக் காரணம். ஜிம்மி ஒரு இடத்தில் இருக்க மாட்டார், வாழ்க்கையை எளிதாக எடுத்துக் கொள்வார், எப்போதும் குடிப் பழக்கம் உண்டு என்று தோன்றியது. கப்பற்படை தனது தம்பிக்கு ஒரு அமைப்பு, ஒரு வாழ்க்கையைக் கொடுத்தது என்றார் அண்ணன். ஆனால் பிரச்சனைகள் 1945-ஆம் ஆண்டு அதை விட்டு வந்த பிறகுதான் தொடங்கி விட்டன. அவருக்குப் பழக்கமான அமைப்பும் ஒரு பிடிப்பும் இல்லாததால் அவர் வேலை எதுவும் செய்வதை நிறுத்தி விட்டார். நொறுங்கிப் போய் குடிக்கத் தொடங்கி விட்டார். தொடக்கத்தில் குறிப்பாக அறுபதுகளில் கோர்சகாஃப் மாதிரியான நினைவுக் குறைபாடு ஏற்பட்டது. ஆனால் ஜிம்மியினுடைய எதையும் சமாளிக்கும்

திறமையினால் தாங்கிக்கொள்ள முடியாத அளவிற்கு மோசமில்லை. ஆனால் 1970-இல் அவரது குடி அதிகமாயிற்று.

அந்த ஆண்டு கிறிஸ்துமஸ் சமயத்தில்தான் ஜிம்மி திடீரென்று மோசமாகி விட்டார். மிகவும் உணர்ச்சி வசப்படவும், குழப்பமடையவும் தொடங்கினார். அந்த நிலையில்தான் அவர் பெல்லவியூவுக்குக் கூட்டிச் செல்லப்பட்டார். ஒரு மாதத்தில் அவருடைய உணர்ச்சி வேகமும், சன்னியும் மட்டுப்பட்டன. ஆனால் அவருக்கு வித்தியாசமான நினைவு இழப்புகள் அல்லது 'பற்றாக்குறைகள்' (மருத்துவச் சொல்) ஏற்பட்டன. இப்போது அவரது அண்ணன் அவரைப் பார்க்க வந்தார். இருபது ஆண்டுகளாக அவர்கள் சந்திக்கவில்லை. இப்போது ஜிம்மி அவரை அடையாளம் கண்டுகொள்ளாதது மட்டுமில்லை, "ஜோக் அடிக்காதீர்கள், உங்களுக்கு என்னுடைய அப்பா வயதிருக்கும். என்னுடைய அண்ணன் இளைஞன். இப்போதுதான் கணக்குப்பதிவியல் பள்ளிக்குப் போய்க் கொண்டிருக்கிறான்" என்றும் சொன்னார்.

இந்தச் செய்திகள் எனக்குக் கிடைத்தவுடன் இன்னும் எனக்குக் குழப்பம் தீரவில்லை. கடற்படையில் ஜிம்மி ஏன் தனது கடைசி ஆண்டுகளைப் பற்றி நினைவு கூற முடியவில்லை? 1970 வரையிலான அவரது நினைவுகளை அவரால் ஏன் நினைவுபடுத்தி ஒழுங்காக அமைக்க முடியவில்லை? இப்படிப்பட்ட நோயாளிகளுக்கு பின்னோக்கிய மறதி நோய் இருக்கலாம் என்பது அப்போது எனக்குத் தெரியாது. (பின்குறிப்பு பார்க்க) 'இசிவு அல்லது பலஓசை தொடர்பான மறதி நோயின் கூறு இருக்கிறதா, நினைத்துப் பார்க்க முடியாத ஒன்றிலிருந்து தப்பிக்க ஓடிக் கொண்டிருக்கிறாரா என்று நான் நினைத்தேன். எனவே மனநோய் மருத்துவரைப் பார்க்குமாறு சொன்னேன். அவருடைய அறிக்கை தீர்க்கமாகவும், விரிவாகவும் இருந்தது. அவர் சோடியம் அமிடால் சோதனை செய்து அடக்கி வைக்கப்பட்ட நினைவுகளை 'விடுவிக்க' முயன்றார்.

ஜிம்மியை மனோவசிய நிலைக்குக் (Hypnotised state) கொண்டு வர முயன்றார். மன இசிவு நோயால் அடக்கப்படும் நினைவுகளைத் திரும்பக் கொண்டு வரலாம் என்பது அவரது நம்பிக்கை. இசிவு நோய் சார்ந்த மறதி நோயில் இது நன்றாக வேலை செய்யும். ஆனால் ஜிம்மியை இப்படி மனோவசியம் செய்ய முடியவில்லை. அதற்கு 'எதிர்ப்பு நிலை' இருந்ததால் அல்ல. ஆனால் அது மிகவும் அதிகமான மறதி நோயால் ஏற்பட்டது. அவரது மறதியினால் மன மயக்கம் ஏற்படுத்த முயற்சி செய்பவர் என்ன சொல்லிக்

கொண்டிருந்தார் என்பதைத் தொடர்ந்து நினைவில் வைக்க முடியவில்லை. (பாஸ்டனில் முன்னாள் இராணுவத்தினரின் அமைப்பு மருத்துவமனையில் மறதி நோய்ப் பிரிவில் பணியாற்றிய டாக்டர் M.ஹேமோனாஃப் இதுபோன்று அனுபவங்கள் பற்றி சொல்லியிருக்கிறார். இசிவு நோய் மறதி நோயாளிகளிடம் இது காணப்படாது. ஆனால் கோர்சகாஃப் நோயினால் பாதிக்கப்பட்ட நோயாளிகளின் தன்மை இது என்று கருதியதாகச் சொன்னார்)

"இவருக்கு இசிவு நோய் அல்லது வேண்டுமென்றே நடிக்கும் பற்றாக்குறை இருப்பதற்கான ஆதாரம் இல்லை. அப்படி ஒரு தவறான தோற்றத்தைத் தருவதற்கான வழியும் காரணமும் அவரிடம் இல்லை. அவருடைய நினைவுப் பற்றாக்குறைகள் அவரோடு இருப்பவை, நிரந்தரமானவை, மாற்ற முடியாதவை. ஆனால் அது இவ்வளவு காலம் பின்னோக்கிச் செல்கிறது என்பதுதான் புதிராக இருக்கிறது" என்று மன நோய் மருத்துவர் எழுதினார். நோயாளி எது பற்றியும் கவலைப்படாமல், வேறு வகையான பதற்றத்தைக் காட்டாமல் - மேலாண்மை செய்வதில் - சிக்கல் எதுவும் இல்லாததால், அவரால் எதுவும் தீர்வாகத் தர முடியவில்லை. நோய் சிகிச்சைக்கான வழியும் இல்லை.

இந்நிலையில் இவருக்குரிய நோய் கோர்சகாஃபினுடையது, பிற மனவெழுச்சி அல்லது இயற்கைக் காரணிகளால் சிக்கலாக்கப்படாதது என்று முடிவுகட்டி, லூரியாவிற்கு அவருடைய கருத்தைக் கேட்டுக் கடிதம் எழுதினேன். அவருடைய விடையில் பெல் என்ற தனது நோயாளியைப் பற்றி எழுதினார். நோயாளியினுடைய மறதி நோய் பின்னோக்கிப் பத்தாண்டுகளை அழித்து விட்டிருந்தது. அப்படிப்பட்ட பின்னோக்கும் மறதி நோய் இருபது முப்பது ஆண்டுகள், ஏன் ஏறத்தாழ வாழ்நாள் முழுவதும் கூட இருக்கக் கூடாது என்பதற்கு அவர் எந்தக் காரணமும் காணவில்லை என்று சொன்னார். "நான் கடைசி மறதி நோய்க்காக - ஒரு வாழ்நாள் முழுவதையும் அழித்து விடக் கூடிய ஒன்றிற்காகக் காத்திருக்கிறேன்" என்று புரியல் எழுதுகிறார். ஆனால் ஜிம்மியினுடைய மறதி நோய் 1945 வரையில் பின்னோக்கிச் சென்று நினைவை அழித்து விட்டது. பிறகு நின்று விட்டது. எப்போதாவது அவர் பின்னால் நடந்தது ஏதாவது ஒன்றை நினைவுபடுத்திக் கொள்வார். ஆனால் அது சிறு துணுக்குப் போல, காலத்திலிருந்து இடம் பெயர்ந்ததாக இருக்கும். ஒருமுறை செய்தித்தாளில் தலைப்புச் செய்தியில் 'துணைக்கோள்' என்ற சொல்லைப் பார்த்துவிட்டு, தான் 'சீட்ஸ்டேக் பே' என்ற கப்பலில் இருந்தபோது துணைக்கோளைப் பின்பற்றிப் போகும்

திட்டத்தில் ஈடுபட்டிருந்ததாக எதேச்சையாகச் சொன்னார். இது அறுபதுகளின் தொடக்கத்தில் அல்லது மத்தியில் தொடர்புடைய ஒரு சிறு துண்டு நிகழ்ச்சியின் ஞாபகம். ஆனால் நடைமுறையில் அவருடைய கடைசிப் புள்ளி நாற்பதுகளின் மத்தியகாலம் அல்லது பிற்பகுதி. அதன்பிறகு நினைவு கொள்ளப்பட்டவையெல்லாம் சிறு துணுக்குகளாக, ஒன்றுக்கொன்று தொடர்பின்றி இருந்தன. 1975-இல் அப்படி இருந்தது. இன்னும் ஒன்பது ஆண்டுகள் கழித்தும் அப்படியே இருக்கிறது.

நாங்கள் என்ன செய்ய முடியும்? என்ன செய்ய வேண்டும்? "இதுபோன்ற நோய்க்கு மருந்து அல்லது சிகிச்சை என்று எதுவும் இல்லை. உங்களுடைய அறிவாற்றலும், உங்கள் இதயமும் என்ன சொல்கின்றனவோ அதன்படி செய்யுங்கள். அவருடைய நினைவாற்றலைத் திரும்பப் பெறுவார் என்பதற்கு எந்த நம்பிக்கையும் இல்லை. ஆனால் ஒரு மனிதன் நினைவாற்றல் மட்டுமே உள்ளவன் என்றில்லை. அவருக்கு உணர்ச்சி இருக்கிறது, சுயமாக முடிவெடுக்கும் ஆற்றல் உள்ளது. அவர் அறம் உள்ள மனிதர் - இவை பற்றியெல்லாம் நரம்பு நோய் உளவியல் எதுவும் பேச முடியாது. இங்கே தான், தனி மனிதன் சாராத உளவியல் பரப்பிற்கு அப்பால், அவரை நீங்கள் தொட வழிகள் காண முடியும், அவரை மாற்ற முடியும். உங்களுடைய பணிச் சூழல்கள் இதனை அனுமதிக்கின்றன. ஏனென்றால் நீங்கள் ஓர் இல்லத்தில் வேலை செய்கிறீர்கள். அது தனி உலகம். நான் பணியாற்றுகின்ற மருத்துவமனைகள், நிறுவனங்களிலிருந்து மாறுபட்டது. நரம்பு நோய் உளவியலில் உங்களால் செய்யக் கூடியது எதுவுமில்லை. ஆனால் தனிப்பட்ட மனிதன் என்ற தளத்தில் நீங்கள் நிறையச் செய்யலாம்" என்று லூரியா எழுதினார்.

குர் என்ற தனது நோயாளியைப் பற்றி லூரியா குறிப்பிட்டார். அவரிடம் தன்னிலை அறிதல் சிறப்பாக இருந்தது. அதில் நம்பிக்கையின்மையோடு எதையும் ஏற்றுக் கொள்ளும் மனப் பக்குவம் கலந்திருந்தது. "எனக்கு நிகழ் காலத்தைப் பற்றிய நினைவு இல்லை" என்பார் குர். "நான் இப்போது என்ன செய்தேன், நான் எங்கிருந்து வந்திருக்கிறேன் என்று எனக்குத் தெரியாது... என்னால் எனது கடந்த காலத்தை நன்றாகவே நினைவுகூற முடியும். ஆனால் என்னுடைய நிகழ்காலத்தைப் பற்றி எனக்குச் சிறிதும் நினைவில்லை." அவரைச் சோதித்த மருத்துவரை முன்னர் பார்த்திருக்கிறாரா என்று கேட்டதற்கு, "நான் ஆம் என்றோ இல்லை என்றோ சொல்ல முடியாது. உங்களைப் பார்த்திருக்கிறேனா என்பதை

ஏற்கவும் முடியாது, மறுக்கவும் முடியாது" என்றார். ஜிம்மியின் விஷயத்திலும் இப்படித்தான் நடந்தது. ஒரே மருத்துவமனையில் பல மாதங்கள் குர் இருந்தது போலவே ஜிம்மியும் இருந்தார். அந்த இடம் அவருக்குப் 'பழக்கமாகி' விட்டது. சிறிது சிறிதாக இல்லத்தில் வழி கண்டுபிடித்து விட்டார். அவருக்கு உணவு அறை, தன்னுடைய அறை, மின் மேலேற்றிகள், படிக்கட்டுகள் இருக்குமிடங்கள் தெரியும். பணியிடங்களில் பலரை ஓரளவு அடையாளம் கண்டு கொண்டார். ஆனால் ஆட்கள் பற்றிக் குழம்பி விடுவார். ஒருவேளை கடந்த காலத்து மனிதர்களையும் நினைவுபடுத்த முடியும். இல்லத்தில் செவிலியர் சகோதரியிடம் மிகுந்த அன்பு காட்டத் தொடங்கினார். அவருடைய குரலையும், காலடிகளையும் உடனே அடையாளம் கண்டுகொண்டார். ஆனால் அவர் தன்னோடு உயர்நிலைப் பள்ளியில் படித்த பெண் என்று எப்போதும் சொல்வார். நான் அவரை 'சகோதரி' என்று அழைத்தபோது ஜிம்மி வியப்படைந்தார்.

'கடவுளே! மிக மோசமானது நடந்து விட்டது! நீங்கள் கன்னியர் மடத்தில் சேர்ந்து கன்னியராக ஆவீர்கள் என்று நான் நினைக்கவில்லை சகோதரி" என்று ஆச்சரியப்பட்டார்.

எங்கள் இல்லத்தில் அவர் இருக்கத் தொடங்கியதிலிருந்து - அதாவது 1975 தொடக்கத்திலிருந்து - ஜிம்மியால் யாரையும் தொடர்ந்து அடையாளம் காண முடியவில்லை. அவர் உண்மையாக அடையாளம் கண்டுகொண்டது ஆரிகானிலிருந்து எப்போதாவது வரும் அவருடைய சகோதரரைத்தான். இந்தச் சந்திப்புகள் மிகவும் மன எழுச்சி தரக் கூடியனவாகவும், உள்ளத்தைத் தொடுவனவாகவும் இருக்கும். இது ஒன்றுதான் உண்மையாக ஜிம்மிக்கு மனவெழுச்சியை உண்டாக்கும் சந்திப்பு. அவருக்கு அவருடைய சகோதரரை மிகவும் பிடிக்கும். அவரை அடையாளம் கண்டுகொள்வார். ஆனால் அவர் ஏன் இவ்வளவு கிழவராக இருக்கிறார் என்பதை அவரால் புரிந்து கொள்ள முடியவில்லை. "சிலர் வேகமாக முதுமையடைகிறார்கள் போலும்" என்கிறார். ஆனால் உண்மையில் அவருடைய அண்ணன் அவரது வயதுக்கு இளைஞராகவே தெரிகிறார். ஆண்டுகள் ஆனாலும் மாறாத முகமும் உடல்கட்டும் கொண்டிருந்தார். இவை உண்மையான சந்திப்புகள்; கடந்த காலத்தையும் நிகழ் காலத்தையும் ஒன்றாகச் சேர்க்கும் ஒரே இணைப்பு. எனினும் அவை எந்த வரலாற்று உணர்வையோ தொடர்ச்சியையோ கொடுக்க உதவவில்லை. அவை வலியுறுத்தியது எல்லாம் - குறைந்தபட்சம் அவருடைய சகோதரருக்கும், அவர்கள் இருவரையும் ஒன்றாகப் பார்ப்பவர்களுக்கும் - ஜிம்மி இன்னும் வாழ்கிறார் என்பதுதான்.

இழப்புகள் | 65

கடந்த காலத்தில் புதையுண்ட படிமங்களில் ஒன்றாக வாழ்கிறார்.

ஜிம்மிக்கு உதவி செய்ய முடியுமென்று நாங்கள் எல்லோருமே நம்பினோம். பார்ப்பதற்கு நன்றாக இருந்தார், எல்லோரும் விரும்பக் கூடியவர். வேகமாக எதையும் செய்யக் கூடியவர்; அறிவாளி. அவர் உதவி செய்யப்பட முடியாத நிலையில் இருப்பார் என்று நம்புவது கடினமாக இருந்தது. ஆனால் மறதி நோயின் இப்படிப்பட்ட சக்தி இருக்குமென்று, உலகம் முழுவதையுமே மூழ்கடிக்கும் தூரில்லாத நினைவுத் துளையில் ஆழங்காண முடியாதவாறு அனைத்தும், ஒவ்வொரு அனுபவமும், ஒவ்வொரு நிகழ்வும் விழக் கூடிய குழியிருக்குமென்று நாங்கள் யாருமே கற்பனை செய்து கூடப் பார்த்ததில்லை.

நான் அவரை முதலில் சந்தித்தபோது அவர் ஒரு நாட்குறிப்பேடு ஒன்றை வைத்துக் கொள்ள வேண்டுமென்று ஆலோசனை கூறினேன். அதில் அவருடைய அனுபவங்கள், உணர்ச்சிகள், எண்ணங்கள், நினைவுகள், சிந்தனைகள் ஆகியவற்றைப் பதிவு செய்ய ஊக்குவிக்கப்பட்டார். முதலில் இந்த முயற்சிகள் தோற்றுப் போயின. அவர் நாட்குறிப்பு ஏட்டையே தொடர்ந்து தொலைத்துக் கொண்டிருந்தார். எனவே அதை அவரோடு சேர்த்தே வைக்க வேண்டியதாயிற்று. ஆனால் இதுவும் வெற்றி தரவில்லை. அவர் குறிப்பேட்டைக் கவனமாகத்தான் வைத்திருந்தார். ஆனால் முந்தைய பதிவுகளை எங்கே எழுதினோம் என்பதை அவரால் கண்டுபிடிக்க முடியாது. அவர் தனது கையெழுத்தையும், நடையையும் அடையாளம் கண்டுகொள்வார்; ஆனால் முந்தைய நாள் தான் எழுதியதையே பார்த்து வியந்து போவார்.

வியந்து போனார் - ஆனால் அதே சமயம் அதுபற்றி எந்த உணர்ச்சியும் கொள்ளவில்லை. ஏனென்றால் அவருக்கு 'முந்தைய நாள்' என்று ஒன்று இல்லவே இல்லை. அவருடைய பதிவுகள் ஒன்றுக்கொன்று தொடர்பின்றி, தொடர்புபடுத்தாமலேயே இருந்தன. அவற்றிற்குக் காலம் அல்லது தொடர்ச்சியைத் தரும் சக்தி இல்லை. மேலும், அவை மிகவும் சாதாரண நிகழ்ச்சிகளையே காட்டின. காலை 'உணவிற்கு முட்டை'. 'டி.வி-யில் விளையாட்டு பார்த்தேன்.' -ஆழமாக எதையுமே தொடவில்லை. ஆனால் இந்த நினைவாற்றலை இழந்த மனிதரிடம், உணர்வின், சிந்தனையின் ஆழங்கள் இருந்தன அல்லது ஹியூம் சொல்லும் எச்சில் ஒழுகல், தொடர்பில்லாத பதிவுகளின், நிகழ்ச்சிகளின் தொகுப்புக்காக குறுக்கப்பட்டு விட்டாரா?

ஆனால் இந்த ஆழமான, அவலமான இழப்பையும் தன்னையே இழந்து விட்டோம் என்பதையும் அறிந்தும் இருந்தார். அறியாமலும் இருந்தார். (ஒரு மனிதன் தனது காலையோ, கண்ணையோ இழந்து விட்டால்தான் அவ்வுறுப்பை இழந்தது அவனுக்குத் தெரியும்; ஆனால் அவன் தன்னையே இழந்துவிட்டால், அது அவனுக்குத் தெரியாது. ஏனென்றால் அதை அறிந்துகொள்ள அவன் அங்கே இல்லை). எனவே ஜிம்மியிடம் இது பற்றி அறிவுபூர்வமாகக் கேள்வி கேட்க முடியவில்லை.

முதலில் தன்னை அவர் நோயாளிகள் மத்தியில் பார்த்தபோது ஆச்சரியப்பட்டார். தனக்கு நோய் என்று தானே உணராதபோது தான் ஏன் இங்கே இருக்க வேண்டுமென்று கேட்டார். அவர் என்ன தான் உணர்கிறார் என்று அறிந்து கொள்ள நாங்கள் விரும்பினோம். திடகாத்திரமாக இருந்தார். ஒரு விலங்கினுடைய உடல் உறுதியும் சக்தியும் அவரிடம் இருந்தன. அதே சமயம் ஒரு மெத்தனம், ஒரு மந்தம். எதைப் பற்றியும் கவலை கொள்ளாமை (எல்லோரும் சொன்னது போல). ஏதோ காணவில்லை, விட்டுப் போயிருக்கிறது என்ற உணர்வை அவர் எங்களுக்குக் கொடுத்தார். ஆனால் அவர் அதை உணர்ந்தாரோ இல்லையோ தெரியாது; அனைத்தையும்கூட அவர் கவலைப்படாமல் ஏற்றுக் கொண்டது போலத் தோன்றியது. ஒரு நாள் அவரிடம் அவருடைய நினைவாற்றலைப் பற்றியோ, கடந்த காலத்தைப் பற்றியோ கேட்கவில்லை. ஆனால் மிகச் சாதாரணமான விஷயங்களைப் பற்றிக் கேட்டேன்.

"எப்படி இருக்கிறீர்கள்?"

"எப்படி இருக்கிறீர்கள்?" என்று திரும்பச் சொன்னார். தலையைச் சொறிந்து கொண்டார். "எனக்கு உடல் நலமில்லை என்று சொல்ல முடியாது. ஆனால் நன்றாக இருக்கிறேன் என்றும் சொல்ல முடியாது. என்ன உணர்கிறேன் என்றே என்னால் சொல்ல முடியாது."

"வருத்தமாக இருக்கிறீர்களா?" என்று தொடர்ந்தேன்.

"வருத்தமாக இருக்கிறேனா என்றும் சொல்ல முடியாது."

"வாழ்க்கையை மகிழ்ச்சியாக அனுபவிக்கிறீர்களா?"

"அப்படியும் சொல்ல முடியாது."

நான் அதிகம் போய்விட்டேனோ என்றும், மறைந்துள்ளதை ஏற்றுக் கொள்ளாத தாங்க முடியாத துயரத்தை வெளிப்படுத்தும்

அளவிற்கும் போய்விட்டேனோ என்றும் அஞ்சித் தயங்கினேன்.

"நீங்கள் வாழ்க்கையை மகிழ்ச்சியாகவும் அனுபவிக்கவில்லை" என்று திரும்பச் சொன்னேன், சிறிது தயங்கி. "அப்படியானால் வாழ்க்கை பற்றி என்ன உணர்கிறீர்கள்?"

"எதுவும் உணர்கிறேன் என்றே என்னால் சொல்ல முடியாது."

"ஆனால் உயிர் வாழ்கிறீர்கள் என்று உணர்கிறீர்கள்?"

"உயிர் வாழ்வதை உணர்வதா? இல்லை; ரொம்ப நாட்களாக நான் உயிர் வாழ்கிறேன் என்றே உணர்வதில்லை."

அவருடைய முகத்தில் சோகமும், எது நடந்தால் என்ன என்ற உணர்வும் தெரிந்தன.

பிறகு அவருக்கு வேகமாக விளையாடும் ஆட்டங்களிலும், புதிர்களிலும் நாட்டமும், மகிழ்ச்சியும் இருப்பதையும், அப்படி விளையாடும்போது அவரை அவை பிடித்து வைத்துக் கொள்ள முடிகிறது என்பதையும் அறிந்தோம். அப்போது ஒரு நட்புறவும், போட்டி மனப்பான்மையும் அந்த நேரத்தில் இருந்தது. அவர் தனிமையைப் பற்றிப் புகார் சொன்னதில்லை; ஆனால் தனிமையில் இருப்பதுபோலத் தோன்றினார். அவர் சோகத்தை வெளிப்படுத்துவதில்லை; ஆனால் அவர் சோகமாகக் காணப்பட்டார். எனவே, இல்லத்திலுள்ள பொழுதுபோக்கு நிகழ்ச்சிகளில் அவரைச் சேர்க்கலாம் என்றேன். இது நாட்குறிப்பை விட நன்றாக வேலை செய்தது. விளையாட்டுகளில் ஆர்வமாக ஆனால் சிறிது காலமே கலந்து கொண்டார். ஆனால் விரைவிலேயே அவருக்கு அவை சவாலாக இல்லை. எல்லாப் புதிர்களையும் எளிதாகத் தீர்த்து விட்டார். விளையாட்டுகளில் மற்ற எல்லோரையும் விடக் கெட்டிக்காரராக இருந்தார். அவர் இதைக் கண்டுபிடித்த பிறகு, மீண்டும் நிலைகொள்ளாமல் ஆனார். தாழ்வாரங்களில் ஒரு வகைச் சலிப்புடனும், ஒரு கவுரவக் குறைவுடனும் நடந்தார். விளையாட்டுகளும், புதிர்களும் குழந்தைகளுக்கானவை; ஒரு பொழுதுபோக்கு. அவர் எதையாவது செய்ய வேண்டுமென்று விரும்பினார் என்பது தெளிவாகத் தெரிந்தது. அவர் எதையாவது செய்ய வேண்டும், வாழ வேண்டும், உணர வேண்டும் என்று விரும்பினார். ஆனால் அவரால் முடியவில்லை. அவருக்கு ஒரு அர்த்தம் தேவைப்பட்டது, ஒரு நோக்கம் தேவைப்பட்டது. ஃபிராய்டின் வார்த்தைகளில் 'வேலையும் அன்பும்' தேவைப்பட்டன.

அவரால் 'சாதாரண' வேலையைச் செய்ய முடியுமா! **1965**-இல் அவர் வேலையை விட்டு நின்றபோது அவர் நொறுங்கிப் போனார் என்று அவரது அண்ணன் சொல்லியிருக்கிறார். அவரிடம் இரண்டு சிறப்புத் திறன்கள் இருந்தன - ஒன்று மோர்ஸ் சங்கேத மொழி, இன்னொன்று தட்டச்சுத் திறன். நாம் மோர்ஸ் குறியை ஏதாவது ஒன்றுக்குப் பயன்படுத்தினால் ஒழிய இப்போது பயன்படுத்த முடியாது. ஆனால் நன்றாகத் தட்டச்சு செய்வதைப் பயன்படுத்திக் கொள்ளலாம், அவரால் தனது பழைய திறன்களைத் திரும்பப் பெற முடிந்ததென்றால். இது உண்மையிலேயே ஒரு வேலையாக இருக்கும், விளையாட்டாக இருக்காது. ஜிம்மி விரைவாக தனது திறனைத் திரும்பப் பெற்று வேகமாகத் தட்டச்சு செய்தார். ஆனால் அவரால் மெதுவாகத் தட்டச்சு செய்ய முடியவில்லை.

இந்த வேலை ஓரளவு சவாலாகவும், திருப்தி தருவதாகவும் இருந்தது. எனினும் இது மேலோட்டமாகத் தட்டுவதும், தட்டச்சு செய்வதாகவும் இருந்தது. சாதாரணமான ஆழ்ந்து ஈடுபடத் தேவை-யில்லாத வேலை. அவர் தட்டச்சு செய்ததை எந்திரத்தனமாகச் செய்தார். சிறு வாக்கியங்கள் ஒன்றுக்குப் பின் ஒன்றாக ஒரு அர்த்தமும் தராமல் வந்தன - அவரது சிந்தனையைப் பிடித்து நிறுத்தவில்லை.

அவரைப் பற்றிப் பேசும்போது ஆன்மீக அளவில் விபத்துக்குள்ளானவர், ஒரு 'தொலைந்துபோன ஆன்மா' என்று சொல்லத் தோன்றும் ஒரு நோயினால் அவர் ஆன்மா இல்லாத ஒருவராக (de-souled) ஆகி விட முடியுமா? அவருக்கு ஆன்மா இருக்கிறது என்று நீங்கள் நினைக்கிறீர்களா? என்று அருட்சகோதரிகளிடம் கேட்டேன். என்னுடைய கேள்வி அவர்களைக் கோபமூட்டியது. எனினும் நான் ஏன் அதைக் கேட்டேன் என்று அவர்கள் புரிந்து கொண்டார்கள். "ஜிம்மியைச் சிற்றாலயத்தில் பாருங்கள், நீங்களே முடிவு செய்து கொள்வீர்கள்" என்றார்கள்.

நானும் கோயிலுக்குச் சென்று பார்த்தேன். நான் முழுமையாக ஆட்கொள்ளப்பட்டேன், தொடப்பட்டேன். ஏனென்றால், அவரிடம் நான் இதுவரையில் காணாத, அவரிடம் இதுபோன்ற ஓர் உள்ளாற்றல் இருக்கும் என்று எண்ணிப் பார்த்திராத ஒரு ஆழமும் கவனத்தில் நிலைப்பும் ஈர்க்கப்பட்டன. மண்டியிட்டு அவர் நற்கருணை அப்பத்தை நாக்கில் வாங்கிக் கொண்டதைக் கவனித்தேன். நற்கருணை அப்பத்தின் முழுமையையும் நிறையையும் அவருடைய ஆன்மா திருப்பலியின் ஆன்மாவோடு முழுமையாக ஒன்றிப்

போனதையும் நான் சந்தேகப்பட முடியாது. (கிறிஸ்துவர்களின் திருப்பலி பூசையின்போது, இயேசு உடலோடும், இரத்தத்தோடும், அப்பத்திலும், திராட்சை ரசத்திலும் இறங்குவதாக நம்புகிறார்கள். அந்த அப்பத்தைப் பக்தர்கள் பக்தியுடன் உட்கொள்வார்கள்). முழுமையான மன ஒருமைப்பாட்டுடனும், கவனத்துடனும் கூடிய அமைதியின் முழுமையிலும் ஆழத்திலும், அவர் திருப்பலியில் பங்குகொண்டு அப்பத்தில் பங்குகொண்டு அதனுள் நுழைந்தார். ஓர் உணர்வில் அவர் முழுமையாக ஈர்க்கப்பட்டுக் கட்டுண்டிருந்தார். அந்த வேளையில் மறதி இல்லை; கோர்சகாஃப் இல்லை; அங்கே இருக்க முடியும் என்பது சாத்தியம் அல்லது கற்பனை செய்யக் கூடியது என்றுகூடத் தோன்றவில்லை. ஏனென்றால் அப்போது பிழைபடக்கூடிய, தவறக் கூடிய ஒரு எந்திரத்தனத்தில் - பொருளற்ற வரிசை நிகழ்வுகள், நினைவுத் தடங்களின் காலடியில் அவர் இல்லை - ஒரு செயலில், அவருடைய மொத்தமும் - அவருடைய உடல் உயிர் ஆன்மா அனைத்துமாகிய ஒரு செயலில் அவர் மூழ்கிப் போயிருந்தார். அது ஒரு இயற்கையான தொடர்ச்சியையும், ஒருமைப்பாட்டையும், எதனாலும் பிரிக்க முடியாதவாறு இணைந்துள்ள தொடர்ச்சியையும், ஒருமைப்பாட்டையும் அந்த உணர்வும் பொருளும் கொண்டிருந்தன.

ஆன்மீகக் கவனத்தின் செயல்பாட்டின் முழுமையில், தொடர்ச்சியையும் மெய் நிலையையும் ஜிம்மி கண்டார், தன்னையும் கண்டுகொண்டார் என்பது தெளிவாகத் தெரிந்தது. அருட்சகோதாரிகள் சரியாகவே சொன்னார்கள். அவர் தன்னுடைய ஆன்மாவை இங்கு கண்டுகொண்டார். லூரியாவும் 'அப்படித்தான் கண்டார். அவருடைய சொற்கள் எனக்கு நினைவிற்கு வந்தன. "ஒரு மனிதன் நினைவாற்றலால் மட்டும் ஆனவன் அல்ல. அவனுக்கு உணர்ச்சி, தானாக முடிவெடுக்கும் திறன், உணர்வு அனைத்தும் உள்ளன. அவன் அறநெறி உள்ளவன்... இங்கே இருக்கிறான். அவனைத் தொடுங்கள்; அப்போது முழுமையான மாற்றத்தைக் காண்பீர்கள். நினைவு, அறிவார்ந்த செயல், மதி மட்டுமே அவனை இழுத்துப் பிடித்து நிறுத்தாது. ஆனால் அறநெறி சார்ந்த கவனமும் செயலும் அவனை முழுமையாக ஆட்கொள்ளும்.

ஆனால் 'அறநெறி' - 'ஒழுக்க நெறி' என்பது ஒருவேளை மிகக் குறுகிய சொல்லாக இருக்கலாம்; ஆனால் அழகுணர்வு, நாடகம் சார்ந்ததும்கூட இதில் அடங்கியுள்ளன. ஜிம்மியைச் சிற்றாலயத்தில் பார்த்தது, ஆன்மா கவனத்திலும், தெய்வீக உறவிலும் அழைக்கப்பட்டு, கட்டப்பட்டு, அமைதியாக்கப்படும் வேறு தளங்களும் உள்ளன என்பதற்கு எனது கண்களைத்

திறந்தது. இதே மாதிரியான ஈடுபாடும் கவனமுமுள்ள ஆழத்தை இசையிலும் கலையிலும் காணலாம். இசையையும், எளிமையான நாடகங்களையும் 'பின்பற்றுவதில்' அவருக்கு எந்தச் சிரமும் இல்லை என்று கவனித்தேன். ஏனென்றால், இசையிலும் கலையிலும் சங்கமமாகும் ஒவ்வொரு கணமும் வேறு கணங்களைக் குறிக்கிறது, உள்ளடக்கியிருக்கிறது. அவருக்கு தோட்ட வேலை பிடிக்கும்; எங்கள் தோட்டத்தில் சில வேலைகளை எடுத்துக் கொண்டார். முதலில் ஒவ்வொரு நாளும் தோட்டத்தைப் புதிது போலப் பார்த்தார். ஆனால் எப்படியோ தோட்டம் இல்லத்தின் உட்புறத்தைவிட அவருக்குப் பழக்கமாகி விட்டது. இப்போது அவர் தோட்டத்தில், தன்னிலை இழப்பதில்லை, காணாமல் போவதில்லை. கனக்டிக்கட்டில் இளமைக்காலத்தில் அவர் விரும்பி நினைவில் கொண்ட தோட்டங்கள் மாதிரி இதனையும் அமைத்துக் கொண்டார் என்று நினைக்கிறேன்.

விரிவாகும் இடம் சார்ந்த காலத்தில் தொலைந்து போன ஜிம்மி பெர்க்சனின் உள்ளுணர்வு நேரக்கோட்பாட்டில் முழுமையாக ஒழுங்கமைவு பெற்றிருந்தார். (பெர்க்சன் ஃபிரெஞ்சு நாட்டுத் தத்துவ ஞானி. ஐன்ஸ்டைனுடைய காலம் பற்றிய கோட்பாட்டை மறுத்தவர். உள்ளுணர்வு நேரம் பற்றிச் சொன்னவர்) ஏற்றுக் கொள்ளப்பட்ட கட்டமைப்பில் அகதியாக, நிலை கொள்ளாததாக இருந்த ஒன்று, கலையாகவும், மன உறுதி நிலையாகவும் முழுமையாக நிலையாகக் கட்டப்பட்டிருக்கிறது. மேலும் இங்கே ஏதோ ஒன்று அனைத்தையும் தாங்கிக் கொண்டு பிழைத்திருக்கிறது. ஒரு வேலையில் அல்லது புதிரில் அல்லது விளையாட்டில் அல்லது கணக்குப் போடுவதில் மிகக் குறுகிய கால அளவே அறிவுக்கு மட்டுமே சவாலாக இருக்கும் ஒன்றினால் ஜிம்மி கட்டப்பட்டிருந்தால், அவை முடிந்தவுடனே அவர் சிதைந்து போய் மீண்டும் அவருடைய ஒன்றுமில்லாமை எனும் பாதாளத்தில், மறதியில் விழுந்து விடுகிறார். ஆனால் அவர் மனவெழுச்சியில் ஆன்மீக ஈர்ப்பில் - இயற்கை அல்லது கலை பற்றிய தியானத்தில் - இருக்கும்போது, இசையைக் கவனித்துக் கேட்பதில், சிற்றாலயத்தில் திருப்பலியில் பங்கு கொள்வதில் கட்டப்பட்டிருந்தால், அவருடைய கவனம், அவரது மனநிலை, அவரது அமைதி சிறிது நேரம் இருக்கும். எங்களது இல்லத்தில் அவருடைய வாழ்நாளில் பார்த்திராத அமைதி இருக்கும்.

எனக்கு ஜிம்மியை ஒன்பது ஆண்டுகளாகத் தெரியும். அவர் நரம்பு நோய் உளவியலின்படி ஒரு சிறிதும் மாறவில்லை. அவரிடம் இன்னும் கோர்சகாஃப் நோய் மோசமாக இருக்கிறது. தனித்

தனியாகப் பொருட்களை ஒரு வினாடிகள்கூட நிலையில் வைக்க முடியாது. இப்போதிருந்து 1945 வரைப் போக முடியாத மறதி நோய் இருக்கிறது. ஆனால் மனிதத் தன்மையை பொறுத்த வரையில், ஆன்மீகத்தில், அவர் முற்றிலுமாக வேறொரு மனிதர். இப்போது நிலைகொள்ளாமல், அமைதி இழந்து, சலிப்படைந்து தொலைந்து போன ஒருவரில்லை அவர். உலகின் அழகிற்கு, ஆன்மாவிற்கு ஆழ்ந்த கவனம் செலுத்துகிறார். கியர்க்ககார்டின் (தத்துவ ஞானி, இருத்தல் இயலின் தந்தை) எல்லா வகைகளிலும் அழகுணர்வு, அறம், மதம், நாடகம் சார்ந்தவை ஆகிய அனைத்திலும் வளமுடன் இருக்கிறார். நான் அவரை முதலில் சந்தித்தபோது அவர் ஒரு வகை ஹியூமின் நோயின், வாழ்க்கையின் மேற்பரப்பில், பொருளில்லாமல் அலைந்து கொண்டிருக்கும் வாழ்க்கைக்கு அவர் தீர்ப்பிடப்பட்டு விட்டாரா என்று நினைத்தது உண்டு. ஹியூமின் நோயின் (டேவிட் ஹியூம் ஸ்காட்லாந்து தத்துவஞானி) தொடர்பின்மையைத் தூண்டும் வழி ஏதாவது இருக்கிறதா என்று எண்ணியது உண்டு. அறிவியல் எந்த வழியும் இல்லை என்று சொன்னது. ஆனால் காரண காரியம், நிரூபணம் தேடும் அறிவியல், ஆன்மாவைக் கணக்கில் எடுத்துக் கொள்ளவில்லை. தனி மனிதனில் என்ன இருக்கிறது, தனி மனிதனை எது நிர்ணயிக்கிறது என்பதைப் பற்றிக் கருதுவதில்லை. ஒருவேளை இங்கே தத்துவார்ந்த, மருத்துவப் பாடம் ஒன்று இருக்கலாம். கோர்சகாஃப் நோய் அல்லது மன நோய், அதுபோன்ற பேரழிவுகளில் எவ்வளவு பெரிய இயற்கைப் பாதிப்பு ஏற்பட்டிருந்தாலும், ஹியூமின் சிதைவும் இருந்தாலும், கலையால், மனித ஆன்மாவைத் தொடுவதால் மீண்டும் ஒன்றிணைவதற்கான குறையாத சாத்தியக் கூறு இருக்கிறது. முதலில் நரம்பு நோயினால் ஏற்படும் பேரழிவின் நம்பிக்கையற்ற நிலையாகத் தோன்றுவதில் கூட இதனைக் காப்பாற்ற முடியும்.

பின்குறிப்பு

பின்னோக்கிய மறதி நோய் (retrogade amnesia) கார்சகாஃபின் நோய்க் குறிகளில் அதிகம் காணப்படும் என்று எனக்கு இப்போது தெரியும். நிரந்தரமானதாக, 'தூய்மையானதாக இருக்கக் கூடிய, மம்மில்லரி பொருட்கள் மதுவினால் பாதிக்கப்படும் நினைவு இழப்பு - பழமையான கார்சகாஃப் நோய்க்குறி - பெருங்குடிகாரர்களிடம்கூட அபூர்வமாகக் காணப்படும். ஆனால் கார்சகாஃபின் நோய்க் குறியுடன் லூரியின் புற்றுநோய்க் கட்டிகளுடனான நோயாளிகளைப் போல வேறு நோய்களும் சேர்ந்திருக்கும். மைக்ரேன் தலைவலி, தலைக்

காயங்கள், மூளைக்கு இரத்தம் செல்வதில் பாதிப்பு ஆகியவற்றால் ஏற்படும் நிரந்தரமற்ற மொத்த மறதி நோய் (Transient Global Amneisa TGA) கடுமையான (ஆனால் நிலையற்ற) கோர்சகாஃபின் நோய்க் குறி விபரம் ஒன்று அண்மையில் விவரிக்கப்பட்டிருக்கிறது. இதில், ஒரு சில நிமிடங்கள் அல்லது சில மணிநேரங்கள் கடுமையான மறதி ஏற்படலாம். நோயாளி தனது காரை ஓட்டிக் கொண்டிருக்கலாம் அல்லது வேறு மருத்துவ பத்திரிக்கைப் பணிகளை எந்திரம் போலத் தொடரலாம். ஆனால் இதற்குக் கீழ், முழுமையான மறதி நோயும் இருக்கலாம். சொன்னவுடனேயே ஒவ்வொரு வாக்கியமும் மறந்து விடலாம். பார்த்தவை அனைத்தும் ஒரு சில நிமிடங்களில் மறந்து விடலாம். ஆனால் ஏற்கனவே நிரந்தரமாக இருந்த நினைவுகள், வழக்கமான செயல்கள் அப்படியே இருக்கும். (TGA-க்களின் போது எடுக்கப்பட்ட வீடியோக்களை 1986-இல் ஆக்ஸ்போர்டு பல்கலைக்கழக டாக்டர் ஜான் ஹாட்சஸ் கொண்டு வந்தார்.)

மேலும் சில நோயாளிகளில் முழுமையான பின்னோக்கு மறதி நோயும் காணப்படலாம். என்னுடன் பணியாற்றும் டாக்டர் லியான் புரோட்டாஸ் அண்மையில் தான் பார்த்த ஒரு நோயாளியைப் பற்றிச் சொன்னார். அறிவுமிக்க அவரால் சில மணி நேரம் தனது மனைவியையும் குழந்தைகளையும் நினைவுபடுத்த முடியவில்லை. தனக்கு ஒரு மனைவியோ குழந்தையோ இருப்பது கூட மறந்து விட்டது. அதாவது தனது வாழ்க்கையில் முப்பது ஆண்டுகளை இழந்து விட்டார். ஆனால் நல்லவேளையாகச் சில மணி நேரம்தான். இப்படிப்பட்ட நோய்த் தாக்குதல்களிலிருந்து மீண்டு விடுவது உடனடியாகவும் முழுமையாகவும் இருக்கும். எனினும் இப்படிப்பட்ட சிறு தாக்குதல்கள் ஒரே அடியாக பத்திருபது ஆண்டுகள் வளமாக வாழ்ந்த வாழ்க்கையை, வளமான சாதனைகளை, வளமாக நினைவிலிருந்த ஆண்டுகளை முழுவதுமாக அழித்து விடும் ஆற்றல் வாய்ந்தவை. இதுதான் அவற்றின் பயங்கரத் தன்மை. இந்தப் பயங்கரம் மற்றவர்களால்தான் உணரப்படும். நோயாளி, இதுபற்றித் தெரியாமல், மறதி நோயையே மறந்து தான் கவலையின்றி செய்து கொண்டிருப்பதைத் தொடர்வார். பிறகுதான் ஒரு நாளை (சாதாரண மது போதையின் நினைவு இழத்தலில் இருப்பது போல) மட்டுமில்லை. பாதி வாழ்க்கையை மறந்து விட்டோம் என்று கண்டு கொள்வார். அது அவருக்கு அப்போது தெரியாது. ஒருவர் தனது வாழ்நாளின் பெரும் பகுதியை இழக்க முடியும் என்பது ஒரு வித்தியாசமான பயங்கரம்.

வயது வந்த பிறகு, வாழ்க்கை காலம் வருவதற்கு முன்னரே பக்கவாதம், வயது முதிர்ச்சி, மூளைக் காயங்கள் ஆகியவற்றால் முடிவுக்கு வரலாம். ஆனால் வாழ்க்கையின் நினைவு நிலை பொதுவாக இருக்கும், கடந்த காலம் நினைவில் நிற்கும். இது ஒரு வகையில் ஒரு ஈடு என்று கருதப்படுகிறது. "எனக்கு மூளையில் காயம் ஏற்படுவதற்கு முன்னர், நோயில் படுப்பதற்கு முன்னர் வாழ்க்கையை முழுவதுமாக வாழ்ந்து விட்டேன் என்று நினைக்க முடியும். ஒரு ஆறுதலாகவோ சித்தரவதையாகவோ இருக்கக் கூடிய அதை 'முன்னர் வாழ்ந்த வாழ்க்கை' என்ற நினைவு நிலை பின்னோக்கிய மறதி நோயில் எடுக்கப்பட்டு விடுகிறது. புனுவல் சொல்கிற 'வாழ்நாள் முழுவதையும் அழித்து விடுகின்ற இறுதி மறதி நோய் - கடைசி நிலை மனநோயில் ஏற்படலாம்; ஆனால் என்னுடைய அனுபவத்தில் பக்கவாத நோயின் (ஸ்ட்ரோக்) விளைவாக திடீரென்று ஏற்படாது. ஆனால் வேறொரு வகை மறதி நோய் இருக்கிறது. இது திடீரென்று வரக் கூடும். இது வித்தியாசமானது, ஏனென்றால் இது அனைத்தையும் உள்ளடக்கியது அல்ல, ஒரு குறிப்பிட்ட தன்மைக்கு உரியது.

இவ்வாறு என்னுடைய நோயாளி ஒருவருக்கு திடீரென்று மூளையின் பின் பகுதி இரத்த ஓட்டம் நின்று விட்டது. அதனால் மூளையின் கண் பார்வைப் பகுதிகள் உடனே இறந்து விட்டன. உடனே நோயாளி முழுவதுமாகப் பார்வை இழந்து விட்டார். ஆனால் அது அவருக்குத் தெரியவில்லை. பார்ப்பதற்குப் பார்வை இழந்தவராகத் தோன்றினார். ஆனால் அவர் எதுவும் சொல்லவில்லை. கேள்வி கேட்ட பிறகும், சோதனைகள் நடத்திய பிறகு, அவர் மையத்தில் குருடராக ஆகி விட்டார் என்று தெரிந்தது. அது மட்டுமல்ல அவர் காட்சிப் படிமங்களையும், நினைவுகளையும் முழுவதுமாக இழந்து விட்டார். ஆனால் அந்த இழப்பு அவருக்குத் தெரியவில்லை. உண்மையில் அவருக்குப் பார்வை என்ற ஒரு புலனுணர்வு இருப்பது தெரியவில்லை. அவரால் கண்டதை விவரிக்க முடியவில்லை. 'பார்த்தல், ஒளி' போன்ற வார்த்தைகளை நான் பயன்படுத்தியபோது குழம்பிப் போனார். சுருக்கமாகச் சொன்னால் அவர் பார்வையில்லாத ஒருவராக ஆகி விட்டார். பார்த்தல், பார்வை என அவரது முழு வாழ்க்கையும் அவரிடமிருந்து திருடப்பட்டு விட்டது. அவருடைய பார்வை வாழ்க்கை அவரிடமிருந்து ஒரே வீச்சில் முழுமையாக அழிக்கப்பட்டு விட்டது. அப்படிப்பட்ட பார்வை மறதி நோய், அதாவது பார்வையில்லை என்பதையே பார்க்க முடியாதது, மறதி என்பதையே மறந்து விடும் நோய் உண்மையில் பார்வைக்கு உட்பட்ட மொத்த கோர்சகாஃப் நோய்க்குறி.

ஒரு குறிப்பிட்ட பகுதியை மட்டும் தாக்கும் மறதி நோய் புலனுணர்வின் குறிப்பிட்ட வடிவங்களில் மட்டுமே காணப்படும். இது முழுமையாகவும் இருக்கும். முந்தைய அதிகாரமான 'தனது மனைவியை தொப்பியாக நினைத்த மனிதன்' இதற்கு ஒரு எடுத்துக்காட்டு. அங்கே முழுமையான முகத்திற்கான நுண்ணுணர்வு இழப்பு இருந்தது. அந்த நோயாளி முகங்களை அடையாளம் காண முடியாதது மட்டுமல்ல, அவரால் எந்த முகத்தையும் கற்பனை செய்ய முடியவில்லை, நினைவு கூறவும் முடியவில்லை. உண்மையில் அவர் 'முகம்' என்ற கருத்தையே இழந்து விட்டார், மேற்சொன்ன நோயாளி பார்த்தல் அல்லது பார்வை என்ற கருத்தியலையே இழந்து விட்டதுபோல. 1890-களில் இப்படிப்பட்ட நோய்க் குறிகளைப் பற்றி ஆன்டன் விவரித்தார். கோர்சகாஃப், ஆன்டன் ஆகியோரின் நோய்க் குறிகளால் ஏற்படும் விளைவுகள், உலகம், வாழ்க்கை, பாதிக்கப்பட்ட நோயாளிகளின் அடையாளங்கள் ஆகியவை பற்றி இதுவரையில் யாரும் எண்ணிப் பார்க்கவில்லை.

ஜிம்மியைப் பொறுத்த வரையில், அவருடைய சொந்த ஊருக்குக் கூட்டிப் போனால் எப்படிப்பட்ட விளைவு ஏற்படும் என்று நாங்கள் சிந்தித்தது உண்டு. ஆனால் சிறு நகரமாக இருந்த கனக்டிக்கட் இப்போது பெரு நகரமாக வளர்ந்து விட்டது. பின்னர் அப்படிப்பட்ட சூழல்களில் என்ன நடக்கும் என்பதைப் பார்க்க எனக்கு ஒரு வாய்ப்புக் கிடைத்தது. இது கோர்சகாஃப் நோயால் பாதிக்கப்பட்ட இன்னொரு நோயாளியான ஸ்டீபன்ஸி. தொடர்பானது. 1980-ஆம் ஆண்டு அவர் கடுமையாகப் பாதிக்கப்பட்டார். அவருடைய பின்னோக்கு மறதி நோய் இரண்டு ஆண்டுகள் மட்டுமே பின்னோக்கிச் சென்றது. இந்த நோயாளிக்கு சன்னி முதலான பல நோய்கள் இருந்ததால் மருத்துவமனையில் அனுமதிக்கப்பட்டார். எப்போதாவது அவர் வாரக் கடைசியில் வீட்டுக்குப் போனது நெஞ்சைத் தொடும் அனுபவத்தைத் தந்தது. மருத்துவமனையில் அவரால் யாரையும் எதையும் நினைவுபடுத்த முடியவில்லை. அவர் பெரும்பாலும் தன்னிலை இழந்தே இருந்தார். ஆனால் அவரது மனைவி அவரை வீட்டிற்குக் கூட்டிப் போனபோது, உடனே வழக்கமாக வீட்டில் இருப்பது போல ஆகி விட்டார். வீடு அப்போது அவருக்கு தனது மறதிக்கு முந்திய காலப் பெட்டகம் போல இருந்தது. எல்லாவற்றையும் அடையாளம் கண்டுகொண்டார். வீட்டிலிருந்த கருவிகளைச் சரி பார்த்தார். வழக்கமான அவரது சாய்வு நாற்காலியில் உட்கார்ந்தார். பக்கத்து வீட்டுக்காரர்கள், கடைகள், மதுக்கடை,

அருகிலிருந்த திரை அரங்கு ஆகியவற்றைப் பற்றிப்பேசினார். வீட்டில் சிறு மாற்றங்கள் செய்திருந்தாலும் குழப்பமடைந்தார், வருத்தம் அடைந்தார். ("இன்றைக்குத் திரைச் சேலைகளை மாற்றினாயா?" என்று ஒரு முறை மனைவியிடம் கேட்டார். "ஏன்? காலையில்தானே பச்சையாக இருந்தன?" என்றார். ஆனால் 1978-லிருந்து பச்சையாகவே இல்லை. பக்கத்திலிருந்த வீடுகள், கடைகளை ஞாபகம் வைத்திருந்தார். 1978 முதல் 1983 அவை மாறவே இல்லை. ஆனால் திரையரங்கை மாற்றியமைத்ததைக் கண்டு குழப்பமடைந்தார். ('அவர்கள் ஒரே இரவில் அதை இடித்துவிட்டுப் பேரங்காடியை எப்படிக் கட்டலாம்?') அவர் நண்பர்களையும், பக்கத்து வீட்டுக்காரர்களையும் அடையாளம் கண்டு கொண்டார். ஆனால் அவர்கள்தான் எதிர்பார்த்ததைவிட வயதாகி இருந்தது அவருக்கு வினோதமாக இருந்தது (ஓ, அவருக்கு வயது தெரிய ஆரம்பித்து விட்டது. நான் இதுவரையில் இதைக் கவனிக்கவில்லை. இன்று எப்படி அனைவருக்குமே வயதுகூடத் தெரிகிறது?) ஆனால் உண்மையாக மனதைத் தொட்டது, அல்லது பயங்கரம் அவரது மனைவி அவரை ஒரு வித்தியாசமான வீட்டிற்கு அழைத்து வந்தபோது நடந்தது. இது அந்நியமான வீடு. அவர் பார்த்திராதது. அன்னியர்கள் மத்தியில் இவரை விட்டுவிட்டு அவரது மனைவி போய் விட்டார். "என்ன செய்கிறாய்? இது என்ன இடம்? என்ன நடந்து கொண்டிருக்கிறது?" என்று பயந்து குழம்பி அலறினார். இந்தக் காட்சிகளைப் பார்ப்பது தாங்க முடியாததாக இருந்தது. நோயாளிக்கு இது பைத்தியக்காரத்தனமாக, பயங்கரக் கனவாக தோன்றும். ஆனால் நல்லவேளையாக இதை சில நிமிடங்களில் மறந்து விடுவார். கடந்த காலத்தில் புதையுண்ட படிவங்களாக ஆகிப் போன இப்படிப்பட்ட நோயாளிகள் கடந்த காலத்தில் தான் வாழ முடியும், நிலை சிதறாமல் அவர்களைப் பொறுத்த வரையில் காலம் நின்று விட்டது. ஸ்டீபன் R திரும்பி வரும்போது, இல்லாது போன கடந்த காலத்திற்காக பயந்து குழம்பி ஸ்டீபன் R அலறுவதை நான் கேட்கிறேன். ஆனால் நாம் என்ன செய்ய முடியும்? நாம் ஒரு காலப் பெட்டகத்தை, ஒரு நாவலை உண்டாக்க முடியுமா? இங்ஙனம் கால முரண்பாட்டால் மிகுதியாகக் கொடுமைக்குள்ளான ஒருவர் Awareness-இன் ரோஸ்தான். *(அத்தியாயம் 16)*

ஜிம்மி ஓரளவு ஒரு வகை அமைதியை அடைந்துவிட்டார். வில்லியம் *(அத்தியாயம் 12)* தொடர்ந்து உரையாடுகிறார். ஆனால், ஸ்டீபனுக்கு திறந்து கிடக்கும் காலப்புண், குணமாகாத ஒரு துயரம்.

3

உடலிழந்த பெண்

'நமக்கு முக்கியமாக இருக்கின்றவற்றின் அம்சங்கள் அவற்றின் எளிமையினாலும், நமக்குப் பழக்கமாகிப் போய்விடுவதாலும் நம்மிடமிருந்து மன்னிக்கப்படுகின்றன. (நமது கண்களுக்கு முன்னாலேயே எப்போதும் இருக்கும் ஒன்றை நம்மால் கவனிக்க முடியாது.) ஒரு மனிதனுடைய விசாரணையின் உண்மையான அடித்தளங்கள் அவனைப் பாதிப்பது இல்லை.'

- விட்கன்ஸ்டைன்.

(விட்கன்ஸ்டைன் இருத்தலியல் தத்துவ ஞானி)

அறிவு நெறியியல் பற்றி விட்கன்ஸ்டைன் சொல்வதை குறிப்பாக ஷெரிங்டன்* ஒருமுறை 'நாம் இரகசிய அறிவு, ஆறாவது அறிவு என்று சொல்வதை ஒருவரின் உடலியல், உளவியல் ஆகியவற்றின் அம்சங்களுக்கும் பயன்படுத்தலாம். அது நமது உடலின் அசையக் கூடிய பகுதிகளிலிருந்து (தலைகள், தசை நார்கள், மூட்டுகள்) தொடர்ந்து ஆனால் நினைவு நிலையில் இல்லாது இருக்கும் உணர்வினுடைய இயக்கம். அவற்றின் நிலையும், தன்மையும், அசைவும் தொடர்ந்து கண்காணிக்கப்பட்டு, சீரமைக்கப்படுகின்றன. ஆனால் அது தானாகவே, நனவு நிலைக்கு உட்படாமலிருப்பதால் நம்மிடமிருந்து ஒரு வழியில் மறைக்கப்படுகிறது.

★ ஷெரிங்டன் ஒரு பிரிட்டிஷ் நரம்பு உடலியல் நிபுணர். தசைகளின் இயக்கம் பற்றி ஆய்வு செய்தவர்.

நமது மற்றைய ஐந்து புலன்களும் வெளியே தெரியக் கூடியவை. தெளிவாக இருப்பவை. ஆனால், இது - இந்த மறைவான புலன் *1890*-களில் ஷெரிங்டனால் கண்டுபிடிக்கப்பட வேண்டியதிருந்தது. அதை அவர் உள்ளூறுப்புகளுக்குள்ளே ஏற்படும் தூண்டல்களுக்கான துலங்கல் (proprioception) என்று பெயரிட்டார். இப்பெயர் வெளித் தூண்டலுக்கான துலங்கல் (exterioration), உள் தூண்டலுக்கான துலங்கல் (interioration) ஆகியவற்றிலிருந்து இது வேறுபடுத்திக் காட்டுகிறது. மேலும் அது நம்மை நாமே அறிதலுக்கும் தவிர்க்க முடியாததாக இருக்கிறது. ஏனென்றால் உள்ளூறுப்பினுள் ஏற்படும் தூண்டல் - துலங்கலினாலே நமக்கு உடல்கள் இருக்கின்றன என்றும், அது நமது உடமை என்றும், அது நமக்கு உரியது என்றும் நாம் உணர்கிறோம். *(ஷெரிங்கடன் 1906 - 1940)*.

அடிப்படை நிலையில், நம்முடைய உடலைக் கட்டுக்குள் வைக்கவும், இயக்கவும், நமக்குச் சொந்தமாகக் கொள்ளவும் தவிர வேறு எது முக்கியம்? எனினும் அது தானாகச் செயல்படுகிறது, நமக்கு அவ்வளவு பழக்கமாகிப் போனது; எனவே அதைப் பற்றிச் சிந்திப்பதே இல்லை.

ஜோனத்தன் மில்லர் *(ஆங்கில நாட்டவர், மருத்துவர், நாடக இயக்குநர், நடிகர், எழுத்தாளர்)* The Body in question என்ற அழகான தொலைக்காட்சித் தொடரைத் தயாரித்தார். ஆனால் உடல் பொதுவாக, கேள்விக்கு உட்படுவதில்லை. நமது உடல் கேள்விக்கு மேலிருக்கிறது, கீழிருக்கிறது; ஆனால் அவை கேள்வி கேட்கத் தேவையில்லாமலேயே இருக்கின்றன. உடலின் கேள்வி கேட்கப்பட முடியாத தன்மையானது, விட்கன்ஸ்டைனைப் பொறுத்த வரையில், அதன் உறுதித்தன்மைதான். அறிவுக்கும், உறுதித்தன்மைக்கும் தொடக்கமும் அடிப்படையும் அதுதான். தனது கடைசிப் புத்தகத்தை (Of Certainity) இவ்வாறு தொடங்குகிறார்:

“இங்கே ஒரு கையிருக்கிறதென்று உங்களுக்குத் தெரியுமென்றால், மற்றது அனைத்தும் உங்களுக்குத் தரப்படும்” ஆனால் அதே மூச்சில், அதே பக்கத்தில் சொல்கிறார். “அதைச் சந்தேகப்படுவதில் ஏதாவது பொருளிருக்கிறதா என்று நாம் கேட்க முடியும்”... பிறகு “நான் அதைச் சந்தேகப்பட முடியுமா? சந்தேகப்படுவதற்கான அடிப்படை இல்லை!”

உண்மையில் அவரது நூலுக்கு On Doubt என்று பெயர் வைத்திருக்கலாம். ஏனென்றால் அதில் சந்தேகப்படுவதுதான்

அதிகமிருக்கிறதே தவிர, உறுதிப்படுத்துவது இல்லை. குறிப்பாக, நமது உடலின் உறுதிப்பாட்டை எடுத்துக் கொள்ளும் சூழல்கள்; அல்லது நிலைகள் இருக்கலாமோ என்று அவர் நினைக்கிறார். இது ஒருவர் தனது உடலையே சந்தேகப்படுவதற்கான தளத்தை, ஒருவேளை ஒருவர் தனது முழு உடலையுமே முழுச் சந்தேகத்திற்குள் இழந்து விடக்கூடிய நிலையைக் கொடுக்கும். (இந்த ஐயங்கள் அவர் போரின்போது மருத்துவமனையில் நோயாளிகள் மத்தியில் பணியாற்றும்போது தூண்டப்பட்டனவா என்று நாம் எண்ணுகிறோம்.) இது அவருடைய கடைசிப் புத்தகத்தை ஒரு கெட்ட கனவு போலச் சுற்றி வருகிறது.

கிறிஸ்டினா இருபத்தேழு வயது இளம் பெண். ஹாக்கி விளையாடுவாள், குதிரை சவாரி செய்வாள். தன்னம்பிக்கையுள்ள பெண். உடலிலும் மனத்திலும் நல்ல நலத்துடன் இருந்தாள். அவளுக்கு இரண்டு குழந்தைகள். வீட்டில் கணினி நிரலாளராக வேலை பார்த்தாள். அறிவாளி, பண்பட்ட நடத்தை, பாலே நடத்திலும், லேக்லண்ட் கவிஞர்களிடமும் (வோர்ட்ஸ்வொர்த் முதலானோர்) விருப்பம். (ஆனால் விட்கன்ஸ்டைனைத் தெரியுமா என்று தெரியவில்லை). அவள் முழுமையான சுறுசுறுப்பான வாழ்க்கையை வாழ்ந்து வந்தாள். ஒரு நாள்கூட நோய் என்று படுத்ததில்லை. அவளே ஆச்சரியப்படும் வகையில் அவளுக்கு அடிவயிற்றில் வலி ஏற்பட்டது. பித்தப்பைக் கல் இருப்பது கண்டுபிடிக்கப்பட்டு அதை எடுத்து விட வேண்டுமென்று சொன்னார்கள்.

அறுவைச் சிகிச்சைக்கு மூன்று நாட்களுக்கு முன்னர் மருத்துவமனையில் அனுமதிக்கப்பட்டாள். கிருமி தடுப்பு மருந்து (Antibiotic for Microbial Prophylaxis) கொடுக்கப்பட்டது. இது வழக்கமானதுதான். ஒரு முன்னெச்சரிக்கைதான். எந்தவிதமான சிக்கலையும் எதிர்பார்க்க முடியாது. கிறிஸ்டினாவிற்கு இது புரிந்தது. அவள் அறிவுள்ள பெண்ணாதலால் பெரிய பதற்றம் எதுவுமில்லை.

அறுவைச் சிகிச்சைக்கு முந்தைய நாள் அவளுக்கு மிகவும் கலக்கத்தைக் கொடுக்ககூடிய கனாக் கண்டாள். வழக்கமாக அவளுக்கு கற்பனைகளோ கனவுகளோ வராது. கனவில் அவள் கால்கள் நிலை கொள்ளாமல் ஆடிக் கொண்டிருந்தன. காலுக்குக் கீழ் தரையிருப்பதை உணரவில்லை. அவளது கைகள் எதையுமே

உணரவில்லை; அவை அங்கும் இங்கும் ஆடிக் கொண்டிருந்தன. அவள் எடுத்ததெல்லாம் கீழே விழுந்துவிட்டது.

இந்தக் கனவால் அவள் பயந்துவிட்டாள். (எனக்கு இது மாதிரி கனவு வந்ததே இல்லை, எனது மனதைவிட்டு அகலவே இல்லை என்றாள்.) அவளுக்கு எவ்வளவு கவலை ஏற்பட்டது என்றால், ஒரு உளவியல் மருத்துவரின் கருத்தைக் கேட்போம். 'அறுவைச் சிகிச்சைக்கு முந்தைய பதற்றம். சாதாரணமானதுதான் இது மாதிரி அடிக்கடி பார்க்கிறோம்' என்றார்.

ஆனால் அன்று கனவு உண்மையாக ஆனது. கிறிஸ்டினாவிற்கு நிற்க முடியாதபடி கால்கள் செயலிழந்து விட்டன. அங்கும் இங்கும் ஆடின. எடுத்ததெல்லாம் கையிலிருந்து விழுந்து விட்டது.

மீண்டும் உளவியல் மருத்துவர் அழைக்கப்பட்டார். அவரை அழைத்தது அவருக்கு எரிச்சலூட்டியிருக்க வேண்டும். எனினும் ஒரு கணம் அவருக்கே உறுதியாகத் தெரியவில்லை; குழம்பிப் போனார். "பதற்றத்தினால் வரும் இசிவு நோய் (ஹிஸ்டீரியா)" என்று கடுமையாகச் சொன்னார். "மாற்றல் நோய் அறிகுறிகள்: வழக்கமாக இருக்கக் கூடியதுதான்."

ஆனால் அறுவைச் சிகிச்சை அன்று இன்னும் மோசமாயிற்று. கிறிஸ்டினாவால் கீழே காலைப் பார்த்தாலொழிய நிற்க முடியவில்லை. அவளது கைகளில் எதையும் பிடிக்க முடியவில்லை. அவற்றைப் பார்க்காமலிருந்தால், அவை அலைந்து கொண்டிருந்தன. எதையாவது எடுக்கக் கையை நீட்டினால் அல்லது சாப்பிட்டால் கைகள் அவற்றைத் தவறவிட்டு விடும்; மேலே எங்கேயாவது போய் விடும். கட்டுப்படுத்துதல்-அல்லது இணைவு இயக்கம் இல்லாதது போலத் தோன்றியது.

அவளால் உட்காரக்கூட முடியவில்லை. அவளது உடல் தளர்ந்து விட்டது. அவளது முகத்தில் எந்த உணர்ச்சியும் இல்லை. அவளுடைய தாடை திறந்திருந்தது. அவளுடைய பேச்சில் மாற்றம்.

"ஏதோ பயங்கரமான ஒன்று நடந்து விட்டது" என்று தட்டையான குரலில் சொன்னாள். "என்னால் எனது உடலை உணர முடியவில்லை. வினோதமாக இருக்கிறது, நான் உடலில்லாமல் (Disembodied) ஆவியற்ற உடலாக ஆகி விட்டேன்."

அவளிடமிருந்து இதைக் கேட்டது உலுக்கியது. கலக்கமடையச்

செய்தது. இவளுக்குப் பைத்தியமா? அவளுடைய உடலின் நிலை என்ன? தலையிலிருந்து கால் வரை தசையின் விசைக் கட்டுப்பாடு போய் விட்டது. தசையின் விசை, இயக்கம் ஆகியவற்றின் கட்டுப்பாட்டு ஏற்பாடுகள் கெட்டுவிட்டது போல, மேற்புறத்தில் இருந்து எந்தச் செய்தியையும் பெறாதது போல அவளது கைகள் அசைந்தன, ஆடின. அவளுக்குத் தெரியாமலேயே அவள் நினைக்கும் இடத்திற்குப் போகவில்லை.

"இது அபூர்வமான வார்த்தை. இப்படிப்பட்ட வார்த்தைகளை எது தூண்டியிருக்கும் என்பதைக் கற்பனைகூடச் செய்ய முடியவில்லை" என்று நான் மருத்துவர்களிடம் கூறினேன்.

"அது இசிவு நோய், ஹிஸ்டீரியா, டாக்டர் சாக்ஸ் - உளநோய் மருத்துவர் சொல்லவில்லையா?"

"ஆம் சொன்னார். இப்படிப்பட்ட ஹிஸ்டீரியாவை நீங்கள் பார்த்திருக்கிறீர்களா? நிகழ்வுத் தோற்றவியல்படிச் சிந்தியுங்கள். நீங்கள் காணும் தோற்றப்பாட்டை எடுத்துக் கொள்ளுங்கள். உடலின் நிலையும் மனத்தின் நிலையும் இங்கே கற்பனைக் கதையில்லை. மாறாக, உளவியல் சார்ந்த உடலின் மொத்தம். உடலும், மனமும் இழந்த ஒரு படத்தை உங்களுக்குத் தர முடியுமா? உங்களை நான் சோதிக்கவில்லை. உங்களைப் போலவே நானும் குழம்பிக் கலங்கிப் போயிருக்கிறேன். இதற்கு முன்னர் இது போன்ற ஒன்றைக் கற்பனை கூடச் செய்தது இல்லை."

நான் சிந்தித்தேன். அவர்களும் சிந்தித்தார்கள். சேர்ந்தே சிந்தித்தோம்.

"இது மண்டையோட்டின் உட்பக்கச் சிறை அல்லது மடல் சார்ந்த நோய்க் குறியாக இருக்குமோ? என்று ஒருவர் கேட்டார்.

"'அதுபோல இருந்தால்' என்று சொல்லலாம்" என்று நான் விடையளித்தேன்.

"உட்பக்க மடல்கள் வழக்கமான புலன் செய்தியைப் பெறாதது போல."

இப்போது புலனறிவுச் சோதனைகள் சிலவற்றைச் செய்யலாம் - உட்பக்க மடல் (Parietal Lobe) செயல்பாட்டுச் சோதனையும் செய்வோம்."

சோதனைகளை நடத்தினோம். இப்போது ஒரு படம் கிடைக்கத் தொடங்கியது. உள்ளுறுப்புகளுக்குள்ளே ஏற்படும் தூண்டல்களுக்கான துலங்கலில் ஏறத்தாழ முழுமையான பற்றாக்குறை இருந்தது. அவளது கால் விரல்களின் நுனியிலிருந்து தலை வரையில் இருந்தது. அவளுடைய மண்டை ஓட்டு உட்பக்க மடல்கள் வேலை செய்தன. ஆனால் வேலை செய்வதற்கு ஒன்றுமில்லை. கிறிஸ்டினாவிற்கு ஹிஸ்டீரியா இருக்கலாம்; ஆனால் நம்மில் யாரும் காணாத நினைத்துப் பார்க்காத ஏதோ ஒன்று இருந்தது. இப்போது நாங்கள் உள நோய் நிபுணரை அல்ல, உடல் நோய் மருந்து வல்லுநரை (Physiatrist) அவசரமாக அழைத்தோம்.

எங்களுடைய அவசர அழைப்பை ஏற்று அவர் உடனே வந்தார். அவர் கிறிஸ்டியானாவைப் பார்த்துக் கண்களை அகல விரித்தார். உடனே விரைவாகவும், நுணுக்கமாகவும் ஆராய்ந்தார். நரம்பு, தசை இயக்கத்தைச் சோதிக்க மின் சோதனைகளை நடத்தினார். "இது அசாதாரணமானது. இதுபோன்ற ஒன்றைப் பார்த்ததுமில்லை, அது பற்றி யோசித்ததுமில்லை. இவர் எல்லா உள் உறுப்பினுள் இருக்கும் தூண்டல் துலங்கலை இழந்து விட்டார். நீங்கள் சொல்வது சரி - தலை முதல் கால் நகம் வரை. இவருக்கு தசை அல்லது தசை நார் அல்லது மூட்டு உணர்வே இல்லை. வேறு புலன்களிலும் சிறிதளவு இழப்பு இருக்கிறது - மெல்லத் தொடுதல், வெப்பம், வலி ஆகியவற்றோடு இயக்க நார்களிலும்கூட. ஆனால் இது பெருமளவு இட உணர்வு - உள் உறுப்புக்குள் இருக்க வேண்டிய உணர்வு இல்லை - அங்கு தான் பாதிப்பு ஏற்பட்டிருக்கிறது" என்றார் அவர்.

"என்ன காரணம்?" என்று கேட்டோம்.

"நீங்கள்தான் நரம்புநோய் நிபுணர்கள், கண்டுபிடியுங்கள்" என்றார் அவர்.

பிற்பகலில் கிறிஸ்டினாவின் நிலைமை மோசமானது. அவள் அசையாமல் படுத்திருந்தாள். தசை இயக்கம் இல்லை. அவளுடைய மூச்சுகூட சீராக இல்லை. நிலை மோசமாகவும் வினோதமாகவும் இருந்தது. செயற்கை சுவாசக் கருவி பொருத்தலாம் என்று நினைத்தோம்.

தண்டு வடத்தை ஆராய்ந்தபோது, மேற்பகுதி நரம்புத் தொகுதி (Polyneuritis) முழுவதுமாகப் பாதிக்கப்பட்டிருந்தது. ஆனால், இது வித்தியாசமானது. கிஜா-பாரே (Gulliain - Barre Syndrome) நோய்க் குறி (மேற்பரப்பு நரம்புகள் படிப்படியாகப் பாதிக்கப்படும்

நோய்) போன்றதில்லை இது. அதில் தசை மட்டும் அதிகம் பாதிக்கப்படும். ஆனால் இது முற்றிலும் உணர்வு நரம்புகளின் பாதிப்பு. நியூராக்சிஸ் (Neuraxis)[1] முழுவதுமுள்ள தண்டுவட, மூளை நரம்புகளின் புலனுணர்வு வேர்கள் பாதிக்கப்பட்டுள்ளன.

அறுவைச் சிகிச்சை தள்ளிப் போடப்பட்டது. அறுவைச் சிகிச்சை இந்த நேரத்தில் செய்வது பைத்தியக்காரத்தனம். வேறு கேள்விகள் இன்னும் அதிகமான அழுத்தம் தரக் கூடியவை இருந்தன. "இவள் பிழைப்பாளா? நாம் என்ன செய்ய முடியும்?"

"என்ன தீர்ப்பு?" என்று கேட்டாள் கிறிஸ்டினா தீனமான குரலில், இன்னும் தீனமான புன்னகையுடன், நாங்கள் அவளுடைய முதுகுத் தண்டு திரவத்தைச் சோதனை செய்த பிறகு.

"உங்களுக்கு இந்த வீக்கம்... இந்த நரம்பு நோய்..." என்று தொடங்கினோம். எங்களுக்குத் தெரிந்ததை எல்லாம் அவளிடம் சொன்னோம். எங்களுக்கு ஏதாவது மறந்து விட்டால் அல்லது நெருக்கப்பட்டால், அவளுடைய தெளிவான கேள்விகள் எங்களைத் திரும்பக் கொண்டு வந்தன.

"சரியாகுமா?" என்று கேட்டாள். நாங்கள் ஒருவரையொருவர் பார்த்துக் கொண்டோம். "எங்களுக்குத் தெரியவில்லை" என்றோம்.

உடல் என்ற அந்த உணர்வு மூன்று விஷயங்களால் தரப்படுகிறது. பார்வை, சமநிலைப்படுத்தும் உறுப்புகள், உள் உறுப்புகளின் உள்ளே இருக்கும் தூண்டல் துலங்கல் (Proprioception) என்று விளக்கினேன். அவள் அந்த மூன்றாவது காரணியை இழந்து விட்டாள். பொதுவாக இந்த மூன்றும் ஒன்றாக இயங்கும். ஒன்று பழுதுபட்டாலும், மற்ற இரண்டும் ஓரளவிற்கு ஈடு தரும் அல்லது அதன் இடத்தை எடுத்துக் கொள்ளும். எடுத்துக்காட்டாக எனது நோயாளியான திரு மக்ரகர் தனது சமப்படுத்தும் உறுப்புகளைப் பயன்படுத்த முடியாததால் கண்களைப் பயன்படுத்திய விபரத்தை அவளிடம் கூறினேன். (பார்க்க அத்தியாயம் ஏழு). நரம்பு சிஃபிலிஸ் நோய் உள்ள நோயாளிகளுக்கு இதே போன்ற நோயின் அறிகுறிகள் இருக்கும்.

---

[1]. இப்படிப்பட்ட புலன் நரம்பு தொகுப்பு பாதிப்பு அபூர்வமாகவே ஏற்படும். கிறிஸ்டினாவைப் பொறுத்த வரையில் அப்போது (1977) எங்களுக்குத் தெரிந்தவரையில் அசாதாரணமாக குறிப்பிட்ட இடத்தில் காணப்பட்டது. உள் உறுப்புகளுள்ள நார்கள் மட்டுமே பெரிதும் பாதிக்கப்பட்டிருந்தன. (Sterman 1979 பார்க்கவும்)

ஆனால் காலில் மட்டுமே இருக்கும் அவர்கள் தங்களுடைய கண்களைப் பயன்படுத்தி அந்த இழப்பை ஈடு கட்டுவார்கள். (பார்க்க அத்தியாயம் ஆறு). அப்படிப்பட்ட நோயாளியிடம் அவருடைய கால்களை நகர்த்தச் சொன்னால் அவர், "கண்டிப்பாக, டாக்டர் நான் அவற்றைக் கண்டுபிடித்தவுடன்" - என்பார்.

கிறிஸ்டினா மிகவும் கவனமாகக் கேட்டாள், நம்பிக்கை இழந்த நிலையில்.

"அப்படியானால் நான் செய்யக் கூடியது." என்றாள் மெதுவாக. "என்னுடைய பார்வையை எனது கண்களை, நான் என்னுடைய - என்ன சொன்னீர்கள் - ப்ரோப்ரியோசெய்ஷனைப் பயன்படுத்திய சூழலில் எல்லாம் - பயன்படுத்த வேண்டும். நான் என்னுடைய தோள், கைகளையெல்லாம் இழந்து விடுவேன் என்று கவனித்திருக்கிறேன். அவை ஒரு இடத்தில் இருக்கும் என்று நினைத்தால் அவை வேறு இடத்தில் இருக்கின்றன. இந்த உள் உறுப்புத் தூண்டல் துலங்கல் உடலின் கண்கள் போல, உடல் தன்னைப் பார்த்துக் கொள்வது போல இருக்கிறது. அது போய் விட்டால் உடலே கண்ணை இழந்தது போல ஆகிறது. எனக்கு நடந்தது போல. என்னுடைய உடல் தனது கண்களை இழந்து விட்டால் அது தன்னையே பார்த்துக் கொள்ள முடியாது. சரியா? எனவே நான் அதனைக் கவனிக்க வேண்டும். அதனுடைய கண்களாக இருக்க வேண்டும். சரியா?"

"சரி. சரி. நீங்கள் உடற்கூறு வல்லுநராக இருக்க வேண்டியவர்."

"நான் ஒரு வகையில் உடற்கூறு இயல் வல்லுநராக இருக்க வேண்டும். ஏனென்றால் என்னுடைய உடற்கூறு சரியில்லாது போய் விட்டது. அது இயற்கையாக மீண்டும் சரியாக முடியாது" என்றாள்.

கிறிஸ்டினா இவ்வாறு மன உறுதியைக் காட்டியது நல்லதாகப் போயிற்று. ஏனென்றால் அவளது வீக்கம் குறைந்து முதுகுத்தண்டு திரவம் சரியான நிலைமைக்கு வந்தாலும், அவளுடைய உள் உறுப்புகளிலுள்ள தூண்டல் துலங்கல் நார்களுக்கு ஏற்பட்ட பாதிப்பு தொடர்ந்தது. எனவே அவளுக்கு நரம்புப் பாதிப்பிலிருந்து மீட்சி ஒரு வாரம், ஒரு ஆண்டு ஆனாலும் பெற வாய்ப்பில்லை. இப்போது எட்டு ஆண்டுகள் கழிந்து விட்டன. மனவெழுச்சி, அறநெறி, நரம்பு மண்டலம் ஆகியவற்றில் அவள் எல்லா வகையிலும் விட்டுக் கொடுத்த ஒரு வகை வாழ்க்கையை நடத்தினாள்.

முதல் வாரம் கிறிஸ்டினா ஒன்றும் செய்யவில்லை, பேசாமல் படுத்திருந்தாள். சரியாகச் சாப்பிடவில்லை. மொத்தத்தில் அதிர்ச்சியில் இருந்தாள். பயங்கரம், நம்பிக்கையின்மை. இயற்கையாக குணம் ஏற்படாவிட்டால், அது எப்படிப்பட்ட வாழ்க்கையாக இருக்கும்? அவள் செய்யும் ஒவ்வொரு அசைவும் செயற்கையாக இருந்தால்? அவள் உடலையே இழந்து விட்டாள் என்று உணர்ந்தால் அந்த வாழ்க்கை எப்படி இருக்கும்?

பிறகு வாழ்க்கை மீண்டும் தன்னை நிலைப்படுத்திக் கொண்டது, எப்போதுமே அப்படித்தான். கிறிஸ்டினா இயங்கத் தொடங்கினாள். முதலில் அவளால் தன்னுடைய கண்களைப் பயன்படுத்தாமல் எதுவும் செய்ய இயலாது. கண்களை மூடிய அடுத்த வினாடியே ஒன்றும் செய்ய முடியாத ஒரு குவியல் போல விழுந்து விடுவாள். முதலில் அவள் தனது உடலின் ஒவ்வொரு பாகத்தையும் அது இயங்கும் போது கவனமாக, தனது மனம் முழுவதையும் ஒருமுகப்படுத்திப் பார்த்து, தனது பார்வையில் கண்காணிக்க வேண்டியிருந்தது. நினைவோடு கண்காணித்து ஒழுங்குபடுத்தப்பட்ட அவளது இயக்கங்கள் முதலில் செயற்கையாக, அசிங்கமாகத் தோன்றின. ஆனால் பிறகு அவளது அசைவுகளும் இயக்கங்களும் மிக மென்மையாக அமைக்கப்பட்டு நளினமாகவும், இயற்கையாகவும் ஆயின. நாளுக்கு நாள் தாமாக இயங்கும் ஆற்றல் அவற்றிற்கு அதிகமானதைக் கண்டு நாங்கள் இருவருமே மகிழ்ச்சியும் வியப்பும் அடைந்தோம். எனினும் இன்னும் அவை முழுவதுமாக கண்களையே சார்ந்திருந்தன.

இப்போது வாரா வாரம், அதிகம் அதிகமாக, உள் உறுப்புகளுள் நிகழும் தூண்டல் துலங்கலின் அனிச்சையாக நிகழும் பின்னூட்டத்தின் இடத்தை பார்வையால் வரும் அனிச்சைப் பின்னூட்டம், பார்வைத் தானியக்கமும், அனிச்சைச் செயல்பாடும் சரளமாகவும் ஒன்றுக்கொன்று சேர்தல் எடுத்துக் கொண்டது. இன்னும் அடிப்படையான மாற்றம் நடந்து கொண்டிருப்பது சாத்தியமா? வழக்கமாக மிகவும் வலிமையிழந்து இருக்கும், (பார்வை இழந்தவர்களிடம் அது முழுவதுமாக இருக்காது), பொதுவாக புரோபிரியோசெப்டிவ் உடல் மாதிரிக்குத் துணையாக இருக்கும் மூளையின் உடலின் பார்வை மாதிரி வலிமை பெறுகிறதா? இப்போது புரோபிரியோசெப்டிவ் உடல் மாதிரி இல்லாததால், இது ஈடாக அல்லது மாற்றாக அதிகமான, விதி விலக்கான, அசாதாரண சக்தி பெறுகிறதா? இதனோடு சேர்ந்து செவியையும், மூளையையும் இணைக்கும் செவி முன்றில் முதலான இணைப்புகளின்

இழப்புகள் | 85

உடல் - மாதிரி அல்லது உடல் படிவம் ஈடுகட்டுவதற்காக அதிகமாகியிருப்பதையும் சேர்த்துக் கொள்ள வேண்டும். நாங்கள் எதிர்பார்த்ததை விட, நம்பியதை விட அதிகமாகவே முன்னேற்றம் ஏற்பட்டது.[2]

செவி முன்றில் (Vestibular) பின்னூட்டம் அதிகப்பட்டதோ இல்லையோ, அவளுடைய காதுகளின் பயன்பாடு, கேட்கும் திறன் பின்னூட்டம் அதிகரித்தது. வழக்கமாக இது துணை நிலையிலேயே இருக்கும். பேசும்போது இது முக்கியமில்லை. தலையில் சளிப் பிடித்தால் கேட்க முடியாமல் போனாலும், பேச்சு இயற்கையாகவே இருக்கும். பிறக்கும்போதே கேட்கும் திறனில்லாதவர்களில் சிலர் நல்ல பேச்சுத் திறனைப் பெறுகிறார்கள். ஏனென்றால் பேச்சின் ஏற்ற இறக்கம், நமது பேச்சு உறுப்புகளிலிருந்து வரும் உள்ளோட்டங்களால் பராமரிக்கப்பட்டு இயற்கையாகவே உள் உறுப்புகளுள் தூண்டல் துலங்கலைப் (பிரோப்ரியோசெப்டிவ்) பெற்றிருக்கும். கிறிஸ்டினா இந்த இயற்கையான உள்ளோட்டத்தை இழந்து விட்டாள். இயற்கையான பிரோபிரியோசெப்டிவ் பேச்சுத் தொனியையும், நிலையையும் இழந்து விட்டாள். எனவே இதற்குப் பதிலாக அவள் தனது செவிகளை, கேட்டல் பின்னூட்டத்தைப் பயன்படுத்த வேண்டியிருந்தது.

பின்னூட்டத்தின் இந்தப் புதிய ஈடாக வரும் வகைகளோடு, கிறிஸ்டினா புதிய, ஈடுகட்டும் முன்னூட்டத்தின் (Feed Forward) வகைகளையும் வளர்த்துக் கொண்டாள் - முதலில் இது வேண்டுமென்று முயன்று செய்ய வேண்டியதாக இருந்தது. பிறகு அது அனிச்சைச் செயலாக, தாமாகவே செயல்படுவதாகப் படிப்படியாக வளர்ந்தது. இவை அனைத்திலும், அவளுக்கு மறுவாழ்வுப் பணியாளர்கள் பரிவோடும், திறமையாகவும் உதவினார்கள்.

---

2. பர்தான் மார்ட்டின் *The Basil Ganglia Posture* (1967 P–32)–இல் விவரிக்கும் இன்னொரு நோய் விபரத்தை ஒப்பிடுக. நோயாளி, உடலியக்கப் பயிற்சி பல ஆண்டுகள் தந்த பிறகும் சாதாரணமாக நடக்க முடியவில்லை. அவருடைய கஷ்டம் என்னவென்றால், நடக்கத் தொடங்குவதும், முன்னால் தன்னைத் தள்ளவும். நாற்காலியிலிருந்து எழவும் அவரால் முடியாது. கால்களையும் கைகளையும் சேர்த்து ஊன்றி நிற்க முடியாது. ஊர்ந்து போக முடியாது. நிற்கும் போதும் நடக்கும் போதும் முழுவதுமாக தனது பார்வையையே நம்பி இருந்தார். கண்களை மூடினால் கீழே விழுந்து விடுவார். முதலில் நாற்காலியில் உட்கார்ந்து கண்களை மூடி விட்டால் அவரால் உட்கார முடியாது. ஆனால் படிப்படியாக அந்தத் திறமையை பெற்றுக் கொண்டார்.

கிறிஸ்டினாவிற்கு இந்தப் பெரும் துன்பம் ஏற்பட்டபோதும், அதன் பிறகு ஏறக்குறைய ஒரு மாதமாகவும் அவள் துணிப் பொம்மை போல, உட்கார முடியாமல் சரிந்து விழுந்தாள். ஆனால் மூன்று மாதங்களுக்குப் பிறகு மிக நன்றாகவே, ஒரு நடனக்காரியின் அபிநயம் போல, நேராக உட்கார்ந்ததைப் பார்த்து நான் அதிசயித்தேன். ஆனால் அவள் உட்கார்ந்திருந்த முறை வேண்டுமென்று தெரிந்தோ, வழக்கம் போலவோ ஏற்றுக் கொள்ளப்பட்டு தொடர்ந்ததாக, ஒரு நாடக நடிப்புப் போல, இயற்கையாக இருப்பதற்கு இயலாததால் அப்படி இருப்பது போல் இருந்ததை நான் கண்டுபிடித்தேன். இயற்கையை விட்டு விட்ட பிறகு அவள் செயற்கையான நடிப்பை மேற்கொண்டு விட்டாள். ஆனால் இந்த நடிப்புமே இயற்கை அவளுக்குச் சொல்லிக் கொடுத்ததுதான்; அவளது 'இரண்டாவது இயல்பாக' (Second Nature) அது ஆகிவிட்டது. அதுபோலத்தான் அவளது குரலும்; தொடக்கத்தில் அவள் ஊமை போலத்தான் இருந்தாள்.

இதுவும்கூட நாடக மேடையில் பார்வையாளர்களுக்குச் சொல்லப்படுவதுபோல இருந்தது. நாடக மேடைத்தனமான குரல் - அது நடிப்பில்லை, விகாரமான நோக்கம் எதுவுமில்லை. ஆனால் அது இயற்கையான குரலாக இல்லை. அவளுடைய முகம்கூட உணர்ச்சி எதையும் காட்டவில்லை; ஆனால் உள் மனவெழுச்சிகள் முழுமையாக இயற்கையான ஆழத்தோடு இருந்தன. இதற்குக் காரணம் பிரோபிரியோசெப்டிவ் முகத்தசை விசையோடும் (Facial Tone), தோற்ற அமைப்போடும் (Posture) இல்லை.[3] பேச்சிழப்பினால் பாதிக்கப்பட்ட நோயாளிகள் மிகைப்படுத்தப்பட்ட அழுத்தங்களும், நீட்டல்களும் கொடுப்பது போல, இவளும் முக வெளிப்பாட்டில் செயற்கையாக மிகைப்படுத்தாமல் இருந்தால் அப்படி எடுத்துக் கொள்ள வேண்டியதிருக்கும்.

எனினும், இந்த முயற்சிகள் எல்லாம் முழுமையான விளைவைத் தருவதாக இருக்க முடியாது. இவளது வாழ்க்கையைச் சாத்தியமாக்கின. அதனை இயற்கையானதாக ஆக்கவில்லை.

---

3. *பர்டோன் மார்ட்டின் மட்டுமே. முக, குரல் 'தோற்ற அமைப்பு நிலை'யைப் பற்றியும், பிரோபிரியோசெப்டிவ் ஒன்று சேர் அமைவில் அவற்றின் இடம் பற்றியும் பேசுவார். நான் அவரிடம் கிறிஸ்டினாவைப் பற்றிச் சொல்லி அவளுடைய படங்களையும், ஒலி நாடாக்களையும் காட்டியபோது அவர் வியப்படைந்தார் – இங்கே தரப்பட்டிருக்கும் ஆலோசனைகளும், கருத்துகளும் அவருடையவை.*

கிறிஸ்டினா நடக்கவும், பொது வண்டிகளில் பயணிக்கவும், வழக்கமான வாழ்க்கையை வாழவும் கற்றுக்கொண்டாள். ஆனால் மிகுந்த எச்சரிக்கையோடு இருக்க வேண்டியதாயிற்று. செய்கின்ற முறைகளும் வினோதமாக இருந்தன. அவளுடைய கவனம் தவறி விட்டால் அந்த வழிகளும் செயலற்றுப் போகும். அவள் பேசிக் கொண்டிருக்கும் போது சாப்பிட்டால் அல்லது அவளது கவனம் வேறெங்காவது இருந்தால், அவளுடைய கத்தியையும், முள் கரண்டியையும் இறுக்கமாகப் பிடித்துக் கொள்வாள். அவளுடைய நகங்களிலும் விரல் நுனிகளிலும் இரத்த ஓட்டம் நின்று போகும். ஆனால், அந்த வலிதரும் அழுத்தத்தைக் குறைத்தால், அவள் அவற்றை அப்படியே கீழே போட்டு விடுவாள். அவற்றை மீண்டும் பிடிக்க முயற்சி இருக்காது.

இவ்வாறு, நரம்பு மண்டலத் தொடர்பாகக் குணம் பெறுவதன் அடையாளம் எதுவும் இல்லாவிட்டாலும், அதாவது உடற்கூறு ரீதியாக நரம்பு நார்களுக்கு ஏற்பட்ட பாதிப்பு மாறாவிட்டாலும், செயல்பாட்டில் ஏறத்தாழ ஓராண்டில் ஆழ்ந்த கவனத்துடன் தரப்பட்ட பல வகைப்பட்ட சிகிச்சையால் நல்ல முன்னேற்றம் ஏற்பட்டது. (அவள் மருத்துவமனையில் நோய் மீட்புப் பிரிவில் ஓராண்டு வரையில் இருந்தாள்). இப்போது அவள் பல வகைப்பட்ட மாற்றுச் செயல்களைக் கொண்டு செயல்பட முடிந்தது. கடைசியாக அவள் மருத்துவமனையைவிட்டு வீட்டிற்குச் சென்று குழந்தைகளோடு சேர்ந்து கொண்டாள். வீட்டிலுள்ள கணினியை அசாதாரணமான திறனோடும் ஆற்றலோடும் பயன்படுத்தக் கற்றுக் கொண்டாள். பார்வையால் மட்டுமே அனைத்தையும் செய்ய முடியும், உணர்வினால் அல்ல என்று புரிந்து கொண்டாள். பயன்படுத்தக் கற்றுக் கொண்டாள். ஆனால் அவளுடைய உணர்ச்சிகள் எப்படி இருந்தன? முதலில் அவள் சொன்ன "நான் உடலில்லாமல் ஆவியற்ற உயிராக மாறி விட்டேன்" என்று முதலில் சொன்ன அந்த உணர்வு அவள் பதிலிகளைப் பயன்படுத்துவதால் போய் விட்டனவா?

அதற்கு விடை - கொஞ்சமும் இல்லை. உள் உறுப்புக்குள் தூண்டல் துலங்கல் இல்லாதது தொடரும்போது, அவளது உடல் இறந்துவிட்டது, அது உண்மையில்லை - அது அவளுடையது இல்லை, அதனைத் தனதென்று உரிமை கொண்டாட முடியாது என்று இன்னும் உணர்கிறாள். இந்த நிலைக்கு அவளால் எந்தச் சொல்லையும் காண முடியவில்லை. பிற புலன்களிலிருந்து ஒப்புமைகளைத்தான் அவள் பயன்படுத்த முடிந்தது. "எனது உடல்

எனக்குக் குருடாகவும், செவிடாகவும் தோன்றுகிறது. அதற்கென்று ஓர் உணர்வு இல்லை" - இவைதான் அவளுடைய சொற்கள். இப்படி இல்லாமல் போன ஒரு நிலையை, பார்வை இழப்பு, கேட்கும் திறன் இழப்பு போல புலனுணர்வு இருள் அல்லது மௌனத்தை விவரிக்க அவளிடம் நேரிடையான சொற்கள் இல்லை; அவளிடம் வார்த்தைகள் இல்லை; நம்மிடமுமே இல்லை. சமுதாயத்திடம் இந்த நிலைகள் பற்றி விவரிக்க வார்த்தைகள் இல்லை; பரிவும் இல்லை. பார்வை இழந்தவர்களாவது கனிவோடு நடத்தப்படுகிறார்கள் - அவர்களது நிலையை நம்மால் கற்பனை செய்ய முடிகிறது; அதனால் அவர்களைக் கருணையோடு நடத்துகிறோம். ஆனால் கிறிஸ்டினா கஷ்டப்பட்டு அலங்கோலமாகப் பேருந்தில் ஏறும்போது அவளைப் புரிந்து கொள்ளாமல் கோபமான வசவுகள்தான் கிடைக்கின்றன. "உனக்கு என்ன வந்தது? குருடியா? - குடித்திருக்கிறாயா?" என்பார்கள். அவள் என்ன பதில் சொல்ல முடியும்? "எனக்கு பிரோபிரியோசெப்டிவ் இல்லை" என்று சொல்ல முடியுமா? சமுதாயத்தில் பரிவும் பாதுகாப்பும் இல்லாதது இன்னொரு சிலுவை. உடல் ஊனமுற்றவர், ஆனால் அவளுடைய ஊனம் என்ன என்பது தெளிவாக இல்லை. வெளித்தோற்றத்திற்கு அவள் பார்வை இல்லாதவளாகவோ, பாரிச நோய் வந்தவளாகவோ, எந்த நோயும் இருப்பவளாகவோ தோன்றவில்லை. எனவே அவளை ஏமாற்றுக்காரி என்றோ, முட்டாள் என்றோ கருதி அவ்வாறு அவளை நடத்துகிறார்கள். மறைவில் - உள்ளே - இருக்கும் புலன்களில் சீர்குலைவு ஏற்பட்டவர்களுக்கு இப்படித்தான் நடக்கிறது (செவி முன்றில் பாதிப்பு ஏற்பட்ட நோயாளிகளுக்கும் இவ்வாறே நடக்கிறது.)

கிறிஸ்டினா விவரிக்க முடியாத கற்பனை செய்ய முடியாத ஓர் உலகத்தில் வாழத் தள்ளப்பட்டாள். உலகமில்லா உலகில், வெறுமையில் என்று சொல்வது கூடப் பொருத்தமாக இருக்கும். சில வேளைகளில், எல்லோரும் இருக்கும்போது அல்ல - தனியாக என்னிடம் மனம் வருந்திச் சொல்வாள். "என்னால் உணர முடிந்ததென்றால், ஆனால் அது எப்படி இருக்கும் என்பதே எனக்கு மறந்து விட்டது. நான் எல்லோரையும் போல நார்மலாகத் தானே இருந்தேன்! எல்லோரையும் போல என்னால் இயங்க முடிந்தது அல்லவா?"

"ஆம், உறுதியாக."

"'உறுதியாக' என்பதெல்லாம் வேண்டாம். எனக்கு ஆதாரம் வேண்டும்."

அவளது பல்வகை நரம்பு நோய் வருவதற்குச் சில வாரங்களுக்கு முன்னர் அவளது குழந்தைகளுடன் அவள் இருந்த திரைப்படத்தைக் காண்பிக்கிறேன்.

"ஆம், உறுதியாக, நான் தான் அது!" கிறிஸ்டினா புன்னகை செய்கிறாள், பிறகு அரற்றுகிறாள். "ஆனால் அந்த நளினமான பெண்ணை நானாக அடையாளம் காண முடியவில்லை. அவள் போய் விட்டாள். அவளை எனக்கு நினைவில்லை. அவளை என்னால் கற்பனைகூடச் செய்ய முடியாது. என்னிடமிருந்து எதையோ, என்னுடைய மையத்திலிருந்து - தோண்டி எடுத்து விட்டார்கள். தவளைகளை அப்படித்தானே செய்கிறார்கள்? மையப் பகுதியைத் தண்டு வடத்தை, தோண்டி எடுத்து, பாடம் பண்ணுகிறார்கள். நானும் அப்படித்தான் - தவளையைப் போல உள்ளுறுப்புகளெல்லாம் எடுக்கப்பட்டவள். எழுந்து வா - பார், கிறிசைப் பார் - பாடம் செய்யப்பட்ட முதல் மனிதர். அவளுக்கு உள்ளுறுப்புக்குள் தூண்டல் துலங்கல் இல்லை - தன்னைப் பற்றியே உணர்வே இல்லை - உடலிழந்த கிரிஸ், பாடம் செய்யப்பட்ட பெண்!" அவள் இசிவு நோய் வந்தவள் போலச் சிரிக்கிறாள். நான் அவளை அமைதிப்படுத்துகிறேன், 'அவள் சொல்வது சரியா?' என்று சிந்தித்துக்கொண்டே.

ஏனென்றால் ஒரு வகையில் அவள் உறுப்புகளெல்லாம் எடுக்கப்பட்டவள்தான். உடலில்லாதவள், ஒரு வகை ஆவி உரு. அடிப்படையான அடையாளம் என்கின்ற இயற்கையானதொரு நங்கூரத்தை, உடல் எனும் அடையாளத்தை, அவளுடைய அசைவுகளையுணர்தலை இழந்தகையோடு இழந்து விட்டாள். 'உடல் ஆளை' (Body - Ego)த்தான் ஃப்ராய்ட் தான் என்பதன் அடிப்படை என்று காண்கிறார். "தான் என்பது முதலாவதாக உடல் - ஆள்". உடல் பற்றிய புலனறிவு அல்லது உடல் படிமத்தில் ஆழமான அதிர்வுகள் ஏற்படும்போது இப்படிப்பட்ட தான் என்பதை இழத்தல் (Depersonalization) அல்லது தன்னறிவு கொள்வதை இழத்தல் (De-Realization) எப்போதும் நிகழும். வெய்ர் மிட்சல் (அமெரிக்க மருத்துவர், எழுத்தாளர்) அமெரிக்க உள்நாட்டுப் போரின்போது கால் இழந்தவர்களிடமும் நரம்பு பாதிக்கப்பட்ட நோயாளிகளிடமும் பணியாற்றியபோது இதைப் பார்த்து மிகச்சிறப்பாக விவரித்திருக்கிறார். தோற்றப்பாட்டில் மிகத்

துல்லியமான புகழ் மிக்க பாதி கதையும் பாதி உண்மையும் கலந்த விவரிப்பில் பார்க்கிறோம். (இது ஜார்ஜ் டெட்லோ என்ற அவருடைய மருத்துவர் - நோயாளி கூறியது).

சில நேரங்களில் என்னைப் பற்றியே எனது உயிர் வாழ்க்கையைப் பற்றியே நான் முழு நினைவோடு இல்லை என்பதைக் கண்டேன். இந்த உணர்வு மிகவும் புதியது. என்னைக் குழப்பத்தில் ஆழ்த்தியது. நான் யாரிடமாவது நான்தான் உண்மையில் ஜார்ஜ் டெட்லோவா என்று கேட்க வேண்டும் போன்று தோன்றும். ஆனால் அப்படிப்பட்ட கேள்விக்குப் பிறகு நான் எவ்வளவு அபத்தமாகத் தோன்றுவேன் என்பது எனக்குத் தெரியுமாதலால் நான் கேட்க மாட்டேன். என்னுடைய உணர்ச்சிகளை இன்னும் ஆழமாக அலச முயற்சி செய்தேன். சில சமயங்களில் நானாகத்தான் இருக்க வேண்டும் என்பது இல்லாதது மிக அதிகமாக துன்பம் தரக் கூடியதாக இருக்கும். தனி மனிதத் தன்மையின் 'தான்' என்ற உணர்வின் பற்றாக்குறை என்று தான் என்னால் இதை விவரிக்க முடியும்.

"தனி மனிதத் தன்மையின் தான் என்ற உணர்வின் பற்றாக்குறை". கிறிஸ்டினாவைப் பொறுத்த வரையில் காலம் செல்லச் செல்ல பழக்கப்பட்டவுடன் குறைந்து விட்டது. ஆனால் இந்தக் குறிப்பில், உடல் உறுப்புகளின் அடிப்படையிலான உடலின்மை என்ற உணர்வு முதல் நாள் இருந்தது போலவே அதிகமாகவும், அச்சுறுத்தக் கூடியதாகவும் இருந்தது. தண்டுவடத்தில் குறுக்கு வெட்டு ஏற்பட்ட நோயாளிகளும் இப்படி இருப்பார்கள். ஆனால் அவர்களுக்கு பக்கவாதம் இருக்கும். ஆனால் உடலில்லா கிறிஸ்டினா எழுந்து நடனமாடினாள்.

அவளுடைய தோலைத் தூண்டியபோது சிறிது நேர இயக்கம் இருந்தது. அவள் வெளியே போகிறாள். அவளுக்குத் திறந்த கார்கள் பிடிக்கும். அப்போது அவளது உடலிலும் முகத்திலும் காற்று படும். (மேலோட்டமான உணர்வு, மென்மையான தொடுதல் ஓரளவுதான் பாதிக்கப்பட்டிருக்கிறது). "பிரமாதம்! என்னுடைய கைகளிலும் முகத்திலும் காற்றுப் படுகிறது. அதை உணர்கிறேன். அப்போது எனக்கு கைகளும், முகமும் இருக்கின்றன என்று தெரிகிறது - மங்கலாக. அது உண்மையானது இல்லைதான் - பயங்கரமான இந்த செத்துப்போன முகத்திரையை சிறிது நேரம் தாக்குகிறது."

ஆனால் அவளது சூழல் 'விட்கன்ஸ்டைன்' சூழல் 'இங்கே ஒரு கை இருக்கிறது' - உள் உறுப்பினுள் தூண்டல் துலங்கல் இல்லாமை, நரம்பின் வழிக் கடத்தல் இல்லாமை இருத்தல், நிரூபிக்கப்படக் கூடிய அறிவு சார்ந்த நிலையை அவள் இழக்கச் செய்து விட்டது என்பது அவளுக்குத் தெரியாது. இந்த உண்மையை அவள் செய்வது எதுவும், சிந்திப்பது எதுவும் மாற்ற முடியாது. அவள் தனது உடலைப் பற்றி உறுதியாக இருக்க முடியாது. அவளது நிலையில் விட்கன்ஸ்டைன் என்ன சொல்லியிருப்பார்?

அசாதாரணமான வழியில் அவள் வெற்றி பெற்றுவிட்டாள், தோற்றும் போனாள். இயக்குவதில் அவள் வெற்றி பெற்றுவிட்டாள் - இருத்தலில் அல்ல. அவளுடைய மனத் திண்மை, உறுதி, விடாப்பிடியான முயற்சி, சுதந்திர மனப்பான்மை, புலன்களின் இளக்கம், நரம்பு மண்டலம் ஆகியவை அனுமதிக்கும், ஏற்றுக் கொள்ளும் தன்மைகளில் அவள் நம்பமுடியாத அளவிற்கு வெற்றி பெற்றிருக்கிறாள். அவள் இதற்கு முன் கண்டிராத சூழலைச் சந்தித்தாள், சந்திக்கிறாள். கற்பனை செய்யமுடியாத இக்கட்டுகளையும் இடையூறுகளையும் எதிர்த்துப் போராடியிருக்கிறாள். வெற்றி கொள்ள முடியாத, பிறர் மேல் முத்திரை பதிக்கின்ற மனிதராக அவள் உயிர் பிழைத்திருக்கிறாள். அவள் நரம்பு நோய் பாதிக்கப்பட்ட, பாராட்டப்படாத வீரர், வீராங்கனைகளில் ஒருத்தி.

எனினும் அவள் இன்னும் எப்போதும் குறையுள்ளவளாய், தோற்றுப் போனவளாயிருப்பாள். உலகத்திலுள்ள ஆன்மா முழுவதும், பேரறிவும், நரம்பு மண்டலமும் தரக்கூடிய பதிலிகளும், ஈடுகளும் அவளுடைய நிரந்தமான பிரோபிரியோசெப்ஷன் இழப்பை மாற்ற முடியாது; அந்த மிக உயிராதாரமான ஆறாவது அறிவை - அது இல்லாதபோது உடலே உண்மையில்லாமல், சொந்தமென்று யாருமில்லாமல் இருக்கும் ஆறாவது அறிவைத் - தர முடியாது.

எட்டாண்டுகளுக்கு முன்னர் இருந்தது போலவே 1985லும் உள்ளே ஒன்றுமில்லாமல் கிறிஸ்டினா இருக்கிறாள். அவள் வாழ்நாள் முழுவதும் அப்படித்தான் இருப்பாள். அவளது வாழ்க்கை இதற்கு முன் இருந்ததில்லை. எனக்குத் தெரிந்த வரையில் அவள்தான் உடலிழந்த முதல் மனிதப் பிறவி.

பின்குறிப்பு

இப்போது கிறிஸ்டினாவுக்குத் துணைக்கு ஆள் இருக்கிறது. டாக்டர் H.H. ஷாம்பர்க்தான் இந்த நோய்க் குறியை முதலில் விவரித்தவர். இப்போது புலன் நரம்பு நோயாளிகள் அதிகம் பேர் வருகிறார்கள் என்று அவரிடமிருந்து தெரிந்து கொண்டேன். மிகவும் மோசமாக உடல் பிம்பத்தில் கிறிஸ்டினா போலப் பாதிக்கப்பட்டவர்கள் இருக்கிறார்கள். அவர்களில் பெரும்பாலோர் உடல் நலத்தில் அதிகக் கவனம் செலுத்துபவர்கள். அல்லது வைட்டமின் பைத்தியங்கள். அதிகப்படியாகப் பெருமளவில் வைட்டமின் B6 (பைரிடாக்சின்) எடுத்திருக்கிறார்கள். இவ்வாறு 'உடலிழந்த' ஆணும், பெண்ணும் நூற்றுக்கணக்கில் இருக்கிறார்கள். ஆனால் அவர்கள் கிறிஸ்டினாவைப் போலில்லாது வைட்டமின் B6 எனும் நஞ்சை உண்ணுவதை நிறுத்தினால் நலமடைய வாய்ப்புண்டு.

4

படுக்கையிலிருந்து கீழே விழுந்த மனிதர்

பல ஆண்டுகளுக்கு முன்னர் நான் மருத்துவக் கல்லூரி மாணவனாக இருந்தபோது ஒரு செவிலியர் என்னை மிகுந்த குழப்பத்துடன் தொலைபேசியில் அழைத்து இந்தக் கதையைச் சொன்னார். அன்று காலைதான் ஒரு புது நோயாளி - ஓர் இளைஞன் அனுமதிக்கப்பட்டிருந்தான். நாள் முழுவதும் நன்றாக, 'சாதாரணமாக' இருந்தான் - சில நிமிடங்களுக்கு முன் வரையில் கூட, குட்டித் தூக்கத்திலிருந்து அப்போதுதான் விழித்தான். மிகவும் மனக்கிளர்ச்சியடைந்தவனாக, வினோதமாகக் காணப்பட்டான். எப்படியோ அவன் படுக்கையிலிருந்து கீழே விழுந்து இப்போது தரையில் உட்கார்ந்திருந்தான். உரக்கப் பேசிக்கொண்டு, மீண்டும் படுக்கைக்குப் போக மறுத்துக் கொண்டிருக்கிறான். என்னால் வர முடியுமா, என்ன நடக்கிறது என்று பார்க்க முடியுமா என்று அவர் கேட்டார்.

நான் அங்கே போனபோது நோயாளி தரையில் படுத்துக் கொண்டிருந்தான்; தனது ஒரு காலை முறைத்துப் பார்த்துக் கொண்டிருந்தான். அவனுடைய முகத்தில் கோபம், அச்சம், குழப்பம். வேடிக்கை நிறைந்திருந்தன - ஆனால் குழப்பம்தான் அதிகம்; அதோடு சிறிது கவலையும்கூட. அவன் படுக்கைக்கு போகிறானா அல்லது உதவி வேண்டுமா என்று கேட்டேன்; ஆனால் இந்தக் கேள்விகள் அவனை நிலைகுலைய வைத்தன; தலையை அசைத்துவிட்டான், வேண்டாமென்று. நான் அவனருகில் தரையில் உட்கார்ந்து அவனுடைய நோய் விபரங்களை குறித்துக் கொண்டேன். இன்று காலைதான் சில மருத்துவச் சோதனைகளுக்கு வந்திருந்தான்.

அவனுக்கு எந்த நோய் அறிகுறியும் இல்லை. ஆனால் அவனுக்கு இடது கால் 'சோம்பேறித்தனமாக' இருக்கிறதென்று நரம்பு நோய் நிபுணர்கள் நினைத்தார்கள். அவர்கள் பயன்படுத்தியது அந்தச் சொல் தான். எனவே அவன் மருத்துவமனையில் சேர வேண்டுமென்று சொன்னார்கள். அன்று நாள் முழுவதும் நன்றாகத்தான் இருந்தான். மாலையில் தூங்கி விட்டான். தூங்கி விழித்தபோதும் நன்றாகத்தான் இருந்தான் - படுக்கையில் அசையும் வரையில். அப்போதுதான் படுக்கையில் வேறொருவருடைய கால் - அதுவும் வெட்டப்பட்ட கால் இருப்பதைக் கண்டுபிடித்தான் - பயங்கரம்! முதலில் வியப்பும், வெறுப்பும் கவ்வ அதிர்ந்து போனான். அவன் அப்படிப்பட்ட நம்ப முடியாத ஒன்றை அனுபவித்ததுமில்லை, கற்பனை கூடச் செய்ததில்லை. சந்தேக உணர்வுடன் காலைத் தொட்டுப் பார்த்தான். அது நன்றாகத்தான் இருந்தது. ஆனால் வித்தியாசமாக, குளிர்ச்சியாக இருந்தது. அந்த வேளையில் அவனுக்கு ஒரு கருத்து மூளையில் தோன்றியது. இப்போது என்ன நடந்தது என்று அவனுக்குத் தெரிந்து விட்டது. எல்லாமே ஒரு வேடிக்கை! ஒரு ஜோக்! காட்டுத்தனமான, சரியில்லாத ஆனால் புது மாதிரியான ஜோக்! அது புத்தாண்டு நாளுக்கு முந்திய மாலை! எல்லோரும் கொண்டாடிக் கொண்டிருந்தார்கள். பணியாட்களில் பாதிப் பேர் மது போதையில் இருந்தார்கள். வாண வேடிக்கைகள் - கொண்டாட்டம். ஒரு பயங்கரமான நகைச்சுவை உணர்வுள்ள ஒரு செவிலியர் அறுவைச்சிகிச்சை அறையிலிருந்து ஒரு காலைத் திருடிக் கொண்டு வந்து வேடிக்கைக்காக அவனுடைய போர்வைக்குக் கீழே அவன் தூங்கும்போது நுழைத்திருக்கிறார். இந்த விளக்கம் கிடைத்தவுடன் அவனுக்கு நிம்மதி. ஆனால் இது வேடிக்கை என்றாலும் அதிக தூரம் போய் விட்டது என்று நினைத்து அந்தப் பயங்கரத்தை படுக்கையிலிருந்து தூக்கி எறிந்தான். ஆனால் - இது வரையிலிருந்த உரையாடலுக்கான தோற்றம் போய், திடீரென்று நடுங்க ஆரம்பித்தான். முகம் சாம்பல் நிறமாக வெளுத்துப் போயிற்று. அவன் அதைத் தூக்கி எறிந்தபோது அது எப்படியோ திரும்பி வந்து அவனுடன் ஒட்டிக் கொண்டது.

'இதைப் பாருங்கள்!' என்று அவன் முகத்தில் அருவருப்புடன் கத்தினான். 'இப்படிப்பட்ட பயங்கரமான பொருளை நீங்கள் பார்த்திருக்கிறீர்களா? நான் பிணத்திலிருந்து எடுத்த கால் செத்திருக்கும் என்று நினைத்தேன். இது பேய்த்தனமாக இருக்கிறது! எப்படியோ இது என்னுடன் ஒட்டிக் கொண்டது!' அவன் தனது காலை இரண்டு கைகளாலும் முரட்டுத்தனமாகப் பிடித்து, தனது

இழப்புகள் | 95

உடலிலிருந்து பிய்த்து எடுக்க முயன்றான். முடியாமல் போகவே கோபத்தில் அதைக் குத்தினான்.

"பொறுமை! அமைதியாக இரு! எளிதாக எடுத்துக் கொள்! என்னுடைய காலை நான் இப்படிக் குத்த மாட்டேன்!" என்றேன்.

"ஏன் கூடாது?" என்று கேட்டான் எரிச்சலுடன், முரட்டுத்தனமாக.

"ஏனென்றால் அது உன்னுடைய கால்" என்று விடையளித்தேன். "உன்னுடைய காலே உனக்குத் தெரியாதா?"

அவன் அதிர்ந்து போய் நம்பாமல், பயத்துடனும், வேடிக்கையும் ஒரு வகை ஐயமும் கலந்து என்னைப் பார்த்தான். "ஆ, டாக்டர்" என்றான். "என்னைக் கேலி செய்கிறீர்கள்! நீங்கள் அந்த நர்சோடு கூட்டு - இப்படி நோயாளிகளோடு விளையாடக் கூடாது!"

"நான் ஒன்றும் விளையாடவில்லை" என்றேன். "அது உன்னுடைய கால்."

என்னுடைய முகத்திலிருந்து நான் சீரியசாக இருக்கிறேன் என்பதைப் புரிந்து கொண்டான். அவன் முகத்தில் பயம் பரவிற்று. "நீங்கள் இது என்னுடைய கால் என்றா சொல்கிறீர்கள், டாக்டர்? ஒரு மனிதன் தனது காலைத் தெரிந்திருக்க வேண்டும் அல்லவா?"

"கண்டிப்பாக" என்று விடையளித்தேன். "தன்னுடைய காலைத் தெரிந்திருக்க வேண்டும். அவனுடைய சொந்தக் காலை தெரியாதிருப்பதை நான் கற்பனைகூடச் செய்ய முடியாது. ஒருவேளை நீதான் எங்களோடு விளையாடிக் கொண்டிருக்கிறாயோ?"

"நான் கடவுளின் மேல் சத்தியமாகச் சொல்கிறேன். கண்டிப்பாக இல்லை. ஒரு மனிதனுக்குத் தனது உடலைத் தெரிந்திருக்க வேண்டும். எது இல்லை, எது இருக்கிறது என்று தெரிய வேண்டும். ஆனால் இந்தக் கால் - இந்தப் பொருள்..." அவன் வெறுப்பில் தோளைக் குலுக்கிக் கொண்டான். "இது சரியாகத் தெரியவில்லை, உண்மையாக இருப்பதாக உணர முடியவில்லை - என்னுடைய ஒரு பகுதியாகவே அது தோன்றவில்லை."

"அப்படியானால் அது எப்படித் தோன்றுகிறது?" என்று நான் கேட்டேன் குழம்பிப் போய் - இதற்குள் நானும் அவனைப் போலவே குழம்பிப் போனேன்.

"அது எப்படித் தோன்றுகிறது?" என்று என்னுடைய வார்த்தைகளை மெதுவாகத் திருப்பிச் சொன்னான். "அது எப்படி இருக்கிறது என்று சொல்கிறேன். அது இந்த உலகில் இருக்கும் ஒன்று போலவே தெரியவில்லை. இப்படிப்பட்ட ஒன்று எப்படி எனக்குச் சொந்தமாக இருக்க முடியும்? இதுபோன்ற ஒன்று எங்கே இருக்க வேண்டும் என்றுகூட எனக்குத் தெரியவில்லை." அவனுடைய குரல் தழுதழுத்தது. அவன் பயந்து போய் அதிர்ச்சி அடைந்திருந்தான்.

"கவனி" என்றேன் நான். "உனக்கு உடல்நலமில்லை என்று நினைக்கிறேன். உன்னைப் படுக்கைக்கு கூட்டிச் செல்ல என்னை அனுமதி. ஆனால் உன்னிடம் கடைசியாக ஒரு கேள்வி கேட்க விரும்புகிறேன். இது - இந்தப் பொருள் உனது இடது காலாக இல்லாவிட்டால் உன்னுடைய இடது கால் எங்கே?" பேசிக் கொண்டிருந்தபோதே அதை அவன் 'போலி' (counterfeit) என்று சொன்னான். யாரோ இப்படிப்பட்ட ஒரு போலியைத் தயாரிக்கும் அளவிற்குச் சென்றது அவனுக்கு வியப்பாக இருக்கிறது என்றான்.

மீண்டும் அவனது முகம் வெளுத்தது - மயக்கம் அடையும் நிலைக்குப் போய் விட்டான். எனக்குத் தெரியவில்லை. எனக்கு ஒரு எண்ணமும் இல்லை. அது மறைந்து போய் விட்டது. எங்குமே கிடைக்கவில்லை...

பின்குறிப்பு

இந்த விவரம் வெளியிடப்பட்டவுடன் (A Leg to Stand on 1984), புகழ்மிக்க நரம்பியல் நிபுணர் டாக்டர் மைக்கல் கிரமரிடமிருந்து ஒரு கடிதம் வந்தது. அவர் எழுதினார்.

> இதய நோய் பிரிவில் புதிரான ஒரு நோயாளியைப் பார்க்க அழைக்கப்பட்டேன். அவருக்கு இதயத் துடிப்பு ஒழுங்கில்லாமலும் வேகமாகவும் அடிப்பதால் இரத்த ஓட்டம் சீராக இல்லாத (artial fibrillation) நோய். இரத்த ஓட்டம் தடுக்கப்பட்டு (embolus) இடது பக்க உடல் செயலிழந்து போனது. (hemiflegia) இரவில் அவர் படுக்கையிலிருந்து அடிக்கடி கீழே விழுந்து கொண்டிருந்தார். இதற்கு இதயநோய் மருத்துவர்களால் காரணம் கண்டுபிடிக்க முடியவில்லை. எனவே என்னை அழைத்தார்கள்.

நான் 'இரவில் என்ன நடந்தது?' என்று கேட்டேன். அவர் இரவில் கண் விழித்தார். அவரோடு செத்துப்போன, குளிர்ந்த முடியுடன் கூடிய கால் ஒன்று அவரோடு படுத்திருந்ததைப் பார்த்தார். அவரால் அதைப் புரிந்து கொள்ள முடியவில்லை; அதைத் தூக்கிக் கொள்ளவும் முடியவில்லை. எனவே அவர் இயங்கக் கூடிய கையினாலும் காலாலும் அதைப் படுக்கையிலிருந்து உதைத்துத் தள்ளினார். அப்போது உடலின் பிற பகுதிகளும் அதைத் தொடர்ந்து விழுந்து விடும்.

அவருக்குப் பாரிச நோய் பாதிக்கப்பட்ட உறுப்பு இழந்ததைப் பற்றிய அறிவே இல்லை. இந்நிலைக்கு அவர் நல்லதொரு எடுத்துக்காட்டு. அவருக்குப் பிடிக்காத அந்த வெளிக் கால் இருப்பதாலேயே அவரோடு இன்னொரு காலும் படுக்கையில் இருந்ததா என்று நான் அவரிடம் கேட்கவில்லை.

5

கைகள்

மேட்லின் J நியூயார்க் நகருக்கு அருகிலுள்ள புனித பெனடிக்ட் மருத்துவமனையில் 1980ஆம் ஆண்டு சேர்க்கப்பட்டார். அவருக்கு அறுபதாவது வயது. பிறவியிலேயே கண் தெரியாதவர். அவருக்கு Cerebral palsy பெருமூளை வாதம். வாழ்நாள் முழுவதும் அவரை வீட்டிலேயே வைத்துக் கவனித்து வந்தார்கள். அவருடைய மருத்துவ விவரக் குறிப்பு - அவர்மேல் அனுதாபம் ஏற்படுத்தும் நிலை - spasticity athetosis - அதாவது தன்னுடைய இரண்டு கைகளையும் தன்னையறியாமலேயே அசைப்பது - அதோடு பார்வை இழப்பு வேறு. எனவே தான் அவர் மனத்தளவில் மிகவும் பாதிக்கப்பட்டிருப்பார் என்று நினைத்தேன்.

ஆனால் அவர் அப்படியில்லை. அவர் நன்றாகப் பேசினார். மடமடவென்று பேசினார். (அவருடைய பேச்சு அவருடைய spesticity நோயால் பாதிக்கப்படவில்லை). இது அசாதாரணமான நுண்ணறிவும் படிப்பறிவும் கொண்ட உற்சாகமுள்ள பெண்ணாக அவரைக் காட்டியது.

"நீங்கள் நிறையப் படித்திருக்கிறீர்கள், உங்களுக்கு ப்ரெய்ல் நன்றாகத் தெரியும் போல இருக்கிறது" என்றேன்.

"இல்லை" என்றார் அவர். "மற்றவர்கள் தான் எனக்கு வாசித்துக் காட்டினார்கள் - பேசும் புத்தகங்களும், மற்றவர்களும். எனக்கு ப்ரெய்ல் வாசிக்கவே தெரியாது ஒரு வார்த்தைகூட. என்னால் என்னுடைய கைகளைக் கொண்டு ஒன்றுமே செய்ய முடியாது.

அவை முற்றிலும் பயனற்றவை." தனது கைகளைத் தூக்கிக் காண்பித்தாள். "அவை என்னுடைய ஒரு பகுதியாகக் கூடத் தெரியவில்லை."

இது எனக்கு வியப்பாக இருந்தது. Cerebral palsyயால் கைகள் பாதிக்கப்படுவதில்லை. இவ்வளவு பாதிக்கப்பட்டிருக்காது. அவை வலுவிழந்து அல்லது விகாரமாக இருக்கலாம். ஆனால் அவற்றை ஓரளவு பயன்படுத்த முடியும். (கால்களைப் போன்றில்லை - அவை முழுவதும் செயலிழந்து போய் விடும் - அதற்கு லிட்டில்ஸ் நோய் அல்லது cerebral diplegia என்று பெயர்.

செல்வி J-யின் கைகள் மிகக் குறைவாகவே spasticity athetosis யால் பாதிக்கப்பட்டிருக்கவேண்டும்.

அவருடைய புலனுணர்வுத் திறன்கள் முற்றிலும் நன்றாக இருந்தன. அவரை லேசாகத் தொட்டாலோ, அல்லது வலியையோ, வெப்பத்தையோ விரல்களின் அசைவையோ உடனே சரியாக அடையாளம் கண்டார். இதை விரைவாகவே நான் கண்டுபிடித்தேன். அடிப்படை உணர்வு (sensation) எதுவும் பாதிக்கப்படவில்லை. ஆனால் அதற்கு நேர்மாறாக, புலனுணர்வில் முழு பாதிப்பு ஏற்பட்டிருந்தது. அவரால் எதையும் அடையாளம் கண்டுகொள்ள முடியவில்லை. அவருடைய கைகளில் எல்லா வகைப் பொருட்களையும் வைத்தேன். அவருடைய கைகளில் ஒன்றைக்கூட வைத்தேன். அவரால் அடையாளம் கண்டுபிடிக்க முடியவில்லை. அவர் முயற்சி செய்யவும் இல்லை- அதாவது அவரது கைகளில் என்னவென்று பார்க்கத் தோன்றும் கேள்விக்கான அசைவுகூட இல்லை. அவை உண்மையில் மாவு உருண்டை போல வேலை செய்யாமல் உணர்வில்லாமல், பயனின்று இருந்தன.

இது அபூர்வமானது என்று எனக்குள் சொல்லிக் கொண்டேன். இதற்கு என்ன விளக்கம் இருக்கிறது? உணர்வு 'பற்றாக்குறை' பெரிய அளவில் எதுவும் இல்லை. அவருடைய கைகளுக்கு முழுமையாக நன்றாக இருப்பதற்கான உள்ளாற்றல் இருந்தது. எனினும் இல்லை. அவர் அவற்றைப் பயன்படுத்தவே இல்லை என்பதால் அவை செயலில்லாமல், 'பயனில்லாமல்' ஆகியிருக்கக் கூடுமா? பிறவியிலிருந்தே 'பாதுகாக்கப்பட்டு', 'கவனிக்கப்பட்டு' குழந்தை போலப் பராமரிக்கப்பட்டு வந்தது. சிசுக்கள் பிறந்த முதல் மாதங்களிலேயே கற்றுக் கொள்ளும் கைகளின் தேடிப் பார்க்கும் பயன்பாட்டைப் பெறுவதைத் தடுக்கிறதா? அவருக்காக அனைத்தும்

செய்யப்பட்டு, எப்போதும் யாராவது தூக்கிக் கொண்டு போனது கைகள் சாதாரணமாக வளர்வதைத் தடுத்து விட்டதா? அப்படி இருந்ததென்றால், அது கொஞ்சம் அதிகப்படியான முடிவுதான். எனினும் இதுதான் என்னால் சிந்திக்கக் கூடிய ஒரே கருதுகோள். அவர் தனது வாழ்நாளில் பிறந்த சில வாரங்களில் அல்லது மாதங்களில் பெற்றிருக்க வேண்டியவற்றை, இப்போது தனது அறுபதாவது வயதில் அடைய முடியுமா?

இதற்கு ஏதாவது முன்னுதாரணங்கள் உள்ளனவா? இதற்கு முன்னால் இதுபோன்ற ஒன்று விவரிக்கப்பட்டிருக்கிறதா? முயற்சி மேற்கொள்ளப்பட்டிருக்கிறதா? எனக்குத் தெரியவில்லை. எனினும் இதேபோன்ற சாத்தியமான ஒன்று உடனே நினைவிற்கு வந்தது. இதனை லியன்டவும், ஜப்போரஜெட்டும் தங்களுடைய கைச் செயல்பாட்டிற்கு மறு வாழ்வு ஏற்படுத்தல் (Rehabilitation of Hand Function Eng tr 1960) என்ற நூலில் விவரித்திருந்தார்கள். அவர்கள் விவரித்திருந்த நிலை தோன்றிய முறையில் முற்றிலும் மாறுபட்டிருந்தது. பெரிய காயம் அல்லது அறுவைச் சிகிச்சைக்குப் பிறகு இருநூறுக்கு மேற்பட்ட படை வீரர்கள் தங்களது கைகள் அன்னியப்பட்டுப் போனதாக உணர்ந்ததை அவர்கள் சொல்லியிருந்தார்கள். காயப்பட்ட கைகள் ‘வெளியாள் ஒருவருடையவனாக, உயிரற்றவையாக ‘பயனற்றவையாக’, ஒட்டப்பட்டவை போல - நரம்பளவிலும், உணர்வு அளவிலும் பாதிக்கப்படாமலிருந்தாலும் - உணர்ந்தார்கள். அறிதலை அனுமதிக்கும் அல்லது கைகளைப் புலனுணர்வுடன் பயன்படுத்துவதை நிகழ அனுமதிக்கும், அறிதல் அமைவுகள். காயம், அறுவைச் சிகிச்சையின் விளைவும் அதனைத் தொடர்ந்து கைகளைப் பயன்படுத்துவதில் வாரக் கணக்கில்- மாதக் கணக்கில் இடைவெளி ஏற்படுத்துவதால் எப்படித் தொடர்பற்றுப் போகின்றன என்று நூலாசிரியர்கள் விளக்குகிறார்கள். மாட்லினைப் பொறுத்தவரையில், தோற்ற நிலை அதாவது ‘பயனற்ற தன்மை’, ‘உயிரற்ற உணர்வு’, அன்னியப்படுத்தப்படுத்தல் ஆகியவற்றில் ஒரே மாதிரி இருந்தாலும், வாழ்நாள் முழுவதும் இருக்கக் கூடியது. அவர் தனது கைகளைத் திரும்பப் பெற வேண்டியதில்லை, ஆனால் அவற்றை முதன்முறையாக கண்டுபிடிக்க வேண்டும், பெற வேண்டும், சொந்தமாக்கிக் கொள்ள வேண்டும். அறிதல் அமைவிலுள்ள தொடர்பறுந்து போதலைத் திரும்பப் பெறுவது மட்டுமில்லை; இதற்கு முன்னால் அவரிடம் இல்லா ஒரு அறிதல் அமைவைக் கட்ட வேண்டும். இது முடியுமா?

லியான்டவும், ஜப்பரோஜெட்டும் விவரித்த காயம்பட்ட வீரர்களுக்கு அறுவைச் சிகிச்சைக்கு முன்னர் சாதாரணக் கைகளே இருந்தன. அவர்கள் செய்ய வேண்டியதெல்லாம் காயத்தினால் அவர்கள் மறந்து போனதை 'தொடர்பு அறுந்து போனதை', செயலில்லாமல் இருந்ததைத் திரும்ப 'நினைவுபடுத்திக் கொள்வது' தான். இதற்கு மாறாக, மாட்லினுக்கு நினைவுப் பெட்டகம் என்று ஒன்றில்லை. ஏனென்றால் அவர் கைகளைப் பயன்படுத்தியதே இல்லை. அவர் தனக்குக் கைகளே இல்லை என்று உணர்ந்தார். அவர் தானாகச் சாப்பிட்டதில்லை - கழிவறையைப் பயன்படுத்தியதில்லை. தனக்குத் தானே எதையும் செய்து கொண்டதில்லை. தனக்கு உதவி செய்வதற்குப் பிறரையே சார்ந்திருந்தார். அறுபது ஆண்டுகளாக அவர் தனக்குக் கைகளே இல்லை என்பது போல நடந்து கொண்டார்.

எங்களுக்கு முன்னிருந்த அறைகூவல் இதுதான். கைகளில் முழுமையான தொடக்க நிலை உணர்வுகளுள்ள ஒரு நோயாளிக்கு, உலகோடும் தன்னோடும் தொடர்புள்ள புலனறிவோடு இந்த உணர்வுகளை ஒருங்கிணைக்கும் சக்தி இல்லை; அவருடைய பயனற்ற கைகளைப் பொறுத்த வரையில் நான் உணர்கிறேன், அடையாளம் காண்கிறேன், நான் விரும்பித் துணிகிறேன், நான் செயல்படுகிறேன் என்று சொல்லக்கூடிய சக்தி இல்லை. ஆனால் எப்படியோ *(லியன்டவ், ஜப்போரேஜட் ஆகியோரின் நோயாளிகளைப் போல)* இவரும் செயல்பட்டுத் தனது கைகளை இயக்கச் செய்ய வேண்டும். அப்படிச் செய்யும்போது ஒருமைப்பாட்டு நிலையை அடையலாம் என்று நம்பினோம். ரே காம்ப்பெல் சொன்னதுபோல, "செயலில் தான் ஒருமைப்பாடு இருக்கிறது". *(ரே காம்ப்பெல் தென்னாப்பிரிக்கக் கவிஞர்)*

மாட்லின் இதற்கெல்லாம் ஒத்துழைப்புத் தர ஒத்துக் கொண்டார். உண்மையில் இதனால் கவரப்பட்டிருந்தார், ஆனால் குழம்பிப் போய், நம்பிக்கை அதிகமில்லாமல் இருந்தார். "என்னுடைய கைகள் வெறும் மாவு உருண்டைகளாக இருந்தால் நான் அவற்றைக் கொண்டு என்ன செய்ய முடியும்?" என்று கேட்டார்.

"தொடக்கத்தில் செயல் இருக்கிறது" என்றார் கதே. நாம் அறநெறி அல்லது இருத்தல் ஐயப்பாடுகளைச் சந்திக்கும்போது இது சரியாக இருக்கலாம். ஆனால் இயக்கமும், புலனறிவும் தொடங்கும் இடத்தில் இருக்க முடியாது. எனினும் இங்கேகூட திடீரென்று ஒன்று இருக்கிறது. ஒரு முதல் அடி எடுத்து வைத்தல், *(ஹெலன் கெல்லர் தண்ணீர் என்ற சொல்லை முதலில் சொன்னது*

போல), ஒரு முதல் இயக்கம், ஒரு முதல் புலனுணர்வு, ஒரு முதல் உட்தூண்டல் - ஒன்றுமில்லாமையிலிருந்து அல்லது உணர்வில் ஒன்றுமில்லாதபோது, திடீரென்று ஏற்படுவது இருக்கும். 'தொடக்கத்திலிருப்பது ஒரு உட்தூண்டல்தான் - ஒரு செயல் இல்லை, ஒரு அனிச்சைச் செயல் இல்லை; ஆனால் ஓர் உள் தூண்டல். இது எதிர்பார்க்கக் கூடியதாகவும் இருக்கும், மர்மமானதாகவும் இருக்கும். "இதைச் செய்யுங்கள்" என்று நாங்கள் மாட்லினிடம் சொல்ல முடியாது. ஆனால் ஓர் உட் தூண்டல், ஓர் உள் கிளர்ச்சி ஏற்படும் என்று நம்பினோம். நாங்கள் நம்பினோம், தூண்டினோம்.

ஒரு சிசு பாலுக்காக மார்பைத் தேடுவது எனக்கு நினைவிற்கு வந்தது. "மாட்லினுக்கு உணவை, எதிர்பாராத விதமாகச் செய்தது போல, அவர் எட்டாதவாறு சிறிது தள்ளி வையுங்கள்" என்று சொன்னேன் அவரது செவிலியரிடம். "பட்டினி போடாதீர்கள், அவரைச் சீண்டாதீர்கள். ஆனால் அவருக்கு உணவு தருவதில் அதிகம் கவனமில்லாதது போலக் காட்டிக் கொள்ளுங்கள்." ஒருநாள் அது நடந்தே விட்டது - இதுவரையில் நடக்காத ஒன்று பொறுமை இழந்து பசியில் ஒன்றும் செய்யாமல் பொறுமையாகக் காத்திராமல் ஒரு கையை நீட்டி ஒரு கேக் துண்டை எடுத்து வாயில் போட்டுக் கொண்டார். இதுதான் அறுபது ஆண்டுகளில் அவருடைய கைகளின் முதல் பயன்பாடு - அவருடைய முதல் உடலுழைப்பு. 'இயங்கும் ஒரு ஆளாக' அவர் பிறந்தது அன்றுதான் (இயங்கும் ஆள் motor individual - என்பது செயல்களால் வெளி வரும் ஒருவரைக் குறிக்க ஷெரிங்டன் பயன்படுத்திய சொற்றொடர்). இதுதான் அவரது முதல் உடல் இயக்கப் புலனுணர்வு. இங்ஙனம் இது முழு புலனுணர்வுள்ள மனிதராக அவர் பிறப்பதை இது குறிக்கிறது. ஹெலன் கெல்லர் (முதலில் அடையாளம் கண்டது தண்ணீர் போல, இவரது முதல் புலனறிவு, முதல் அடையாளம் காணல் 'பேகல்' என்ற வகை ரொட்டித் துண்டுதான்.

இந்த முதல் புலனுணர்வுக்குப் பிறகு, முதல் செயலுக்குப் பிறகு, முன்னேற்றம் மிக வேகமாக நிகழ்ந்தது. அந்த ரொட்டித் துண்டை அவள் தொட்டுத் தடவிப் பார்க்க நீட்டியதைப் போல, இப்போது தனது புதிய பசியில் உலகம் முழுவதையும் தொட்டு அறிய முற்பட்டார். உண்ணுவது தொடக்கம் - இப்போது பலதரப்பட்ட உணவுப் பொருட்களை, அவற்றை வைத்திருந்த பாத்திரங்களை, கருவிகளை எல்லாம் உணர்ந்து ஆராயத் தொடங்கினார். அவர் பிறவியிலிருந்தே பார்வை இல்லாதவராகவும், கையில்லாதவராகவும் இருந்ததால் அவருக்கு எளிய உள் பிம்பங்கள்

இல்லை. எனவே முடிவை அனுமானித்தல், ஊகித்தல் ஆகிய சுற்று வளைத்துச் செயல்பட்டு 'அடையாளத்தை' எப்படிக் கண்டு கொண்டார்? (ஹெலன் கெல்லருக்கு தொடு உணர்வு படிமங்கள் இருந்தன) இவருக்கு அசாதாரணமான நுண்ணறிவும், படிப்பறிவும் இல்லாதிருந்து, பிறருடைய படிமங்கள், மொழியால், அதாவது சொற்களால் தரப்பட்ட படிமங்கள் மட்டும் கொண்ட கற்பனையிருந்தால், அவர் ஒரு குழந்தைபோல தன் செயலற்று இருந்திருப்பார்.

ஒரு பேகலை துளையுள்ள ஒரு வட்ட வடிவ ரொட்டியாக அடையாளம் கண்டுகொண்டார். ஒரு முட் கரண்டி பல கூர்மையான முனைகள் கொண்ட நீண்ட ஒரு பொருள். ஆனால் இந்தத் தொடக்க நிலை பகுப்பாய்வு உடனடியாக உள்ளதற்கு வழி விட்டது. பொருட்கள் பொருட்களாகவே அடையாளம் காணப்பட்டன. அவை தன்மையிலும், அமைப்பிலும் தனிப்பட்டவையாக பழைய நண்பர்களாக அடையாளம் காணப்பட்டன. இப்படிப்பட்ட அடையாளம் காணுதல், அதாவது பகுப்பாய்வு இன்றி உடனடியாக தொகுப்பாக நடைபெறும் அடையாளம் காணுதல் - ஒரு தெளிவான மகிழ்ச்சியைத் தந்தது. அவருக்குத்தான் கவர்ச்சியும், மர்மமும், அழகும் நிறைந்த உலகைக் கண்டுபிடிக்கின்ற உணர்வு ஏற்பட்டது.

சாதாரண பொருட்கள்கூட அவருக்கு இன்பத்தைத் தந்தன. மகிழ்ச்சிப்படுத்தி அதனை உண்டாக்கும் ஆசையைத் தூண்டின. களிமண் கேட்டு வாங்கி அதில் சில உருவங்களைச் செய்தார். அவரது முதல் உருவம், முதல்சிற்பம். ஒரு ஷீ ஹார்ன். இதுவும் கூட ஹென்றி மூரை*(ஆங்கிலேய நவீன சிற்பி)* நினைவுபடுத்தும் வளைவுகளுடன் வித்தியாசமான சக்தியும், நகைச்சுவையுணர்வும் கொண்டதாக இருந்தது.

முதன் முதலாக அடையாளம் கண்ட ஒரு மாதத்திற்குள், அவரது கவனம் பொருட்களிலிருந்து ஆட்கள் பக்கம் சென்றது. மாசற்ற, அறிவுபூர்வமான நகைச்சுவையுடன் கூடிய ஆற்றலால் மாற்றப்பட்டாலும், பொருட்களைப் படைப்பதில் ஆர்வத்திற்கும், வெளிப்படுத்தும் சாத்தியங்களுக்கும் எல்லைகள் உண்டு. எனவே இப்போது மனிதர் முகத்தை உருவத்தை நிற்கும் போதும் இயங்கும் போதும் ஆராய்வது அவருக்கு அவசியமாயிற்று. மாட்லினால் தொடப்படும் அனுபவம் வித்தியாசமானது. சிறிது காலம் முன் வரையில் உயிரில்லாமல், மாவு போலிருந்த அவரது கைகள் இப்போது இயற்கைக்கு அப்பாற்பட்ட உயிரோட்டமும் உணர்வும்

கொண்டனவாக இருந்தன. ஒருவர் கண்களால் ஆராயப்படுவதை விட ஆழமாகவும், கவனமாகவும் ஆராயப்பட்டு அடையாளம் காணப்படுவது மட்டுமில்லாமல் (புதிதாகப் பிறந்த) பிறவிக் கலைஞரால் சிந்தனை, கற்பனை, அழகியல் முறையில் சோதிக்கப்பட்டு, ரசிக்கப்படுகிறார். இந்த ஆய்வுகளும்கூட வெளி மெய்ப்பாட்டில் மீண்டும் காட்டப்படவும் உருவாக்கப்படவும் அழுத்தம் ஏற்படுத்துகின்றன.

தலைகளையும், உருவங்களையும் வடிவமைக்கத் தொடங்கி விட்டார். ஓராண்டில் உள்ளூரில் புனித பெனடிக்டின் பார்வையற்ற சிற்பி என்று புகழ் பெற்று விட்டார்.

அவருடைய சிலைகள் எளிமையான ஆனால் எளிதில் அடையாளம் காணக்கூடிய உடலமைப்புகளுடன், ஆனால் படைப்புச் சக்தியை வெளிப்படுத்துவதாக உடலளவில் பாதி அல்லது முக்கால் பங்கு உள்ளதாக இருந்தன. எனக்கும், அவருக்கும், எங்கள் அனைவருக்குமே இது நெஞ்சைத் தொடுகின்ற அற்புதமான அனுபவமாக இருந்தது. வழக்கமாக உயிர் வாழ்க்கையின் முதல் மாதங்களில் பெறக்கூடிய, ஆனால் பெறாமலே விடப்பட்ட புலனுணர்வின் அடிப்படைச் சக்திகளை ஒருவருடைய அறுபதாவது வயதில் பெறப்படும் என்று யார் கனவு காண முடியும்? வாழ்க்கையில் பின் பகுதியில் கற்றல், அதுவும் உடலூனமுற்றோர் கற்றல் எவ்வளவு அருமையான உன்னதமான சாத்தியக் கூறுகளைத் திறந்து விட்டிருக்கின்றன! இந்தப் பார்வையற்ற, பக்கவாதத்தால் பாதிக்கப்பட்ட பெண்ணிடம், செயல்படாமல் மிக அதிகமாகக் காக்கப்பட்டிருக்கும் கலை நுண்ணுணர்வு, அறுபது ஆண்டுகள் தூங்கிக் கிடந்து முளைத்து மலரும் விதையிருக்கும் என்று கனவு கண்டிருக்க முடியும்?

பின்குறிப்பு

மாட்லின் J-இன் நோய் விபரம் தனியான ஒன்றில்லை என்று கண்டேன். ஓராண்டிலேயே நான் சைமன் K. என்ற ஒரு நோயாளியைச் சந்தித்தேன். அவருக்கும் பக்கவாதம், கண் பார்வை போயிருந்தது. திரு K.க்கு கைகளில் வலுவும் உணர்வும் சாதாரணமாக இருந்தாலும், அவற்றை அவர் பயன்படுத்துவதில்லை. எதையும் அவரால் கையாளவோ, என்னவென்று காணவோ, அடையாளம் காணவோ முடியாது. மாட்லின் J-இன் நோய் விபரம் தெரிந்த பிறகு, இவருக்கும் நுண்ணுணர்விழப்பு வளரக் கூடியதா, அப்படியானால்

அவரையும் குணமாக்க முடியுமா என்றும் சிந்தித்தோம். விரைவிலேயே நாங்கள் மாடலின்யியிடம் சாதித்ததை இவரிடமும் சாதிக்க முடியும் என்று கண்டுபிடித்தோம். ஓராண்டில் அவரும் எல்லா வழிகளிலும் கைகளைப் பயன்படுத்தத் தொடங்கினார். பிளைவுட், மரத் துண்டுகள் ஆகியவற்றைக் கொண்டு எளிய மரப் பொம்மைகள் செய்யும் தச்சுத் தொழிலில் மகிழ்ச்சி கண்டார். ஆனால் அவரிடம் சிற்பம் செய்வதில் ஆர்வம் இல்லை. அவரால் எதையும் படைக்க முடியவில்லை. அவர் மாட்லினைப் போல இயற்கையான கலைஞர் இல்லை. எனினும் அரை நூற்றாண்டு கைகளைப் பயன்படுத்தாமல் இருந்துவிட்டு இப்போது அவற்றைப் பல வழிகளில் பயன்படுத்துவதில் மகிழ்ச்சி கண்டார்.

இது மிகவும் குறிப்பிடத்தக்கது. ஏனென்றால் அவர் சிறிது மன வளர்ச்சி குன்றியவர், அறிவுக் கூர்மை குறைவு. உணர்ச்சியும், மீத்திறமும் கொண்ட மாட்லின் J-யைப் போல இவர் இல்லை. அவர் அசாதாரணமானவர், ஒரு ஹெலன் கெல்லர், லட்சத்தில் ஒருவர். ஆனால் மிகச் சாதாரணமான சைமனைப் பற்றி இப்படிச் சொல்வதற்கு ஒன்றுமில்லை. ஆனால் கைகளின் சாதனை மிகத் தேவையான சாதனை. மாட்லினைப் போலவே இவருக்கும் அது சாத்தியமாயிற்று. இதில் நுண்ணறிவு எந்தப் பங்கும் வகிக்கவில்லை என்பது தெளிவு போலத் தோன்றுகிறது. முக்கியமான தேவையானது பயன்பாடுதான்.

இப்படிப்பட்ட வளர்ச்சியில் முடியும் நுண்ணுர்வு இழப்பு (developmental agnosia) அபூர்வமானதாக இருக்கலாம். ஆனால் பெறப்பட்ட நுண்ணுணர்வு இழப்பைப் பார்க்கிறோம். இது பயன்பாடு எனப்படும் அடிப்படைக் கோட்பாட்டை விளக்குகிறது. நீரிழிவு நோயினால் ஏற்படும் கையுறை-காலுறை நரம்பு நோய் நோயாளிகளைப் பார்க்கிறேன். நரம்பு நோய் தீவிரமாக இருந்தால், அவர்களுக்கு மரத்த உணர்வுகளுக்கு மேலேயும் போய் விடுவார்கள். (இதற்கு கையுறை-காலுறை உணர்வு என்று பெயர்) அப்போது முற்றிலும் வெறுமை உணர்வு அல்லது அறிவதே இல்லாது போவது நடக்கும். ஒரு நோயாளி சொன்னது போல அவர்கள் கூடை போல, கையும் காலும் முழுவதும் இழந்து விட்டதாக உணர்வார்கள். சில வேளைகளில் அவர்களது கால்களும், கைகளும் மொட்டையாக இருப்பது போலவும், மாவோ, பிளாஸ்ட்ரோ ஒட்ட வைக்கப்பட்டது போலவும் உணர்வார்கள். இப்படிப்பட்டது அறிவதே இல்லாத ஒரு நிலை (de-realisation) அப்படி நேர்ந்தால் - திடீரென்று ஏற்படும். அப்போது ஒரு உச்சகட்ட வாயிலில் (செயலிலும், மெய்ப்பொருள்

ஆய்விலும்) இருப்பது போல இருக்கும். அப்படிப்பட்ட நோயாளிகள் தங்களது கைகளையும் கால்களையும் பயன்படுத்துமாறு செய்வது முக்கியம். ஏதாவது ஏமாற்று வேலை செய்துகூட இதைச் செய்ய வேண்டும். அப்போது மீண்டும் அறிதல் திறன் வரக் கூடும். திடீரென்று உள்நோக்கில் உண்மை நிலைக்கும் உயிர் வாழக்கைக்குமே தாவுதல் நடைபெறலாம். ஆனால் உடல் கூற்று நிலையில் தேவையான சக்தி இருக்க வேண்டும். (நரம்பு நோய் முழுவதுமாக இருந்து நரம்புகளின் பகுதிகள் இறந்து விட்டால் இப்படி மீண்டு வருவது சாத்தியமில்லை.)

கடுமையான ஆனால் ஓரளவே உள்ள நரம்பு நோயினால் பாதிக்கப்பட்டவர்களுக்கு பயன்பாடு மிக முக்கியமானது. வெறும் கூடையாக இருப்பதற்கும், ஓரளவு பயன்பாட்டுடன் இருப்பதற்குமுள்ள வித்தியாசம். (மிக அதிகமான பயன்பாடு, குறிப்பிட்ட எல்லைக்குள் இருக்கும் நரம்புச் செயல்பாடு சோர்வடையலாம் அப்போது திடீரென்று மீண்டும் அறிதல் இழப்பு ஏற்படும்).

இப்படிப்பட்ட உள் நோக்கிய உணர்ச்சிகளுக்கு ஏற்ப வெளி நிகழ்வுகளும் இருக்கும் என்பதையும் கூற வேண்டும். கைகள், கால்களின் தசைகளில் மின் மௌனம் (electrical silence) இருக்கும். புலன் உணர்வைப் பொறுத்தவரையில் மூளை உணர்வு மண்டலத்தில் ஒவ்வொரு நிலையிலும் தூண்டல் பெறும் உட்திறன்கள் இருக்காது. கால்களும், கைகளும் மீண்டும் அறிதல் தன்மையைப் பெற்றவுடன், இந்த உடற்கூறு நிலை முற்றிலும் மாறி விடும்.

இறந்துபோன, உண்மையற்ற நிலையின் உணர்ச்சி மூன்றாம் அத்தியாயத்தில் விவரிக்கப்பட்டிருக்கிறது.

6

மாய உருவங்கள் (Phantoms)

நரம்பு நோய் வல்லுநர்கள் மாய உருவம் phantom என்ற சொல்லைப் பயன்படுத்தும்போது உடலின் ஒரு பகுதியின் ஒரு உறுப்பின் நினைவு அல்லது பிம்பம் அதனை இழந்து பல மாதங்கள் அல்லது ஆண்டுகள் கழிந்த பிறகும் தொடர்ந்து கொண்டிருப்பதைக் குறிக்கிறார்கள். பழங்காலந்தொட்டே இது பற்றி அறிந்திருக்கிறார்கள். புகழ்மிக்க அமெரிக்க நரம்பு நோய் நிபுணர் சிலாஸ் வெய்ர் மிச்சல், உள் நாட்டுப் போரின்போதும் அதன் பிறகும் இதனை மிக விரிவாக ஆராய்ந்து விவரித்திருக்கிறார்.

வெய்ர் மிச்சல் பல வகைப்பட்ட மாயத் தோற்றங்களை விவரித்திருக்கிறார். சில வினோதமாக ஆவி போல, மெய்மைக்கு மாறாக இருந்தன. இவற்றை அவர் புலனுணர்வு ஆவிகள் (sensory ghosts) என்று அழைத்தார். சில ஆபத்தான வாழ்க்கையைப் போல, உண்மையாக இருந்தன. பிற (பெரும்பாலானவை) வலியில்லாதவை. வேறு சில இழந்த உறுப்பின் அச்சாக, உண்மை மாதிரி போல புகைப்படத் துல்லியத்துடன் இருக்கும். பிற விசித்திரமாகச் சுருக்கப்பட்டு விகாரமாக இருந்தன எதிர்மறை மாயத்தோற்றங்களும், இல்லாத ஒன்றின் மாயத் தோற்றமும் இருந்தன. அப்படிப்பட்ட உடல் - பிம்ப சீர்குலைவுகள் - (இந்தச் சொற்றொடரை ஹென்றி ஹெட் ஐம்பதாண்டுகளுக்குப் பின்னர் அறிமுகப்படுத்தினார்) - மையக் காரணிகளோ (உணர்வு தரும் மூளை மேலுறையில், குறிப்பாக பக்க மடலில் தூண்டல் அல்லது சேதம்), வெளிப் பக்கங்களாலோ (நரம்பு முனை அல்லது neuroma நரம்பியல் சேதம், நரம்பியல் தடை ஏற்படுதல் அல்லது நரம்பு

தூண்டல், நரம்பு வேர்கள், முதுகுத் தண்டின் உணர்வுப் பாதைகளில் சலனங்கள்) ஏற்படும் தாக்கங்களுக்கு உட்படுத்தப்படலாம் என்று அவர் குறிப்பிட்டார். இப்படிப்பட்ட வெளிப் பகுதிக் (peripheral) காரணிகள் பற்றி ஆர்வம் காட்டினேன்.

கீழே தரப்படும் துணுக்குகள், மிகவும் சுருக்கமானவை - சிறு துணுக்குகள் போல இருக்கும். Beirish Medical Journal-இல் கிளினிக்குகள் குயூரியோ பகுதியிலிருந்து எடுக்கப்பட்டவை.

மாய உருவ விரல்

ஒரு மாலுமி எதிர்பாராமல் தனது வலது ஆள்காட்டி விரலை வெட்டிக் கொண்டார். அதன் பிறகு நாற்பதாண்டுகள், விரல் வெட்டப்பட்டபோது இருந்தது போலவே அதன் மாய உரு குறுக்கிட்டு வளையாமல் நீட்டிக் கொண்டிருந்தது. அவர் தனது கையை முகத்துக்குக் கொண்டுபோன போதெல்லாம் - சாப்பிடவோ முகத்தைச் சொறியவோ - அவரது மாய விரல் தனது கண்ணைக் குத்தி விடுமோ என்று பயந்தார். (அது நடக்க முடியாதது என்று அவருக்குத் தெரியும், ஆனால் அந்த உணர்வை அவரால் தடுக்க முடியவில்லை) பிறகு அவருக்குக் கடுமையான உணர்வு நீரிழிவு நரம்பு நோய் வந்து விரல்கள் இருக்கின்ற உணர்வே இல்லாது போயிற்று. அதோடு மாய விரலும் மறைந்து போயிற்று.

உணர்வில் தாக்கம் உண்டாகும்போது மைய நோயினால் ஏற்படும் சீர்குலைவு மாய உருவைக் குணப்படுத்தி விடும் என்பது அனைவரும் அறிந்ததே. ஆனால் மேலேயே வெளிப்புறத்திலேயே இருக்கும் நோயினால் ஏற்படும் சீர்குலைவும் அதே விளைவை ஏற்படுத்துமா?

மறைந்து போகும் மாய உறுப்புகள்

உறுப்பு இழந்த எல்லோருக்கும், அவர்களுடன் வேலை செய்பவர்களுக்கும், ஒரு செயற்கை உறுப்புப் பயன்படுத்தப்பட வேண்டுமென்றால், மாய உறுப்புத் தேவை என்பது தெரியும். டாக்டர் மைக்கல் கிரீமர் எழுதுகிறார். "உறுப்பிழந்தவருக்கு அதன் மதிப்பு மிகப் பெரியது. செயற்கை உறுப்பு பொருத்தப்பட்ட உறுப்பிழந்த ஒருவர் அவரது உடல் பிம்பம், அதாவது மாய உருவம்,

செயற்கை உறுப்போடு சேர்க்கப்படாவிட்டால் திருப்திகரமாக நடக்க முடியாது என்பது எனக்கு உறுதியாகத் தெரியும்."

இவ்வாறு, ஒரு மாய உரு மறைந்து போவது அழிவு தரக் கூடியதாக இருக்கலாம். அதனைத் திரும்பப் பெறுதல், அதற்கு மீண்டும் உயிரூட்டுதல் மிக அவசரமானது. இதனைப் பல வழிகளில் செய்ய முடியும். கழுத்திலுள்ள முதுகுத் தண்டிலிருந்து தோளுக்குப் போகும் நரம்புத் தொகுதியை மின் அதிர்ச்சியால் தூண்டியபோது நோயாளியின் மாய கை, இருபத்தைந்து ஆண்டுகளாகக் காணாமல் போயிருந்தது, திரும்பவும் திடீரென்று உயிர் பெற்றது பற்றி வெய்ர் மிட்சல் விவரிக்கிறார். என்னுடைய பராமரிப்பில் இருந்த ஒரு நோயாளி காலை வேளையில் தனது மாயாவியை எப்படி எழுப்ப வேண்டியிருக்கிறது என்று விளக்குகிறார். முதலில் அவருடைய மொட்டைத் தலையைத் தன் பக்கம் இழுப்பார். பிறகு குழந்தையின் பின்புறத்தை அடிப்பது போல பளாரென்று பல முறை அடிப்பார். ஐந்தாவது ஆறாவது அடியில் மாய உருவம் திடீரென்று வெளித் தோல் தூண்டலால் மீண்டும் உயிர் பெற்று எழுந்து கொள்ளும். அதன் பிறகுதான் அவர் தனது செயற்கைக் காலைப் பொருத்தி நடக்க முடியும். வேறு எப்படிப்பட்ட வித்தியாசமான வழிகளை உறுப்பிழந்தவர்கள் பயன்படுத்துகிறார்கள்?

இடம் தொடர்பான மாயைகள்

எங்களிடம் சார்லஸ் D. என்ற நோயாளி தடுக்கி விழுதல், கீழே பார்த்தால் ஏற்படும் தலை சுற்றல் (vertigo), கீழே விழுதல் போன்றவற்றிற்கு சிகிச்சைபெற அனுப்பப்பட்டார். அவருக்கு இடம் தொடர்பான சிக்கல் (labyrinthine) சீர்குலைவு என்ற ஐயமிருந்தது. ஆனால் அது நிரூபிக்கப்படவில்லை. அவரைக் கேள்விகள் கேட்டபோது அவருக்கு இருந்தது கீழே பார்த்தால் ஏற்படும் தலை சுற்றல் நோயில்லை என்பது தெளிவாகியது. அவருக்கு எப்போதும் மாறிக்கொண்டே இருக்கும் இடம் பற்றிய மாயைகள் இருந்தன. திடீரென்று தரை தொலைவிலிருப்பது போலத் தோன்றியது. திடீரென்று அருகில் இருப்பது போலத் தோன்றும்; தரை சரியும், துடிக்கும், சாயும் - அவருடைய வார்த்தைகளில் சொல்ல வேண்டுமென்றால் அலையடிக்கும் கடலில் கப்பல் போல இருந்தது. அதன் விளைவால், அவர் முன்னால் சரிவார், சாய்வார். ஆனால் அவர் தனது பாதங்களைப் பார்த்தால் இது நடப்பதில்லை.

அவருக்கு அவருடைய பாதம் கால்களின் நிலையைக்காட்ட பார்வைபோலத் தேவைப்பட்டது. உணர்வு பெரிதும் நிலையில்லாமலும், தவறாக வழிகாட்டுவதாகவும் இருந்தது. ஆனால் சில வேளைகளில் பார்வையும்கூட உணர்வால் ஆட்கொள்ளப்பட்டு, தரையும் பாதமும் பயமுறுத்துவனவாகவும், மாறிக்கொண்டே இருப்பதாகவும் தோன்றின.

அவருக்கு மிகத் தீவிரமான டாபிஸ் (tabes) எனப்படும் திசு அழிவும் (தண்டுவடப்பின் திசு அழிவின் விளைவாக) வேகமாக மாறிக் கொண்டிருக்கும் உள் உறுப்பினுள் தூண்டல் துலங்கல் இழப்பால் ஏற்படும் மாயைகளால் (proprioceptive illusions) ஒரு வகை புலனுணர்வு சன்னியும் ஏற்பட்டிருந்தன. டேபிசுனுடைய கடைசி நிலை அனைவருக்கும் தெரிந்திருக்கும். இதில் கால்களில் உள் உறுப்பினுள் தூண்டல் துலங்கல் 'குருட்டுத்தன்மை' ஏற்படும். கடுமையான (ஆனால் மாறக்கூடிய) பின் திசு அழிவினால், இடம் பற்றிய மாய உருவங்களின் அல்லது மாயைகளின் இடைப்பட்ட நிலையைப் பற்றி வாசகர்கள் கேள்விப்பட்டிருக்கிறார்களா?

இந்த நோயாளியின் அனுபவம் எனக்கு இன்னொரு வித்தியாசமான அனுபவத்தை நினைவிற்குக் கொண்டு வருகிறது. இதில் உள் உறுப்பினுள் தூண்டல் துலங்கல் இழப்பிலிருந்து மீள்வது நடக்கிறது. இதனை A Leg to Stand on என்ற நூலில் இவ்வாறு விவரிக்கிறேன்.

> நான் நிலையாக இருக்க முடியவில்லை. கீழே பார்க்க வேண்டியதிருந்தது. அப்போது இந்தக் குழப்பத்தின் மூலதனத்தைக் கண்டுபிடித்தேன். அதன் மூலம் எனது கால்தான். அதாவது சாக்கட்டியினால் ஆன உருளை வடிவம் கொண்ட எந்தத் தன்மையுமில்லா ஒரு பொருள் - காலின் சாக்கட்டி வெள்ளை நிறத்தில் ஒரு உருவம். இப்போது அந்த உருளை ஆயிரம் அடி நீளமாக இருக்கும் - உடனே இரண்டு மில்லி மீட்டர் நீளமாகி விடும். இப்போது தடியாக இருக்கும், உடனே ஒல்லியாகி விடும். இப்போது இந்தப் பக்கம் சாயும், உடனே அந்தப் பக்கம் சாயும். நிமிடத்திற்கு நிமிடம் அளவிலும், உருவத்திலும், இடத்திலும் சாய்வு கோணத்திலும் மாறிக் கொண்டிருக்கும். ஒரு செகண்டில் நான்கைந்து தடவைகள்கூட மாறிவிடும். மாற்றத்தின் தன்மை

பெரியது. ஒன்றிலிருந்து மற்றொன்றுக்கு மாறும்போது ஆயிரம் விதமான மாற்றங்கள்...

மாய உருவங்கள் இறந்து போனவையா? உயிருடன் இருக்கின்றனவா?

மாய உருவங்கள் பற்றி ஒரு குழப்பம் இருக்கிறது. அவை நடக்க வேண்டுமா, கூடாதா? அவை நோய் சார்ந்தவையா, இல்லையா? அவை உண்மையா, இல்லையா? அது பற்றிய ஆய்வுக் கட்டுரைகளும் குழப்புகின்றன. ஆனால் நோயாளிகள் குழம்பவில்லை. அவர்கள் பல வகைப்பட்ட மாய உருக்களைப் பற்றி விவரித்து விளக்கம் அளிக்கிறார்கள். இப்படித்தான் ஒரு தெளிவான சிந்தனையுள்ள முழங்காலுக்கு மேல் கால் நீக்கப்பட்டவர். எனக்கு இவ்வாறு விவரித்தார்.

இந்தப் பொருள் - அருவமான கால் - சில வேளைகளில் பயங்கரமாக வலிக்கிறது - கட்டை விரல்கள்; சுருண்டு கொள்கின்றன - துடிக்கின்றன. இரவில் இது அதிகமாகிறது - அல்லது செயற்கைக் காலை எடுத்து விட்டால் அல்லது நான் ஒன்றும் செய்யாதிருக்கும்போது அதிகமாகிறது. ஆனால் நான் என்னுடைய செயற்கைக் காலைப் பொருத்திக் கட்டி நடந்தால் போய்விடுகிறது. அப்போதும் நான் எனது காலைத் தெளிவாக உணர்கிறேன். ஆனால் அது ஒரு நல்ல மாய ஆவி. வித்தியாசமானது; எனது செயற்கைக் காலுக்கு உயிரூட்டுகிறது, என்னை நடக்க அனுமதிக்கிறது.

இந்த நோயாளியைப் பொறுத்த வரையில், எல்லா நோயாளிகளைப் பொறுத்த வரையிலும்கூட, மோசமான (இயங்காத அல்லது நோய் நிலையுள்ள) மாய உருவை - அப்படி ஒன்று இருந்தால் - விரட்டி விடுவதில் பயன்பாடு அவ்வளவு முக்கியமில்லை. 'நல்ல' மாய உருவை வைத்திருப்பதே முக்கியம். அதாவது தனிப்பட்ட அந்த உறுப்பின் நினைவை - உறுப்பின் பிம்பத்தை - உயிரோட்டமுள்ளதாக, செயல்படுவதாக, நன்றாக வைத்திருப்பது நல்லதில்லையா?

பின்குறிப்பு

மாய உருவங்கள் கொண்டுள்ள பல நோயாளிகள் (எல்லோரும் அல்ல) 'மாய வலியால்' அவதிப்படுகிறார்கள் அல்லது மாய உருவில் வலியிருக்கும். சில வேளைகளில் இது இயல்புக்கு மீறிய தன்மை உடையதாக இருக்கும்; ஆனால் பெரும்பாலும் அது சாதாரண வலியாக இருக்கும். உறுப்பில் முன்னாலிருந்து வலி தொடரும் அல்லது உறுப்பு இருந்த இடத்தில் எதிர்பார்க்கப்படும் வலி வருவதாக இருக்கும். இந்தப் புத்தகம் வெளி வந்தபிறகு நோயாளிகளிடமிருந்து பல கடிதங்கள் வந்தன. ஒருவர் காலை வெட்டுவதற்கு முன்னர் கவனிக்கப்படாமல் விடப்பட்ட கட்டை விரல் நகம் உள் நோக்கி வளர்வதால் ஏற்படும் தொந்தரவு பற்றி எழுதுகிறார். இது காலை எடுத்த பிறகு பல ஆண்டுகள் தொடர்ந்தது. இன்னொரு வகையான வலி. தண்டுவட எலும்பு விலகிய பிறகு, எலும்பையும் தண்டுவட இணைப்பையும் நீக்கிய பிறகு மறைந்தாலும், மாய உருவில் வலி தொடர்ந்தது. இப்படிப்பட்ட பிரச்சனைகள் பொதுவாகக் காணப்படுபவை. அவை கற்பனை அல்ல. அவற்றை நரம்பு உடற்கூறு முறைகளில் ஆராய வேண்டும்.

என்னுடைய முன்னாள் மாணவர், இப்போது தண்டுவட நரம்பு உடற்கூறு வல்லுநராக இருக்கும் டாக்டர் ஜோனதன் கோல் ஒரு நோயாளி பற்றி இவ்வாறு விவரிக்கிறார்: ஒரு பெண்ணுக்கு மாய உருக்காலில் தொடர்ந்து வலி. லிக்னோகைன் (உடலின் ஒரு பகுதியை மரத்துபோகவைக்கும் மருந்து) மூலமாக தசை நாரை பார்க்கச் செய்து மாய உருவை சிறிது காலம் மறக்க மறையச் செய்யப்பட்டது. ஆனால், தண்டுவட வேர்களை மின்சாரத்தால் தூண்டியது மாய உருவில் வேறு வகையான வலியை உண்டாக்கி விட்டது. முன்னர் மந்தமாக இருந்த வலி இப்போது அதிகமானது. தண்டுவடத்தில் மேல் பகுதியைத் தூண்டுவது மாய வலியைக் குறைத்தது. ஒரு நோயாளிக்கு பதினான்கு ஆண்டுகளாக புலனுணர்வு பல்நிலை நரம்பு நோய். டாக்டர் கோல் அவருடைய விவரமான மின் உடற்கூறு ஆய்வுகளைக் கொடுத்திருக்கிறார். இது பல வகைளில் உடலிழந்த பெண்ணான கிறிஸ்டினாவின் நோய் போல இருந்தது. *(பார்க்க:* Proceedings of the Psychological Society, February 1986.*)*

7

ஒரே தளத்தில்

புனித டன்ஸ்டனில் ஒரு முதியோர் இல்லம். அங்கே ஒன்பதாண்டுகளுக்கு முன்னர் நரம்புநோய் மருத்துவமனையில் பணியாற்றியபோது திரு. மக்ரகரைச் சந்தித்தேன். ஆனால் அவரை எனக்கு நினைவிருக்கிறது. நேற்றுப் பார்த்தது போலவே என்முன் நிற்கிறார்.

"என்ன பிரச்சனை?" என்று கேட்டேன், அவர் சாய்ந்து நடந்து உள்ளே வந்தபோது.

"பிரச்சனையா? பிரச்சனை ஒன்றுமில்லை, எனக்குத் தெரிந்தவரையில். ஆனால் ஒரு பக்கம் சாய்ந்திருக்கிறேன் என்று மற்றவர்கள் சொல்கிறார்கள். 'நீங்கள் பிசாவின் சாய்ந்தகோபுரம் போல இருக்கிறீர்கள். நீங்கள் கொஞ்சம் சாய்ந்தால் கீழே விழுந்துவிடுவீர்கள்' என்று சொல்கிறார்கள்."

"ஆனால் நீங்கள் சாய்ந்திருப்பதாக உணரவில்லை?"

'நான் நன்றாகத்தான் இருக்கிறேன். அவர்கள் என்ன சொல்ல வருகிறார்கள் என்று எனக்குப் புரியவில்லை. எனக்கே தெரியாமல் நான் எப்படிச் சாய்ந்திருக்கமுடியும்?"

"இது வித்தியாசமான ஒன்றாக இருக்கிறது" என்று நான் ஒத்துக்கொண்டேன். "நன்றாகப் பார்ப்போம். நீங்கள் எழுந்து நின்று கொஞ்சதூரம் நடங்கள். சுவருக்கு அருகில் போய் திரும்பி வாருங்கள். நான் அதைப் பார்க்க வேண்டும். நீங்களும் அதைப்

பார்ப்பதை விரும்புகிறேன். நீங்கள் நடப்பதை வீடியோ எடுப்போம். அதைத் திருப்பிப்போட்டுப் பார்ப்போம்."

"எனக்குச் சரிதான், டாக்டர்" என்று சொன்ன அவர் எழுந்து நின்றார். என்ன அருமையான கிழவர் என்று எண்ணினேன்.

தொண்ணூற்று மூன்று - ஆனால் எழுபதுக்குமேல் ஒரு நாள்கூட மதிக்க முடியாது. எச்சரிக்கையாக, பட்டன் போலப் பளபளத்தார். நூறு வரையில் போவார். வலுத்த கட்டை. பார்க்கின்சன் நோய் இல்லை. இப்போது நம்பிக்கையோடு வேகமாக நடந்து கொண்டிருந்தார். ஆனால் இருபது டிகிரி சாய்ந்து நடந்தார் நம்பமுடியாதபடி. அவருடைய புவியீர்ப்பு மையம் இடது பக்கம் போய்விட்டது. சமன்பாடு மிகச்சிறிய அளவில் இருந்தது.

"பார்த்தீர்களா?" என்றார் மகிழ்ச்சியாய்ப் புன்முறுவல் செய்து. "பாருங்கள்! ஒரு பிரச்சனையும் இல்லை- நேராகத்தான் நடந்தேன்!"

"அப்படியா, திரு. மக்ரகர்?" என்று கேட்டேன். "நீங்களே பார்த்துக் கொள்ளுங்கள்!"

நான் ஒளிநாடாவை ஓடவிட்டேன். அவர் தன்னைத் திரையில் பார்த்தவுடன் அதிர்ந்து போனார். அவர் கண்கள் பிதுங்கின, தாடை கீழே இறங்கியது. "நான் நாசமாகப் போனேன்!" என்றார். "அவர்கள் சொன்னது சரிதான். நான் ஒரு பக்கம் சாய்ந்துதான் நடக்கிறேன். தெளிவாகப் பார்க்கிறேன். எனக்கு அது தெரியவே இல்லையே! அதை நான் உணரவே இல்லை."

"அதுதான் பிரச்சனை" என்றேன்.

நமக்கு ஐந்து புலன்கள். அவற்றை நாம் பாராட்டுகிறோம், அவற்றை அடையாளம் கண்டு கொள்கிறோம். கொண்டாடுகிறோம். இந்தப் புலனுணர்வுகள்தான் நமது உணர்வு உலகில் இருப்பவை. ஆனால் வேறு உணர்வுகளும் உள்ளன. இரகசியப் புலன்கள் - ஆறாவது புலன்கள் என்று வேண்டுமென்றால் சொல்லிக் கொள்ளுங்கள். மற்றவை போலவே முக்கியமானவை. ஆனால் அவற்றை அடையாளம் காண்பதுமில்லை, பாராட்டுவதுமில்லை. இந்தப் புலன்கள், நனவு நினைவில் இல்லாமல் தானே இயங்கும். அவை கண்டுபிடிக்கப்பட வேண்டும். வரலாற்று அடிப்படையில் அவை அண்மையில்தான் கண்டுபிடிக்கப்பட்டன. விக்டோரியா காலத்தவர்கள் அதனைத் தெளிவான 'தசைப் புலன்' என்றார்கள்.

மூட்டுகளிலும், தசை நார்களிலும் உள்ள உணர்வு வாங்கிகள் உணர்வை பெறும் நரம்புகளில் இருந்து பெறப்பட்டது. உடல் உறுப்புகளின் இடம் பற்றிய அறிவுணர்வு - இது 1890 களில் தான் வரையறுக்கப்பட்டது. அதற்கு உள்உறுப்புகளினுள் ஏற்படும் தூண்டல் துலங்கல் (proprioception) என்று பெயர். மேலும் நமது 'உடல் சரியாக அமையப் பெற்றது, வெளியில் சமன்பாட்டு நிலையிலிருப்பதற்கான இயக்கப்பகுதிகள், கட்டுப்பாடுகள் ஆகியவை இருபதாம் நூற்றாண்டில்தான் வரையறுக்கப்பட்டன. இன்னும் அதில் பல மர்மங்கள் உள்ளன. இந்த வான்வெளி யுகத்தில், ஈர்ப்புவிசை இல்லாத வாழ்க்கையின் சுதந்திரமும் ஆபத்துகளுமான முரண்களுக்கு கருவில் நாம் நமது உடல் செல்கள் நமது உடல் சமன்பாட்டைக் கண்காணித்து, கட்டுப்படுத்துகின்றன. உட்செவிகள் முதலான வெளியில் தெரியாத உணர்வுவாங்கிகள் ஆகியவற்றை உண்மையில் பாராட்டுவோம் சாதாரண மனிதனுக்கு, சாதாரண சூழல்களில் அவை இருப்பதே இல்லை.

எனினும் அவை இல்லாதிருப்பது வெளியில் தெரியும்படி, தோற்றம் பெறும்படியாகவே இருக்கும். நாம் கவனியாது விட்டுவிடுகிற இரகசியப் புலன்களின் குறைபாடுள்ள (அல்லது விகாரப்பட்டுள்ள) உணர்வு இருந்தால், அப்போது நாம் உணர்வது முற்றிலுமாக வினோதமாக பார்வையிழந்த அல்லது செவிப்புலனிழப்பதற்குச் சமமாக ஆனால் வெளியில் சொல்ல முடியாத ஒன்றை நாம் அனுபவிப்போம். உள்ளுறுப்பினுள் தூண்டல் துலங்கள் இழப்பு எனப்படும் பிரோப்ரியோசெப்ஷன் முற்றிலும் ஏற்பட்டு விட்டது என்றால், உடல் தனக்கே, பார்வை இழந்து, கேட்கும் திறன் இழந்து போகும். (proprius என்ற லத்தீன் வேர்ச்சொல்லுக்கு எனக்கே உரியது என்று பொருள்), உடல் தன்னையே சொந்தம் கொண்டாட முடியாமல் போகும், தன்னையே தான் என்று உணர்வது நின்று போகும் (பார்க்க: அத்தியாயம் 3)

முதியவர் திடீரென்று மிகவும் கவனம் செலுத்தத் தொடங்கினார். அவரது புருவங்கள் நெரிந்தன. உதடுகள் மடிந்தன. சிந்தனையில் மூழ்கி அசையாமல் நின்றார். எனக்குப் பிடித்தமான காட்சி அது. நோயாளி தன்னையே கண்டு பிடித்துக்கொள்ளும் - பாதி அதிர்ந்து போய், பாதி வேடிக்கையாக என்ன தவறு என்று முதல் முறையாகக் கண்டு, அதே சமயம் என்ன செய்ய வேண்டும் என்று அறிய முயலும் தருணம் அது. இது நோய் தீர்க்கும் நேரம்.

"நான் யோசிக்கிறேன், நான் யோசிக்க வேண்டும்!' என்று பாதி

தனக்குள் முணுமுணுத்துக் கொண்டார். தன்னுடைய வெள்ளைப் புருவங்களைக் கண்கள் மேல் இழுத்து, ஒவ்வொரு கருத்தையும் தனது முடிச்சு விழுந்த வலுவான கைகளை ஆட்டிக்கொண்டு. "நான் யோசிக்கிறேன், நீங்கள் என்னோடு சேர்ந்து யோசிங்கள். ஏதாவது ஒரு விடை இருக்க வேண்டும்! நான் ஒரு பக்கம் சாய்கிறேன், ஆனால் அதைக்கண்டு சொல்ல முடியவில்லை, இல்லையா ஒரே உணர்ச்சி, ஒரு தெளிவான அடையாளம் இருக்க வேண்டும், ஆனால் அது அங்யே இல்லை, சரியா?' சிறிது நிறுத்தினார். "நான் ஒரு தச்சுத் தொழிலாளியாக இருந்திருக்கிறேன்" என்றார். அவர் முகத்தில் ஒரு ஒளி தோன்றியது." நாங்கள் ரசமட்டத்தை ஒரு மேற்பரப்பின் மட்டம் பார்க்கப் பயன்படுத்திவோம். அவை வைத்து செங்குத்துக் கோட்டின் தளத்திலிருந்து சாய்ந்திருக்கிறதா இல்லையா என்று பார்ப்போம். அதுபோல ஒரு ரசமட்டம் மூளையிலும் இருக்கிறதா?"

நான் தலையை ஆட்டினேன்.

"பார்க்கின்சன் நோயினால் அது பாதிக்கப்பட்டிருக்கிறதா?"

மீண்டும் நான் தலையை ஆட்டினேன்.

"எனக்கு அதுதான் நடந்திருக்கிறதா?"

மூன்றாம் முறையாகத் தலையையாட்டி, "ஆம், ஆம், ஆம்" என்றேன்.

ரசமட்டத்தைப் (spirit level) பற்றியே பேசிய திரு.மக்ரகர் அடிப்படையான ஒரு ஒப்புமையை, ஒரு உருவகத்தை மூளையின் தேவையான கட்டுப்பாட்டு அமைப்புக்குக் கொடுத்துவிட்டார். உள்காதின் பகுதிகள் ரச மட்டங்கள் போலவே இருக்கும். திருக்குமுறுக்கான செவிவழியில் (labyrinth) அரைவட்ட ஓடைகள் இருக்கும். அவற்றினுள்ள திரவத்தின் இயக்கம் தொடர்ந்து கண்காணிக்கப்பட்டு வரும். ஆனால் இவற்றில் எந்தக் கோளாறும் இல்லை. எனினும் அவருடைய உடல் தன்னை அறிந்திருப்பதோடு, உலகின் பார்வைக் காட்சியோடு இயைந்து தன்னுடைய உறுப்புகளின் சமநிலையைப் பயன்படுத்தும் திறனில்தான் குறைபாடு. திரு மக்ரகரின் ஒரு சாதாரண உருவகம் அவருடைய செவிவழிக்கு மட்டுமல்ல மூன்று இரகசியப் புலன்களுக்கிடைய உள்ள இயைபு ஒருமைப்பாட்டுக்கும் பயன்படும்; செவிவழி உள்ளுறுப்பினுள் தூண்டல் துலங்கல், காட்சி ஆகிய மூன்றும் இங்கே இடம் பெறுகின்றன. பார்க்கின்சன் நோயில் இவை மூன்றும் இணைந்து செயல்படுவது பாதிக்கப்படுகிறது.

இப்படிப்பட்ட ஒருங்கிணைப்பு பற்றியும் - பார்க்கின்சன் நோயில் அவற்றின் சிதைவுகள் பற்றியும் - பர்டோன் மார்டின் ஆய்வுகளைச் செய்தார். அவருடைய சிறந்த நூலான The Balal Ganglia and Pasture *(1967 முதல் பதிப்பு திருத்தி விரிவாக்கப்பட்டது)* இந்த ஒருங்கிணைப்பு பற்றியும் ஒருங்கிணைப்பாளரான மூளை பற்றியும் பர்டோன் மார்டின் இவ்வாறு எழுதுகிறார். "மூளையில் ஒரு மையம், ஓர் உயர்அதிகாரி 'ஒரு கட்டுப்பாட்டாளர்' இருக்க வேண்டும். இந்தக் கட்டுப்பாட்டாளர் அல்லது உயர் அதிகாரி உடலின் நிலைத்தன்மை அல்லது நிலைத்த தன்மை இல்லாது பற்றித் தெரியப் படுத்தவேண்டும்."

'சாய்தல் எதிர்வினைகள்' பற்றிய பகுதியில் நிலையான நேரான உடலிருப்பிற்கான மூன்றுவகைப் பங்களிப்பை வலியிறுத்துகிறார். பார்க்கின்சன் நோயில் இந்த நுண்ணிய சமநிலை எப்படித் தடுமாறுகிறது - குறிப்பாக எப்படி அசைவுகளையுணர்தல், பார்வை ஆகியவை இழக்கப்படுவதற்கு முன்னர் செவிவழிக்கூறு போய்விடுகிறது என்று குறிப்பிடுகிறார். இந்த முத்தரப்புக் கட்டுப்பாட்டு அமைப்பு எப்படி இருக்கிறது என்றால் ஒரு புலன் ஒரு கட்டுப்பாடு பிறவற்றை முழுவதுமாக இல்லாவிட்டாலும் (ஏனென்றால் புலன்கள் தங்களது உள்ளாற்றலில் மாறுபடுகின்றன) ஒருபகுதியில் பயன்படும் அளவிற்கு ஈடுபடுத்துகிறது என்பதை அவரது கூற்றிலிருந்து அறியலாம். பார்வை அனிச்சைச் செயல்களும், கட்டுப்பாடுகளும் ஒரு வேளை பொதுவாக மிகக்குறைந்த முக்கியத்துவம் வாய்ந்தவையாக இருக்கலாம். நமது செவிவழி, பிரோபிரியோசெப்டிவ் அமைப்புகள் சீராக இருந்தால், நமது கண்கள் மூடியிருக்கும்போது நாம் நிலையாக இருப்போம். நாம் கண்களை மூடும் அந்தக் கணத்தில் நாம் சாயமாட்டோம், முன்னால் சாயமாட்டோம், விழமாட்டோம். ஆனால் ஆபத்தான நிலையில் சமன்பாடு இருக்கும். பார்க்கின்சன் நோயாளி விழுந்துவிடலாம், சரியலாம். (பார்க்கின்சன் நோயாளிகள் மிகவும் வினோதமான சாய்ந்த நிலைகளில் இருப்பார்கள். அவர்களுக்கு அது தெரியாது. ஆனால் அவர்கள் முன்னால் தங்களது உட்கார்ந்திருக்கும் நிலையை அவர்கள் பார்க்குமாறு ஒரு கண்ணாடியை வைத்தால் உடனே நேராக நிமிர்ந்து உட்காருவார்கள்.)

உள்ளுறுப்புக்குள் தூண்டல் துலங்கல் உள்செவிகளில் ஏற்படும் குறைபாடுகளை ஓரளவு ஈடுகட்டமுடியும். சில சமயங்களில் (கடுமையான Meniere's disease - தலை சுற்றல், காதில் மணியடிப்பது போன்ற ஒலி - என்னும் நோயால் சமநிலைக்கு உதவும் உட்காதில்

ஏற்படும் பாதிப்புகளால் தலைசுற்றல் தாங்க முடியாததாக இருக்கும் போது) உட்செவி அறுவைச் சிகிச்சையால் நீக்கப்படும்போது நோயாளிகள் முதலில் நேராக நிற்கவோ, ஓர் அடி எடுத்து வைக்கவோ முடியாதிருக்கும். ஆனால், அவர்கள் தங்களது பிரோபிரியோசெப்ஷனை சிறப்பாக அதிகரிக்கவும் பயன்படுத்தவும் கற்றுக்கொள்கிறார்கள். குறிப்பாக முதுகில் தோளுக்குப் பின்னால் பரவும் தசையான latissmus dorsc -யின் உணரிகளை (உடலில் அதிகம் இயங்கக்கூடிய தசை) ஒரு ஜோடி இறக்கை போன்ற பிரோபிரியோசெப்டர்களாக, புதியதொரு சமநிலைப்படுத்தும் உறுப்பாகப் பயன்படுத்தக் கற்றுக்கொள்கிறார்கள். நோயாளிகள் பழகப் பழக இது அவர்களது இரண்டாம் தன்மையாக மாறிவிட அவர்கள் நன்றாக இல்லாவிட்டாலும், பாதுகாப்போடும், தன்னம்பிக்கையோடும், எளிதாக நிற்கவும் நடக்கவும் முடிகிறது.

பர்டோன் மார்டின் பார்க்கின்சன் நோயினால் கடுமையாகப் பாதிக்கப்பட்டவர்கள் செயற்கையான நடை, நிற்பது, அமர்வது, முதலானவற்றை அடைவதற்காக பலவகைப்பட்ட இயக்கச் செயல்பாடுகளையும் முறைகளையும் வடிவமைப்பதில் திறமையும் ஆர்வமும் காட்டிவந்தார். எடுத்துக்காட்டாக, தரையில் கோடுகள் தீட்டுதல், பெல்டில் எடை வைத்துச் சமப்படுத்துதல், நடக்கும்போது சரியாக எட்டுவைப்பதற்காக உரக்கச் சப்தமிடும் பேஸ்மேக்கர்கள் என்று பலவற்றை வடிவமைத்தார். இந்த முயற்சியில் அவர் தனது நோயாளிகளிடமிருந்து நிறையக் கற்றுக் கொண்டார். (அவருடைய நூலை அவர்களுக்கே அர்ப்பணித்தார்)

அவர் மனிதத்தன்மை மிக்க ஒரு முன்னோடி. அவருடைய மருத்துவத்தில் புரிதலும், கூட்டுமுயற்சியும் மையமாக இருந்தன. நோயாளியும், மருத்துவமும் சமமானவர்கள். அதே தளத்தில் ஒருவர் மற்றவரிடமிருந்து கற்றுக் கொள்வார். இருவரும் சேர்ந்து புதிய உள்ளறிவையும், புதிய மருத்துவத்தையும் பெற்றுக்கொள்வார்கள். ஆனால் எனக்குத் தெரிந்தவரையில் திரு. மக்ரகரை பாதித்த சாய்ந்து நடத்தல், உயர் அளவில் செவிக்குழாய் அனிச்சைச் செயல்களில் பாதிப்பு ஆகியவற்றை நேராக்க செயற்கை உறுப்புகள் எவற்றையும் அவர் உருவாக்கவில்லை.

“ஓ, இது இப்படித்தான் இல்லையா?” என்று கேட்டார் திரு மக்ரகர். “ரசமட்டத்தை எனது தலையில் நான் பயன்படுத்த முடியாது. என்னுடைய காதுகளைப் பயன்படுத்த முடியாது. ஆனால் கண்களைப் பயன்படுத்தமுடியும்.” ஒரு சோதனையாக

தலையை ஒரு பக்கம் சாய்த்துச் சொன்னார். "பொருட்கள் எல்லாம் ஒரே மாதிரிதான் தோன்றுகின்றன. உலகம் சாயவில்லை." பிறகு ஒரு கண்ணாடி வேண்டுமென்று கேட்டார். பெரிய கண்ணாடி ஒன்று அவர் முன்வைக்கப்பட்டது. "இப்போது நானே ஒரு பக்கம் சாய்ந்திருப்பதைப் பார்க்கிறேன். இப்போது நேராக நிற்கிறேன் - ஒருவேளை நேராகவே, அப்படியே நிற்கமுடியும். ஆனால் நான் கண்ணாடிகளின் மத்தியில் வாழமுடியாது அல்லது நான் போகுமிடமெல்லாம் அதைத் தூக்கிக்கொண்டு போகமுடியாது," என்றார்.

மீண்டும் அவர் ஆழமாக சிந்தித்தார். முகத்தைச் சுளித்தார். பிறகு திடீரென்று அவர் முகம் தெளிவாகி ஒரு புன்னகை ஒளி பரவியது. "ஆ, எனக்குத் தெரிந்துவிட்டது, டாக்டர், எனக்குக் கண்ணாடி வேண்டாம்; எனக்கு ஒரு ரசமட்டம் வேண்டும். என்னுடைய தலைக்குள் இருக்கும் ரசமட்டத்தை பயன்படுத்த முடியாவிட்டால், நான் ஏன் தலைக்கு வெளியேயுள்ள ரசமட்டங்களைப் பயன்படுத்தக் கூடாது? நான் பார்க்கும் மட்டங்களைப் பயன்படுத்த நான் கண்களை ஏன் பயன்படுத்தக் கூடாது?"

அவர் தனது மூக்குக்கண்ணாடியை கழற்றிவிட்டு அதைத் தடவிக்கொண்டே யோசிக்கிறார். அவர் புன்னகை பெரிதானது.

"இங்கே எனது கண்ணாடியின் ஓரம் இருக்கிறது. இது எனக்கு நான் சாய்கிறேனா என்று எனது கண்களுக்குச் சொல்ல முடியும். முதலில் எனது கண்ணை அதன் மேல் பதிக்கிறேன். அது உண்மையில் கடினமாகத்தான் இருக்கும். ஆனால் அது எனக்கு அதை இரண்டாவது தன்மையாக, தானாகச் செயல்படும் ஒன்றாக ஆகிவிடும். டாக்டர், நீங்கள் என்ன நினைக்கிறீர்கள்?"

"பிரமாதமான யோசனை, திரு. மக்ரகர். முயற்சி செய்து பார்ப்போம்."

கொள்கையளவில் தெளிவாக இருந்தது. ஆனால் செயல்படுத்துவதில் சிக்கல் இருந்தது. முதலில் ஒரு ஊசியை வைத்து சோதனையைத் தொடங்கினோம். கண்ணாடியின் விளிம்புகளிலிருந்து ஒரு நூலை எடையுடன் தொங்கவிட்டோம். ஆனால் இது அவரது கண்களுக்கு மிக அருகில் இருந்ததால், பார்க்க முடியவில்லை. அடுத்து, எங்களுடைய கண்கண்ணாடி பொருத்துபவர் உதவியுடன் அவருடைய கண்ணாடியின் மூக்குப்பகுதியிலிருந்து இரண்டு மூக்கு அளவு நீளத்தில் ஒரு கிளிப் செய்தோம். அதில் இரண்டு பக்கமும்

ஒரு சிறிய ரசமட்டம் வைத்தோம். பல மாதிரிகளை வடிவமைத்து, சோதித்து திரு. மக்ரகர் மாற்றியமைத்தார். இரண்டு வாரங்களில் ஒரு முதல் மாதிரியைத் தயாரித்து முடித்தோம். அது ஹீத் ராபின்சனின் ரசக்கண்ணாடி போல் இருந்தது. "உலகில் முதல் கண்ணாடி" என்றார் திரு.மக்ரகர் மகிழ்ச்சியுடன் வெற்றிக்களிப்பில்.

அவர் கண்ணில் அணியச் செய்தோம். கொஞ்சம் இடைஞ்சல் தருவதாக வினோதமாக இருந்தது. ஆனால் காது கேட்கும் கருவிகொண்ட பெரிய கண்ணாடிகள் போலத்தான் இருந்தது. இப்போது எங்கள் இல்லத்தில் ஓர் அபூர்வமான காட்சி காணக்கிடைத்தது. தானே கண்டுபிடித்துத் தயாரித்த ரசமட்டக் கண்ணாடியை அணிந்த திரு. மக்ரகர் தனது பார்வை ஓரிடத்தில் நிலையாக நிற்க, மாலுமி தனது கப்பலைச் செலுத்தும் பார்வையோடு இருந்தார். ஒரு வகையில் இந்தப் புதுவகைக் கண்ணாடி வேலை செய்தது. இப்போது அவர் சாய்வதில்லை. ஆனால் இது களைப்படையச் செய்யும் தொடர்ந்த பயிற்சி. அதன்பிறகு சில வாரங்களில் எளிதாக ஆகியது. தனது 'கருவிகளின்' மேல் கண்களை வைப்பது நினைவோடு செய்யும் வேலையாக இல்லை. கார் ஓட்டுகிறவர் சிந்தித்துக்கொண்டோ, பேசிக்கொண்டோ தனக்கு முன்னாலிருக்கும் கருவிகளைப் பார்த்து ஓட்டுவதுபோல இதுவும் பழக்கமாகிவிட்டது.

புனித டன்ஸ்டனில் திரு. மக்ரகரின் கண்ணாடி மிகுந்த வரவேற்பைப் பெற்றது. எங்களிடம் பல பார்க்கின்சன் நோயால் பாதிக்கப்பட்டவர்கள் இருந்தார்கள். அவர்களில் பலர் சாய்ந்து நடத்தல், நிற்பதில், அனிச்சைச் செயல்களில் பிரச்சனை உள்ளவர்கள் இருந்தார்கள். சில ஆபத்தான பிரச்சனைகள். அது மட்டுமில்லை, எந்த மருத்துவத்துக்கும் கட்டுப்படாதவை. விரைவிலேயே இன்னொரு நோயாளி திரு.மக்ரகரின் கண்ணாடியை அணியத் தொடங்கினார். அடுத்து ஒருவர். அவர்கள் ரசமட்டக் கண்ணாடியை அணிந்து நேராக ஒரே தளத்தில் நடக்க முடிந்தது.

8

வலப்பக்கம் பார்

திருமதி S-க்கு அறுபது வயது. நல்ல அறிவாளி. அவருக்கு கடுமையான வாதம் ஏற்பட்டு, அவருடைய வலப்பக்க பெருமூளையின் அரைக் கோளத்தின் உள்ளே பின் பகுதிகளில் பாதிப்பு ஏற்பட்டது. ஆனால் அவருடைய நுண்ணறிவும், நகைச்சுவை உணர்வும் பாதிக்கப்படவில்லை.

சில வேளைகளில் தனது தட்டில் காஃபியோ, டெசர்ட்டோ வைக்கவில்லை என்று செவிலியரிடம் புகார் செய்வார். அவர்கள், “திருமதி S, அங்கேதான் இருக்கிறது, இடப்பக்கம்” என்று சொல்வார்கள். அவர்கள் சொன்னது அவருக்குப் புரிந்தது போலத் தோன்றாது. இடப்பக்கம் பார்க்கவே மாட்டார். ஆனால் அவரது தலையை மெல்ல ‘டெசர்ட்’, அவரது கண்களில் படுமாறு திருப்பினால், “ஓ, இங்கேதான் இருக்கிறது, இதற்கு முன்னால் அங்கே இல்லையே!” என்று சொல்கிறார். அவருடைய பார்வையில் வலது பாதியில் படும்படி வைத்தால்தான் அவரால் பார்க்க முடிகிறது. அவர் உலகம் பற்றி மட்டுமல்ல தனது சொந்த உடலிலேயே ‘இடப்பக்கம்’ என்ற கருத்தையே முற்றிலுமாக இழந்துவிட்டிருந்தார். சில வேலைகளில் தனக்குத் தரப்பட்டிருக்கும் உணவு மிக்குறைவாக இருக்கிறது என்று புகார் செய்வார். அவருக்கு இடது பகுதி என்று ஒன்று இருக்கிறது என்பதே தோன்றாது. சில சமயங்களில் உதட்டுச் சாயத்தை எடுத்து தனது முகத்தின் வலப்பக்கம் மட்டும் முழுவதும் பூசிக்கொள்வார். இடப்பக்கத்தை விட்டுவிடுவார். இதனைக் குணப்படுத்துவது முடியாத ஒன்று. ஏனென்றால் அவருடைய கவனத்தை அவற்றின் பக்கம் திருப்ப

முடியாது. (பாதி- கவனமின்மை- பார்க்க பேட்டர்ஸபி 1958). அவை தவறு என்ற எண்ணமே அவருக்கு இல்லை. அவர் அதை அறிவுபூர்வமாகப் புரிந்துகொள்ள முடிகிறது. அவருக்குத் தெரிகிறது. சிரிக்க முடிகிறது. ஆனால் நேரடியாக அவரால் தெரிந்து கொள்ள முடியாது. அதனை அவர் அறிவுபூர்வமாகத் தெரிவதாலும், அனுமானத்தால் அறிவதாலும் அவர் தன்னுடைய குறைபாட்டைச் சமாளிக்க வியூகங்களை வகுத்துக் கொண்டார். அவரால் நேரடியாக இடது பக்ககம் பார்க்க முடியாது, இடப்பக்கம் திரும்ப முடியாது. எனவே அவர் வலப்பக்கம் திரும்புகிறார். ஒரு முழுவட்டமாகத் திரும்பிக் கொள்கிறார். ஆகவே அவர் சுழல் நாற்காலி வேண்டுமென்று கேட்டார். ஓரிடத்தில் இருக்க வேண்டுமென்று அவருக்குத் தெரிந்த ஒரு பொருளை அங்கே காணாவிட்டால், வட்டமாக ஒரு சுற்றுத் தனது நாற்காலியைச் சுற்றி அதனைப் பார்த்துக் கொள்கிறார். அவருடைய 'டெசர்ட்'டையோ, காஃபியையோ காணவில்லையென்றால் இப்படி வெற்றிகரமாகச் செய்து கொள்கிறார். அவருக்குத் தரப்பட்ட உணவுப்பொருள் குறைவாக இருப்பதுபோலத் தோன்றினால் வலப்பக்கம் தனது சுழல் நாற்காலியைத் திருப்பி, தனது கண்களால் காணாமல் போயிருந்த உணவுப்பொருள் பகுதியைப் பார்க்கும் வரையில் திருப்புவார். அதை உண்டபிறகு அல்லது பாதியை உண்டபிறகு அவருக்குப் பசி குறைந்துவிடும். ஆனால் பசி ஆறாவிட்டால், அல்லது அதுபற்றி அவர் நினைத்து இன்னும் பாதியைத்தான் பார்த்திருக்கிறோம் என்று தெரிந்தால் மீண்டும் ஒருமுறை சுற்றிவந்து கால்பகுதியைப் பார்ப்பார். பிறகு இதையும் பாதியாகப் பிரித்துக் கொள்வார். இது பெரும்பாலும் போதுமானதாக இருக்கும். இப்போது சாப்பாட்டில் எட்டில் ஏழு பகுதியைச் சாப்பிட்டிருப்பார். ஆனால் இன்னும் பசி அடங்காவிட்டால், அதுபற்றியே அதிகம் நினைத்துக்கொண்டிருந்தால், மூன்றாம் முறையும் திரும்பி பதினாறில் ஒரு பகுதியை எடுத்துக் கொள்வார். (மிச்சத்தைத் தட்டிலேயே விட்டுவிடுவார்)

"இது அபத்தம். நான் ஜீனோவின் அம்புபோல உணர்கிறேன். (ஜீனோ என்பவர் கிரேக்கத் தத்துவ ஞானி. அவரது முரணுரைகளில் ஒன்று ஜீனோவின் அம்பு. இயங்குகின்ற அம்பு நிலையாகத்தான் இருக்கிறது என்பது அந்த முரணுரை.) நான் அங்கே போகவே முடியவில்லை. இது வேடிக்கையாக இருக்கலாம். ஆனால் அந்தச் சூழலில் என்னால் வேறொன்றும் செய்யமுடியவில்லை."

ஆனால் அவர் தனது நாற்காலியை சுழற்றுவதற்குப் பதிலாக

தன்னையே சுற்றிவிடலாம். அவர் ஒத்துக் கொள்கிறார். முயன்றும் பார்க்கிறார், குறைந்தது முயற்சி செய்ய முயன்றார். ஆனால் அது கடினமாக இருந்தது, இயற்கையாக வரவில்லை. மாறாகத் தனது நாற்காலியில் 'விங்கென்று' சுற்றுவது எளிதாக நிகழ்கிறது. ஏனென்றால் அவருடைய பார்வை, அவரது கவனம், அவரது தானாக இயங்கும் தசைகள், உள் தூண்டல்கள், அனைத்துமே, வலப்பக்கத்திற்குரிய உள்ளுணர்விலேயே நிகழ்கின்றன.

அவருக்கு மிகவும் வருத்தம் தரக்கூடியது, அவரது முகத்தின் இடப்பக்கம் உதட்டுச்சாயமோ, கன்னத்தில் பூச்சே இல்லாமல் பாதியாக மேக்-அப் செய்திருப்பதைப் பார்த்து ஏளனம் செய்வதுதான். "நான் கண்ணாடியில் பார்க்கிறேன், நான் பார்க்கும் பகுதிக்கு ஒப்பனை செய்கிறேன்" என்று சொன்னார். அவரது முகத்தின் இடப்பக்கத்தை வலது பக்கத்தில் பார்க்கக்கூடியது போலவே ஒரு கண்ணாடியை வைக்க முடியுமா என்று நாங்கள் சிந்தித்தோம். அதாவது அவரது எதிரில் இருக்கும் ஒருவர் அவரைப் பார்ப்பதுபோல. கேமரா, மானிட்டர் அவரைப் பார்திருக்க ஒரு வீடியோ அமைப்பை முயற்சி செய்தோம். விளைவு அச்சமூட்டுவதாக வினோதமாக இருந்தது. ஏனென்றால் இப்போது வீடியோத் திரையைக் கண்ணாடியில் போல் கண்டு அவரது முகத்தின் இடப்பக்கத்தை வலப்பக்கத்தில் பார்த்தார். இது சதாரண ஆளுக்கே குழப்பமாக இருக்கும். (வீடியோ திரையைப் பார்த்து சவரம் செய்வது போல) அவருக்கு அது இருமடங்கு குழப்பம் விளைவித்தது. ஏனென்றால் அவர் பார்க்கும் அவரது முகம், உடலின் இடப்பக்கம் என்பது பக்கவாதத் தாக்கத்தினால் அவரைப் பொறுத்தவரையில் இல்லவே இல்லை, அந்த உணர்வே இல்லை. 'இதை எடுத்துக்கொண்டு போங்கள்" என்று கத்தினார் குழப்பத்துடனும் துயரத்துடனும். எனவே அதைப் பிறகு முயன்று பார்க்கவில்லை. இது வருத்தம் தரத்தக்கதுதான். ஏனென்றால் அரை கவனமின்மை, இடதுபக்கத்தில் உணர்வின்மை உள்ள இவர் போன்ற நோயாளிக்கு வீடியோ பின்னூட்டம் அதிகமான பயனுள்ளதாக இருந்திருக்கும். இதனையே R.L. கிரகரியும் சொல்கிறார்.

பின்குறிப்பு

கணினிகளும், கணினி விளையாட்டுகளும் (நான் திருமதி S க்கு மருத்துவம் பார்த்த 1976-ஆம் ஆண்டு இந்த வசதிகள்

இல்லை) 'காணாமல்போன' பகுதியை மேற்பார்வையிடுவதில் ஒருதலைப்பட்சக் கவனிப்பின்மையுள்ள நோயாளிகளுக்கு கிடைக்கக்கூடும். அவர்களுக்கு இதைச் செய்துகொள்ளக் கற்றுத்தர முடியும். இதுபற்றிய குறும்படம் ஒன்று அண்மையில் *(1986)* எடுத்தேன். மேலும் இதே நேரத்தில் வெளியான M. மார்சல் மெசுலம் தொகுத்த Principles of Behavioural Neurology (Phidelphia 1985) மிக முக்கிய புத்தகம் பற்றியும் குறிப்பிட முடியவில்லை. மெசுலம் 'கவனமின்மை' பற்றிக் கூறியதை இங்கே எடுத்துக்காட்டியாக வேண்டும்.

"கவனிக்காமல் விடுவது கடுமையாக இருக்கும்போது அண்டவெளியின் ஒருபாதி திடீரென்று எந்த அர்த்தமுமில்லாமல் இயலாது போனது போல நோயாளி நடக்கக்கூடும். இடது வெளியில் ஒன்றுமே நடக்காதது போல ஒருதலைப்பட்சமாக கவனிப்பின்மையுள்ள நோயாளிகள் நடப்பது மட்டுமில்லை, அவர்கள் அங்கே முக்கியமான நிகழ்வு நடக்கக்கூடும் என்றும் எதிர்பார்க்க மாட்டார்கள்.

9

தலைவர் உரை

என்ன நடந்து கொண்டிருந்தது? அதிபர் உரை வந்தபோது பேச்சிழப்பு நோயாளிகள் பிரிவிலிருந்து வெடிச்சிரிப்பு. அவர்கள் எல்லோரும் தலைவர் பேசுவதைக் கேட்க ஆவலாக இருந்தார்கள்.

அனைவரையும் வசீகரிப்பவர், நடிகர், அவருடைய தயாரிக்கப்பட்ட உரை, அவருடைய நடிப்புகள், அவருடைய உணர்ச்சியைத் தூண்டும்பேச்சு - நோயாளிகள் அனைவரும் விழுந்துவிழுந்து சிரித்தார்கள். ஆனால் எல்லோரும் சிரிக்கவில்லை. சிலருக்குக் குழப்பமாக இருந்தது. சிலர் கோபப்பட்டார்கள், ஒன்றிரண்டுபேர் அவசரப்பட்டார்கள். ஆனால் பெரும்பாலோருக்கு வேடிக்கையாக இருந்தது. தலைவர் வழக்கம் போல உள்ளத்தைத் தொடுமாறு பேசினார். ஆனால் இவர்கள் சிரிக்கத்தான் செய்தார்கள். அவர்கள் என்ன நினைத்துக் கொண்டிருப்பார்கள்? அவர்களுக்கு அவரைப் புரிந்து கொள்ள முடியவில்லையா? அல்லது மிக அதிகமாகவே புரிந்து கொண்டார்களா?

இந்த நோயாளிகள் அறிவுக் கூர்மையுள்ளவர்களாக இருந்தாலும் பேச்சிழப்பால் அதிகம் பாதிக்கப்பட்டவர்கள். அவர்களால் வார்த்தைகளைப் புரிந்து கொள்ள முடியாது என்றும் இருப்பினும் அவர்களிடம் சொன்னதைப் புரிந்து கொள்வார்கள் என்றும் இந்த நோயாளிகளைப் பற்றிச் சொல்லப்பட்டது. அவர்களை நன்கு தெரிந்த நண்பர்கள், உறவினர்கள், செவிலியர் முதலானோர் அவர்களுக்கு பேச்சிழப்பு நோய் என்று சிலவேளைகளில் நம்பமாட்டார்கள்.

இது ஏனென்றால், அவர்களிடம் இயற்கையாகப் பேசினால், பேசியதன் பொருளைப் பெரும்பாலும் புரிந்து கொள்வார்கள். இயற்கையாகவே இயற்கையாகத்தான் பேசுகிறோம்.

எனவே அவர்கள் பேசுவதைப் புரிந்துகொள்ளும், பேசும் திறனையும் இழந்துவிட்டார்கள் என்று காட்டி நரம்புநோய் வல்லுநர் என்ற முறையில் அசாதாரண முயற்சிகளை மேற்கொள்ள வேண்டியிருந்தது. செயற்கையாகப் பேசவும் நடக்கவும் வேண்டியிருந்தது. பேச்சோடு சேராத குறிகளான, குரலின் தொனி, ஏற்ற இரக்கம், பொருள் தரக்கூடிய அழுத்தம், காட்சிக்குறிகளான முகப்பாவனைகள், சைகைகள், உடல்மொழிகள், வேறுநினைவுக்குட்படாத தனிப்பட்ட செயல்கள் ஆகியவற்றையெல்லாம் நீக்க வேண்டியிருந்தது. இது ஒருவருடைய மொத்த ஆளுமையையும் மறைத்தது. குரலின் தனித்தன்மையை முற்றிலுமாக மாற்றி, சிலவேளைகளில் கணினிபோல குரலை செயற்கையாக ஆக்க வேண்டியிருந்தது. அதாவது பேச்சை வெறும் தூய்மையான சொற்களாக மாற்றி, ஃபிரீஜ் சொன்ன தொனி- நிறம் இல்லாமல் செய்தேன். சில உணர்வுமிக உள்ள நோயாளிகளிடம் ஸ்டார் டிரெக் திரைப்படத்தின் கணினிகளின் குரலைப்போல செயற்கையான எந்திரத்தனமான பேச்சினால்தான், அவர்களுடைய பேச்சு இழப்பைப் பற்றி உறுதியாகச் சொல்ல முடியும்.

இதுவெல்லாம் எதற்காக? ஏனென்றால் பேச்சில், இயற்கையான பேச்சில், வெறும் சொற்கள் மட்டும் இல்லை. அல்லது ஹியுலிங்க்ஸ் ஜேக்சன் நினைத்ததுபோல கருத்துரைகள் (propositions) மட்டும் இல்லை. அது பேச்சால் (utterance) ஆனது. ஒருவருடைய முழு ஆளுமையோடு முழு பொருளையும் சொல்வது. இதனைப் புரிந்துகொள்ள வெறும் சொல்லை அடையாளம் காண்பது மட்டும் போதாது. பேச்சிழப்பு ஏற்பட்டவர்கள் முழுவதுமாகச் சொற்களைப் புரிந்து கொள்ளாவிட்டாலும் அவர்களது பேச்சிழப்பைப் புரிவதற்கு இதுதான் தடயம். ஏனென்றால் சொற்களும் சொல் வாக்கிய அமைப்புகளும் ஒன்றும் பொருள் தராவிட்டாலும், பேச்சு மொழி சொற்களைத் தாண்டி வெளிப்பாட்டில் பதிந்து தொனியில் உள்ளடக்கியிருக்கும்.

இந்த வெளிப்படல்தான், ஆழமாக, மாறுபட்டு, பல்தொகுதியாக, நுண்ணியதாக பேச்சிழப்பில் பாதுகாக்கப்படுகிறது- வார்த்தைகளைப் புரிந்து கொள்ளும் திறன் அழிக்கப்பட்டாலும் பாதுகாக்கப்படுவது மட்டுமில்லை; இயற்கைக்கு அப்பால் அதிகரிக்கிறது.

இதுவும் மிகவும் வேடிக்கையான நாடகபாணியில் பேச்சிழப்பினால் பாதிக்கப்பட்டவர்களுடன் நெருக்கமாக இருப்போர் அல்லது பணிபுரிவோருக்கு அவர்களுடைய நண்பர்கள், குடும்பத்தார், மருத்துவர்கள், செவிலியருக்குத் தெளிவாகத் தெரியும். முதலில் அதிகம் ஒன்றும் பிரச்சனை இல்லை என்று நினைப்போருக்கு பிறகு பேச்சை அவர்கள் புரிந்து கொள்வதில் பெரும் மாற்றம், ஏறத்தாழ ஒரு தலைகீழ் மாற்றம், ஏற்பட்டிருப்பதைப் பார்க்கிறோம். ஏதோ ஒன்று அழிந்து விட்டது உண்மை. ஆனால் வேறொன்று பெரிதாக்கப்பட்டு அல்லது கூட்டப்பட்டு அதனிடத்தில் இருக்கிறது. இதனால் குறைந்தது உணர்ச்சி மிகுந்த உரையில், வார்த்தைகளை இழந்துவிட்டாலும் அர்த்தம் முழுவதுமாகப் பெறப்படுகிறது. இங்ஙனம் நமது மனித இனத்தில் வழக்கமான ஒழுங்கு வரிசையில் தலைகீழ் மாற்றம் ஏற்பட்டிருக்கிறது. ஒருவேளை மிகப்பழமையான, தொடக்க நிலைக்குப் பின்னோக்கிப் போவது நிகழ்ந்திருக்கிறது. இதனால்தான் ஹியுலிங்க்ஸ் ஜேக்சன் பேச்சிழந்தோரை நாய்களுக்கு ஒப்பிட்டார்.

(இந்த ஒப்புமை இருவரையுமே கோபப்படுத்தியிருக்கும்) ஆனால் அவர் ஒப்புமை காட்டியபோது அவர்களது மொழித்திறன் குறைபாடுகளைப் பற்றி நினைத்தார். அவர்களுடைய குறிப்பிடத்தக்க தொனி, உணர்ச்சி ஆகியவற்றின் உணர்வுநிலையைக் குறிப்பிடவில்லை. இந்த வகையில் ஹென்றி ஹெட் பேச்சிழப்பு பற்றிய அவரது ஆய்வுக் கட்டுரையில் உணர்ச்சி தொனியைப் பற்றிப் பேசி, அது எப்படிக் காப்பாற்றப்படுகிறது, அதிகரிக்கிறது என்பதை வலியுறுத்துகிறார்.[1]

---

1. ஹெட் மிக விரும்பிப் பயன்படுத்தும் சொற்றொடர் 'உணர்ச்சி –தொனி.' இதனை அவர் பேச்சிழப்புக்கு மட்டுமின்றி புலனுணர்வின் தன்மைக்கும் பயன்படுத்தினார். ஏனென்றால் தாலமிக் அல்லது வெளிப்புறச் சீர்குலைவுகளால் மாற்றப்படலாம். ஹெட் அரைமனத்துடனேயே – அவர் ஓரளவு அறியாமலேயே உணர்ச்சி – தொனியை – உணர்ச்சி- தொனியின் நரம்பியலை நோக்கி ஈர்க்கப்பட்டார் என்பது எங்களது கருத்து. இது பழைய நரம்பியலுக்கு மாறாகவோ, அதனை முழுமைப்படுத்துவதற்காகவோ இருக்கும். அமெரிக்காவின் தெற்குப் பகுதியில் இது கறுப்பினத்தாரால் அதிகம் பயன்படுத்தப்படும் சொற்றொடர். "பார், உணர்ச்சி – தொனி என்று ஒன்று இருக்கிறது, அது உனக்கு இல்லையென்றால் அது இருந்திருக்கும்." (ஸ்டட்ஸ் டொகல் 1967 இல் எழுதிய வாய்மொழி வரலாற்றில் மேற்கோள் காட்டப்பட்டது.)

ஆகவேதான், பேச்சிழப்பால் பாதிக்கப்பட்டவர்களுடன் பணிபுரியும் அனைவரும் - நானும் யாரும் - அவர்களிடம் பொய்சொல்ல முடியாது என்று கருதுகிறோம். உங்களது வார்த்தைகளை அவர் புரிந்துகொள்ள முடியாது; எனவே அவற்றால் ஏமாற்றப்பட முடியாது. ஆனால் அவர் புரிந்துகொள்வதை மிகத்துல்லியமாகப் புரிந்துகொள்கிறார். அவர் புரிந்துகொள்வது அந்த வார்த்தைகளோடு இணைந்து செல்லும் வெளிப்பாட்டைத்தான் (expression). வார்த்தைகளில் மட்டுமே எளிதாக உண்டாக்கி ஏமாற்றக் கூடியதை தாமாக வெளிப்படுத்துவதில் செய்யமுடியாது.

நாய்களிடம் இதைப் பார்க்கிறோம். இந்த நோக்கத்திற்காக அவற்றைப் பயன்படுத்திக் கொள்கிறோம். நாம் நம்முடைய உள்ளுணர்வுகளை நம்பமுடியாத வேளையில் ஏமாற்று வேலையை, பகைமையை, கபட நோக்கங்களை, யாரை வெல்ல முடியும், யார், நேர்மையானவர், யார் அறிவுடன் பேசுகிறார் என்று கண்டுபிடிக்கப் பயன்படுத்துகிறோம்.

நாய்கள் செய்யக் கூடியதை பேச்சிழந்தவர்களும் செய்யமுடியும். அதுவும் மனிதராக உயர்ந்த அளவில் செய்ய முடியும். "ஒருவர் வாயால் பொய் சொல்லமுடியும்" என்று நீட்சே எழுதுகிறார். "ஆனால் அதனோடு வரும் முகக்கோணல் உண்மையைத் தெரிவித்துவிடும்." அப்படிப்பட்ட முகச்சுளிப்பு, உடல் தோற்றத்திலோ அமைவிலோ காணப்படும் நேர்மையின்மையையும், பொய்மையையும் காட்டுவதை பேச்சிழந்தோருக்கு எளிதில் காட்டிக்கொடுத்துவிடும். அவர்களால் பார்க்க முடியாவிட்டால் பார்வையிழந்த பேச்சு இழப்புநோயால் பாதிக்கப்படுவோர் போல குரலில் கேட்கப்படும் ஒவ்வொரு நுண்ணசைவையும், தொனியையும், தாளத்தையும், இசையையும், நுட்பமான ஏற்ற இறக்கங்களையும் உணர்ந்து கொள்ளும் செவிக்கூர்மை உள்ளவர்களாக இருப்பார்கள். மனிதரின் குரலுக்கு இவைதான் மெய்மைத் தோற்றத்தை தரவும் பெறவும் கூடியவை.

எது உண்மை எது போலியென்று இதில்தான் சொற்களின்றிப் புரிந்துகொள்ளும் சக்தி இருக்கிறது. இந்த வார்த்தைகளில்லாத ஆனால் மிகத்தீவிரமான உணர்வுகளைக் கொண்ட இந்த நோயாளிகளுக்கு, முகபாவனைகள், நடிப்புகள், தவறான உடல்மொழிகள், அவை அனைத்துக்கும் மேலாக குரலின் போலித் தொனிகளும் ஏற்றத்தாழ்வுகளும் பொய்யென்று காட்டிக் கொடுத்துவிட்டன. இந்தப் பகட்டான, கோரமான முரண்பாடுகளுக்கும், பொருத்தமற்ற

நிகழ்வுகளுக்கும்தான் எனது பேச்சிழந்த நோயாளிகள் சொற்களால் ஏமாறாமல், எப்போதும் ஏமாற்றப்பட முடியாமல் பதில் தந்தார்கள்.

இதனால்தான் அவர்கள் தலைவரின் பேச்சைக் கேட்டுச் சிரித்திருக்கிறார்கள்.

பேச்சிழப்பு நோயாளிகளிடத்தில் அவர்களது சிறப்பான 'தொனி உணர்வால் பொய் சொல்லமுடியாது. வெளிப்படுத்தும் முகத் தோற்றங்கள், தொனி ஆகிய உணர்வு இல்லாத நோயாளிகளிடம் அவர்கள் வார்த்தைகளை மாறாமல் புரிந்து கொள்வது எப்படி? அப்படிப்பட்ட நோயாளிகளும் இருக்கிறார்கள். அவர்களுக்கு பேச்சிழப்பு இருக்காது. ஆனால் அவர்களுக்கு ஒருவகை நுண்ணுணர்வு இழப்பு இருக்கும், குறிப்பாக தொனியை உணரமுடியாது. அப்படிப்பட்ட நோயாளிகளுக்கு குரல்களின் பொருள்தரும் தன்மைகள் அவற்றின் தொனி, உணர்ச்சி, முழுத்தன்மையும் மறைந்துவிடும். அவர்களால் சொற்களையும், இலக்கண அடிப்படையிலான வாக்கியம் அமைப்புகளையும் நன்றாக புரிந்துகொள்ள முடியும். அப்படிப்பட்ட தொனி நுண்ணுணர்வு இழப்புகள் மூளையில் வலது பொட்டு பக்க மடலின் சீர்குலைவுகளோடு தொடர்புடையவை. ஆனால் பேச்சிழப்பு இடது பக்கப் பொட்டு மடலின் சீர்குலைவுகளால் ஏற்படும்.

தொனி நுண்ணுணர்வு இழப்பு ஏற்பட்ட நோயாளிகளில் திருமதி எமிலி D. என்பவரும் ஒருவர். அவரும் தலைவரின் உரையைக் கேட்டார். அவருக்கு வலது பக்கப்பொட்டு மடலில் நோய் (glioma). அவர் முன்னாள் ஆங்கில ஆசிரியை, ஓரளவு புகழுள்ள கவிஞர். மொழியில் அசாதாரண உணர்வும், பகுப்பாய்வு, வெளிப்படுத்தல் ஆகியவற்றில் வலுவான திறனும் கொண்டவர். தலைவருடைய பேச்சு தொனி நுண்ணுணர்வு இழப்புள்ள ஒருவருக்கு எப்படித் தோன்றியது என்பதன் எதிர்நிலையை எமிலி காட்டினார். ஒரு குரலொலி கோபமாக இருக்கிறதா மகிழ்ச்சியாக இருக்கிறதா, சோகமாக இருக்கிறதா என்று அவரால் சொல்ல முடியாது. குரல்களில் உணர்ச்சி வெளிப்பாடு எதுவும் இல்லாததால் ஆட்கள் பேசும்போது அவர்களின் அங்க அசைவுகளையும், இயக்கங்களையும், அவர்களது முகத்தையும் பார்க்கவேண்டியதிருந்தது. இது வரையில் அவர் காட்டியிராத ஆழ்ந்த கவனத்தை இப்போது காட்ட நேர்ந்தது. ஆனால் இதுவுமே ஒரு எல்லைக்குள்தான் இருந்தது. அவருக்கு

கண்அழுத்த நோய் இருந்ததால் அவர் பார்வையையும் வேகமாக இழந்து கொண்டிருந்தார்.

எனவே அவர் செய்ய வேண்டியது சரியான வார்த்தைகளுக்கும் வார்த்தைகளின் பயன்பாட்டிற்கும் அதிக கவனம் செலுத்தவேண்டும் என்று கண்டுபிடித்தார். எனவே அவர் தன்னைச் சுற்றியிருந்தவர்களும் அவ்வாறு இருக்க வேண்டும் என்று வற்புறுத்தினார். அவரால் தனிப்பட்டோர் பயன்படுத்தும் சொற்களையும், வேடிக்கைப் பேச்சுகளையும், மறை பொருளையும், மனவெழுச்சி தரக்கூடியவற்றையும் புரிந்து கொள்ள முடியவில்லை. எனவே அவரிடம் பேசுபவர்களிடம் உரைநடையில் பேசுமாறு அதாவது சரியான சொற்களை சரியான வரிசைக் கிரமத்தில் பேசுமாறு கேட்டுக்கொண்டார். தொனியையும் உணர்ச்சியையும் புரிந்துகொள்ள முடியாததை உரைநடை ஓரளவு சரிக்கட்டும் என்று கண்டுபிடித்தார். இங்ஙனம் பொருளை வெளிப்படுத்தும் பேச்சின் பயன்பாட்டை அவரால் காப்பாற்றவும் அதிகப்படுத்தவும் முடிந்தது. இதுவே சரியான சொற்களைத் தேர்வது முழுமைப்பொருளைத் தரும். அவருக்கு உணர்ச்சிகளை வெளிப்படுத்தும் பேச்சு (பொருள் முற்றிலுமாகத் தொனியால் தரப்படும் நிலையில்) சிறிதுசிறிதாக இழந்து வரும் நிலையில் இது உதவியது.

எமிலி D யும் கல்லான முகத்துடன் தலைவரின் பேச்சைக் கேட்டார். ஆனால் அவருக்கு குறைபாடான புரிதலும் அதே சமயம் கூடுதலான புரிதலும் கலந்து இருந்தன. நமது பேச்சிழப்புள்ளவர்களுக்கு இது முற்றிலும் எதிராக இருந்தது. பேச்சு அவரைத் தொடவில்லை. - எந்தப் பேச்சுமே பாதிக்காது- உணர்ச்சியைத் தூண்டுகிற உண்மையான அல்லது போலியான அனைத்துமே அவரருகில் வரவில்லை. மனவெழுச்சி எதிர்வினை இல்லாதபோது மற்றவர்களைப் போல அவரும் அதில் ஈடுபாடுகொண்டாரா? அதை ஏற்றுக்கொண்டவரா? இல்லை. “அவர் பேச்சு தொடர்பின்றி இருக்கின்றது. அவர் நல்ல உரைநடை பேசவில்லை. அவ'ர் பயன்படுத்துவதில் சொற்கள் தகுதியில்லாதவை. அவருக்கு மூளை பாதிக்கப்பட்டிருக்கவேண்டும் அல்லது அவரிடம் ஏதோ மறைப்பதற்கு இருக்கிறது” என்றார். இவ்வாறு தலைவரின் உரை எமிலி D யைக் கவரவில்லை. அவருடைய நல்ல மொழிநடை, உரைநடையில் பயன்படுத்தப்படவேண்டிய நல்ல சொற்கள் ஆகியவைபற்றி அவரிடம் அதிகப்படியான உணர்வு இருக்கிறது. எனவே பேச்சு அவரைக் கவரவில்லை. அதே போல பேச்சிழப்புள்ளவர்களுக்கு சொல்லைக் கேட்க முடியாமை அதே

சமயம் அதிகரிக்கப்பட்ட தொனி உணர்வு ஆகியவற்றினால் பேச்சு எடுபடவில்லை.

இங்குதான் தலைவரின் முரண்பாடு இருக்கிறது. சாதாரண மக்களாகிய நாம் முட்டாளாக்கப்பட விரும்புவதால் நன்றாகவே உண்மையாகவே முட்டாளாக்கப்படுகிறோம். (உலகம் ஏமாற்றப்பட விரும்புகிறது, எனவே அது ஏமாற்றப்படட்டும்) (poplus vult decipi, ergo decipiatur) ஏமாற்றும் வார்த்தைப் பயன்பாடும், ஏமாற்றும் தொனியும் நம்மை வஞ்சமாக ஏமாற்றுகின்றன. மூளை பாதிக்கப்பட்டவர்கள்தான் ஏமாற்றப்படாமல் இருக்கிறார்கள்.

பகுதி இரண்டு

மிகுதிகள்

‘பற்றாக்குறை’ என்பது நரம்பியலுக்கு மிக விருப்பமான சொல் என்றோம். செயல்பாட்டில் ஏற்படும் இந்தச் சலனத்தைக் குறிக்கவும் பயன்படும் ஒரே சொல் அதுதான். (மின் அமைப்பிலுள்ள கப்பேசிட்டர் அல்லது ஃபியுஸ் போல) அந்தச் செயல்பாடு சாதாரணமாக இருக்கலாம். அல்லது குறையுள்ளதாக, தவறானதாக இருக்கலாம். நரம்பியல் என்பது திறமைகளும் தொடர்புகளும் நிறைந்த ஓர் அமைப்பு. இதில் வேறு எந்த சாத்தியக்கூறு இருக்க முடியும்?

அப்படியானால் அதற்கு எதிராக, செயல்பாட்டில் மிகுதி அல்லது அபரிமிதம் இருந்தால்? நரம்பியலுக்கு இதற்கென்று ஒரு சொல்லும் இல்லை. ஏனென்றால் அதற்கென்று ஒரு கருத்தியல் இல்லை. ஒரு செயல்பாடு அல்லது செயல் அமைப்பு ஒன்று வேலை செய்கிறது. அல்லது வேலை செய்வதில்லை, (ஒரு மின் கருவிபோல). அது அனுமதிக்கும் சாத்தியக்கூறுகள் இவை மட்டும்தான். இவ்வாறு கிளர்ச்சி மிக அல்லது ஆக்கம் தரக்கூடிய தன்மையுடைய நோய், நரம்பியலின் அடிப்படைக் கோட்பாடுகளுக்குச் சவாலாக இருக்கிறது. இப்படிப்பட்ட சீர்குலைவுகள் பரவலாகவும், முக்கியமானவையாகவும், புதிர் நிறைந்தவையாகவும் இருக்கும்போது ஏன் அவற்றிற்குரிய கவனத்தைப் பெறவில்லை என்பதற்கு இது ஒரு காரணம். உளநோயியலில் அதற்கு முக்கியத்துவம் தரப்படுகிறது. இங்கே, உணர்ச்சி மிகுந்த, அதிக அளவு ஏற்படுத்தக்கூடிய சீர்குலைவுகளைப் பற்றிப் பேசுகிறோம். எடுத்துக்காட்டாக கற்பனை, உள்தூண்டல் வெறி ஆகியவற்றின் அதிகப்படியான நிலைகள் பற்றிச் சொல்கிறோம்.

உடற்கூறியலும் மருந்தியலிலும்கூட திசுக்கட்டிகள், மிகைவளர்ச்சிகள், இயற்கைக்கு உகந்ததாக இல்லாத உடலமைப்புகள் ஆகியவற்றிற்குக் கவனம் தரப்படுகிறது. ஆனால் இயற்கைக்கு மாறானவை அல்லது வெறிகளுக்குச் சமமான சொற்கள் உடற்கூறியலில் இல்லை. இதுவேகூட நரம்பு மண்டலம் பற்றிய நமது கருத்தியல் அல்லது கண்ணோட்டம் - அதனை ஒரு எந்திரமாக அல்லது கணினியாகப் பார்ப்பது - போதுமானதாக இல்லை என்பதைக் காட்டுகிறது. எனவே இன்னும் அதிகம் உயிரோட்டமுள்ள, இயக்கமுள்ள கருத்தியல்களையும் அவற்றோடு சேர்க்க வேண்டியதாகிறது.

போதுமானதாக இல்லாமல் இருப்பது நாம் முதல் பகுதியில் பார்த்த செயல்பாடுகளின் குறைபாடுகளை அல்லது இழப்பை மட்டும் கணக்கில் எடுக்கும்போது தெரியாது. ஆனால் மறதியை அல்ல, மிகை மறதியை, நுண்ணுணர்வு இழப்பை அல்ல, மிகை நுண்ணுணர்வு இழப்பு (hyperagnosia), அவைபோன்ற வேறு மிகுதியாக இருப்பவற்றை - அதாவது மிகுதிகளை (excesses) பார்க்கும்போதுதான் உடனே தெரியவரும்.

பழமையான ஜேக்சன் நரம்பியல் மிகுதியினால் ஏற்படும் சீர்குலைவுகளைப் பற்றிக் கவனம் செலுத்தியதில்லை. அதாவது, செயல்பாடுகளின் அபரிமிதங்களை அல்லது குருத்துவிட்டு வளர்வதைப் பற்றி ஆர்வம் செலுத்தவில்லை. எனினும் ஹியுலிங்ஸ் ஜேக்சனேகூட உடற்கூற்று மிகுதி, மிகுதியான நேர்மறை நிலைகள் பற்றிப் பேசினார் என்பது உண்மை. இங்கே செயல்பாட்டின் எந்திரத்தன்மையுள்ள கருத்தியலுக்கு எதிராக இருந்தாலும் அவர் தன்னையறியாமலேயே விளையாட்டாகவோ அல்லது அவருடைய மருத்துவமனை அனுபவத்திற்கு உண்மையாகவோ இருக்கிறார் என்று சொல்லலாம். (இத்தகைய முரண்பாடுகள் - அவருடைய இயற்கைவாதத்திற்கும் அவருடைய உறுதியான ஒழுங்குமறை தவறாத கொள்கைக்கும் இடையேயுள்ள இடைவெளி. அவரது மீத்திறத்தின் ஒரு தன்மை).

இன்றைக்கு மிகுதியைப்பற்றி அக்கறை காட்டும் ஒரு நரம்பியல் வல்லுநரைப் பார்க்குமளவிற்கு வந்திருக்கிறது. இங்ஙனம் லூரியாவின் இரண்டு நூல்கள் மருத்துவ வாழ்க்கை வரலாற்றில் சமநிலைப்பாட்டைக் காட்டுகின்றன. The Man with Shattered World

இழப்பைப் பற்றியது. The Mind of a Mnemonist மிகுதியைப் பற்றியது. இரண்டில் இரண்டாவது எனக்கு மிகுந்த விறுவிறுப்புள்ளதாகவும், புதுமையாகவும் இருக்கிறது. ஏனென்றால் அது கற்பனை, நினைவு ஆகியவற்றை ஆராய்கிறது. (இதுபோன்ற ஆய்வு பழமை நரம்பியலில் சாத்தியமில்லை).

Awakenings-இல் L.டோபா-வுக்கு முன்னர் காணப்பட்ட இயக்கக் குறைபாடு, எண்ணத்திட்ட இழப்பு ஆகிய குறைபாடுகளுக்கும், அதேஅளவு L. டோபா-வுக்கு பின்னால் ஏற்பட்ட பயங்கரமான மிகுதிகளுக்கும் (அதிக இயக்கம், அதிக எண்ணத் திட்டம்) இடையே ஒரு சமநிலை இருந்தது.

இதில் புதிய ஒரு சொற்றொடருடன், செயல்பாடு தொடர்பானவை இல்லாத சொற்றொடர்களும், கருத்தியல்களும் உருவாவதைப் பார்த்தோம். உள்தூண்டல், தனியாள் மன உறுதி, சக்தி ஆகிய இயக்கு சக்தியைக் குறிக்கும் சொற்கள் ஆகியன பயன்படுகின்றன. (பழமை நரம்பியலில் எல்லாமே இயக்கமின்மையைக் குறிப்பவை). நினைவாற்றல் குறியீட்டாளர் மனதில் அதிகத் தீவிரமுள்ள இயக்கும் தன்மைகளைப் பார்க்கிறார். தொடர்ந்து வளர்ந்துவரும், ஏறத்தாழ கட்டுப்படுத்த முடியாத இயைபும், படிமமும் கொண்டிருப்பதன், - சிந்தனையின் அதிக வளர்ச்சியின், மனதின் திசுவளர்ச்சி போன்றவற்றின் - உந்து சக்தி இது. இதனை நினைவாற்றல் குறியீட்டாளர் 'அது' என்று அழைக்கிறார்.

ஆனால் 'அது' என்ற சொல் அல்லது தானாக இயங்குதல் என்பது கூட எந்திரத்தனமானது. குருத்துவிட்டு வளர்தல் (burgeoning) இந்தச் செயல்முறையின் தன்மையை உயிரோட்டமுடன் அதைவிட நன்றாகக் கொண்டுவருகிறது. நினைவாற்றல் குறியீட்டாளரிடம் - அல்லது L. டோபாவில் அதிக வீரியத்துடன் இருக்கும் என்னுடைய நோயாளிகளிடம் - ஒருவகை உயிரோட்டம் ஆடம்பரமாக, பெரிதாக, பைத்தியக்காரத்தனமாகக் காணப்படுகிறது. இது மிகுதியாதல் மட்டுமில்லை. ஒரு உயிர்நிலை ஊடுறுவல், பிறப்பு. செயல்முறையில் மட்டும் நிலைகுலைந்ததில்லை, சீர்குலைவு இல்லை. ஆனால் உண்டாவதிலேயே ஒரு சீர்குலைவு.

மறதி அல்லது நுண்ணுணர்வு இழப்பு நோயாளியின் செயல்பாடோ திறனோ மட்டும் பாதிக்கப்பட்டிருக்கிறது என்று நாம் கற்பனை செய்யலாம். ஆனால் அதிகமான மறதிகளும்,

அதிகமான நுண்ணுணர்வு இழப்பு இருக்கும் நோயாளிகளிடமிருந்து மறதியும், அறிதல் நிலையும் எல்லா நேரமும் உள்ளேயே செயல்பட்டுக்கொண்டு, உருவாகிக் கொண்டிருக்கின்றன என்று பார்க்கிறோம். உள்ளேயே, பெருமளவிலும்கூட. ஆகவே வாழ்க்கையின் வினைச் செயல்பாட்டிலிருந்து (function) செயலுக்கு (action) உரிய நரம்பியலுக்குப் போக நாம் கட்டாயப் படுத்தப்படுகிறோம். இந்த நிலைக்கு நாம் தள்ளப்படுகிறோம். காரணம் மிகுதிகளால் ஏற்படும் நோய்கள். அவை இல்லாமல் 'நாம் மனதின்' வாழ்க்கையை ஆராயமுடியாது. பழமை நரம்பியல், அதனுடைய எந்திரத்தனத்தாலும் அது பற்றாக் குறைகளுக்கு முக்கியத்துவம் தருவதாலும், எல்லா செயல்பாடுகளிலும் உள்ளுணர்வாகிய வாழ்க்கையை நம்மிடமிருந்து மறைக்கிறது. சிறப்பாக கற்பனை, நினைவு, புலனறிவு ஆகிய உயர்செயல்பாடுகளைக் குறிப்பிட வேண்டும். மனதின் வாழ்க்கையையே அது நம்மிடமிருந்து மறைக்கிறது. இந்த உயிருள்ள (பெரும்பாலும் மிகவும் தனிபட்ட) மூளை, மதி ஆகியவற்றின் தன்மைகளை - சிறப்பாக மிகையாக ஆக்கப்பட்ட, அளவில் பிரகாசமான செயலைப் பற்றித்தான் இப்போது நாம் சொல்லப்போகிறோம்.

அதிகமாக்கல் உளநலத்தின் முழுமையும், மனக்கிளர்ச்சியும் பற்றிய சாத்தியக்கூறுகளை மிகவும் முழுவதுமாக நோய்வாய்ப்பட்டிருப்பவர்கள், பல ஆண்டுகளாக முழுவதுமான குறைபாடுகள் - பற்றாக்குறைகள் உள்ளவர்கள் அற்புதம் போல திடீரென்று மிக நலமாக இருப்பதாக உணர்வார்கள். ஆனால் மிகுதியான ஆபத்துகள், தொந்தரவுகளுக்குள் மாட்டிக் கொள்வார்கள். அனுமதிக்கப்பட்ட எல்லைகளுக்கு மேல் தூண்டப்பட்ட செயல்பாடுகளுக்குப் போய்விடுவார்கள். சில நோயாளிகள் இதுபற்றித் தெரிந்து கொள்வார்கள், முன்னறிந்து விடுவார்கள். சிலருக்குத் தெரியாது. இப்படித்தான் ரோஸ்ஸி திரும்பப் பெறப்பட்ட உடல் நலத்தின் முதல் தெம்பிலும், மகிழ்ச்சியிலும், "பிரமாதம்! நம்ப முடியாதது!" என்றார். ஆனால் கட்டுப்படுத்த முடியாத வேகத்தில் விஷயங்கள் போனபோது, "இப்படியே போக முடியாது. ஏதோ பயங்கரம் நடக்கப் போகிறது" என்றார். இதுபோலத்தான் மற்றவர்களும் இருந்தார்கள் - லியானார்ட். L போல. அவர் நல்ல உடல்நலத்திலிருந்து மிகுதிக்குப் போனபோது. உடல்நலமும், சக்தியும் அபரிமிதமாக இருந்தது - 'அருள்' என்று அவர் அதை

அழைத்தார். மிகவும் அதிமாகி நம்ப முடியாத நிலையை அடைந்தது. இயைபு, சிரமமின்மை ஆகியவற்றின் இடத்தை - கஷ்டமில்லாமல் வந்த- கட்டுப்பாடு, அதிகப்படியாக, அதிகமான உபரியாக, பெரிய அழுத்தம் ஆகியவை பிடித்துக் கொண்டன. இது அவரைச் சிதைத்து சின்னாபின்னமாக ஆக்கும் என்ற அச்சத்தைத் தந்தது.

இது ஒரே நேரத்தில் பரிசும், தண்டனையுமாக இருந்தது. மகிழ்ச்சியும் துன்பமும் மிகுதியினால் தரப்பட்டது. உள்ளறிவுள்ள நோயாளியானால் அது கேள்விக்குரியதாக, முரண்பாடாக உணரப்பட்டது. "எனக்கு மிக அதிகமான ஆற்றல் இருக்கிறது. எல்லாமே பிரகாசமாக, சக்தியுள்ளதாக, மிகுதியாக இருப்பதாக இருக்கிறது. இது காய்ச்சலில் வரும் சக்தி போல, விகாரமான பிரகாசம் போல என்று டரட் (டரட் என்பவர் கண்டுபிடித்த நோய்) நோயாளி ஒருவர் சொன்னார். (இது நரம்பு தொடர்பான ஒரு நோய். அதுவாகவே தசைப் பகுதி துடிக்கும். கண் சிமிட்டல், தொண்டையைச் சரி செய்தல், முகத் தசை சுருங்கல் ஏற்படும்).

'ஆபத்தான உடல்நலம்', 'விகாரமான பிரகாசம்', 'அதள பாதாளம் கொண்ட ஏமாற்றக் களிப்பு' - மயக்கம் தரும் சீர்குலைவாக இயற்கை தந்ததாலோ தூர்ந்துபோன போதையின் வடிவமாக நம்மால் வருவிக்கப்பட்டதாலோ மிகையினால் உறுதி செய்யப்பட்ட அச்சுறுத்தப்பட்ட ஒரு பொறி இது.

இந்தச் சூழ்நிலையில் மனிதக் குழப்பங்கள் அசாதாரணமானவை. இங்கே நோயாளிகள் நோயை மயக்கம் தரும் ஒன்றாக, துன்பம் அல்லது துக்கம் தரும் நோய் என்ற மரபுசார் தன்மையாக இல்லாமல் இதிலிருந்து தள்ளிய ஒன்றாகப் பார்க்கிறார்கள். இந்த இயற்கைக்கு மாறான ஒரு நிலையிலிருந்து, இந்த அவமானங்களிலிருந்து யாருமே விதிவிலக்கில்லை. மிகையினால் ஏற்படும் சீர்குலைவுகளில் தனிமனித நிலை நோயோடு அதிகம் அதிகமாக இணை சேர்ந்து அதுவாகவே அடையாளப்படுத்திக் கொள்ளும் ஒரு உட்சதி இருக்கலாம். அப்போது தனித் தன்மை என்பது சுதந்திரமான வாழ்வை இழப்பது போலத் தோன்றும். நோயின் விளைவாகவே இருக்கும். பத்தாம் அதிகாரத்தில் வேடிக்கையான தசை சுருக்க நோயுள்ள ரே வெளிப்படுத்தும் அச்சம் இதுதான். "எனக்கு உடல் முழுவதும் தசை நடுக்கம்தான் - வேறெதுவுமே இல்லை. அவன் டரட்டாக ஆவதை, மன வளர்ச்சி அடைவதைக்

கற்பனை செய்கிறான். அது அவனை விழுங்கி விடும் என்று அஞ்சுகிறான். அவனுடைய உறுதியுள்ள மனநிலை, மிகக் குறைவான டரட் நோய்க்குறியிருந்தாலும் எந்த ஆபத்தும் இல்லை. ஆனால் உறுதியில்லாத சரியாக வளர்ச்சியடையாத தான் என்ற நிலையிலுள்ள நோயாளிகளிடம், வலுவுள்ள நோய்க்குறிகள் இருந்தால் சொத்துரிமை கொண்டாடுதல் அல்லது சொத்தை இழத்தல் ஏற்படும் ஆபத்து இருக்கிறது. இதுபற்றி "அபகரிக்கப்பட்டவர்கள்" என்ற அத்தியாயத்தில் சொல்வேன்.

10

வேடிக்கைப்பேச்சுப் பேசும் தசை நடுக்க ரே

1885-இல் ஜில் டி ல டரட் என்ற ஃபிரெஞ்சு மருத்துவர் வியப்படையச் செய்யும் நோய்க்குறி ஒன்றை விவரித்தார். அது அவருடைய பெயரிலேயே அழைக்கப்படுகிறது. அவர் ஷார்கோ (ஃபிரெஞ்சு நரம்பியல் நிபுணர், இசிப்பு நோய். மனோவசியம் பற்றி ஆராய்ந்தவர்) என்பவரது மாணவர். டரட்டின் நோய்க்குறி என்று அதற்கு உடனே பெயரிட்டார்கள். அதன் தனித்தன்மை நரம்பு சக்தியின் மிகுதி; வினோதமான இயக்கங்கள்- நோக்கங்களில் அதிகப்படியான அளவு உண்டாவது. முகத் தசையில் சுருக்கம், வெட்டுதல்கள், உடல் அசைவுகள், முகம் கோணல்கள், ஓசைகள், சாபங்கள், எல்லா வகையான தாமாகவே நடக்கும் பிறரை மாதிரி நடித்தல், அவற்றோடு குள்ளப் பிசாசின் வேடிக்கை, விளையாட்டுத்தனமான சேட்டை முதலியன அடங்கும். மிக உயர்ந்த நிலைகளில் டரட் நோய்க் குறியில் உள் உணர்வுபூர்வமான, உணர்ச்சியின் வெளிப்பாடும், கற்பனை வாழ்க்கையும் காணப்படும். மிகத் தாழ்ந்த நிலையில் சாதாரண, ஆனால் சிறிது, இயற்கைக்கு அப்பாற்பட்ட இயக்கங்களாக இருக்கும். ஆனால் அவற்றிலும் ஒரு வினோதத் தன்மை இருக்கும். பத்தொன்பதாம் நூற்றாண்டின் இறுதியில் இது இனம் காணப்பட்டு அறிக்கை வெளிவந்தது. ஏனென்றால் இயற்கையானதையும் உளநோய் சம்பந்தப்பட்டிருந்ததையும் சேர்த்துப் பார்க்கத் தாங்காத நரம்பியலின் காலம் அது. டரட்டுக்கும் அவரது சகாக்களுக்கும் இது நாகரிகமற்ற நிலையின் உள் தூண்டல்களால் ஏற்படும் சொந்தம் கொண்டாடல் என்ற நோய்க்குறி என்பது தெளிவாகத்

தெரிந்தது. அதேசமயம் இயற்கையின் அடிப்படையில் ஒரு சொந்தம் கொண்டாடல், இன்னும் கண்டுபிடிக்கப்படாத நரம்புச் சீர்குலைவு என்றும் தெரிந்தது.

டரட்டின் கண்டுபிடிப்புகள் வெளியானதைத் தொடர்ந்து இந்த நோய்க்குறிகளைக் கொண்ட நூற்றுக்கணக்கான நோய் விபரங்கள் வந்தன. இரண்டு நோய் விபரங்கள் ஒரே மாதிரியாக இல்லை. சில வகை நோய்கள் கடுமையில்லாதவையாக இருந்தன. மற்றவை பயங்கரமாக விகாரங்களுடன் வன்முறையுடனும் இருந்தன. சிலர் டரட் நோயினைத் தாங்கிக்கொண்டு அதைத் தங்களது ஆளுமைக்குள் வைத்துக் கொள்ள முடியும் என்பது தெளிவாகத் தெரிந்தது. அவர்களது வேகமான சிந்தனை, அதனோடு வந்த புதியவை கண்டுபிடிக்கும் ஆற்றல் முதலியன அவர்களுக்குப் பயனுள்ளவையாகவே இருந்தன. ஆனால் மற்றவர்கள் அதனால் ஆட்கொள்ளப்பட்டு டரட்டின் தூண்டல்களினால் ஏற்பட்ட மித மிஞ்சிய அழுத்தத்தின் குழப்பத்திற்கு மத்தியில் உண்மையான அடையாளத்தை அடைய முடியாமல் விழுந்தார்கள். லூரியா சொன்னது போல் அது என்பதற்கும் 'T' என்பதற்குமான போர் இருந்துகொண்டே இருக்கும்.

ஷார்கோவும், ஃபிராய்ட், பாபின்ஸ்கி உட்பட்ட அவரது மாணவர்களும் டரட்டும்தான் உடலையும் ஆன்மாவையும், 'அதையும்' ஜி-யையும், நரம்பியலையும் உளவியலையும் சேர்த்து ஆராய்ந்தவர்களில் கடைசியானவர்கள். 19-ஆம் நூற்றாண்டின் இறுதியில் ஆன்மா இல்லாத நரம்பியல் என்றும், உடலில்லா உளவியல் என்றும் ஒரு பிளவு ஏற்பட்டது. அதோடு டரட்டின் ஆய்வு மறைந்துவிட்டது. உண்மையில் டரட் நோய்க்குறிகூட மறைந்து விட்டது போலத் தோன்றியது. அந்த நோய் பற்றிய விபரங்கள் அதிகம் இருபதாம் நூற்றாண்டின் முற்பகுதியில் தெரியப்படுத்தப்படவில்லை. சில மருத்துவர்கள் அதனைத் தொன்மைக் கதை என்றும், டரட்டின் கற்பனையின் விளைவு என்றும் கருதினார்கள். பலர் அதுபற்றிக் கேள்விப்பட்டதே இல்லை. 1920-களில் தூக்க நோய் ஒரு கொள்ளை நோய் போல இருந்தது, பிறகு மறக்கப்பட்டுவிட்டது. அதுபோலவே இதுவும் மறக்கப்பட்டு விட்டது.

தூக்க நோயையும் (encephalitis lethargise - மூளை ஒரு வைரசால் தாக்கப்படும்போது, தலைவலியும், சோம்பலும் தூக்கமும் ஏற்படும்) டரட்டின் நோயையும் மறந்துவிட்டதற்குப் பொதுவான

காரணம் உண்டு. இரண்டு சீர்குலைவுகளும் அசாதாரணமானவை, நம்ப முடியாதவை. அவற்றை மருந்து - மருத்துவம் என்ற வழக்கமான சட்டத்தினுள் வைக்க முடியாது. எனவே அவற்றை மறந்து விட்டார்கள் அல்லது அவை புதிராக மறைத்துவிட்டன. ஆனால் இரண்டுக்கும் நெருங்கிய தொடர்பு உள்ளது. 1920-களில் மிகுதியான இயக்கமும், வெறிகொண்ட நடத்தையும் தூக்க நோயில் ஏற்பட்டது. அவை இதற்கு அறிகுறி. இந்த நோயாளிகளிடம் நோயின் தொடக்கத்தில் உடல் உள்ளக் கிளர்ச்சிகள், வன்மையான இயக்கங்கள், முக நடுக்கங்கள் ஆகியவை காணப்படும். சிலவேளைகளில் இதற்கு எதிரான ஒன்றை வெளிப்படுத்துவார்கள் - மனோவசியம் போன்ற தூக்கத்தில் மூழ்கி விடுவார்கள். நாற்பதாண்டுகளுக்குப் பின்னர் இப்படிப்பட்ட நோயாளிகளைப் பார்க்கமுடிந்தது.

1969-இல் தூக்க நோய் நோயாளிகளுக்கு L.டோபா (மூளை நோய்க்குப் பயன்படுத்தும் மருந்து, டோபோமைனுக்கு முன்னால் பயன்படுத்தப்பட்டது) கொடுத்தேன். அது அவர்களது மூளையில் மிகக் குறைவாக இருந்தது. அதனால் அவர்கள் மாற்றம் பெற்றார்கள். முதலில் அவர்கள் மயக்கம் போன்ற தூகத்திலிருந்து சுகமான நிலைக்கு விழித்துக் கொண்டார்கள். அவர்கள் இன்னொரு முனைக்குப் போய்விட்டார்கள். முகத் துடிப்பும், வெறிகொண்ட நடத்தையும் ஏற்பட்டன. டரட் போன்ற நோய்க் குறிகள் எனக்கு முதல் அனுபவம். கட்டுக்கடங்காத உள்ளக் கிளர்ச்சிகள், வன்முறை நடத்தைகள், அவற்றோடு வித்தியாசமான சேட்டைத்தனமான நகைச்சுவை. இதுவரையில் டரட் நோயுள்ள ஒருவரைப் பார்க்காவிட்டாலும் டர்ட்டிசம் பற்றி நான் பேசத் தொடங்கி விட்டேன்.

1971-ஆம் ஆண்டுத் தொடக்கத்தில் தூக்க நோயிலிருந்து வெளிவந்த நோயாளிகளின் தூக்கம் பற்றி ஆர்வம்கொண்ட Washington Post பத்திரிக்கை என்னிடம் அவர்கள் எப்படி இருக்கிறார்கள் என்று கேட்டார்கள். நான் அவர்கள் துடித்துக்கொண்டு 'சிமிட்டிக்' (ticcing) கொண்டிருக்கிறார்கள் என்று விடையளித்தேன். உடனே அவர்கள் துடிப்புகள், சிமிட்டல்கள் என்ற தலைப்பில் ஒரு கட்டுரை வெளியிட்டார்கள். இது வெளிவந்தவுடன், எனக்கு நிறையக் கடிதங்கள் வந்தன. நான் அவற்றில் பெரும்பான்மையான கடிதங்களை என்னுடன் பணியாற்றுபவர்களிடம் கொடுத்து விட்டேன். ஆனால் அவர்களில் ஒரு நோயாளியை நான் நேரடியாகப் பார்ப்பதாக ஒத்துக் கொண்டேன். அவன் தான் ரே.

நான் ரேயைப் பார்த்த அடுத்த நாள், நியூயார்க் புறநகரில் மூன்று டரட் நோயாளிகளைப் பார்த்ததுபோல எனக்குத் தோன்றிற்று. நான் அதிர்ச்சியடைந்தேன். டரட் நோய்க்குறியுள்ளவர்கள் அபூர்வம் என்று சொன்னார்கள். ஒரு மில்லியன் பேரில் ஒருவருக்குத்தான் அந்த நோய் இருந்ததாக நான் படித்திருக்கிறேன். ஆனால் இப்போது ஒரு மணி நேரத்தில் மூன்று பேரைப் பார்த்து விட்டேன். என்னைக் குழப்பமும் வியப்பும் ஆட்கொண்டன. இப்படிப்பட்ட நோயாளிகளைப் பார்க்காமலே அவர்களை மனப் பதற்றம் உள்ளவர்கள் என்றும் மனம் உடைந்தவர்கள் என்றும், துடிப்புள்ளவர்கள் என்றும் ஒதுக்கி விட்டோ கவனிக்காமலோ இருந்து விட்டேனோ? எல்லோருமே இப்படி அவர்களை ஒதுக்கி விட்டோமா? ஒருவேளை டரட் நோய்க்குறி அபூர்வமானது இல்லை, முன்னால் நினைத்ததை விட ஆயிரம் மடங்கு சாதாரணமாகக் காணப்படும் ஒன்றாக இருக்க முடியுமா? அடுத்த நாள் தெருவில் இன்னும் இருவரையும் பார்த்தேன். அப்போது எனக்கு வித்தியாசமான கற்பனை அல்லது தனிப்பட்ட ஜோக் தோன்றியது. ஒருவேளை டரட் நோய் மிகச் சாதாரணமாகக் காணப்படுகிற ஒன்றாக இருந்து அடையாளம் காணப்படாமல் இருந்திருக்கவேண்டும்; பிறகு, அடையாளம் கண்டுகொண்டதால் எளிதாகவும் அடிக்கடியும் காணப்படுகிறது போலும்.[1] அதிருக்கட்டும். ஒரு டரட் நோயாளியை இன்னொரு டரட் நோயாளி அடையாளம் கண்டுபிடித்து இவர்களை இருவரும், மூன்றாவது, நான்காவது ஆட்களைக் கண்டுபிடித்து... இப்படி ஒரு பெரிய கூட்டத்தையே கண்டுபிடித்தால்... நோயினால் சகோதர சகோதரிகளாக ஆக்கி, ஒருவரையொருவர் அடையாளம் கண்டு அக்கறைகாட்டி ஒன்று சேர்ந்து நமது மத்தியில் ஒரு புது இனம் உருவாகி விடுமா? அப்போது டரட் நோயுள்ள நியூயார்க் நகரவாசிகளின் சங்கம் என்று உண்டாகி விடுமா?

---

1. இதே போன்ற சூழல் தசை நார் தேய்வு muscular dystrophy நோய் விஷயத்திலும் ஏற்பட்டது. டுஷன் இதை 1850-களில் விவரித்தார். 1860-க்குப் பிறகு, அவர் விவரிப்பு வந்த பிறகு, நூற்றுக்கணக்கான நோய் விபரங்கள் அடையாளம் காணப்பட்டு விவரிக்கப்பட்டன. அதுபற்றி ஷார்கோ இவ்வாறு குறிப்பிட்டார்: இவ்வளவு சாதாரணமாக, எங்கும் பரவியிருக்கின்ற, ஒரு பார்வையில் கண்டுபிடிக்கப்படக் கூடிய ஒரு நோயை – எப்போதும் இருந்து வந்திருக்கிற ஒரு நோயை – இதுவரையில் அடையாளம் காணாமல் இருந்தது எப்படி? நமது கண்களைத் திறக்க ஏன் திரு. டுஷன் வேண்டியிருந்தது?

மூன்றாண்டுகளுக்குப் பிறகு எனது கற்பனை 1974-இல் உண்மையாகி விட்டது. டரட் நோயாளிகளின் சங்கம் ஒன்று வந்து விட்டது. அப்போது அதில் ஐம்பது உறுப்பினர்கள். இப்போது ஏழு ஆண்டுகள் கழித்து சில ஆயிரம் உறுப்பினர்கள். இந்த அளவிற்கு வளர்ச்சியடைந்ததற்குக் காரணம் அந்தச் சங்கத்தின் முயற்சிகள்தான். சங்கத்தில் நோயாளிகள், அவர்களது உறவினர்கள், மருத்துவர்கள் மட்டுமே உறுப்பினர்கள். சங்கம் டரட் நோயாளிகளின் துன்பங்களை அனைவருக்கும் தெரிந்துகொள்ளுமாறு செய்யமுயன்றது. அருவருப்புகொண்டு கவனிக்காமல் இருந்த நிலையிலிருந்து பொறுப்புள்ள ஆர்வமும் அக்கறையும் ஏற்பட்டன. இது உடற் கூறியல், சமூகவியல் துறைகளில் பலவகையான ஆய்வுகள் மேற்கொள்ளத் தூண்டுகோலாக இருந்தது. டரட் நோயாளியுடைய மூளையின் உயிர் வேதியியல் ஆராய்ச்சி, டரட் நோயினுக்குக் காரணமான மரபுசார் காரணிகள், அதற்கு உரிய இயற்கைக்கு அப்பாற்பட்ட வேகமும், பொருத்தமில்லாத தொடர்புகளும் கொண்ட எதிர்வினைகள் ஆகியவை பற்றிய ஆய்வுகளும் மேற்கொள்ளப்பட்டன. வளர்ச்சி சார்ந்த மரபு நிலையிலும் பண்டைய தன்மையுள்ள உள்ளுணர்வு நடத்தைக் கட்டமைப்புகள் வெளிக் காட்டப்பட்டன. முக நடுக்கம் உள்ளவர்களின் உடல்மொழி இலக்கணம், மொழிக் கட்டமைப்பு ஆகியவை பற்றி ஆய்வுகள் மேற்கொள்ளப்பட்டன. கெட்ட வார்த்தை சொல்லித் திட்டுதல், ஜோக் அடித்தல் ஆகியவை பற்றியும் எதிர்பாராத உள் காட்சிகள் கிடைத்தன. (இவை வேறு நரம்புச் சீர்குலைவுகளிலும் காணப்படும்) மேலும் டரட் நோயாளிகள் தங்களுடைய குடும்பத்தாரோடும் மற்றவர்களோடும் உறவாடுவது பற்றியும், அந்த உறவுகளின்போது ஏற்படும் வினோதமான விபத்துகள் பற்றியும் ஆய்வுகள் மேற்கொள்ளப்பட்டன. சங்கத்தின் குறிப்பிடத்தக்க வெற்றிகரமான முயற்சி டரட் நோயாளிகளின் வரலாற்றில் முக்கிய இடம் பெறும். இதற்கு முன்னால் நடைபெறாத ஒன்றும்கூட நடந்தது. நோயாளிகளே தங்களைப் புரிந்துகொள்ளவும் தங்களையே கவனித்துக்கொள்ளவும் ஆக்கப்பூர்வமான முகவர்களாக ஆனது இதுவே முதல் முறையாகும்.

கடந்த பத்தாண்டுகளில் பெரும்பாலும் சங்கத்தின் தூண்டுதலால் ஆதரவால் எது வளர்ந்திருக்கிறதென்றால், இந்த நோய்க்குறி ஒரு இயற்கையான நரம்பியல் அடிப்படை கொண்டிருக்கும் என்ற ஜில் டி ல டரட்டின் உள்ளொளி தெளிவான உறுதி பெற்றது என்பது தான். டரட்டின் 'அது', பார்க்கின்சன் நோய், ஒருவகை வலிப்பு

நோய் (chorea) ஆகியவற்றைப் போலவே துணை மூளையின் 'கண்மூடித்தனமான விசை' என்று பாவ்லோவ் சொல்கின்றதை பிரதிபலிக்கின்றனது. அதாவது "போ", "ஓட்டு" என்பனவற்றை ஆளுகின்ற மூளையின் பழமைப் பகுதிகளில் ஏற்படும் சலனங்கள் அது. செயலை இல்லாமல் இயக்கத்தை மட்டுமே பாதிக்கும் பார்க்கின்சன் நோயில் காணப்படும் கலக்கம் மத்திய மூளையிலும், அதன் தொடர்புகளிலும் நிகழ்கிறது. சிறு சிறு துண்டுகளான பாதிச் செயல்பாடுகளின் குழப்பமான காரியா நோயில், அடிப்பக்கம் உள்ள நரம்பு முடிச்சின் (ganglia) உயர் மட்டப் பகுதிகள் ஏற்படுகிறது. உணர்ச்சிகள், மிகை விருப்புகளின் மனக் கிளர்ச்சிகள் ஏற்படும் டரட் நோயில், நடத்தையின் முதன்மை உள்ளுணர்வின் அடிப்படைகளில் ஏற்படும் சீர்குலைவு உண்டாகும். அப்போது தொந்தரவு 'பழைய மூளையான, மூளை நரம்பு முடிச்சு (thalamus), hypothalamus (தலாமசுக்குக் கீழேயுள்ள முன் மூளை நாள அமைப்பு), மூளையின் உட் பகுதியில் ஆழத்தில் இருக்கும் amygdala ஆகியவற்றில் ஏற்படும்.

இங்கேதான் ஆளுமையின் உணர்ச்சியும், உள்ளுணர்வும் சார்ந்த காரணிகள் இடம் பெறுகின்றன. எனவே உடல் நோயிலும் மருத்துவ நிலையிலும், டரட் நோய் உடலுக்கும் மனத்துக்கும் இடையிலுள்ள 'விட்டுப்போன சங்கிலி'யில் ஏற்படுகிறது. இது வலிப்புக்கும், (காலியாவிற்கும்) பித்துக்கும் (mania) இடையே உள்ளது. தூக்க நோயின் அபூர்வமான மிகை இயக்க வடிவங்கள் போலவும், L.டோபாவால் சிகிச்சையளித்த தூக்க நோயாளி அதிகம் மனக்கிளர்ச்சியடைவது போலவும் டரட் நோய்க்குறிகள் அல்லது வேறு காரணங்களால் (பக்க வாதம், மூளைப் புற்றுகள், மது போதை அல்லது நோய்த் தொற்று) டரட்டிசத்தைப் பெற்றவர்கள் கடத்தி டோபாமைனால் மூளையில் தூண்டும் கடத்திகளின் மிகையால் செயல்படுகிறார்கள் என்று தோன்றுகிறது. சோம்பியுள்ள பார்க்கின்சன் நோயாளிகளை தூண்ட அதிக அளவு டோபாமைன் தேவைப்படுகிறது. தூக்க நோய் வந்த நோயாளிகள் டோமாமைனின் முன்னோடியான L.டோபாவால் எழுப்பப்படுகின்றனர். அதுபோல வெறியுள்ள டரட் நோயாளிக்கு டோபாமைனுக்கு எதிரியான ஹாலேடெரிடோவைப் பயன்படுத்தி (ஹால்டால்- Haldole) அவர்களுக்குக் கொடுக்கப்படும் டோபாமைன் குறைக்கப்பட வேண்டும்.

டரட் நோயாளியின் மூளையில், டோபாமைன் மிக அதிகமாக இருப்பதுபோல், பார்க்கின்சன் நோயாளியின் மூளையில் அது பற்றாக்குறையாக இருக்கும். ஒருவருடைய ஆளுமையை மாற்றும்

சீர்குலைவில் எதிர்பார்க்கப்படுவது போலவே, மிக நுணுக்கமான பரவலான மாற்றங்களும் இருக்கின்றன. நோயாளிக்கு நோயாளி மாறும் இயற்கைக்கு அப்பாற்பட்ட எண்ணற்ற நுணுக்கமான பாதைகள் இருக்கின்றன. இது ஒரு நோயாளியிடமே நாளுக்கு நாள் மாறும். டரட் நோய்க்கு ஹால்டால் ஒரு விடையாக இருக்கலாம். ஆனால் அதுவோ வேறு எந்த மருந்துமோ சரியான ஒரே விடையாக இருக்க முடியாது. மருந்து அல்லது மருத்துவ அணுகுமுறையை முழுமைப்படுத்த அவருக்கு 'இருத்தல்' (existential) அணுகுமுறை வேண்டும். குறிப்பாக உடல் நலமும், சுதந்திரமுள்ள செயல், கலை, ஆட்டம் ஆகியவற்றை உணர்வுடன் புரிந்து கொள்ளும் அணுகுமுறை வேண்டும். இந்த நோயாளிகளைப் பாதிக்கும் முரட்டுத்தனமான உள் தூண்டல்கள், மூளையின் மேலுறைகளுக்குக் கீழே அதனால் முழுவதுமாக மூடப்பட்ட துணை மேலுறையின் (subcortex) குருட்டுத்தனமான விசைக்கு எதிராகச் செயல்பட வேண்டும். அசையமுடியாத பார்க்கின்சன் நோயாளி பாடவும், நடனமாடவும் முடியும். அப்போது அவர் முழுவதுமாக பார்க்கின்சன் நோயிலிருந்து விடுபடுகிறார். அதுபோல வேகமாக இயங்கும் டரட் நோயாளி பாடி, ஆடி, நடித்தால் அவர் முழுவதுமாக டரட் நோயிலிருந்து விடுபடுகிறார். இங்கே I அதுவைத் ('It') தோற்கடித்து அதன்மேல் ஆட்சி புரிகிறது.

புகழ்மிக்க, நரம்பியல் நிபுணரான A.R. லூரியாவுடன் நான் 1973-ஆம் ஆண்டுக்கும் அவர் இறந்த ஆண்டான 1977-ஆம் ஆண்டுக்கும் இடையில் கடிதம் மூலம் தொடர்பு கொண்டிருந்தேன். டரட் பற்றிய என்னுடைய உற்றுநோக்கல்கள், ஒலி நாடாக்கள் ஆகியவற்றை அவருக்கு அனுப்பி வந்தேன். அவர் தனது கடைசிக் கடிதம் ஒன்றில், "இது உண்மையில் மிக முக்கியமானது. இத்தகைய நோய்க்குறியைப் பற்றிய நமது புரிதல் எதுவும் பொதுவாக மனிதரின் தன்மையைப் பற்றிய நமது புரிதலை விரிவுபடுத்தும்... இதனோடு ஒப்பிடக்கூடிய வேறு நோய்க்குறி எனக்குத் தெரியவில்லை" என்று எழுதினார்.

நான் முதன்முதலில் ரேயைப் பார்த்தபோது அவனுக்கு 24 வயது. சில வினாடிகள் இடைவெளியிலும் மிகக் கடுமையான பல்வகை நடுக்கங்களால் அவன் செயலிழந்து போயிருந்தான். அவனுக்கு இந்நோய் நான்காவது வயதிலேயே தோன்றி விட்டது. அவனுடைய உயரிய நுண்ணறிவு, அவனுடைய நகைச்சுவை உணர்வு, அவனுடைய பண்பாடு, உண்மை நிலை பற்றிய தெளிவு ஆகியவை அவன் பள்ளி, கல்லூரி படிப்புகளை வெற்றிகரமாக முடித்து அவனுடைய ஒரு சில நண்பர்களாலும், மனைவியாலும்

மிகுதிகள் | 147

மதிக்கப்படவும், அன்பு காட்டப்படவும் காரணமாக இருந்தன. ஆனால் அவனுடைய நடுக்கம் அவனை மற்றவர்களால் ஒதுக்கப்படச் செய்தது. அவன் கல்லூரியைவிட்டு வந்த பிறகு, பன்னிரெண்டுக்கு மேற்பட்ட வேலைகளிலிருந்து நீக்கப்பட்டுவிட்டது, திறமைக் குறைவினால் அல்ல, அவனுடைய நடுக்க நோயினால். அவனுடைய பொறுமையின்மை, எதற்கெடுத்தாலும் சண்டைக்குப் போவது, முரட்டுத்தனமான கேலிப் பேச்சுகள் இவற்றால் ஏதாவது ஒரு இக்கட்டில் மாட்டிக் கொள்வான். தன்னையறியாமலேயே, குறிப்பாக பாலுணர்வின் உச்சக் கட்டத்தில், அவன் சொல்கின்ற கெட்ட வார்த்தைகளால் அவனுடைய திருமண வாழ்வே உடைந்து போகும் நிலைக்கு வந்துவிட்டது. மற்ற டரட் நோயாளிகளைப் போலவே இவனும் ஒரு இசைக் கலைஞன். அவன் வார இறுதியில் ஜாஸ் இசைக் குழுவில் டிரம் வாசிக்கும்போது திடீரென்று புதிய விதமாக வாசிப்பான். அது அவனுடைய துடிப்பினால் அல்லது அவனை அறியாமல் டிரம்ஸை அடிப்பதனால் ஏற்படும். இது உன்னதமான புதுச் சிறப்புடன் விளங்கும். இப்படித் திடீரென்று நுழைந்த இசை வேகம் அவனுக்குப் புகழ் தேடித் தரும். அதனாலேயே அவன் உணர்ச்சிப்பூர்வமாகவும், பொருளாதார ரீதியிலும் பிழைக்க முடிந்தது. அவனுடைய டரட் நோய், விளையாட்டுகளிலும் அவனுக்கு உதவியாக இருந்தது. குறிப்பாக, பிங்பாங்கில் அவனுடைய தனிச்சைச் செயலிலும், எதிர் வினையிலும் இருந்த வேகம் அவனுக்கு உதவியது. மேலும் அவனுடைய விளையாட்டில் புதியதாக அவன் பயன்படுத்தும் முறைகளாலும் திடீரென்று வேடிக்கையாக அவன் அடிக்கும் பந்துகளாலும் அவன் விளையாட்டில் முன்னணியில் இருந்தான். அவன் அடிக்கும் பந்துகள் எதிர்பாராதவையாகவும், வியப்பளிக்கக் கூடியனவாகவும் இருந்ததால் யாராலும் அவற்றை எடுக்க முடியாது. அவனுக்கு நடுக்கங்கள் இல்லாது இருக்கும் நேரம் அவன் உடல் உறவு முடித்த பிறகும் அல்லது தூக்கத்திலும் மேலும் அவன் நீந்தும்போதும், பாடும்போதும், வேலை செய்யும்போதும்தான். குறிப்பாக ஒரே சீராக, தாள இசையோடு செய்யும்போது ஒருவகை இயங்கும் இசையை, ஒரு ஆட்டத்தைக் கண்டான். அப்போது அவனுக்கு விறைப்பு இருக்காது, நடுக்கம் இருக்காது, விடுதலை பெற்றவனாக இருப்பான்.

வெளித் தோற்றத்தில் ஒரு வேடிக்கையான, உணர்ச்சிவசப்படக் கூடிய மனிதனாக இருந்தாலும், அவன் ஒரு சீரியசான மனிதன், துன்பத்தில் இருக்கும் மனிதன். அவன் டரட் நோயாளிகளின்

சங்கத்தைப் பற்றிக் கேள்விப்பட்டதில்லை. அப்போது அது பெரிதாக வளர்ந்திருக்கவும் இல்லை. ஹால்டால் என்ற மருந்தைப் பற்றியும் கேள்விப்பட்டதில்லை. அவன் 'வாஷிங்டன் போஸ்ட்' ஏட்டில் நடுக்கங்கள் (tics) பற்றிய ஒரு கட்டுரையைப் படித்து தனக்கும் டரட் இருப்பதாகத் தானே தெரிந்து கொண்டான். அவனது முடிவை நான் உறுதி செய்து, ஹால்டாலைப் பயன்படுத்துவது பற்றிச் சொன்னவுடன் அவன் உற்சாகமடைந்தான். ஆனால் சிறிது எச்சரிக்கையுடன்தான். சோதனைக்காக ஹால்டால் ஊசி மூலமாகச் செலுத்தினேன். அதற்கு அவன் அசாதாரணமான முறையில் நடந்து கொண்டான். நான் ஒரு மில்லி கிராமில் எட்டில் ஒரு பங்கு கொடுத்தேன். அவனுக்கு இரண்டு மணி நேரம் நடுக்கம் வரவில்லை. இந்தச் சோதனையின் வெற்றிக்குப் பிறகு அவனுக்கு ஒரு நாளைக்கு மூன்று முறை கால் மில்லிகிராம் ஹால்டால் கொடுக்கத் தொடங்கினேன்.

அடுத்த வாரம், கண்ணில் கறுப்பு வளையத்துடன், உடைந்த மூக்குடன் வந்தான். "உங்களது ஹால்டால் போதும்" என்றான், ஒரு கெட்ட வார்த்தையுடன். இந்தச் சிறு 'டோஸ்' கூட அவனை நிலை குலையச் செய்து விட்டது. அவனுடைய வேகம், அவன் செயல்படும் நேரம், வேகமான அனிச்சைச் செயல்கள் ஆகியவற்றுடன் குறுக்கிட்டது. மற்ற டரட் நோயாளிகளைப் போலவே இவனுக்கும் சுற்றும் பொருட்கள், குறிப்பாக சுற்றும் கதவுகள் பிடிக்கும். அந்தக் கதவுகளில் மின்னல் வேகத்தில் உள்ளே போய் வெளியே வருவான். ஆனால் ஹால்டால் போடத் தொடங்கிய பிறகு அவன் இந்தத் திறமையை இழந்துவிட்டான். அவனுடைய இயக்கங்களைச் ரியாகக் கணக்கிட முடிவதில்லை. மூக்கை உடைத்துக் கொண்டான். மேலும் அவனுடைய துடிப்புகள் மறையவில்லை. மாறாக, அவை மிக மெதுவாக ஆகிவிட்டன, நீண்டுவிட்டன. ஒரு நடுக்கத்தின் மத்தியில் அப்படியே நின்று விடுவான். விறைப்பு நிலையில் நிற்பான். (ஃபிரன்சி catatonia நடுக்கத்தின் எதிர்ப்பதமாகக் கொண்டு cataclonia என்று அழைத்தார்.) இந்த மிகச் சிறிய அளவு மருந்திலும் பார்க்கின்சன், காட்டடோனியா என்ற விறைப்பு மனச் சிதைவு, இயக்கக் குலைவு, உடல் இயக்கத்தில் தேக்கம் ஆகியவை அவனிடம் காணப்பட்டன. இந்த எதிர்வினை எதிர் எல்லைக்குப் போய் விட்டது. உணர்திறன் குறைவில்லை, அதிகப்படியான உணர்திறனை உடல் நோயின் உணர்திறனாகக் காணமுடிந்தது. இது ஒரு எல்லையிலிருந்து இன்னொரு எல்லைக்குத்தான் போனது. அதிவேகம், டரட்டிசத்திலிருந்து விறைப்பு நிலைக்கும் பார்க்கின்சன்

தன்மைக்கும் போனது. இரண்டுக்கும் இடைப்பட்ட ஒரு நிலைக்குச் சாத்தியமில்லை போலத் தோன்றியது.

இந்தச் சோதனையினால் அவன் மன உறுதி இழந்தான். இது ஒரு எண்ணம். இன்னொன்றை இப்போதுதான் சொன்னான். "நீங்கள் இந்தத் துடிப்புகளை நீக்கி விடுகிறீர்கள் என்று வைத்துக் கொள்ளுங்கள். பிறகு என்னிடம் என்ன மிச்சமிருக்கும்? நான் துடிப்புகளினாலேயே (tics) ஆனவன். ஒன்றும் இருக்காது" என்றான் வேடிக்கையாக. ஒரு நடுக்கக்காரன் என்ற அடையாளத்தைத் தவிர அவனுக்கு வேறில்லை என்றான். அவன் தன்னை The Ticcer of President's Broadway என்று அழைத்தான்; தன்னையும் ஒரு மூன்றாம் ஆள் போல வேடிக்கையாக 'டிக்கி ரே' என்று அழைத்தான். சொற்களில் விளையாடினான். அவனுக்கு இது ஒரு கொடையா சாபமா என்று தெரியவில்லை. டரட் இல்லாத வாழ்க்கையைத் தன்னால் கற்பனை செய்ய முடியவில்லை என்றும், அந்த நோயால் அவனுக்குக் கவலையில்லை என்றும் சொன்னான்.

என்னுடைய தூங்கும்நோய் நோயாளிகளிடம் நான் பார்த்தது எனக்கு நினைவு வந்தது. அவர்கள் L.டோபா மருந்துக்கு மிகவும் உணர்திறனுள்ளவர்கள். நோயாளியால் வளமான முழுமையான வாழ்க்கை வாழ முடியுமென்றால் இப்படிப்பட்ட உடல்கூறு சார்ந்த உணர்திறன்களும் நிலையாமையும் மீறப்பட முடியும் என்று நான் கவனித்திருக்கிறேன். அப்படிப்பட்ட வாழ்க்கையின் இருத்தலுக்கான சமநிலை கடுமையான உடல் சார்ந்த சமநிலையின்மையை வெற்றிகொள்ள முடியும். ரேயிடம் அந்தச் சாத்தியக்கூறுகள் இருக்கின்றன என்பதை உணர்ந்தேன். அவனுடைய வார்த்தைகள் எப்படி இருந்தாலும், அவன் தன்னுடைய நோயில் தன்னை ஒரு காட்சிப் பொருளாக அல்லது தற்காதல் போல மாற்ற முடியாத அளவிற்கு மையம் கொண்டிருக்கவில்லை என்பதையும் நான் அறிந்திருந்தேன். எனவே மூன்று மாதங்கள் வாரம் ஒருமுறை சந்திக்கலாம் என்று சொன்னேன். அந்தக் காலகட்டத்தில் டரட் இல்லாத ஒரு வாழ்க்கையை கற்பனை செய்ய முயல்வோம். எண்ணத்திலும் உணர்ச்சியிலுமாவது வாழ்க்கை என்ன தரக் காத்திருக்கிறது, அவனுக்கு என்ன தரக் காத்திருக்கிறது என்று டரட் நோயின் விகாரமான ஈர்ப்புகளும், கவனங்களும் இல்லாமல் ஆராய்வோம். டரட்டினால் அவனுக்குக் கிடைக்கும் பொருளாதார நலன்களையும், அவையில்லாமல் அவனால் எப்படி வாழ முடியுமென்றும் ஆராய்வோம். மூன்று மாதங்கள் இவற்றை ஆராய்ந்த பிறகு இன்னொரு முறை ஹால்டால் கொடுத்துப் பார்ப்போம்.

அடுத்த மூன்று மாதங்கள் ஆழமான பொறுமையான சோதனை. (எதிர்ப்பு, வெறுப்பு, தன் மேலும் வாழ்க்கை மேலும் நம்பிக்கை-யின்மை இருந்தாலும்) பல நலமிக்க, மனித உள்ளாற்றல்கள் வெளிச்சத்துக்கு வந்தன. அவை கடுமையான இருபதாண்டு டரட் நோய், டரட் வாழ்க்கையிலும் தப்பிப் பிழைத்து வந்த உள்ளாற்றல்கள். அவை அவனது ஆளுமையின் ஆழத்தில் உறுதியான மையத்தில் மறைந்து போயிருந்தன. இவ்வாறு மேற்கொண்ட ஆழமான ஆய்வு உற்சாகம் ஊட்டுவதாக இருந்தது. ஓரளவு நம்பிக்கையையும் தந்தது. நடந்தது உண்மையில் எங்களுடைய எதிர்பார்ப்புகளையும் மிஞ்சியது. சிறிது நேரம் மட்டுமே வந்து போவதாக இல்லாமல், நீண்ட செயல்பாடு தொடர்ந்து நிரந்தரமாக இருந்தது. ஏனென்றால் மீண்டும் ரே-க்கு ஹால்டாலை அதே சிறிய அளவு கொடுத்தபோது, அவனுக்கு நடுக்கம் இல்லை; குறிப்பிடும்படியான பக்க விளைவுகளும் இல்லை. இப்படியே, ஒன்பது ஆண்டுகள் இருந்து விட்டான்.

ஹால்டாலினால் ஏற்பட்ட விளைவுகள் ‘அற்புதமானவை!’- அவை ஓர் அற்புதத்தை அனுமதித்ததால்தான் அது நடந்தது. தொடக்க விளைவுகள் ஓரளவுதான், ஏறத்தாழ இந்த நேரத்தில் எனது சிகிச்சை அல்லது டரட் நோயை முழுவதுமாக இழந்து விடச் செய்தல் உடற்கூறு அடிப்படையிலும், என்னுடைய சிகிச்சையும், டரட்டை முழுவதுமாக விட்டு விடுதலும், முன்னேற்பாடு சரியாக இல்லாததாலும், பொருளாதாரக் காரணங்களாலும் நடக்க முடியாதது. நான்கு வயதிலிருந்து ரே-க்கு டரட் நோய் இருந்து வந்திருக்கிறது. அவனுக்கு சாதாரண வாழ்க்கையின் அனுபவமே இல்லை. இந்த வித்தியாசமான நோயின் மேலேயே அவன் அதிகமாகச் சார்ந்திருந்தான். அவனே அதைப் பல வழிகளில் பயன்படுத்திக் கொண்டான். எனவே டரட் நோயை அவன் விட்டு விடத் தயாராக இல்லை. மிகக் கடினமான, ஒருமுகப்படுத்தப்பட்ட ஆழ்ந்த பகுப்பாய்வும் சிந்தனையும் கொண்ட மூன்று மாதம் இடைவிடாத தயாரிப்பு இல்லையென்றால் அவன் தயாராக இருந்திருக்க முடியாது.

கடந்த ஒன்பது ஆண்டுகளாக ரே மகிழ்ச்சியாக இருந்திருக்கிறான். எதிர்பார்த்ததைவிட அதிகமான விடுதலை. டரட் நோயின் பிடியில் இருபது ஆண்டுகள் இருந்தபிறகு, அதனால் ஏற்பட்ட உடல் பாதிப்பால் பல நிலைகளில் கட்டாயப்படுத்தப்பட்டு இருந்திருக்கிறான். (இப்போது எங்களுடைய பகுப்பாய்வின்போது நடைமுறைக்குச் சாத்தியமில்லாத, வெறும் கோட்பாட்டளவினது

தானா என்றிருந்த ஒன்று) நடக்க முடியுமா என்று ஐயப்பட்ட ஒன்றான விடுதலையை அவன் பெற்றான். அவனுடைய திருமணம் இனிமையானதாக, நிலையானதாக இருந்தது. இப்போது அவன் ஒரு தந்தை. நண்பர்கள் அதிகம் பேர் இருக்கிறார்கள். அவர்கள் அவனை ஒரு வேடிக்கையான (டரட்) ஆள் என்று எண்ணாமல் உண்மையாக ஒரு மனிதனாக மதிக்கிறார்கள், அன்பு செய்கிறார்கள். உள்ளூர் மக்கள் மன்றத்தில் முக்கிய பங்கு வகிக்கின்றான். பணியில் பொறுப்புள்ள இடம்; ஆனாலும் சிக்கல்கள் தொடர்ந்தே இருந்தன. டரட் நோயிலிருந்தும் ஹால்டாவிலிருந்தும் பிரிக்க முடியாத நோய்கள்.

வேலை நாட்களில், வேலை செய்யும்போது ரே ஹால்டால் உதவியால் தெளிவாக உறுதியாக இருக்கிறான். இதனை அவன் 'ஹால்டால் தன்மை' என்று விவரிக்கிறான். அவனுடைய இயக்கங்களிலும் முடிவுகள் எடுத்தலிலும் அவசரமில்லாமல் நிதானமாக இருக்கிறான். அவனிடம் ஹால்டால் எடுப்பதற்கு முன்பு இருந்த பொறுமையின்மை, துடுக்குத்தன்மை இருக்காது. அதே போல புதிதாகச் செய்வதும், உள்ளொளியால் செயல்படுவதும் இருக்காது. அவனுடைய கனவுகள்கூட தன்மையில் வித்தியாசமானவை: "விருப்பத்தை நேரடியாக நிறைவேற்றுவது, டரட் நோயின்போது இருந்த விரிவுரைகள் ஆடம்பரங்கள் இல்லை" என்றான். அவன் பதில் சொல்லும்போது முன்பிருந்த துடுக்குத்தனம், வேகம் இல்லை. வேடிக்கையான மறுமொழி இல்லை. பிங்பாங்கிலோ வேறு விளையாட்டுகளிலோ சிறப்பாக இல்லை. வெற்றி பெற வேண்டும் என்ற அவசரமான உந்துதல் இல்லை. போட்டி மனப்பான்மை குறைந்து விட்டது, விளையாட்டுத்தன்மை இல்லை. அவன் தனது உள்தூண்டலை இழந்து விட்டான். அதுபோலவே கெட்ட வார்த்தைகள், முரட்டுத்தனமான பேச்சு இல்லை. இதனைவிட நாள் ஆக ஆகத் தான் எதையோ இழந்திருப்பது போல உணர்ந்தான்.

மிக முக்கியமாக அவனை ஊனமுற்றவனாக ஆக்கியது அவனுக்கு உயிர் போன்றது, அவனுக்கு ஆதரவாகவும், ஆதாரமாகவும் தன்னை வெளிப்படுத்தும் கருவியாகவும் இருந்த ஒன்று போய் விட்டது. இப்போது அவன் இசையைப் பொறுத்தஅளவில் 'மந்தமாகி' விட்டான். திறமை போகவில்லைதான். ஆனால் அதில் ஒரு சக்தியும், உத்வேகமும், மகிழ்ச்சியும் இல்லை. டிரம் வாசிக்கும்போது நடுக்கத்தினால் வரும் வேகம் இல்லை. படைப்பாக்க உள் வேகம் இல்லை.

இப்படிப்பட்ட ஒரு அமைப்பு தெளிவாகத் தெரிந்தபிறகு, என்னோடு விவாதித்துவிட்டு முக்கியமான முடிவை எடுத்தான். வாரத்தின் வேலை நாட்களில் ஹால்டாலை ஒழுங்காக எடுத்துக் கொள்வது. வார விடுமுறை நாட்களில் எடுக்காமலே இருந்து விடுவது. மூன்றாண்டுகளாக அவன் அப்படிச் செய்துவருகிறான். இப்போது இரண்டு ரே-க்கள் இருக்கிறார்கள். ஹால்டாலை எடுக்கும் ரே, எடுக்காத ரே. தெளிவாக இயங்கும் குடிமகன், அமைதியாகத் திட்டமிடுபவன் - திங்கள் முதல் வெள்ளி வரை. இன்னொரு வேடிக்கையான டிக்கி ரே! விடுமுறை நாட்களில் இவன் வேடிக்கையாக இருப்பான். உள்ளாற்றல் பெற்றவன், ஓரளவு வெறி கொண்டவன். இது ஒரு அபூர்வமான சூழல்; ரேதான் முதலில் இதைச் சொன்னவன்.

டரட் நோய் இருக்கும்போது கட்டுக்கடங்காதவன், குடித்திருந்தவன் போல. ஹால்டால் எடுக்கும்போது அவன் தெளிவாக இருந்தான். இரண்டு நிலைகளுமே உண்மையில் சுதந்திரமானவை இல்லை. 'சாதாரணமாக' இருக்கும் உங்களுக்கு உங்களுடைய மூளைகளில் சரியான இடங்களில், சரியான நேரங்களில் சரியான கடத்திகள் இருக்கின்றன. அந்த நேரத்திற்குப் பொறுத்தமான உணர்ச்சிகள், நடைகள், சீரியசாக இருப்பது, வேடிக்கையாக இருப்பது ஆகியவை ஒழுங்காகக் கிடைக்கின்றன. டரட்டுகளான எங்களுக்கு அப்படி இல்லை. டரட்டு நிலையில் இருக்கும்போது வேடிக்கையாக இருக்கிறோம். ஹால்டால் எடுக்கும்போது சீரியசாக ஆகிறோம். நீங்கள் சுதந்திரமாக இருக்கிறீர்கள். உங்களுக்கு இயற்கையான சமநிலை இருக்கிறது. நாங்கள் செயற்கையான சமநிலையை முடிந்த அளவு பயன்படுத்திக் கொள்கிறோம்.

ரே முடிந்த அளவு இந்தச் சூழலை நன்றாகவே பயன்படுத்திக் கொள்கிறான். டரட்டும், ஹால்டாலும் இருந்தாலும் சுதந்திரம் இல்லாத நிலையும், செயற்கையும் இருந்தாலும், நாமெல்லாம் அனுபவிக்கும் இயற்கையான சுதந்திரம் எனும் பிறப்புரிமை இல்லாவிட்டாலும், ரே முடிந்த அளவு நன்றாகவே தனது சூழலைப் பயன்படுத்துகிறான். எனினும் அவன் தனது நோயினால் பாடம் கற்றிருக்கிறான். ஒரு வழியில் அதனைத் தாண்டிப் போய் விட்டான். நீட்சே சொல்வது போல, 'நான் உடல்நலத்தின் பல வகைகளைத் தாண்டி வந்திருக்கிறேன் - இன்னும் தாண்டி வந்திருக்கிறேன். நோயைப் பொறுத்தவரையில்: அது இல்லாமல் நம்மால் வாழ முடியுமா என்று கேட்க ஆசைப்படுகிறோம். மிக

அதிகமான வலிதான் ஆன்மாவை இறுதியில் விடுவிப்பது,' என்று ரே-யும் சொல்வான். நகை முரணாக, இயற்கையான உடல் சார்ந்த மனிதன் உடல்நலம் இல்லாவிட்டாலும் ஒரு புதிய வகை உடல்நலத்தை, புதிய விடுதலையைக் கண்டுபிடித்துவிட்டான் - அவன் அனுபவித்த துன்பங்கள் வழியாகவே, நீட்சே 'மிகப் பெரிய நலம்' என்று அழைக்க விரும்பும் - டரட் நோய் இருந்தாலும் அல்லது அதனாலேயே - அபூர்வமான நகையுணர்வு, எதிர்ப்புகளை மீறி மீண்டுவரும் ஆன்மா ஆகியவற்றை அடைந்துவிட்டான்.

11

மன்மத நோய்

நடாஷா K-க்கு தொண்ணூறு வயது. மருத்துவமனைக்கு வந்தார். தெளிவாக இருந்தார். அவருடைய எண்பத்தெட்டாவது பிறந்த நாளுக்குப் பிறகு அவர் ஒரு மாற்றத்தைக் கவனித்ததாகச் சொன்னார். என்ன மாற்றம் என்று கேட்டோம்.

"மிக இனிமையானது!" என்றார். "எனக்கு அது முழுவதும் பிடித்திருந்தது. மிகுந்த உற்சாகமாக இருந்தது. மீண்டும் எனக்கு இளமை திரும்பிவிட்டது. எனக்கு இளைஞர்கள் மேல் ஒரு ஆர்வம் ஏற்பட்டது. ஓடிக் குதித்து விளையாட வேண்டுமென்பது போல எனக்கு ஓர் உணர்வு ஏற்பட்டது."

"அதுதான் சிக்கலா?"

"இல்லை, முதலில் இல்லை. நான் நலமாக இருப்பதாக உணர்ந்தேன். மிக மிக நலமாக... பிறகு ஏன் ஏதோ சிக்கல் என்று நான் உணர வேண்டும்?"

"பிறகு?"

"எனது நண்பர்கள் கவலைப்படத் தொடங்கினார்கள். முதலில் அவர்கள், 'நீ பிரகாசமாகத் தெரிகிறாய். ஒரு புது வாழ்க்கை உனக்குக் கிடைத்திருக்கிறது' என்றார்கள். பிறகு அவர்கள் அது பொருத்தமாக இல்லை என்று நினைக்கத் தொடங்கினார்கள். 'நீ எப்போதும் வெட்கப்பட்டுக்கொண்டு இருப்பாய். இப்போது ஆண்களோடு வேறு மாதிரி பழகுகிறாய். கலகலவென்று சிரிக்கிறாய். ஜோக்

அடிக்கிறாய் - இந்த வயதில் இது சரியா?' என்று சொல்கிறார்கள்."

"நீங்கள் எப்படி உணர்ந்தீர்கள்?"

"எனக்குத் தூக்கி வாரிப் போட்டது. நான் என்னை அறியாமல் நடந்து கொண்டிருந்தேன். என்ன நடக்கிறது என்றுகேட்க எனக்குத் தோன்றவில்லை. பிறகு என்னையே கேள்வி கேட்டுக் கொண்டேன். 'உனக்கு வயது 89 நாடாஷா. இது ஒரு வருடமாகப் போய்க் கொண்டிருக்கிறது. நீ எப்போதுமே உனது உணர்ச்சியில் மிதமாக இருப்பாய். இப்போது ஏன் இந்த ஆடம்பரம்! நீ ஒரு மூதாட்டி, கடைசி நாளை நெருங்கிக் கொண்டிருக்கிறாய். இப்படிப்பட்ட உடல்நலம் மிக நன்றாக இருக்கிறது என்ற உணர்வை எப்படி நியாயப்படுத்த முடியும்?' என்று நான் என்னையே கேட்டுக் கொண்டேன். நான் என்னுடைய உடல்நலம் சிறப்பாக இருக்கிறது என்று எண்ணத் தொடங்கியவுடன், நிலைமை புதிதாக காணப்பட்டது. 'உனக்கு நோய்.. அன்பே?' என்று எனக்குள் சொல்லிக்கொண்டேன். 'நீ மிக மிக நல்ல உடல் நலத்தோடு இருப்பதாக நினைத்துக் கொண்டிருக்கிறாய். உனக்கு உண்மையில் சுகமில்லை!'"

"சுகமில்லையா? மனவெழுச்சியா? மதியிலா?"

"உணர்ச்சியில் இல்லை - உடல் நலம் இல்லை. என்னுடைய உடலில், என்னுடைய மூளையில் ஏதோ ஒன்று இப்படி உச்ச நிலையை அடையச் செய்கிறது. பிறகுதான் நினைத்தேன் - நாசமாக போக. இது மன்மத நோய், Cupid's Disease. *(குப்பிட் - காதல் தெய்வம்)*

"குப்பிட்ஸ் நோய்?" நான் எதிரொலித்தேன். நான் அந்தச் சொற்றொடரை இதுவரையில் கேள்விப்பட்டதே இல்லை.

"ஆம், குப்பிட்ஸ் நோய், பால் வினை நோய், தெரியாதா? எழுபது ஆண்டுகளுக்கு முன்னால் நான் விபச்சார விடுதியில் சலோனிக்காவில் இருந்தேன். எனக்கு 'சிஃபிலிஸ்' (மேக நோய்) வந்து விட்டது. பல பெண்களுக்கும் வந்தது. நாங்கள் அதை குப்பிட்ஸ் நோய் என்று அழைத்தோம். எனது கணவன் என்னைக் காப்பாற்றி அழைத்துப் போய் சிகிச்சை அளித்தார். பென்சிலின் கண்டுபிடிக்கப்படுவதற்கு முன்னர் நடந்தது. இத்தனை வருடங்களுக்குப் பிறகு அது மீண்டும் வந்திருக்குமா?"

முதல் நோய்ப்பாதிப்பு ஏற்பட்டதற்கும் அடுத்து நரம்பு பால்வினை

நோய் (neurpsyphilis)ஏற்படுவதற்கும் இடையில் நீண்ட செயல்படாத காலம் இருக்கலாம். குறிப்பாக, முதலில் ஏற்பட்ட நோய்த் தொற்று முழுவதும் நீக்கப்படாமல் அமுக்கப்பட்டிருந்தால் இது நடக்கக் கூடும். எர்லிச்சால் (எர்லிச் ஒரு ஜெர்மன் - யூத மருத்துவர்) சால்வாரன் (எர்லிச் சிஃபிலிஸ் நோய்க்குக் கண்டுபிடித்த மருந்து) என்ற மருந்தால் சிகிச்சை தரப்பட்ட ஒரு நோயாளி என்னிடம் வந்தார். அவருக்குத் தண்டுவடப் பின்புறத்தில் திசு அழிவு (tabes dorsalis) ஐம்பதாண்டுகளுக்குப் பிறகு ஏற்பட்டது. இதுவும் ஒரு வகை நரம்பு பால்வினை நோய்தான்.

ஆனால் எழுபது ஆண்டுகளுக்குப் பிறகு திரும்ப அந்த நோய் வந்தது பற்றியோ - இவ்வளவு அமைதியாகவும் தெளிவாகவும் மூளையில் பால்வினை நோய்த் தாக்கத்தை ஒருவர் தானே கண்டுபிடித்தது பற்றியோ -நான் இதுவரையில் கேள்விப்பட்டதில்லை.

“மிகவும் ஆச்சரியப்படத்தக்க ஒரு கருத்து. எனக்கு இது தோன்றியிருக்கவே சாத்தியமில்லை; ஒருவேளை நீங்கள் சொல்வது சரியாக இருக்கலாம்” என்று விடையளித்தேன், சிறிது யோசனைக்குப் பிறகு.

அவர் சொன்னது சரியாகவே இருந்தது. தண்டுவடத் திரவத்தில் நோய்த் தொற்று இருந்தது. அவருக்கு நரம்பு பால்வினை நோய் இருந்தது. அவருடைய மூளை மேலுறையை ஸ்பைரோகெட்டிஸ் (சிஃபிலிஸ் பால்வினை நோய்க்குக் காரணமான பேக்டீரியா) தூண்டியிருக்கிறது. இப்போது சிகிச்சை பற்றிய கேள்வி எழுந்தது. ஆனால் அதற்கு முன் இன்னொரு பிரச்சனை எழுந்தது. அதை திருமதி ரி-யே கொண்டு வந்தார். “எனக்கு இந்த நோய்க்குச் சிகிச்சை அளிக்க வேண்டுமா என்பதே எனக்குத் தெரியவில்லை” என்றார். “இது எனக்கு ஒரு நோய் என்று தெரியும். ஆனால் அது என்னை மிக நன்றாகவே உணருமாறு செய்கிறது. நான் இதை அனுபவித்தேன், அனுபவிக்கிறேன்; அதை நான் மறுக்க முடியாது. என்னை இது உற்சாகமாக வைக்கிறது. விளையாட்டுத்தனமாக வைக்கிறது. இருபதாண்டுகளாக நான் அனுபவிக்காத ஒன்று. ஒரே வேடிக்கை தான், fun தான். நல்லது ஒன்று எப்போது ஒரு எல்லைக்குப் போகும், நின்று விடும் என்று எனக்குத் தெரியும். எனக்கு சில நினைவுகள் - சில உட்தூண்டல்கள் தோன்றும் - நான் உங்களிடம் சொல்ல மாட்டேன். கொஞ்சம் விரசமாக, சிறுபிள்ளைத்தனமாக இருக்கும். இப்போது சிறிது போதை போல இருக்கிறது. ஆனால் இன்னும் அதிகமாகப் போய்விட்டால்...” அவர் மனநோயுள்ள

ஒருவர் போல நடித்துக் காட்டினார். "எனக்குக் குப்பிட் நோய் என்று யூகித்து விட்டேன். அதனால்தான் உங்களிடம் வந்தேன். இது இன்னும் மோசமாகப் போகக் கூடாது. ஆனால், அதேசமயம் நான் குணமாக்கப்பட வேண்டும் என்றும் விரும்பவில்லை. அது இன்னும் மோசமாக ஆகி விடும். இந்த வித்தியாசமான தூண்டல்கள் ஏற்படும் வரையில் நான் முழுமையாக உயிரோட்டம் உள்ளவளாக இல்லை. இதே அளவிலேயே வைத்திருக்க முடியும் என்று நினைக்கிறீர்களா?"

சிறிது நேரம் யோசித்தோம். எங்களது பாதை தெளிவாகவே தெரிந்தது. அவருக்குப் பெனிசிலின் கொடுத்தோம். அது ஸ்பைரோகெட்டிஸ் பாக்டீரியாவைக் கொன்றுவிட்டது. ஆனால் அவை உண்டாக்கிய மூளை மாற்றங்களையும், கட்டுப்பாடில்லா நடத்தைகளையும் மாற்ற முடியாது.

இப்போது திருமதி K-க்கு இரண்டும் கிடைத்து விட்டது. கொஞ்சம் மிதமான கட்டுப்பாட்டினால் சிந்தனைக்கும் உட்தூண்டலுக்கும் ஒரு விடுதலை. அதேசமயம் அவருடைய சுய கட்டுப்பாட்டிற்கு ஆபத்தில்லை, அவருடைய மூளை உள்ளே மேலும் சேதம் ஏற்படும் என்ற அச்சுறுத்தல் இல்லை. இவ்வாறு புத்துணர்ச்சி பெற்று நூறாண்டு வாழ்வோம் என்று நம்புகிறார். "வேடிக்கை, இதற்கு குப்பிட்தான் காரணம்."

பின்குறிப்பு

அண்மையில் (1985 ஜனவரி) இதேபோன்ற மனத்தடுமாற்றத்தையும், நகை முரண்களையும் இன்னொரு நோயாளியின் விஷயத்தில் பார்த்தேன். அவர் பெயர் மிகுயல் O. அவர் வெறி (mania) என்ற நோயினால் பாதிக்கப்பட்டிருந்ததாகக் கண்டறியப்பட்டு அரசு மருத்துவமனையில் சேர்க்கப்பட்டார். அவர் நரம்பு சிஃபிலிசினால் கிளர்ச்சியடைந்த நிலையில் பாதிக்கப்பட்டிருப்பதாக விரைவிலேயே கண்டறியப்பட்டது. எளிமையான மனிதர். பியூட்ரோ ரிக்கோவில் விவசாயத் தொழிலாளியாக இருந்திருக்கிறார். பேசுவதிலும், கேட்பதிலும் குறைபாடு. அவரால் நன்றாகப் பேச முடியவில்லை. ஆனால் தனது நிலையை படங்கள் வரைந்து எளிமையாகவும் தெளிவாகவும் தெரிவித்து விட்டார்.

அவரை நான் முதன் முறையாகப் பார்த்தபோது அவர் மிகுந்த கிளர்ச்சியடைந்து காணப்பட்டார். அவரிடம் ஒரு எளிய படத்தைக்

(படம் A) காண்பித்து அதேபோல வரையச் சொன்னேன். அவர் அதை முப்பரிமாணமாக விரித்து வரைந்தார் (படம் B). அப்படித்தான் நான் நினைத்தேன். ஆனால் அவர் அது ஒரு திறந்த பெட்டி என்று விளக்கினார். பிறகு அதில் சில பழங்களை வரைந்தார். அவர் தனது கிளர்ச்சியடைந்த கற்பனையால் தூண்டப்பட்டு, முதல் படத்திலிருந்த வட்டத்தையும் சிலுவையையும் விட்டுவிட்டு அது அடைபட்ட உருவம் என்ற கருத்தை வைத்துக் கொண்டு அதை ஒரு உருவமாக ஆக்கி விட்டார். திறந்த பெட்டி - பெட்டி முழுவதும் ஆரஞ்சுகள் - இது என்னுடைய மந்தமான உருவத்தைவிட உயிரோட்டமுள்ளதாக, உண்மையானதாக இல்லையா!

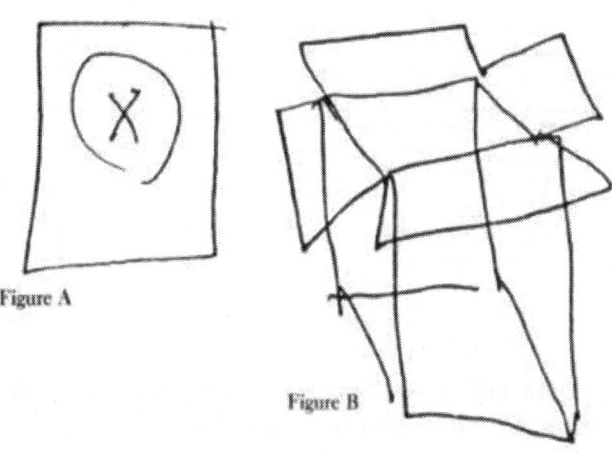

Figure A

Figure B

ஒரு சில நாட்களுக்குப் பிறகு நான் அவரைச் சந்தித்தேன். இப்போது அவர் மிகவும் உற்சாகமாக இருந்தார். எண்ணங்களும், உணர்ச்சிகளும் பட்டம் போல உயரப் பறந்து கொண்டிருந்தன. இப்போது மீண்டும் அதே படத்தை வரையச் சொன்னேன். இப்போது, தானாக உடனே செயல்பட்டு, சிறிதும் தயங்காமல் முதல் படத்தை ஒரு டிரபீசாய்டாக மாற்றி, அதனுடன் ஒரு நூலையும் இணைத்து ஒரு சிறுவனையும் வரைந்து விட்டார். (படம் C). 'பையன் பட்டம் விடுகிறான், பட்டம் பறக்கிறது' என்றார் உற்சாகத்துடன்.

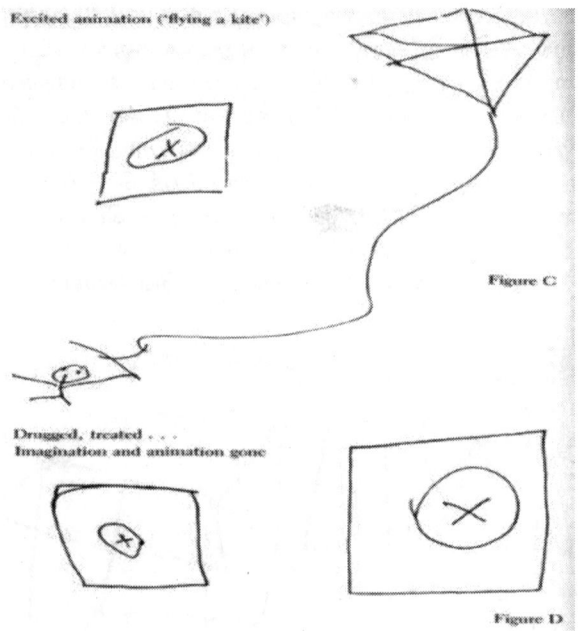

சில நாட்கள் கழித்து மூன்றாம் முறையாக அவரைச் சந்தித்தேன். இப்போது உற்சாகம் குறைந்து பார்கின்சன் நோயாளி போலக் காணப்பட்டார். (முதுகுத் தண்டு திரவச் சோதனை முடிவு வரும் வரையில் அவரை அமைதிப்படுத்த ஹால்டால் கொடுத்திருந்தேன். மீண்டும் அவரிடம் படத்தைக் கொடுத்து வரையச் சொன்னேன். இப்போது மிக மந்தமாக, ஆனால் சரியாக படத்தை அப்படியே படியெடுத்தார். ஆனால் இப்போது நான் கொடுத்த படத்தை விடச் சிறியதாக இருந்தது; முந்தைய படங்களில் இருந்த விபரங்கள் இல்லை, உயிரோட்டம் இல்லை, கற்பனை இல்லை. 'நான் இப்போது பொருட்களை பார்ப்பதில்லை. முன்னரெல்லாம் அது உண்மையாக உயிரோட்டமுள்ளதாக இருந்தது. எனக்கு மருத்துவம் பார்த்ததில் எல்லாமே செத்தது போலத் தெரியுமா?' என்றார்.

பார்க்கின்சன் நோயால் பாதிக்கப்பட்டவர்கள், அவர்களை L.டோபோ மருந்தால் விழித்தெழச் செய்தபிறகு, வரைந்த படங்கள் நமக்கு பல செய்திகளைக் கற்றுத் தரும் உவமையாக இருக்கும். ஒரு மரத்தை வரையச் சொன்னால் பார்க்கின்சன் நோயாளி சிறிய,

வளர்ச்சி குன்றிய, இலைகள் இல்லாத பனிக்கால மரம் ஒன்றை வரைவார். L.டோபாவில் விழிக்கச் செய்து உயிரோட்டம் வந்த பிறகு, மரம் உற்சாகத்தை, உயிரோட்டத்தை, கற்பனையைப் பெறும். கிளைகளும் இலைகளும் வந்து விடும். L.டோபாவிற்குப் பிறகு இன்னும் அதிகமாகக் கிளர்ச்சி ஏற்பட்டு விட்டால் மரத்தில் புதிய கிளைகளும் இலைகளும் வெடித்துக் கிளம்பி அது ஒரு அலங்காரப் பொருளாக ஆகி விடும். கடைசியில் பார்த்தால், மிகப் பிரமாண்ட அலங்காரங்களின் கீழே மரத்தின் முதல் வடிவம் அமிழ்ந்து போயிருக்கும். டரட் நோயாளிகளிடம் இப்படிப்பட்ட படங்களைக் காணலாம். முதலில் இருந்த உருவம் அல்லது மூல எண்ணம், மருந்தின் (amphetamine)விளைவான வேகமான கலை என்று அழைக்கப்படுவதால், விவரணைகளும் அலங்காரங்களும் நிறைந்த காட்டில் மறைந்து போகும். முதலின் கற்பனை உசுப்பப்படுகிறது. பிறகு கிளர்ச்சியாகி, வெறி ஏற்பட்டு முடிவில்லாமைக்கும், மிகுதிக்குமாக முடிகிறது.

என்ன முரண்பாடு, என்ன கொடுமை! என்ன நகை முரண்! உள்வாழ்க்கையும், கற்பனையும் போதை தரும் மருந்தால் அல்லது நோயால் விடுவிக்கப்பட்டு, உசுப்பப்படும் வரையில் மந்தமாகத் தூங்கிக் கிடப்பது என்ன அவலம்!

Awakenings-இன் மையத்தில் இந்த முரண்பாடுதான் இடம் பெற்றிருந்தது. டரட் நோயாளிகளை ஏமாற்றி மயங்க வைப்பதற்கும் அதுவே பொறுப்பு. (அத்தியாயங்கள் 10,14 பார்க்க). கொக்கைன் என்ற மருந்து போல ஒன்று (L-டோபா அல்லது டரட் நோய் போல மூளையின் டோபாமைனை உயர்த்தும்) அபூர்வமான இந்த உறுதியின்மையை இணைத்து விடும். எனவேதான், கொக்கைன் தூண்டும் நல்ல உடல்நிலை என்ற உணர்வும் உச்சஉணர்வும் உடல் நலமுள்ள ஒருவன் பெறும் சாதாரண மகிழ்ச்சிலிருந்து மாறுபட்டதில்லை. அதாவது நீங்கள் சாதாரணமாகத்தான் இருப்பீர்கள். நீங்கள் மருந்தின் வேகத்தில் அப்படி இருக்கிறீர்கள் என்று நம்புவது கடினம் என்று ஃபிராய்ட் அதிர்ச்சியடையச் செய்யும் ஒரு கருத்தைக் கொக்கைன் பற்றித் தந்திருக்கிறார்.

இதே போன்ற முரண்பாடான ஒரு அளவீட்டை மூளைக்குத் தரப்படும் மின்சாரத் தூண்டல்கள் பற்றியும் கூற முடியும். சில வலிப்புகள் கிளர்ச்சியூட்டுபவையாகவும், போதை போலப் பழகிப் போகக் கூடியனவாகவும் இருக்கும். அவற்றை வெளிப்படுத்த விரும்புவோரால் அடிக்கடி தாங்களாகவே தூண்டப்படுவதாகவும்

இருக்கலாம். (எலிகளுக்கு மூளையில் எலக்ட்ரோடுகளைப் பொருத்தியிருக்கும்போது அவை தாமாகவே மூளையின் இன்ப மையங்களைத் தூண்டும்). ஆனால் அமைதியையும் உண்மையான உடல் நல உணர்வையும் தரும் வலிப்புகளும் உள்ளன. என்ன வேடிக்கையென்றால் ஒரு நோயினால் ஏற்படும் உடல்நல உணர்வு உண்மையாகவே இருக்கும். அப்படிப்பட்ட முரண்பாடுள்ள உடல்நலம் நீண்ட கால நன்மையையும் தரக் கூடும். திருமதி.O'C யின் விஷயத்தில் இப்படி நடந்தது. (அத்தியாயம் 15)

நாம் புதிரான வினோதமான இடத்தில் இருக்கிறோம். இங்கே நமது வழக்கமான கருத்துகளெல்லாம் தலைகீழாக மாறி விடும் - நோய் நல்ல உடல் நலத்தையும், சாதாரணமாக இருப்பது நோயையும் குறிக்கும்; கிளர்ச்சித் தூண்டல் தளையாக இருக்கலாம் விடுதலையாகவும் இருக்கலாம், இங்கே உண்மை நிலை தெளிவில் அல்ல, போதையில் இருக்கும். இது காதல் தெய்வம் குப்பிடும், மதுவின் தெய்வம் டயானிஸசும் கோலோச்சும் இடம்.

12

அடையாளம்

“இன்றைக்கு என்ன? அரைப் பவுண்டு விர்ஜீனியாவா, நோவாவா (புகையிலைத் தூள் வகைகள்) என்றார் அவர் தனது கைகளைத் தேய்த்துக்கொண்டே. (அவர் என்னை ஒரு வாடிக்கையாளர் என்று நினைத்துக் கொண்டார். அடிக்கடி வார்டிலுள்ள தொலைபேசியை எடுத்து “தாம்சன் டெலிகாட்டிசன்” என்று சொல்வார்).

“ஓ, திரு. தாம்சன்! என்னை யாரென்று நினைத்தீர்கள்!” என்பேன்.

“அடக் கடவுளே, வெளிச்சம் சரியாகத் தெரியவில்லை - உங்களை நான் ஒரு வாடிக்கையாளரென்று நினைத்து விட்டேன். ஆ இது என்னுடைய பழைய நண்பர் டாம் பிட்கின்ஸ் இல்லையா... (செவிலியரிடம் திரும்பி இரகசியக் குரலில்) நானும் டாமும் சேர்ந்து தான் பந்தயங்களுக்குப் போவோம்” என்றார்.

“திரு. தாம்சன், நீங்கள் மீண்டும் தவறு செய்கிறீர்கள்!”

“ஆமாம்” என்றார் கொஞ்சம்கூட அசராமல். “நீங்கள் டாமா இருந்தால் ஏன் வெள்ளைக் கோட்டு அணிந்திருக்க வேண்டும்? நீங்கள் ஹைமி, கசாப்புக் கடைக்காரர். ஆனால், உங்கள் கோட்டில் இரத்தக் கறை எதுவும் காணோமே! வியாபாரம் மந்தமா? வாரக் கடைசிக் கசாப்புக் கடைக்காரர் போலத் தோன்றுகிறீர்கள்.”

என்னுடைய அடையாளங்கள் மாறி மாறி வந்த சூழலில் அடித்துச் செல்லப்பட்ட நான் என்னுடைய கழுத்திலிருந்து தொங்கிய ஸ்டெதஸ்கோப்பை உருட்டினேன்.

“ஸ்டெதஸ்கோப்!” என்று வெடித்தார். “நீங்கள் ஹைமி போல நடித்துக் கொண்டிருக்கிறீர்களா, வெள்ளைக் கோட்டுகளையும் ஸ்டெதஸ்கோப்புகளையும் மாட்டிக்கொண்டு? மெக்கானிக்குகள் நீங்கள் டாக்டர்கள் போலக் கற்பனை செய்து கொள்கிறீர்கள் - காரைக் கவனிக்க உங்களுக்கு ஸ்டெதஸ்கோப் தேவைப்படுவது போல! அந்தக் கட்டடத்திலுள்ள மொபில் நிலையத்திலிருந்து போலோனி அன்ட் ரை (இறைச்சி சாண்ட்விச்) வாங்க வந்திருக்கும் என்னுடைய நண்பர் மேனர்ஸ்தானே.”

வில்லியம் தாம்சன், ஒரு விற்பனையாளன் போலக் கைகளைத் தேய்த்துக்கொண்டு மேசையைத் தேடினார். அதைக் காணாது என்னைப் பார்த்தார் வித்தியாசமாக.

“நான் எங்கிருக்கிறேன்?” என்றார் பயந்த பார்வையுடன். “நான் என்னுடைய கடையிலிருப்பதாக நினைத்துக் கொண்டேன். டாக்டர், என்னுடைய மதி ஒரு நிலையில் இல்லை போலிருக்கிறது. நான் என்னுடைய சட்டையைக் கழற்ற வேண்டுமா, வழக்கம் போல..?”

“இல்லை, வழக்கமான சோதனை இல்லை. நான் வழக்கமாக உங்களைப் பார்க்கும் டாக்டர் இல்லை.”

“இல்லை, நீங்கள்இல்லை. அதுதான் நேரடியாகப் பார்க்கிறேனே! நீங்கள் என்னுடைய நெஞ்சைத் தட்டிப் பார்க்கும் வழக்கமான மருத்துவர் இல்லை. அடக்கடவுளே, நீங்கள் தாடி வைத்திருக்கிறீர்கள். நீங்கள் சிக்மன்ட் ஃப்ராய்ட் போல இருக்கிறீர்கள். எனக்கு கலங்கி விட்டதா? மறை கழண்டு விட்டதா?”

“இல்லை, திரு. தாம்சன் உங்களுக்கு கலக்கம் எதுவுமில்லை. உங்களுக்கு நினைவு மறதி. அவ்வளவுதான். ஆட்களை நினைவுபடுத்திக்கொள்வது, அடையாளம் காண்பது - இதில்தான் சிக்கல்.”

“என்னுடைய நினைவாற்றல் கொஞ்சம் வேடிக்கை காட்டுகிறது” என்று அவர் ஒத்துக்கொண்டார். “சில வேளைகளில் நான் தவறு செய்கிறேன். ஒருவரை வேறொருவராகத் தவறாக எண்ணிக்கொள்கிறேன். இப்போது என்ன வேண்டும்? விரிஜினியாவா? நோவாவா?”

இப்படித்தான் ஒவ்வொரு முறையும் - சிறு சிறு மாற்றங்களுடன் நடக்கும் - புதிய புதிய கருத்துகள், எப்போதும் உடனடியான பதில்,

பெரும்பாலும் வேடிக்கையாக இருக்கும், கெட்டிக்காரத்தனமாகவும் இருக்கும். ஆனால் கடைசியில் ஒரு சோகம். திரு. தாம்சன் என்னை அடையாளம் கண்டு கொள்வார். தவறாக, பாதி மட்டும் அடையாளம் காண்பார் - ஐந்து நிமிடங்களில் பத்துப் பன்னிரெண்டு ஆட்களாக என்னைப் பார்ப்பார். ஒரு யூகத்திலிருந்து ஒரு கருதுகோளிலிருந்து, ஒரு நம்பிக்கையிலிருந்து, அடுத்ததற்கு - எந்த சந்தேகமும், எந்த நேரத்திலும் படாமல் பறந்து கொண்டிருப்பார் - நான் யாரென்றும் அவர் என்னவாக எங்கே இருக்கிறோம் என்றும் தெரியாது - தான் பலசரக்குக் கடைக்காரராக இருந்தவர், கடுமையான 'கார்சகாவ்' நோயால் பாதிக்கப்பட்டு ஒரு நரம்பு நோய் விடுதியில் இருப்பவர் என்பது அவருக்குத் தெரியாது.

எதையுமே அவரால் சில நிமிடங்களுக்கு மேல் நினைவு வைத்துக் கொள்ள முடிவதில்லை. எப்போதுமே தன்னிலை இழந்தது போலவே காணப்பட்டார். அவருக்குள் தொடர்ந்து மறதி நோயின் பள்ளங்கள் திறந்து கிடந்தன.

ஆனால் அவற்றை சரளமான கற்பனைகளாலும் கதைகளாலும் மென்மையாக மூடிப் பாலம் போட்டு விடுவார். அவரைப் பொறுத்தவரையில் அவை கதைகள் இல்லை. இப்படித்தான் உலகைத் திடீரென்று பார்த்துப் பொருள் கண்டு கொள்கிறார். அதனுடைய மாற்றத்தையும் தொடர்பின்மையையும் ஒரு கணமும் பொறுத்துக் கொள்ளவோ ஏற்றுக் கொள்ளவோ முடியாது. ஆனால் ஒரு அபூர்வமான மனப் பேதலிப்புக்கே உரிய, பாதித்தொடர்பு இருந்தது - அவரை அறியாமலேயே அவர் தன்னைச் சுற்றி ஒரு ஆயிரத்தோர் இரவு உலகத்தை, கற்பனைக்கு எட்டாத கனவாக எப்போதும் மாறிக் கொண்டிருக்கும் மக்களை, உருவங்களை, சூழல்களை - கலைடாஸ்கோப்பின் பல வண்ணங்களையும், உருமாற்றங்களையும் திரு. தாம்சன் தனது மின்னல் வேகக் கண்டுபிடிப்புகளால் இட்டுக்கட்டிக் கொண்டிருந்தார். ஆனால் திரு. தாம்சனுக்கோ அது எப்போதும் மாறிக் கொண்டிருக்கும், கற்பனைகளும் மாயத் தோற்றங்களும் இல்லை. முற்றிலும் சாதாரணமான, நிலையான, உண்மை உலகம். அவரைப் பொறுத்தவரையில் அவருக்கு எந்தச் சிக்கலும் இல்லை.

ஒருமுறை திரு. தாம்சன் சுற்றுலா போயிருந்தார். அப்போது தன்னை அருள்திரு. வில்லியம் தாம்சன் என்று விடுதியில் அறிமுகப்படுத்திக் கொண்டார். ஊர் சுற்றிப் பார்க்க ஒரு டாக்சியை ஏற்பாடு செய்தார். பிறகு நாங்கள் டாக்சி ஓட்டுநரிடம் பேசினோம்.

அவர் போன்ற ஒரு வசீகரமான பயணியைப் பார்த்ததில்லை என்று அவர் சொன்னார். ஏனென்றால் ஒவ்வொரு கதையாக அடுக்கிக் கொண்டே போனாராம் திரு.தாம்சன். கற்பனை கலந்த, சாகசங்கள் நிறைந்த தனிப்பட்ட கதைகள் அவை. "அவர் எல்லா இடங்களுக்கும் போயிருக்கிறார், எல்லா வேலைகளையும் செய்திருக்கிறார். எல்லோரையும் சந்தித்திருக்கிறார். ஒருவருடைய ஒரே வாழ்க்கையில் இவ்வளவு சாத்தியமா என்று என்னால் நம்ப முடியவில்லை..." என்றார். "அது ஒரே வாழ்க்கையில்லை அது அபூர்வமானது - அடையாளம் சம்பந்தப்பட்டது" என்று நாங்கள் விடையளித்தோம்.[1]

நான் ஏற்கனவே (அத்தியாயம் இரண்டு) இன்னொரு கோர்சகாவ் நோயாளியான ஜிம்மி G யைப் பற்றிச் சொல்லியிருக்கிறேன். அவர் தனது கடுமையான கோர்சகாவ் நோய்க் குறியிலிருந்து ஓரளவு தணிவடைந்து விட்டார். நிரந்தரமான இழப்பு நிலையில் அமர்ந்து விட்டார் போலும். (அல்லது கடந்த காலம் இப்போது நடப்பது போன்ற கனவில், நினைவலைகளில் இருக்கிறார் போலும்). ஆனால் திரு.தாம்சன் இப்போது தான் மருத்துவமனையிலிருந்து வெளியில் வந்திருக்கிறார். அவருக்குக் கோர்சகாவ் நோய் இருப்பது மூன்று வாரங்களுக்கு முன்னர்தான் அவருக்கு அதிகப்படியான காய்ச்சல் ஏற்பட்டபோது உளறி தன்னுடைய குடும்பத்தாரை அடையாளம் காண முடியாதபோது வெளிப்பட்டது. இன்னும்கூட கொதிக்கும் நிலையில் இருந்தார். இன்னும்கூட கட்டுக்கடங்காத புனைவு கதை பேசும் பிதற்றலுடன் கூடிய பித்த நிலை இருந்தது. (இதனை கோர்சகாவ் மனச்சிதைவு என்று அழைக்கிறார்கள். ஆனால் இதில் மனச்சிதைவு இருக்காது). தொடர்ச்சியாக ஓர் உலகை, தான் என்பதை தான் மறந்துவிட்ட, இழந்துவிட்ட ஒன்றை இட்டு நிரப்ப உருவாக்கிக் கொண்டிருக்கிறார். அப்படிப்பட்ட கட்டுக் கடங்காத தன்மையில் புதிதாகக் கண்டுபிடித்தல், கற்பனைத் திறன்கள், புனைவுக் கதைகள் சொல்லும் மேதைத் தன்மை இருக்கும்.

---

1. இதுபோன்ற ஒரு கதையை லூரியா தனது நூலில் (The Neuropsychology of Memory 1976) எழுதியிருக்கிறார். இப்படி வசீகரிக்கப்பட்ட டாக்சி ஓட்டுநர் ஒருவர் அவருடைய வித்தியாசமான பயணி. அவருக்கு டாக்சிக் கட்டணத்திற்குப் பதிலாக தனது கையில் வைத்திருந்த உடல் வெப்பநிலை குறித்திருந்த மருத்துவச் சீட்டைக் கொடுத்தபோது தான் அவர் ஒரு மனநோயாளி என்று கண்டுபிடித்தார். அப்போதுதான் 1001 கதைகளைப் புனைந்த 'ஷாஜரத்' நியூராலாஜிக்கல் மருத்துவமனையிலுள்ள ஒரு வினோதமான நோயாளி என்று உணர்ந்தார்.

ஏனென்றால் அப்படிப்பட்ட நோயாளி ஒவ்வொரு கணமும் தன்னையும் தனது உலகத்தையும் உண்டாக்கிக் கொள்ள வேண்டியதிருக்கும். நம் ஒவ்வொருவரிடமும் ஒரு வாழ்க்கைக் கதை, ஒரு உள் கதையாடல் இருக்கும். அதன் தொடர்ச்சி, அதன் பொருள் நமது வாழ்க்கைகள்தான். நாம் ஒவ்வொருவரும் ஒரு கதையாடலை அமைத்து வாழ்கிறோம் என்று சொல்லப்படுகிறது; இந்தக் கதையாடல்தான் நாம்; நமது அடையாளங்கள்.

ஒரு மனிதனைப் பற்றி நாம் தெரிந்து கொள்ள வேண்டுமென்றால் 'அவருடைய கதையென்ன - அவருடைய உண்மையான அந்தரங்கக் கதை என்ன?' என்று கேட்கிறோம். ஏனென்றால் நாம் ஒவ்வொருவருமே ஒரு வாழ்க்கை வரலாறு, ஒரு கதை. நாம் ஒவ்வொருவரும் ஒருமையின் கதையாடல். இது தொடர்ந்து, நம்மையறியாமலேயே, நம்மால் நம் வழியாக, நம்முள் - நமது புலன் காட்சிகள், நமது உணர்ச்சிகள், நமது எண்ணங்களால் கட்டமைக்கப்படுகிறது. அவற்றோடு நமது உரையாடலில், நமது பேச்சுக் கதையாடலில் அமைக்கப்படுகிறது. உயிரியலின்படி, உடற்கூற்றின்படி நாம் ஒருவருக்கொருவர் வேறுபட்டவர்கள் இல்லை - ஆனால் வரலாற்றின்படி கதையாடல்களாக நாம் ஒவ்வொருவரும் தனித்தன்மை வாய்ந்தவர்கள்.

நாம் நாமாக இருக்க வேண்டுமென்றால், நம்மை நாம் உடமையாக்கிக் கொள்ள வேண்டும். நமது வாழ்க்கைக் கதைகளை உடமையாக்கிக் கொள்ள வேண்டும், தேவையென்றால் அவற்றை மீட்டுத் திரும்ப வைத்துக்கொள்ள வேண்டும். நம்மை நாம் நினைவுபடுத்திக் கொள்ள வேண்டும். நம்மைப் பற்றிய உள் நாடகத்தை, கதையாடலை நினைவுபடுத்திக் கொள்ளவேண்டும். ஒரு மனிதனுக்கு அப்படிப்பட்ட கதையாடல், தொடர்ந்த உள்ளத்துக் கதையாடல் தேவைப்படுகிறது - அவன் தனது அடையாளத்தை, தான் என்ற தன்மையைப் பராமரிக்க.

இந்தக் கதையாடல் எனும் தேவை தான் திரு. தாம்சனின் கதை சொல்லலுக்கு, அவருடைய சொல்லாடலுக்கு ஒரு தடயம். தொடர்ச்சியான அமைதியான தொடர்ந்த உள் கதையாடல் இல்லாததால், அவர் கதை சொல்லும் கட்டுக்கடங்காத வேகத்திற்குத் தள்ளப்பட்டிருக்கிறார். உண்மையான உள் உலகத்தைப் பராமரிக்க முடியாமல், போலிக் கதையாக, போலித் தொடர்ச்சி உள்ள, போலி மக்களும், ஆவிகளும் நிறைந்த போலி உலகங்களுக்குள் தள்ளப்படுகிறார்.

திரு. தாம்சனுக்கு இது எப்படி இருக்கிறது? மேலோட்டமாகப் பார்த்தால் அவர் சிரிப்புமூட்டும் ஒருவராகத் தோன்றுகிறார். மக்கள் அவரை ஒரு வேடிக்கைக்காரரர் என்று சொல்கிறார்கள். அந்தச் சூழலில் ஒரு கேலிக்கூத்து இருக்கும், இது ஒரு நகைச்சுவை நாவலுக்கு[2] அடித்தளமாக அமையும். அது வேடிக்கையானது. பயங்கரமானதும் கூட. இங்கே ஒருவர் ஒரு மோசமான நிலையில் கட்டுக் கடங்காத மனமுடையவராக இருக்கிறார். உலகம் மறைந்துகொண்டே இருக்கிறது, அர்த்தத்தை இழந்து கொண்டிருக்கிறது - அவர் அர்த்தத்தைத் தேட வேண்டும், பொருளை உண்டாக்க வேண்டும் - தொடர்ந்து கண்டுபிடிக்க வேண்டும். பொருளற்ற தன்மை எனும் அதளபாதாளத்திற்கு, அவருக்குக் கீழ் வாய் பிளந்து கிடக்கும் குழப்பத்திற்கு அவர் பாலம் அமைக்க வேண்டும்.

ஆனால் தாம்சனுக்கு இது தெரியுமா? இதை அவர் உணர்கிறார். அவர் வேடிக்கையானவர், சிரிப்புக் காண்பிப்பவர், விளையாட்டுக்காரரர் என்று கண்ட மக்கள் அவரிடம் வேறொன்றைப் பிடித்து அமைதியிழக்கிறார்கள், பயப்படக்கூடச் சொல்கிறார்கள். “அவர் நிறுத்தவே மாட்டேன் என்கிறார்” என்று சொல்கிறார்கள். “போட்டியில் பங்கெடுக்கும் ஒரு மனிதர் போல, தன்கையில் சிக்க மறுக்கும் ஏதோ ஒன்றைப் பிடிக்க முயலும் மனிதர் போல இருக்கிறார்.” உண்மையில் அவரால் ஓடுவதை நிறுத்த முடியாது.

---

2. உண்மையில் அப்படிப்பட்ட நாவல் ஒன்று எழுதப்பட்டது. காணாமல் போன மாலுமி. (அத்தியாயம் இரண்டு) வெளியிடப்பட்டவுடன் டேவிட் ஜில்மேன் என்ற இளம் எழுத்தாளர் Croppy Boy என்ற நாவலின் பிரதியை அனுப்பியிருந்தார். திரு. தாம்சனைப் போலவே இருக்கும் ஒரு மறதி நோயாளியின் கதை அது. அவன் புதிய அடையாளங்களை புதிய ‘தான்களை’ அவருடைய விருப்பம் போல, அவருக்குத் தேவையானது போல உருவாக்குவதில் இன்பம் காண்கிறான். மறதியுள்ள மேதையின் வியக்கத்தக்க கற்பனை. ஜேம்ஸ் ஜாய்சின் (யுலிசிஸ் நாவலை எழுதிய ஐரிஷ்காரர்) வளமும், வேகமும் இருந்தது. அது வெளியிடப்பட்டதா என்பது எனக்குத் தெரியாது. வெளியிடப்பட்டிருக்கும் என்று நான் உறுதியாக நம்புகிறேன். திரு. ஜில்மேன் உண்மையிலேயே ஒரு தாம்சனை சந்தித்திருக்கிறாரா, அவரைப் பற்றி ஆராய்ந்திருக்கிறாரா என்று நான் எண்ணியதுண்டு. அதேபோல லூரியாவின் Mneomonist–ஐ ஒத்திருக்கும் போர்ஹேஸ் தனது ‘Funes’ கதையை (போர்ஹேஸ் அர்ஜென்டினா நாட்டுச் சிந்தனையாளர், எழுத்தாளர். Funes the Memorius என்ற அவருடைய கதையில் (1942) ஃபியூனஸ் என்பவர் தலைக் காயம் ஒன்றிற்குப் பிறகு அனைத்தையும் நினைவு வைத்துக் கொள்வார்.) அப்படிப்பட்ட அபார நினைவாற்றல் உள்ளவரைச் சந்தித்த பிறகு எழுதினாரா என்று நான் நினைத்ததுண்டு.

ஏனென்றால் அவருடைய நினைவில், வாழ்க்கையில், அர்த்தத்தில் ஏற்பட்ட உடைப்பை அடைக்க முடியாது, குணப்படுத்த முடியாது, ஆனால் ஒவ்வொரு வினாடியும் அதற்குப் பாலம் போட வேண்டும், ஒட்டுப் போட வேண்டும். ஆனால் அந்தப் பாலங்களும், ஒட்டுகளும் எவ்வளவுதான் சிறப்பாக இருந்தாலும் பயனில்லை - ஏனென்றால் அவை கற்பனையில் இட்டுக் கட்டப்பட்டவை, கதைகள். அவற்றால் உண்மை நிலைக்கு எந்தப் பணியும் ஆற்ற முடியாது; உண்மை நிலையோடு தொடர்பு கொள்வதிலும் தோற்று விடும். திரு. தாம்சன் இதை உணர்கிறாரா? அல்லது அவருடைய உண்மைநிலை பற்றிய உணர்வுதான் என்ன? அவர் எல்லா நேரத்திலும் வேதனையில் உழல்கிறாரா? பொய்மையில் தன்னை இழந்த மனிதன், தன்னையே காப்பாற்றிக் கொள்ள முயன்று கொண்டு, ஆனால் உண்மையில்லாத - இடையறாத கண்டுபிடிப்புகளால், மாயைகளால் தனக்குள்ளே மூழ்கிக்கொண்டு துயரத்திலிருக்கும் மனிதனாக இருக்கிறாரா? ஆனால் அவர் கவலையில்லாமல் இருக்கவில்லை என்பது உறுதி. இடைவிடாத உள் ஆழத்தில் இருக்கும் மனிதனைப் போல அவர் முகத்தில் எல்லா நேரமும் ஒரு இறுக்கம், ஒரு விறைப்பு காணப்படும். எப்போதாவது, அடிக்கடி அல்ல, வெளியில் தெரியும்படியான, பரிதாபகரமான குழப்பம் தெரியும். ஒரு வழியில் திரு. தாம்சனை எது காப்பாற்றுகிறது என்றால், இன்னொரு வழியில் எது சபிக்கிறது என்றால் அவருடைய வாழ்வின் அவர் மேல் சுமத்தப்பட்ட அல்லது பாதுகாப்பு வளையமாக இருக்கும் மேலெழுந்தவாரியான தன்மைதான். உண்மையில் அது ஒரு மேற்பரப்பாக, பிரகாசமாக ஒளிவிடும். எப்போதும் மாறிக் கொண்டிருக்கும்; ஆனால் மாயத் தோற்றங்களாய், பிதற்றலாய், ஆழமில்லாமல் இருக்கும் மேற்பரப்பாக அது குறுகி விடுகிறது.

இதனோடு, (அவர் இழந்த உணர்ச்சிக்காக) அவர் உணர்ச்சியை இழந்தோம் என்ற உணர்ச்சியே இல்லாமல், ஆழம் காண முடியாத, புதிரான, எப்படியோ அடையாளத்தையும், உண்மை நிலையையும் வரையறுக்கின்ற ஆழத்தை அவர் இழந்து விட்டார். அவரிடம் தொடர்பு கொள்ளும் எல்லோரும் அதை அறிகிறார்கள். அவருடைய சரளமான பேச்சின் கீழ், அவருடைய பிதற்றலிலும்கூட, உணர்ச்சியை இழந்த வினோதம் இருக்கிறது. யதார்த்தத்தையும், யதார்த்தமின்மையையும், உண்மையையும், உண்மையில்லாததையும் (இங்கே பொய்யைப் பற்றிப் பேச முடியாது, உண்மையில்லாததைத் தான் பேச முடியும்.) வேறுபடுத்திக் காட்டும் அந்த உணர்வு, அந்த முடிவு காணப்படுகிறது. அவருடைய இடைவிடாத கற்பனை

மிகுதிகள் | 169

இட்டுக்கட்டுகளில் புயல்போல வெளிப்படுவது கடைசியில், அவர் சொன்னதோ, மற்றவர்கள் யாரும் செய்ததும் சொன்னதும் எதுவுமோ, ஒரு பொருட்டில்லை என்பது போல எதையும் கண்டுகொள்ளாத வித்தியாசமான தன்மையே எஞ்சுகிறது. எதுவுமே இனிமேல் ஒரு பொருட்டில்லை என்ற உணர்வு வருகிறது.

இதற்கு ஒரு எடுத்துக்காட்டாக, ஒரு பிற்பகலில் ஒரு நிகழ்ச்சி நடந்தது. வில்லியம் தாம்சன் பலரைப்போல நடித்துப் பேசிக் கொண்டிருந்தார். அப்போது, "என்னுடைய தம்பி பாப் ஜன்னலைக் கடந்து போகிறான்" என்று அவருடைய மற்ற பேச்சைப் போலவே உற்சாகமாக, ஆனால் எந்த அக்கறையும் காட்டாத தொனியில் சொன்னார். ஆனால் ஒரு நிமிடம் கழித்து ஒருவர் கதவைத் திறந்து எட்டிப் பார்த்தபோது நான் அயர்ந்து போனேன். அவர், "நான் பாப், இவருடைய தம்பி. நான் ஜன்னலைக் கடந்து போனதை அவர் பார்த்தார் என்று நினைக்கிறேன்" என்றார். வில்லியம் தன்னுடைய தொனியிலோ நடத்தையிலோ கிளர்ச்சியான, ஆனால் தட்டையான அக்கறை காட்டாத அவர் பேச்சு உண்மை நிலைக்கு என்னைத் தயார்ப்படுத்தவில்லை. அவர் உண்மையில்லாத ஒன்றைப் பற்றிப் பேசிய அதே தொனியில், அல்லது தொனியே இல்லாமல் உண்மையாக இருக்கும் தனது தம்பியைப் பற்றியும் பேசினார். இப்போது மாயாவிகளின் மத்தியிலிருந்து திடீரென்று ஒரு உண்மையான உருவம் தோன்றியது! மேலும் அவர் தன்னுடைய தம்பியை 'உண்மையான' ஒருவராக நடத்தவில்லை. அந்த உண்மையான உணர்ச்சியுடன் பேசவில்லை, அவருடைய பிதற்றலிலிருந்து விடுபட்டதாகத் தெரியவில்லை. மாறாக, தனது தம்பியை உடனடியாக உண்மையில்லாத ஒருவராக நடத்தினார். அவருடைய பிதற்றல் நிலையில் அவரை அழித்து விட்டார், இழந்து விட்டார். ஜிம்மி (பார்க்க அத்தியாயம் இரண்டு) தனது சகோதரனைப் பார்த்த அந்த ஆழமான உணர்ச்சி நேரங்களில் அவர் இழப்பிலிருந்து மீண்டதற்கு நேர்மாறாக இது இருந்தது. அது பாபைத் தர்மசங்கடத்தில் வைத்தது. "நான் பாப், ராப் இல்லை, டாப் இல்லை" என்று சொல்லிப் பார்த்தார். எந்தப் பயனுமில்லை. அவருடைய இட்டுக்கட்டுக் கதைகளின் மத்தியில், ஒருவேளை நினைவான ஒரு கோடாக, உறவின் சங்கிலியாக, அடையாளமாக, வில்லியம் தனது அண்ணன் ஜார்ஜைப் பற்றிப் பேசினார், நிகழ்கால விளைவைப் பயன்படுத்தி.

"ஆனால் ஜார்ஜ் பத்தொன்பது ஆண்டுகளுக்கு முன்னாலேயே இறந்து விட்டாரே" என்றார் பாப்.

"ஆம். ஆம்... ஜார்ஜ் எப்போதுமே ஒரு ஜோக்கர்தான்!" பாப் சொன்னதைக் காதில் வாங்கிக் கொள்ளாமலோ அதைக் கண்டு கொள்ளாமலோ வில்லியம் உண்மை பற்றி, பொருத்தமான நடத்தை பற்றி அனைத்துக்குமே எந்த உணர்வுமில்லாமல் ஜார்ஜைப் பற்றி உளறிக்கொண்டே இருந்தார். அவர் முன்னால் நின்ற தம்பியின் மனவருத்தம் பற்றி எந்த உணர்ச்சியும் கொள்ளாமல் பேசிக் கொண்டு போனார்.

அவரிடம் உள் மெய் நிலை, உணர்ச்சி, பொருள், ஆன்மா ஆகியவை முழுவதுமாக இல்லாமல் போய்விட்டது என்பதை அனைத்தையும்விட இதுதான் என்னை நம்பச் செய்தது. அதனால் தான் நான் அருள் சகோதரிகளிடம், ஜிம்மியைப் பற்றிக் கேட்டது போல, "வில்லியத்திடம் ஆன்மா இருக்கிறது என்று நினைக்கிறீர்களா? அல்லது நோயால் அவருடைய உள் கூடெல்லாம், நீக்கப்பட்டு, ஆன்மா இல்லாமல் ஆகிவிட்டாரா?" என்று கேட்டேன்.

அவர்களது மனத்தில் இதுபோன்ற ஒன்று இருந்தது போல, என்னுடைய கேள்வியினால் கலவரமடைந்தார்கள். "நீங்களே பார்த்துக்கொள்ளுங்கள், வில்லியைக் கோவிலில் போய்ப் பாருங்கள்" என்று சொல்ல முடியவில்லை. ஏனென்றால் அவருடைய ஜோக்குகள், கட்டுக் கதைகள் அங்கேயும் தொடர்ந்தன. ஜிம்மி G-இடம் ஒரு சோகம், இழப்பின் அவலம் இருந்தது. ஆனால் அதை திரு. தாம்சனிடம் நேரடியாக உணர முடியவில்லை.

ஜிம்மியிடம் பல மனநிலைகள் இருக்கின்றன. ஒருவகை சோகம், ஒரு ஆழம், ஒரு ஆன்மா இருக்கும். அது திரு. தாம்சனிடம் இருப்பதாகத் தெரியவில்லை. சகோதரிகள் சொன்னதுபோல அவரிடம் இறப்பில்லாத ஆன்மா, இறையியல் அர்த்தத்தில் இருந்தது என்பதில் சந்தேகமில்லை. கடவுளால் அவர் ஒரு தனி மனிதனாகப் பார்க்கப்படுவார், அன்பு காட்டப்படுவார். ஆனால் சாதாரண மனிதன் என்ற முறையில் அவருடைய ஆன்மாவிற்கு, அவரது தன்மைக்கு அமைதியிழக்கச் செய்யும் ஏதோ நடந்திருக்கிறது என்பதை அவர்கள் ஒத்துக் கொண்டார்கள்.

இது எதனாலென்றால், ஜிம்மி உண்மையான உணர்ச்சித் தொடர்பில் இழந்ததை திரும்பிப் பெற முடியும், கண்டுபிடிக்க முடியும், சிறிது நேரமாவது. ஜிம்மி நம்பிக்கையிழந்த விரக்தியில், கியர்க்ககார்டின் சொற்றொடரில் 'அமைதியான விரக்தி'யில் இருக்கிறார். எனவே அவருக்கு மீட்புக் கிடைக்கும் வித்தியாசம்

மிகுதிகள் | 171

உள்ளது. அவரது இழந்த - ஆனால் இன்னும் அடையாளம் காண்கிற, ஏங்குகிற உணர்ச்சியையும் - அர்த்தத்தையும், அடிப்படையையும் அவரால் மீட்டுப் பெற முடியும்.

ஆனால் வில்லியமைப் பொறுத்தவரையில், அவர் உண்மை உலகத்திற்குப் பதிலாக அவர் இடும் மேலோட்டமான இடைவிடாத ஜோக் நிறைந்திருந்தது. (அவருடைய விரக்தியை மூடி மறைக்குமானால் அவர் உணராத விரக்தி அது). உறவும் உண்மை நிலையும், முடிவில்லா சொல் பிரவாகத்தில் அடக்கப்பட்டு, அவரால் கண்டுகொள்ளாமல் விடப்படும்போது, மீட்பதற்கு ஒன்றுமே இல்லாமல் போய்விடுகிறது. அவருடைய கட்டுக் கதைகள், அவருடைய மாய உருவங்கள், அர்த்தங்களுக்காக வெறி கொண்ட அவரது தேடல் எந்தப் பொருளையும் அவர் அடைய முடியாமல் தடுக்கின்றன.

இதில் நகை முரண் என்னவென்றால் கதை இட்டுக் கட்டுதலில் வில்லியத்திற்கு இருக்கும் ஆற்றல் - மறதியின் ஆழத்தைக் கடந்து தாவிக் குதிக்க உதவும். கட்டுக் கதை சொல்லல் அவருக்குச் சாபமாகவும் இருக்கிறது. அவர் ஒரு கணம் அமைதியாக இருக்க முடியுமென்றால், இடைவிடாத அவரது அரட்டையை நிறுத்த முடியுமென்றால், மாயைகளின் ஏமாற்று மேற்பரப்பை களைந்து விட முடியுமென்றால் - அப்போது உண்மைநிலை கசிந்து வரும். உண்மையான ஏதோவொன்று, ஆழமான ஒன்று, போலியில்லாதது, உணரக் கூடியது அவரது ஆன்மாவினுள் நுழையும். ஏனென்றால் இங்கே நினைவு மட்டுமே இங்கே இறுதியாக விபத்திற்குள்ளாகாமல் இருப்பது. (நினைவு முழுவதுமாக அழிந்து விட்டாலும்கூட). அவரிடம் மாற்றம் பெற்றிருப்பது நினைவாற்றல் மட்டுமில்லை; உணரக்கூடிய முக்கியமான உட் தகுதி போய் விட்டது. இந்தப் பொருளில்தான் அவர் ஆன்மாவை இழந்தவராக ஆகிறார்.

லூரியா இங்ஙனம் எதன் மேலும் அக்கறையில்லாததை 'சமப்படுத்தல்' என்று கூறுகிறார். இதனைச் சில வேளைகளில் இறுதிக்கட்ட நோய் என்றும் எந்த உலகத்தையும், எந்தத் தனி மனிதனையும் அழிக்கக் கூடியது என்றார். அது அவரை அச்சுறுத்தும் ஒரு கவர்ச்சியையும், மருத்துவ அளவில் மிகப் பெரிய அறைகூவலையும் தந்தது என்று நினைக்கிறேன். இந்தக் கருப்பொருள் பற்றி அடிக்கடி சொல்கிறார். சில வேளைகளில் அது கோர்சகாவ் நோய், நினைவாற்றல் தொடர்பானது முன் மடல் நோய்க் குறிகள் தொடர்பாக அதிகமாக The Neuropsychology of Memory யில் பேசுகிறார். சிறப்பாக, Human Brain and Psychological Prpcesses -இல் அப்படிப்பட்ட நோயாளிகளின் முழு நீள நோய் விவர வரலாறுகள் இடம் பெறுகின்றன. அவை பயங்கரமான இசைவிணைப்பிலும், தூக்கத்திலும் 'நொறுங்கிப் போன உலகில் மனிதன்' என்பதோடு ஒப்பிடக் கூடியவை. ஒப்பிடக் கூடியவையாக இருந்தாலும், அவற்றைவிடப் பயங்கரமானவை. ஏனென்றால் தங்களுக்கு என்ன நேர்ந்தது என்றே அறியாத நோயாளிகளையும், தங்களுக்குத் தெரியாமலேயே தங்கள் உண்மை நிலையை இழந்த நோயாளிகள், துன்பப்படாத ஆனால் கடவுளால் மிக அதிகமாகக் கைவிடப்பட்டவர்கள் ஆகியோரை விவரிக்கின்றன. சாசட்ஸ்கி (The Man with a Shattered World) போராளியாகவே சித்திரிக்கப்படுகிறார்; தனது நிலை பற்றி அறிந்தவர், தனது பாதிக்கப்பட்ட மூளையைப் திரும்பப் பயன்படுத்த நாசமாகப் போன ஒருவரின் மன உறுதியுடன் போராடுபவர். ஆனால் வில்லியம் (லூரியாவின் முன் மடல் நோயாளியைப் போல) தான் பாதிக்கப்பட்டவர் என்றே அறியாதவர். ஏனென்றால் அவருடைய ஒரு பகுதி அல்லது பகுதிகள் மட்டும் பாதிக்கப்படவில்லை. ஆனால் ஓர் அரணே - தான் என்ற நிலைப்பாடே, - ஆன்மாவே - தகர்க்கப்பட்டிருக்கிறது. வில்லியம் முற்றிலுமாக இழந்து போனவர். ஜிம்மியைவிட மிக அதிகமாக, வில்லியத்திடம் ஒரு ஆள் இருக்கிறார் என்பதையே ஒருவர் உணர்ந்ததிலிலை. ஆனால் ஜிம்மியிடமோ உண்மையான அறநெறிக்குட்பட்ட ஒரு மனிதர் - பெரும்பாலும் உட் தொடர்பு அறுந்து போயிருந்தாலும் இருக்கிறார். ஜிம்மியிடம் குறைந்தபட்சம், மீண்டும் இணைப்பு ஏற்படுத்தல் சாத்தியம். மருத்துவருக்கு இருக்கும் அறைகூவல் அந்தத் தொடர்பை மீண்டும் ஏற்படுத்துவது தான்.

வில்லியத்திடம் மீண்டும் அந்தத் தொடர்பை ஏற்படுத்தும் எங்கள் முயற்சியெல்லாம் தோற்றுப் போனது. ஆனால் எங்களது முயற்சிகளையெல்லாம் விட்டுவிட்டு அவரை அவராக விட்டு விடும்போது, இல்லத்தைச் சுற்றியிருக்கும் அமைதியான தோட்டத்தில் சிலவேளைகளில் நடந்து போகிறார். அப்போது அந்த அமைதியில் தனது அமைதியையும் மீட்டெடுக்கிறார். மற்றவர்கள் கூட இருக்கும்போது, அவர்கள் அவரைத் தூண்டிச் சிதறடிக்கிறார்கள். அவரது முடிவில்லாத, வெறித்தனமான சமூக அரட்டையும், தன்னை அடையாளப்படுத்திக்கொள்ள, தனது அடையாளத்தைத் தேட அவரது சன்னிப் பிதற்றலும் அவர்மேல் சுமத்தப்படுகின்றன. ஆனால் செடி கொடிகளோடு இருக்கும்போது, அமைதியான

தோட்டத்தில், மனிதரல்லாத ஒரு ஒழுங்கு முறையில், சமுதாய, மனிதர் சார்பான சக்திகள் அவரைத் தாக்காமல் இருக்கும்போது, அவர் தனது அடையாளத்தைத் தேடும் வெறி சிறிது தணிகிறது; அடங்குகிறது. அவற்றின் அமைதி, மனிதரில்லாத சுய நிறைவு, முழுமை அவருக்கு அபூர்வமாக அமைதியையும், தன்னிறைவையும் தருகிறது. மனித அடையாளங்களுக்குமே உறவுகளுக்கும் கீழே அல்லது அவற்றையும் தாண்டி இயற்கையோடு சொற்களில்லாத ஆழமான உறவாடலை ஏற்படுத்துகிறது. இவ்வுலகத்தில் இருப்பது உண்மை என்ற உணர்வைத் தருகிறது.

13

ஆம், அருட்தந்தை, சகோதரி

திருமதி B ஒரு முன்னாள் வேதியியல் ஆராய்ச்சியாளர். அவர் வேகமான ஆளுமை மாற்றத்திற்கு உள்ளாகிக் கொண்டிருந்தார். வேடிக்கையான பெண்ணாக (சிலேடைகள், சொல் விளையாட்டு) நினைத்ததைச் செய்யக் கூடியவராக ஆகிக்கொண்டிருந்தார். எதிலும் 'மேலோட்டமாகவே' இருந்தார். (அவர் உங்களைப் பற்றி அக்கறை கொள்வதே இல்லை என்று உணர்வீர்கள். "அவர் எதைப் பற்றியும் கவலைப்படுவதாகத் தெரியவில்லை" என்று அவருடைய நண்பர்களில் ஒருவர் சொன்னார். முதலில் அவருக்கு இயற்கைக்கு மீறிய சுறுசுறுப்பும், உச்ச நிலையும் உள்ள ஒரு மிதமான பித்தம் (hypomania) என்று முதலில் நினைத்தோம். பிறகு அவருக்கு மூளைப் புற்று நோய் இருந்தது தெரிய வந்தது. அறுவைச் சிகிச்சையின்போது மூளையுறைகளில் கட்டி இல்லை என்று தெரிய வந்தது. இரண்டு முன் மடல்களின் பகுதிகளில் (orbitofrontal) பெரிய கட்டி இருந்தது.

நான் அவரைப் பார்த்தபோது, அவர் மிகுந்த உற்சாகமாக இருந்தார் - ஒரே கலாட்டா (என்று செவிலியர்கள் சொன்னார்கள்). கெட்டிக்காரத்தனமான வேடிக்கைப் பேச்சுத்தான் எப்போதும்.

"ஆம், அப்பா!" என்றார் என்னிடம் ஒரு முறை.

"ஆம், சகோதரி" என்றார் இன்னொரு முறை.

"ஆம், டாக்டர்" என்றார் மூன்றாவதாக.

அவர் இந்த மூன்று சொற்களையும் மாற்றி மாற்றிப் பயன்படுத்தினார்.

"நான் யார்?" என்று கேட்டேன் சிறிது நேரம் கழித்து.

"நான் உங்கள் முகத்தைப் பார்க்கிறேன், உங்கள் தாடியைப் பார்க்கிறேன். அப்போது ஒரு கீழைத் திருச்சபை குருவானவர் ஒருவரைப் பார்க்கிறேன். உங்களது வெள்ளைச் சீருடையைப் பார்க்கிறேன் - சகோதரிகளை நினைத்துக் கொள்கிறேன். உங்களது ஸ்டெதஸ்கோப்பைப் பார்க்கிறேன் - மருத்துவரை நினைத்துக் கொள்கிறேன்" என்றார்.

"நீங்கள் என்னைப் பார்க்கவே இல்லையா?"

"இல்லை, நான் உங்களைப் பார்க்கவே இல்லை."

"உங்களுக்கு ஒரு அருட்தந்தை, சகோதரி, டாக்டர் ஆகியோருக்கு இடையேயுள்ள வித்தியாசம் தெரியாதா?"

"எனக்கு வித்தியாசம் தெரியும்; ஆனால் அதனாலென்ன? அது எனக்கு எந்த அர்த்தத்தையும் தரவில்லை. குருவானவர், கன்னியர், டாக்டர் - இதிலென்ன பெரிய வித்தியாசம்?"

அதன் பிறகு அவர் என்னைச் சீண்டுவதற்காகச் சொல்வார்: "ஆம். தந்தை - சகோதரி, ஆம் சகோதரி, டாக்டர்..." என்று.

இடது - வலது வேறுபாட்டைச் சோதிப்பது கடினமாக இருந்தது. ஏனென்றால் இடது - வலது என்று எந்த வித்தியாசமும் இல்லாமல் சொன்னார். (ஆனால் அவருக்கு இரண்டுக்கும் இடையில், புலன் காட்சி அல்லது கவனத்தில் இட வலக் குறைபாடு இருப்பது போல, குழப்பம் இல்லை). இதுபற்றி அவரைக் கேட்டபோது அவர், "இடது/வலது, வலது/இடது - இதற்கு ஏன் அலட்டிக் கொள்கிறீர்கள்? என்ன பெரிய வித்தியாசம்?" என்று சொன்னார்.

"வித்தியாசம் இருக்கிறதா?" என்று கேட்டேன் நான்.

"கண்டிப்பாக!" என்றார் ஒரு வேதியியலாளரின் துல்லியத்துடன். "நீங்கள் ஒன்றுக்கொன்று enantiomorphs (ஒன்றின் இரண்டு பிம்பங்கள் போன்ற படிகங்கள்) என்று அழைக்கலாம். ஆனால் அவை எனக்கு எந்த அர்த்தத்தையும் தரவில்லை. எனக்கு எந்த வித்தியாசமும் இல்லை. கைகள்... டாக்டர்கள்... சகோதரிகள்..." என்றார். என்னுடைய வியப்பைப் பார்த்து, "உங்களுக்குப் புரியவில்லையா - எனக்கு அவை ஒன்று இல்லை. ஒன்றுமில்லை என்பது ஏதாவது, ஏதாவது ஒன்று என்னைப் பொறுத்த வரையிலாவது..."

“ஒன்றுமில்லை என்று பொருள் தருவது.” நான் மேலே சொல்லத் தயங்கினேன். ”இந்தப் பொருளில்லாதது... உங்களைப் பாதிக்கிறதா? இது ஏதாவது உங்களுக்குப் பொருள் தருகிறதா?”

“ஒன்றுமே இல்லை” என்றார் உடனடியாக, ஒரு புன்னகையுடன். ஜோக் அடிப்பவர், அல்லது ஒரு விவாதத்தில் வெற்றி பெறுபவர், ஜோக்கர் ஆட்டத்தில் வெற்றி பெறுபவருடைய தொனியில் இதைச் சொன்னார்.

இது ஒரு மறுப்பா? துணிச்சலைக் காட்டுவதா? தாங்க முடியாத மனவெழுச்சியை மறைக்கும் முயற்சியா? ஆனால் அவருடைய முகம் எந்த ஆழமான உணர்ச்சியையும் காட்டவில்லை. உலகம் அவருக்கு உணர்ச்சியோ அர்த்தமோ இல்லாததாக ஆகி விட்டது. எதுவுமே உண்மையாகவோ (உண்மையில்லாததாகவோ) உணரப்படவில்லை. எல்லாமே ஒரு சமநிலையாக இருந்தது. சீரியசான விஷயத்தையும் வேடிக்கையான ஒன்றாக, முக்கியத்துவம் இல்லாத ஒன்றாக ஆக்கும் போக்கில் உலகமே அவருக்கு ஒன்றுமில்லாமல் ஆகிவிட்டது.

இது எனக்கு அதிர்ச்சி அளித்தது - அவருடைய உறவினர்களுக்கும் நண்பர்களுக்கும்கூட. ஆனால் அவர் இதைப் பற்றிக் கவலைப்படவே இல்லை. வேடிக்கையாகவே எடுத்துக் கொண்டார்.

கெட்டிக்காரராக, அறிவாளியாக இருந்தாலும், திருமதி B இங்கே இல்லை - ஒரு மனிதராக ஆன்மா இல்லாதவராக இருந்தார். எனக்கு வில்லியம் தாம்சனும் டாக்டர் P-யும் நினைவிற்கு வந்தார்கள். லூரியா விவரித்த சமநிலைப்படுத்தலின் பாதிப்பு இது. இதனை முந்தைய அதிகாரத்தில் பார்த்தோம்; அடுத்த அத்தியாயத்திலும் பார்ப்போம்.

பின்குறிப்பு

இந்த நோயாளியிடம் காணப்பட்ட சீரியசான விஷயத்தையும், வேடிக்கைப் பொருளாக மாற்றும் அக்கறையின்மையும், சமநிலைப்படுத்தலும் அபூர்வமானது இல்லை. ஜெர்மன் நரம்பு நோய் வல்லுநர்கள் இதனை witzelsucht *(வேடிக்கைப் பேச்சு நோய்)* என்று அழைக்கிறார்கள். ஹியூலிங்கஸ் ஜேக்சன் ஒரு நூற்றாண்டுக்கு முன்னர் இதனை நரம்பு முடிந்து போதல் (nervous dissolution) நோயின் அடிப்படைவகை என்று அடையாளம் காட்டினார். இது பொதுவாகக்

காணப்படுகிறது. அதே சமயம் உள்ளொளி என்பதும் இந்த முடிந்து போதல் அதிகமாகும் போது தொலைந்து போகிறது. இதுபோன்ற நோய்க் குறியுள்ள பல நோயாளிகளை நான் பார்க்கிறேன். அவர்கள் பல தரப்பட்டவர்களாக இருக்கிறார்கள். நோயாளி வேடிக்கையாக விளையாட்டுக் காட்டிக் கொண்டிருக்கிறாரா அல்லது மனச் சிதைவு நோயாளியா என்று எப்போதாவது சந்தேகம் வரும். ஆகவே மூளையில் பல்வகைத் தசை நோயால் பாதிக்கப்பட்ட ஒரு நோயாளியைப் பற்றிய ஒரு குறிப்பு என்னுடைய குறிப்பேட்டில் இருக்கிறது. அவரை 1981-ஆம் ஆண்டு பார்த்தேன். அதன் பிறகு அவரைத் தொடர்ந்து கண்காணிக்க முடியவில்லை.

> இவர் வேகமாக, மனத்தில் தோன்றியதைப் பேசுகிறார், எதிலும் அக்கறையில்லை. முக்கியமான விஷயமும், ஒரு பொருட்டு இல்லாதது; உண்மையும், பொய்யும், சீரியசானதும், ஜோக்குகளும் வேகமாக, பாதி இட்டுக்கட்டாகக் கொட்டுகின்றன. ஒரு சில வினாடிகளிலேயே அவர் தன்னுடனேயே முரண்பாடு கொள்வார். இசை தனக்குப் பிடிக்கும் என்று சொல்வார், பிடிக்காது என்பார்; இடுப்பு உடைந்து விட்டது என்பார்; இல்லை என்பார்.

ஒரு உறுதிப்பாடு இல்லாமல் என்னுடைய அறிக்கையை முடித்தேன்.

> இது எந்த அளவிற்கு தனக்கே தெரியாமல் மறந்ததை நினைவு கூறும் கட்டுக்கதை (cryptamnesia) எந்த அளவிற்கு முன் மூளை மடல் அக்கறையின்மை - சமநிலைப்படுத்தல், எந்த அளவிற்கு வினோதமான ஒரு மூளைக் கோளாறினால் ஏற்படும் சிதைவு - உடைந்து போதல்?

எல்லா மூளைக் கோளாறுகளிலும், 'சிறுபிள்ளைத்தனமான - மகிழ்ச்சி' தொடர்பின்மையும், மாயத் தோற்றங்களுமுள்ள ஒழுங்கு சிதைந்த நிலை (hebephrenic), அடிப்படையான நினைவாற்றல் இழப்பு, புதிய நினைவுகளை உண்டாக்க இயலாமை முதலிய (organic amnesia) முன் மூளை மடல் நோய்க் குறிகளை ஒத்திருக்கின்றன. அவை பெரும்பாலும் கெடுதல் செய்கின்றவை, கற்பனைக்கு அப்பாற்பட்டவை. அவை எப்படி இருந்தது என்று சொல்லாத அந்த நிலையிலிருந்து திரும்பி வருவதில்லை.

மிகவும் வேடிக்கையாகவும், கெட்டிக்காரத்தனமாகவும் தோன்றும் இந்த நிலைகளில், உலகம் சிதைக்கப்படுகிறது, தோண்டப்படுகிறது. குழப்பமும், ஒழுங்கின்மையும் மிஞ்சுகின்றன. மதியில் எந்த மையமும் இருப்பதில்லை; ஆனால் அதன் நுண்ணறிவுத் திறன்கள் பாதிக்கப்பட்டிருக்கும். இப்படிப்பட்ட நிலைகளின் முடிவு சிறுபிள்ளைத்தனம், மேலோட்டமான தன்மைகளின் அதள பாதாளம். எல்லாமே தரையில் படாமல் மிதந்து பிரிந்து போகின்றன. லூரியா ஒரு முறை இதனை 'பிரெளனியன் இயக்கம்' (ஒரு திரவத்தில் கரைந்திருக்கும் பொருளின் மூலக் கூறுகள் பாதையில் இல்லாமல் இயங்கிக் கொண்டிருப்பது) என்று குறிப்பிட்டார். அவர் அவற்றைப் பற்றி அடைந்த அதே பயங்கரத்தில் நானும் பங்கு கொள்கிறேன். (அவற்றைப் பற்றிய விவரிப்பை இது தூண்டுகிறதே தவிர, குறைக்கவில்லை). இவை முதலில் என்னை போர்ஹேசின் ஃபியூன்சையும், அவர் சொன்ன 'என்னுடைய நினைவு, ஐயா, ஒரு குப்பை மேடு' என்ற வாக்கியத்தை நினைவு கூறச் செய்கின்றன. கடைசியில், Dunciad இல் உலகம் மாசற்ற மடமையில் முடியும் காட்சி நினைவுக்கு வருகிறது. (அலெக்சாண்டர் போப் எழுதிய கவிதை)- சிறுபிள்ளைத்தனம் உலகத்தின் முடிவு:

> *மகிமைமிகு அனார்க், உன்னுடைய கை திரையை விழச் செய்கிறது.*
> *அனைத்தையும் இருள் புதைத்து விடுகிறது.*

14

ஆட்கொள்ளப்பட்டவர்கள்

வேடிக்கையான டிக்கி ரே (அத்தியாயம் பத்து)-ல் டரட் நோய்க் குறியின் மிதமான ஒரு வகையை விவரித்தேன். ஆனால் பயங்கரமான விகாரமும், வன்முறையுமுள்ள கடுமையான வகைகளும் உள்ளன என்று கோடிட்டு காட்டியிருந்தேன். சிலர் டரட் நோயைத் தங்களது ஆளுமைக்குள்ளேயே அடக்கி வைத்திருப்பார்கள் என்றும், பிறர் உண்மையிலேயே ஆட்கொள்ளப்பட்டவர்களாக, டரட் தூண்டுதல்களின் மிகப் பெரிய அழுத்தத்தின் மத்தியிலும், குழப்பத்திலும் உண்மையான அடையாளத்தை அடைவது கடினம் என்றும் சொல்லியிருந்தேன்.

டரட்டும், பல மூத்த மருத்துவர்களும் டரட் நோயின் மோசமான வகையை அடையாளம் கண்டிருந்தார்கள். இதில் டரட் நோய் ஆளுமையைச் சிதைத்து, இயற்கைக்கு மாறான, மாயைத்தனமான, நாடகம் போன்ற மனச் சிதைவு அல்லது வெறித்தனமான ஆள் மாறாட்டம் செய்யும் நிலைக்குக்கூட இட்டுச் செல்லும். டரட்டின் இதுபோன்ற வகை - Super Tourettes - மிகவும் அபூர்வமானது. சாதாரண டரட் நோய்க்குறியைப் போல ஐம்பது மடங்கு அபூர்வமானது. மனச் சீர்குலைவின் சாதாரண வகைகளைவிட தன்மையளவில் வேராகவும், ஆழமாகவும் இருக்கும். இந்த டரட் மனச்சிதைவு (psychosis), இந்த தனியான அடையாள- மதிப்பிறழ்வு சாதாரண மனச்சிதைவிலிருந்து முற்றிலும் வேறுபட்டது. அதற்குக் காரணம் அதன் தனித்தன்மை வாய்ந்த உடற்கூறு அமைப்பும், தோற்ற நிலையும். இருப்பினும், சில வேளைகளில் L.டோபாவால் தூண்டப்படும் உடலியக்கச் சிதைவுகளோடு ஒன்றாகக் கருதப்படக்

கூடியதும் இன்னொரு பக்கம் கோர்சகாவின் மனச்சிதைவின் கதை இட்டுக் கட்டும் வெறிகளோடு ஒன்றாகவும் எண்ணத்தக்கது. (அத்தியாயம் பனிரெண்டு) இவற்றைப் போல இதுவும் மனிதனை ஆட்கொள்ளும் தன்மையுடையது.

என்னுடைய முதல் டரட் நோயாளியான ரே-யைப் பார்த்த அடுத்த நாள் எனது கண்களும் மனமும் திறந்தன என்று ஏற்கனவே நான் சொன்னேன். நியூயார்க் தெருக்களில் மூன்று டரட்டு நோயாளிகளைப் பார்த்தேன். அவர்களும் ரே-யைப் போலவே இருந்தார்கள். நரம்புசார் கண்ணுக்கு அது காட்சிப் பொருள்களின் நாள். அடுத்தடுத்து மிகவும் கடுமையாக டரட் நோய் வாய்ப்பட்டிருப்பது எப்படி இருக்கும் என்பதை நேரடியாகவே பார்த்தேன். துடிப்புகள், இயக்கத்தில் நடுக்கங்கள் மட்டுமில்லை. துடிப்புகள், புலன் காட்சி, கற்பனை, உணர்ச்சிகள், முழு ஆளுமையிலும்கூட நடுக்கங்கள்; - சன்னி போன்ற நிலைகள் - காணப்பட்டன.

தெருவில் என்ன நடக்கலாம் என்பதை ரே-யே காண்பித்து விட்டான். ஆனால் அதைப் பற்றிச் சொல்வது மட்டும் போதாது. நீங்கள் அதை நேரடியாகப் பார்க்க வேண்டும். ஒரு நோயாளியை உற்றுநோக்க - குறைந்தது - தொடக்கம் உடலின் இயற்கை நிலையிருக்கும் போது, திடீரென்ற செயல்பாடு, பிறரைப் போலவே செய்தல், ஆள் மாறாட்டம், எதிர்வினை, ஊடாடுதல் ஆகியன நம்ப முடியாத அளவிற்கு அதிகமாக இருக்கும்போது, சீர் குலைவை உற்றுநோக்க ஒரு மருத்துவமனையோ, அங்கு நோயாளியின் அறையோ தகுந்த இடமில்லை. மருத்துவமனை, ஆய்வகம், நோயாளிகளின் அறைகள் எல்லாம் நடத்தையைக் கட்டுப்படுத்த அல்லது ஒருமுகப்படுத்த ஏற்படுத்தப்பட்டவை. அவை ஒழுங்கமைவுள்ள அறிவியல்பூர்வமான நரம்பியலுக்கு உரியவை. குறிப்பிட்ட சோதனைகள், செயல்களுக்குள் அடங்கியவை. அங்கே, திறந்த இயற்கையான நரம்பியலுக்கு இடமில்லை. இதற்கு நோயாளியை உண்மையான இயற்கையான உலகில் அவர் அறியாமலேயே, அவர் உற்றுநோக்கப்படுகிறார் என்பது அவருக்குத் தெரியாமலேயே பார்க்க வேண்டும். ஒவ்வொரு உள் தூண்டலுக்கும் அந்தக் கணத்தில் அவர் நடக்கும் முறையைக் காண வேண்டும். உற்றுநோக்குபவர் நோக்கப்படக் கூடாது. இந்த நோக்கத்திற்கு நியூயார்க் நகரத் தெருவை விட நல்ல இடம் எது இருக்க முடியும்? பெரிய நகரில் ஊர் பேர் தெரியாத பொது இடம். இங்கே நாம் உற்றுநோக்கவிருக்கும் அதிகப்படியான, தனது உட்தூண்டலின்படி செயல்படும் சீர்குலைவுள்ள ஆள் தனது நிலையின் முழுச்

மிகுதிகள் | 181

சுதந்திரத்தை, தனது அடிமை நிலையை முழுவதுமாக அனுபவித்து வெளிப்படுத்துவார்.

‘தெரு - நரம்பியலுக்கு’ மரியாதைக்குரிய முன்னுதாரணங்கள் உள்ளன. லண்டன் தெருக்களில் ஜேம்ஸ் பார்க்கின்சன் நடை பழகுபவர். நாற்பதாண்டுகளுக்குப் பின்னர் சார்லஸ் டிக்கன்சும் அப்படித்தான் இருந்தார். பார்க்கின்சன் அவரது பெயரால் வழங்குகிற நோயைத் தனது அலுவலகத்தில் விளக்கவில்லை; லண்டனின் மக்கள் கூட்டம் நிறைந்த தெருக்களில் கண்டார். பார்க்கின்சன் நோயை மருத்துவமனையில் முழுவதுமாகப் பார்த்தால் புரிந்து கொள்ள முடியாது. அதன் தனித்தன்மை முழுவதுமாக வெளிப்பட வேண்டுமென்றால் ஒரு திறந்த வெளி - ஒருவரோடு பேசிக் கொண்டிருக்கும் இடம் தேவைப்படுகிறது. (இது ஜோனத்தன் மில்லரின் படமான Ivan-இல் அழகாகக் காட்டப்பட்டிருக்கிறது). பார்க்கின்சன் நோயை முழுவதுமாகப் புரிந்து கொள்ள அதனை உலகில் காண வேண்டும். பார்க்கின்சன் நோய்க்கு இது உண்மையானால், டரட் நோய்க்கு அது எவ்வளவு அதிகமாக உண்மையானதாக இருக்க வேண்டும்! பிறரைப் போலச் செய்யும் வேடிக்கையான நடுக்கு நோயாளி பாரிஸ் தெருக்களில் இருப்பதை ‘Les confidences d’un ticquer’ -இல் அசாதாரணமான விளக்கம் தரப்பட்டிருக்கிறது. அது Meige-Feindel எழுதிய மகத்தான நூலான Tics *(1901)*-இன் முகவுரையில் வருகிறது. நடுக்க நோயுள்ள (tic-qauer) ஒருவருடன் பாரிஸ் தெருக்களில் இருப்பதை ஃபிரெஞ்சு கவிஞன் ரில்கி தனது The Notebook of Malte Laurids Bridge என்பதில் குறிப்பிடுகிறார். இவ்வாறு நான் ரே-யை எனது அலுவலகத்தில் பார்த்ததற்கு அடுத்தநாள் நான் பார்த்ததே எனக்கு வெளிப்பாடாக அமைந்தது. அதில் குறிப்பாக, ஒரு காட்சி மிக வித்தியாசமானது. அன்று பார்த்த அதே தெளிவுடன் அது என் மனத்தில் இன்றும் நிற்கிறது.

வயது அறுபதுகளிலிருந்த தலை நரைத்த ஒரு பெண் எனது கவனத்தைக் கவர்ந்தார். அவர் அங்கே நடந்த சலசலப்பின் மையமாக இருந்தது தெரிந்தது. ஆனால் என்ன நடந்து கொண்டிருந்தது என்பது எனக்குத் தெளிவாகத் தெரியவில்லை. அவருக்கு வலிப்பு நோய் வந்து விட்டது. எது அவரை நடுங்கச் செய்கிறது? அவர் கடந்துபோன ஆட்களை எல்லாம் அனுதாபத்தாலோ, தொற்று நோய் போலவோ எது நடுங்கச் செய்கிறது?

அருகில் நெருங்கிப் பார்த்தபோது என்ன நடந்து கொண்டிருந்தது

என்பதைக் கண்டுகொண்டேன். அவர் போகிறவர்கள் வருகிறவர்களைப் போல நடித்துக் கொண்டிருந்தார். அது சரியான சொல்லா என்று தெரியவில்லை. அவர் தன்னைக் கடந்து போகிறவர்களைக் கேலிச் சித்திரங்களாகக் காட்டிக் கொண்டிருந்தாரா? ஒரு வினாடியில் அவர்கள் அனைவரையுமே காட்டி விட்டார்.

நான் பிறர் போலச் செய்பவர்கள், நடிப்பவர்கள், கோமாளிகள், வேடிக்கை காட்டுபவர்கள் பலரைப் பார்த்திருக்கிறேன். ஆனால் இப்போது பார்த்த பயங்கரமான ஆச்சரியத்தை நான் இதுவரையில் பார்த்ததில்லை. இது உடனுக்குடன், தானாகவே நடந்தது; ஒவ்வொரு முகத்தையும், உருவத்தையும் நடுக்குவது போன்ற பிம்பமாக இருந்தது. இது வெறும் பிறரைப் போல நடிப்பது மட்டுமில்லை, அதுவே அசாதாரணமானதாகத்தான் இருக்கும். அந்தப் பெண் எண்ணற்ற மனிதர்களின் முக அமைப்புகளை எடுத்துக் கொண்டு, அவற்றை நீக்கியும் விட்டார். அவர் பிம்பமாகக் காட்டியது ஒரு கேலிப் படைப்பாக, நையாண்டியாக, முக்கியமான அங்க அசைவுகளையும், முக பாவங்களையும் மிகைப்படுத்திக் காட்டுவதாக இருந்தது. அந்த மிகைப்படுத்தல்கூட வேண்டுமென்றே செய்தது போல இல்லை - அவருடைய இயக்கங்களின் கடுமையான வேகத்தின், விகாரப்படுத்தலின் விளைவு. எனவே மெதுவாக வரும் புன்னகை வேகமாக்கப்பட்டு ஒரு வினாடியின் மிகக் குறைவான நேரத்தில் ஏளனப் பழிப்புக்காட்டலாக மாறிவிடும், ஒரு சைகை வேகமாக்கப்பட்டு கேலிக்கூத்தான நடுக்கமாக மாறிவிடும்.

ஒரு கட்டடத்தைக் கடப்பதற்குள்ளேயே இந்த மூதாட்டி நாற்பது ஐம்பது பேரின் உடல் - முகக் கூறுகளைக் கேலிச் சித்திரமாக ஆக்கி விட்டாள்; மிக வேகமாக பிறரை மாதிரி நடித்தார்; ஒவ்வொன்றும் ஓரிரண்டு வினாடிகளே நீடிக்கும்; எல்லாமே இரண்டு நிமிடங்கள் நடக்கும்.

இரண்டாவது மூன்றாவது நிலைகளிலும் ஒருவர் மாதிரி நடித்தல் தொடர்ந்தது. ஏனென்றால் அவர் தங்களைப் போல நடித்ததைப் பார்த்து அதிர்ச்சியும், கோபமும், இகழ்ச்சியும் அடைந்து அவர்களும் அவருக்கு எதிர்வினையாக அவர் போலச் செய்தார்கள். இவை மீண்டும் அந்தப் பெண்ணால் பிரதிபலிக்கப்பட்டு, எதிர் திசையில் திருப்பப்பட்டு, விகாரப்படுத்தப்பட்டது. இது இன்னும் அதிகமான அதிர்ச்சியையும், கோபத்தையும் ஏற்படுத்திற்று. ஒவ்வொருவரும் இந்த அபத்தமான ஊடாடலில் ஈர்க்கப்பட்டதால் ஒரு விகாரமான,

தம்மையறியாத ஒரு எதிர்வினை ஏற்பட்டதைத்தான் நான் தொலைவிலிருந்து பார்த்தேன். இந்த மூதாட்டி எல்லோருமாக ஆகி, தன் தனித்தன்மையை இழந்து, ஒன்றுமில்லாமல் ஆகிவிட்டார். இந்தப் பெண் ஆயிரம் முகங்களுடன், முக மூடிகளுடன், பல பாத்திரங்களாகி இருக்கும்போது அடையாளங்களின் சூறாவளியில் அவர் எப்படி இருப்பார்? விடை உடனே வந்தது. ஏனென்றால் அவருடையதும், மற்றவர்களுடையதுமான அழுத்தங்கள் அதிகமாக வெடிக்கும் அளவிற்கு வந்துவிட்டன. திடீரென்று, நம்பிக்கை இழந்து போய் சிறிய பக்கத்துத் தெருவொன்றில் புகுந்து விட்டார். அங்கே, மிகவும் நோய்வாய்ப்பட்ட ஒரு பெண்ணைப் போல, அவர் கடந்துபோன நாற்பது ஐம்பது ஆட்களின் வேகமாக்கப்பட்ட, சுருக்கப்பட்ட சைகைகள், மிகத் தோறங்கள், அவர்களது நடை, பாவனைகள் அனைத்தையும் வெளியேற்றினார். அவரை ஆட் கொண்டிருந்த ஐம்பது ஆட்களுடைய அடையாளங்களை ஒரு நடிப்பில் வெளித் தள்ளுவது போல வெளியே துப்பினார். அவர் உள்ளே எடுத்துக்கொள்ள இரண்டு நிமிடங்கள் எடுத்துக் கொண்டாரென்றால் வெளியே ஒரு தள்ளலில் பத்து வினாடிகளில் வெளியே தள்ளிவிட்டார்.

பிற்பாடு நான் டரட் நோயாளிகளிடம் பேசி, அவர்களை உற்றுநோக்கி, பதிவு செய்து அவர்களிடமிருந்து கற்றுக்கொள்ள நூற்றுக்கணக்கான மணிநேரங்களைச் செலவழித்தேன். ஆனால் நியூயார்க் நகர வீதியில் நடந்த இரண்டு நிமிடக் கோமாளி நாடகத்தைப்போல வேகமாக, வேறு எதுவும் இவ்வளவு கற்பித்திருக்க முடியாது என்று நினைக்கிறேன்.

இப்படிப்பட்ட சூப்பர் - டரட்டுகளை எல்லாம், அசாதாரணமான, தனியான நிலையில் வைக்க வேண்டும் என்று எனக்குத் தோன்றியது. சூப்பர் கோர்சகாவ்கள் போலத்தான் இவர்களும். ஆனால் இவர்கள் வேறு தோற்றமும், நோக்கமும் கொண்டவர்கள். இருவருமே தொடர்பின்மைக்கும் அடையாளம் பற்றிய பிதற்றலுக்கும் ஆளாக முடியும். கோர்சகோவ் நோயாளிக்கு அது தெரியாது. ஆனால் டரட் நோயாளி தனது துன்ப நிலையை மிகுந்த ஆழமாக உணர முடியும். ஆனால் அதைப் பற்றி அவரால் ஒன்றும் செய்ய முடியாது அல்லது விருப்பம் இருக்காது.

கோர்சகோவ் நோயாளி மறதியால் இயக்கப்படுகிறார். ஆனால் டரட் நோயாளி அதிகப்படியான உந்துதலால் இயக்கப்படுகிறார். இந்த உந்துதலுக்கு அவரே காரணி, அவரே உட்படுபவர். அவர் அந்த

உந்துதலை உதறித் தள்ளலாம். ஆனால் அது தனது இல்லையென்று ஒதுங்க முடியாது. கார்சகோவ் நோயாளி போலில்லாது, இவர் சீர் குலைவுடன் விளங்காத ஒரு உறவை ஏற்படுத்திக் கொள்ளத் தூண்டப்படுகிறார், அதனை வெற்றி கொள்கிறார், அதனால் வெற்றி கொள்ளப்படுகிறார். அதனோடு விளையாடுகிறார். முரண்பாடும் மோதலும் பல வகையாக இருக்கும்.

மனத் தடையின் பாதுகாப்பு வளையங்கள் இல்லாமல், சாதாரணமான இயற்கையால் தீர்மானிக்கப்பட்ட 'தான்' தரும் தடைகள் இல்லாததால், டரட் நோயாளியின் தான் என்ற ஈகோ ஆளுமை வாழ்க்கை முழுவதும் தாக்குதலுக்கு உள்ளாகிறது. அவருக்கு உள்ளே இருந்தும் வெளியே இருந்தும் வரும் தூண்டுதல்களின் தாக்குதலால் அவர் ஏமாற்றப்படுகிறார், தாக்குதல்களுக்கு உள்ளாகிறார். இந்தத் தூண்டல்கள் இயற்கையானவை, சன்னி போன்றவை. அதே சமயம் தனித் தன்மை (அல்லது போலித் தனித் தன்மை) வாய்ந்தவை, மயக்கக் கூடியவை. இந்தத் தாக்குதலின் முன்னால்தான் என்ற ஈகோ எப்படித் தாக்குப்பிடிக்க முடியும்? அடையாளம் பிழைக்க முடியுமா? அப்படிப்பட்ட தாக்குதல்களின், அழுத்தங்களின் மத்தியில் அது வளர முடியுமா? அல்லது (நாம் பின்னால் பார்க்கப் போகிற நோயாளியின் பொருள் பொதிந்த வார்த்தைகளில்) ஒரு டரட் தாக்குதலுக்குள்ளான ஆன்மாவை (Tourettized soul) உண்டாக்குமாறு வெற்றி கொள்ளப்படுமா? டரட்டின் ஆன்மா முழுமையாக, இறையாண்மை உடையதாக இருக்குமா அல்லது அது ஒவ்வொரு உந்துதலாலும் மேற்கொள்ளப்பட்டு, உரிமை கொண்டாடப்பட்டு சொந்தத்திலிருந்து நீக்கப்படுமா என்று கேட்கும் அளவிற்கு அந்த ஆன்மாவின் மேல் உடல் கூறான, இருத்தலியல் சார்ந்த, இறையியல் அழுத்தம் இருக்கும்.

நாம் ஏற்கனவே எடுத்தாண்டது போல ஹியூம் எழுதினார்.

கற்பனைக்கு எட்டாத வேகத்தில், இடைவிடாமல் மாறிக் கொண்டு இயங்கிக் கொண்டிருக்கும் ஒன்றுக்குப் பின் ஒன்றாக வருகிற வெவ்வேறு உணர்வு நிலைகளின் சேகரம் நாம் என்று நான் உறுதியாக கூறுவேன்.

ஆகவே, ஹியூமைப் பொறுத்தவரையில்; தனிப்பட்ட அடையாளம் என்பது ஒரு கட்டுக் கதை. நாம் இருக்கவில்லை. உணர்வு நிலைகள் அல்லது புலனுணர்வுகள் ஒன்றுக்குப் பின்னால் வருகின்றன.

சாதாரண மனிதர் இப்படி இருக்க மாட்டார். ஏனென்றால்

அவருடைய புலன் காட்சிகள் அவருக்கே உரியவை. அவை மாறிக்கொண்டிருப்பவை அல்ல. மாறாக என்றும் நிலைத்திருக்கும் தனித்தன்மை அல்லது 'தான்' என்பதால் இணைக்கப்பட்டு அவருக்கே உரியவையாக இருக்கின்றன. ஆனால் ஹியூம் விவரிப்பது சூப்பர் - டரட் நோயாளியின் நிலையற்ற தன்மையைப் போன்ற ஒன்றாக இருக்கலாம். இந்த சூப்பர் - டரட் நோயாளியின் வாழ்க்கை ஒழுங்கற்ற அல்லது நடுக்கத்துடனிருக்கும் புலன் காட்சிகள் இயக்கங்கள் ஆகியவற்றின் தொடர் நிகழ்ச்சிகள். மையமோ, பொருளோ இல்லாத கற்பனை உலகமே சிதறடிக்கிறது. இந்த அளவில் அவர் ஒரு மனிதர் (human being) என்பதைவிட - ஒரு ஹியூம் ஆள் (Humean) என்று சொல்வது பொருந்தும். உள் தூண்டலுக்கும் தான் என்பதற்குமான விகிதம் மிக அதிகமாக இருந்தால், இதுதான் - இந்த தத்துவார்த்த இறையியல் சார்ந்த விதி தான் - அவருக்காகக் காத்திருக்கிறது. இது ஃபிராய்டின் விதிக்கு நெருக்கமாக இருக்கிறது. இதுவுமே உட் தூண்டலால் மேற்கொள்ளப்படக் கூடியதுதான். ஆனால் ஃபிராய்டின் விதிக்கு பொருள் இருக்கிறது. (அது சோகமானதாக இருந்தால்கூட) அதே சமயம் ஹியூம் ஆளின் விதி அர்த்தமற்றது, அபத்தமானது.

எனவே, சூப்பர் - டரட் நோயாளி பிழைப்பதற்கே, ஒரு தனியாளாக ஆக, நிலையாக நிற்கும் உட் தூண்டலை எதிர்கொண்ட தனியாளாகப் பிழைத்திருக்க வேண்டியதிருக்கிறது. அவர் தனது வாழ்வின் தொடக்கத்தில் இருந்தே, உண்மையான மனிதராக ஆவதற்கு, தனி மனிதனாக ஆவதற்கு, அசாதாரணமான தடைகளை எதிர்கொள்ள வேண்டியதிருக்கும், எதிர் கொண்டிருப்பார். இதில் அற்புதம் என்னவென்றால் பெரும்பாலான நோயாளிகள் வெற்றி கொள்கிறார்கள். ஏனென்றால் பிழைத்திருக்க வேண்டுமென்ற சக்திகள், பிழைத்திருக்க வேண்டும், தனிப்பட்ட மனிதனாக பிழைக்க வேண்டும் என்ற மன உறுதி நம்மிடத்தில் மிகுந்த வலிமையுடையதாக இருக்கிறது. எந்த உள் தூண்டல்களையும், எந்த நோயையும் விட வலிமையானது உடல் நலம். உடல் நலம் என்ற தீவிரவாதிதான் எப்போதும் வெல்கிறார்.

பகுதி மூன்று

கடத்தல்கள்

செயல்பாடு என்ற கருத்தியலை விமர்சித்து, புரட்சிகரமாக அதை வேறுமாதிரி வரையறை செய்தபோதிலும் 'பற்றாக்குறை' அல்லது 'மிகுதியின்' அடிப்படையில் பொதுவாக சொற்றொடரில் வேற்றுமைகளைக் கண்டு, அதனோடு இணைத்தே இருந்தோம். ஆனால் வேறு சொற்றொடர்களையும் பயன்படுத்த வேண்டியிருக்கிறது என்பது தெளிவு. ஒரு தோற்றப்பாட்டைக் கவனிக்கத் தொடங்கும்போது, அனுபவம் அல்லது சிந்தனை அல்லது செயலின் உண்மையான தன்மையைப்பற்றிப் பார்க்கத் தொடங்கும்போது, நாம் ஒரு கவிதை, ஓவியம் பற்றி நினைவுபடுத்தக்கூடிய சொற்றொடர்களைப் பயன்படுத்த வேண்டியிருக்கிறது. எடுத்துக்காட்டாக ஒரு கனவை செயல்பாட்டில் எப்படிப் புரிந்துகொள்ளமுடியும்?

நமக்கு சொல்லாடலில் எப்போதும் உலகங்கள் இருக்கின்றன. நாம் அவற்றை இயற்பொருள் சார்ந்தது (physical) என்றும் தோற்றப்பாடு (phenomenal) என்றும் அல்லது எப்படிவேண்டுமென்றாலும் அழைக்கிறோம். ஒன்று அளவிடக்கூடிய, முறைசார்ந்த கட்டமைப்பு தொடர்பானது. இன்னொன்று ஒரு உலகம் என்பதற்குரிய தன்மைகள். நாம் அனைவருக்குமே தெளிவான மதி - அறிவு- உலகங்கள் இருக்கின்றன. நமக்கென்ற உள்பயணங்களும் நிலத்தோற்றங்களும் இருக்கும். நம்மில் பெரும்பாலோருக்கு தெளிவான நரம்பியல் சார்ந்த தொடர்பு இணை (correlate) தேவைப்படாது. நாம் ஒரு மனிதனின் கனவைச் சொல்லமுடியும், அவனுடைய வாழ்க்கையிலிருந்து பகுதிகளையும் காட்சிகளையும் விவரிக்கமுடியும். உடல்கூறு சார்ந்த நரம்பியல் சார்ந்த எந்த அக்கறைகளையும் கொண்டுவராமலேயே நடக்கும். அப்படிக்

கொண்டுவருவது அபத்தமாகவும், அவமானப்படுத்துவதாகவும் இல்லாவிட்டாலும், அகந்தையைக் காட்டுவதாக தோன்றும்.

ஏனென்றால் நாம் பல தொகுதிகளையுடைய மனித அறநெறிக்காரணிகளால் தீர்மானிக்கப்பட்டு சுதந்திரமானவர்களாக நம்மைக் கருதிக்கொள்கிறோம். நமது நரம்புமண்டலச் செயல்பாடுகள், நரம்புமண்டலங்களின் விருப்புவெறுப்புகளால் அல்ல என்று நினைக்கிறோம். ஆனால் எப்போதும் அப்படி இருப்பதில்லை. ஏனென்றால் சிலவேளைகளில் இயற்கையாகவே ஏற்படும் சீர்குலைவுகளால் மனித வாழ்க்கை குறுக்காக வெட்டப்படலாம், மாற்றம் அடையலாம். அப்போது அவனுடைய கதைக்கு உடற்கூறுசார்ந்த அல்லது நரம்பியல் அடிப்படை-யிலான தொடர்பு தேவைப்படும். இங்கே விவரிக்கப்படும் எல்லா நோயாளிகளிடமும் இது காணப்படும்.

இந்நூலின் முதல் பகுதிகளில் நோயியல் தொடர்பான நோய் விபரங்களை விவரித்தோம். வெளிப்படையாகத் தெரியும் நரம்பியல் பற்றாக்குறை அல்லது மிகுதி பற்றிய சுழல்கள் இடம்பெற்றன. விரைவிலேயே அந்த நோயாளிகளுக்கு, அல்லது அவர்களுடைய உறவினர்களுக்கு, அவர்களது மருத்துவர்களுக்குக்கூட உடல்தொடர்பான ஏதோ கோளாறு இருக்கிறது என்பது தெளிவாகிவிடும். அவர்களுடைய உள் உலகங்கள், அவர்களுடைய நடத்தைகள் மாற்றப்படலாம். ஆனால் அது நரம்பியல் செயல்பாட்டில் அளவிடக்கூடிய மொத்த மாற்றத்தினால் என்பது தெளிவாகிறது. இந்த மூன்றாவது பகுதியில், முக்கிய இடம்பெறுபவை பழைய நினைவு, மாற்றம்பெற்ற புலன்காட்சி, கற்பனை, கனவு, ஆகியவை. இவ்விஷயங்கள் பெரும்பாலும் நரம்பியல் அல்லது மருத்துவர் கவனத்திற்கு வருவதில்லை. அப்படிப்பட்ட 'கடத்தல்கள்'- பெரும்பாலும் மனத்தைத் தொடும் சூழல் உடையவை, தனிப்பட்ட உணர்ச்சியும் பொருளும் உடையவை- கனவுகளைப்போல் உடல் சார்ந்தவையாகப் பார்க்கக்கூடும். நினைவு நிலைக்குஉட்படாத அல்லது நினைவு நிலைக்கு முந்திய (மெய்ஞானத்தில் இருப்போருக்கு, ஆன்மீகம் தொடர்பான வெளிப்பாடாகத் தெரியுமே தவிர, மருத்துவம் சம்மந்தமானது, நரம்புநோய் சம்மந்தமானது என்று தோன்றாது. அவற்றின் உள்நிலையிலேயே நாடகம்போன்ற, கதையாடலுடைய, அல்லது தனிப்பட்ட பொருளுடையவனவாக இருக்கும். எனவே அவற்றை நோய்க்குறிகளாகப் பார்க்கமாட்டார்கள். அவற்றைக் கடத்தல்களாக கருதி உளவியல் நோய்களாகப் பார்த்து

உளப்பகுப்பாய்வாளர்களிடமோ, பாவமன்னிப்புக் கேட்பவரிடமோ இரகசியமாகச் சொல்லப்படும். அல்லது, மதவெளிப்பாடாக அறிவிக்கப்படும், மருத்துவரிடம் கொண்டுவரப்படமாட்டார்கள். ஏனென்றால் ஒரு காட்சி (vision) மருத்துவம் தொடர்பானது என்று நமக்குத் தோன்றாது. உடல் இயற்கை தொடர்பானது என்று சந்தேகப்பட்டாலோ கண்டுபிடிக்கப்பட்டாலோ அந்தக் காட்சியின் மதிப்பைக் குறைப்பதாகக் கருதப்படும் (உண்மையில் அப்படிச் செய்வதில்லை. மதிப்பீடுகளும் மதிப்பிடுதலும் காரணகாரியத்திற்குத் தொடர்பில்லாதவை).

இந்தப் பகுதியில் விவரிக்கப்படும் எல்லாக் 'கடத்தல்களும்' தெளிவான இயற்கைக் காரணிகளைக் கொண்டவை. (முதலில் தெரியாவிட்டாலும், கவனமான விசாரணை அவற்றை வெளிப்படுத்தத் தேவைப்பட்டது) ஆனால் இது அவற்றின் உளவியல் சார்ந்த அல்லது ஆன்மீக முக்கியத்துவத்தைக் குறைக்கிறது. தஸ்தயேவ்ஸ்கிக்கு அவருடைய வலிப்புகளின்போது கடவுள் அல்லது முடிவில்லா ஒழுங்கமைப்பு வெளிப்படுத்தப்பட்டால், வேறு இயற்கை நிலைகள் அப்பாற்பட்டதிற்கு அல்லது அறியமுடியாததற்கு 'வாயில்களாக' (portals) ஏன் இருக்க முடியாது? ஒரு வகையில் இப்பகுதி அப்படிப்பட்ட வாயில்களின் ஆராய்ச்சிதான்.

ஹியூலிங்ஸ் ஜாக்சன் 1880 ஆம் ஆண்டில் இப்படிப்பட்ட 'கடத்தல்கள்' அல்லது வாயில்கள், அல்லது 'கனவு நிலைகளை' சில வலிப்புகளின்போது விவரிக்கும்போது பொதுவான சொல்லான 'பழைய நினைவு' என்ற தொடரைப் பயன்படுத்துகிறார். அவர் எழுதுகிறார்:

> வேறு நோய் அறிகுறிகள் இல்லாமல் நான் பழைய நினைவு சன்னிபோல நிகழ்வதிலிருந்து நான் வலிப்பு நோய் என்று முடிவு கட்டக்கூடாது. ஆனால் அப்படிப்பட்ட மீத்தரமான மனநிலை அடிக்கடி நிகழ்ந்தால் நான் வலிப்பு என்று சந்தேகப்படவேண்டும்... என்னை பழைய நினைவுக்காக மட்டும் ஆலோசனை கேட்பதில்லை...

ஆனால் ராகங்கள் காட்சிகள், தோற்றங்கள் முதலியன வலிப்பின்போது மட்டுமின்றி வேறுபல இயற்கை நிலைகளிலும் கட்டாயப்படுத்தப்பட்டு அல்லது (paraxysm) நோயினால் நினைவு கொள்ளுதலுக்காக ஜேக்சனிடம் ஆலோசனை பெறப்பட்டது. அப்படிப்பட்ட கடத்தல்கள் அல்லது பழைய நினைவுகள்

மைக்ரேனின்போது வழக்கமாக இருக்கும் (பார்க்க ஹில்டகாட்டின் காட்சிகள், அத்தியாயம் இருபது) வலிப்பு அல்லது நஞ்சு மருந்தினால் பின்னால் போவது 'இந்தியா பயணத்தில்' (அத்தியாயம் பதினேழு) இடம்பெறுகிறது. வெறும் நச்சு அல்லது வேதிப்பொருளில் ஏற்படுவது அத்தியாயம் பதினாறிலும், அபூர்வமான வாசனை நிலை அத்தியாயம் பதினெட்டிலும், காணப்படும். வலிப்புச்செயல் அல்லது முன் மூளையின் மடலில் ஏற்பட்ட கோளாறு கொலையை பயங்கரமாக நினைவு கூர்தலை நிர்ணயிக்கிறது. (அத்தியாயம் பத்தொன்பது)

இப்பகுதியின் கருப்பொருள் ஒருவரை அவரது (டெம்போரல்) பக்க மடல்களையும் மூளையின் நாளமண்டலத்தையும் இயற்கைக்கு மாறாத தூண்டுதலின் விளைவு கடத்துவதற்கு படிவம், நினைவு ஆகியவற்றின் ஆற்றல் பற்றியும் சில காட்சிகள், கனவுகளின் மூளையின் அடிப்படை பற்றியும், மூளை எப்படி நம்மைக் கடத்த மந்திரக்கம்பளத்தை நூற்கிறது என்பதையும் நமக்குக் கற்றுத்தரும். (மந்திர நூற்புக்கருவி என்று ஹியூலிங்ஸ் சொன்னார்).

15

பழைய நினைவு (Reminiscence)

திருமதி O'Cக்கு சிறிது காது கேளாது. மற்றபடி நல்ல உடல் நலத்தோடு இருந்தார். அவர் முதியோர் இல்லம் ஒன்றில் வசித்து வந்தார். ஜனவரி *1979* ஆம் ஆண்டில் ஓரிரவில் அயர்லாந்தில் அவருடைய குழந்தைப் பருவத்தைப்பற்றிக் குறிப்பாக அவர்கள் நடனமாடிப் பாடிய பாடல்களை பற்றிக் கனவு கண்டார். கனவு தெளிவாக இருந்தது. அவர் விழித்தபோது இசை இன்னும் தெளிவாகவும், சப்தமாகவும் கேட்டுக்கொண்டிருந்தது. 'நான் இன்னும் தூங்கிக் கொண்டிருக்கிறேன் போலும்' என்று அவர் நினைத்தார். ஆனால் அப்படி இல்லை. அவர் எழுந்துவிட்டார். புதிராகத்தோன்றியது. அது நடுஇரவு. யாரோ வானொலியைப் பாடவிட்டுவிட்டார்கள் போலும் என்று நினைத்தார். ஆனால் இதனால்தான் மட்டும் ஏன் சலசலப்படைய வேண்டும்? அவர் எல்லா வானொலிப்பெட்டிகளையும் சோதித்துப்பார்த்தார். எல்லாமே அணைக்கப்பட்டிருந்தன. அப்போது அவருக்கு இன்னொரு எண்ணம் தோன்றியது. பல்லை அடைத்திருந்தால், அது சில சமயங்களில் ஏதாவது ஒலிபரப்புகளை அசாதாரணச் செறிவுடன் கிரிஸ்டல் வானொலி போலச் செயல்பட்டு எடுத்துக்கொள்ளும் என்று கேள்விப்பட்டிருந்தார். 'அப்படித்தான் இருக்க வேண்டும்' என்று நினைத்தார். "என்னுடைய பல் ஒன்றை அடைத்திருந்ததுதான் இதற்குக் காரனம். இது சீக்கிரமே நின்றுவிடும். காலையில் சரி செய்துவிடலாம்." இரவு செவிலியரிடம் சொன்னார். அவர் பார்த்துவிட்டு அவரது பல் அடைப்புகளெல்லாம் நன்றாகவே இருப்பதாகச் சொன்னார். இப்போது இன்னொரு கருத்து திருமதி O'C க்குத் தோன்றியது. "எந்த வானொலி நிலையம் நடு இரவில்

இவ்வளவு உரத்த சத்தமாக ஓரிரு படங்களை ஒலிபரப்பும்?" என்று கேட்டுக்கொண்டார். "அதுவுமே பாடல்கள், வெறும் பாடல்கள் - முன்னுரையோ விமர்சனமோ இல்லை? அதுவும் எனக்குத் தெரிந்த பாடல்கள் மட்டும்தான். மற்ற எந்தப்பாடலும் இல்லாமல் என்னுடைய பாட்டை மட்டுமே ஒலிபரப்புவது எந்த வானொலி நிலையம்?" அப்போது "இந்த வானொலிப் பெட்டி எனது தலையில் இருக்கிறதோ?" என்று தன்னையே கேட்டுக்கொண்டார்.

இப்போது அவர் அரண்டுவிட்டார் - இசை காது செவிடாகும்படி தொடர்ந்தது. அவருடைய கடைசி நம்பிக்கை அவரது காது மூக்கு தொண்டை மருத்துவர்தான். மருத்துவரை இவர் ஆலோசனை கேட்பதுண்டு. அவர் இவரிடம் "இது காதிலேயே உள்ள ஓசைகள்தான். அவருடைய காது கேளாத சிக்கலோடு தொடர்புடையது. பயப்படுவதற்கு ஒன்றுமில்லை" என்று இவரை உற்சாகப்படுத்துவார் என்று நினைத்தார். காலையில் மருத்துவரைப் பார்த்தபோது அவர், "இல்லை திருமதி O'C உங்கள் காதுகளில் எந்தப் பிரச்சினையும் இல்லை. மணி அடிப்பதுபோலவோ, வண்டின் ரீங்காரம்போலவோ, கடகடவென்ற இடிச்சத்தம் போலவோ இருக்கலாம். ஆனால், ஐரிஷ் பாடல்களின் இசைநிகழ்ச்சி... இது உங்களது காதுகளோடு தொடர்புடையது இல்லை... நீங்கள் ஒரு உளவியல் நிபுணரைச் சந்தியுங்கள்" என்று அவர் ஆலோசனை தந்தார். அன்றே திருமதி O'C ஒரு உளவியல் வல்லுநரைச் சந்தித்தார். அவர், "உங்கள் மனத்திற்கு ஒன்றும் இல்லை. உங்களுக்குப் பைத்தியம் எதுவும் இல்லை. பைத்தியக்காரர் இசையைக் கேட்பதில்லை. அவர்கள் 'குரல்களை'த்தான் கேட்பார்கள். நீங்கள் ஒரு நரம்புநோய் மருத்துவரைப் பார்க்கவேண்டும். என்னுடன் பணியாற்றும் டாக்டர் சேக்கைப் பார்க்கவேண்டும்" என்றார். எனவே திருமதி O'C என்னிடம் வந்தார்.

உரையாடல் எளிதாக இல்லை. திருமதி O'Cக்குக் காது கேளாதது ஒரு காரணம். ஆனால் பாடல்கள் மிகுதியை மூழ்கடித்துவிட்டன. மென்மையான பாடல்கள் மூலம்தான் அவரால் நான் சொன்னதைக் கேட்கமுடிந்தது. அவர் கெட்டிக்காரத்தனமாக, உடனுக்குடன் முடிவெடுக்கக்கூடியவராக இருந்தார். சன்னிப்பிதற்றலோ, பைத்தியமோ இல்லை. ஆனால் தங்களுடைய உலகத்திற்குள்ளேயே பாதி இருப்பது போல, ஏதோ ஒன்றில் மூழ்கிப்போன தொலைவான பார்வையோடு இருந்தார். அவரிடம் நரம்பு நோய் எதையும் நான் காணவில்லை. இருப்பினும் இசை நரம்பு தொடர்பானது என்று சந்தேகித்தேன்.

இந்த நிலைக்கு திருமதி O'Cயைக் கொண்டுவந்தது எதுவாக இருக்கும்? இவருக்கு வயது 88. நல்ல உடல் நலத்தில் இருந்தார். காய்ச்சல் அறிகுறிகூட இல்லை. அவருடைய மனத்தை நிலைகுலையச்செய்யக்கூடிய மருந்து எதையும் அவர் எடுக்கவில்லை போலும். அன்றைக்கு முதல் நாள் வரையில் சாதாரணமாகவே இருந்திருக்கிறாரா. "இது ஒரு பக்கவாதமாக ஸ்ட்ரோக்காக இருக்குமா, டாக்டர்? " என்று கேட்டார், எனது எண்ணங்களைப் படித்தது போல. "இருக்கலாம்" என்றேன். "ஆனால் நான் இதுபோன்ற ஒரு ஸ்ட்ரோக்கை இதுவரையில் பார்த்ததில்லை. ஏதோ நடந்திருக்கிறது, அது மட்டுமே நிச்சயம். ஆனால் உங்களுக்கு எந்த ஆபத்துமில்லை. கவலைப்படாதீர்கள், துணிச்சலோடு இருங்கள், விட்டுவிடாதீர்கள்." "அது எளிதில்லை, நான் அனுபவித்துக் கொண்டிருப்பதை நீங்கள் அனுபவித்தால் சொல்லமாட்டீர்கள். இங்கே அமைதியாக இருக்கிறது என்று எனக்குத் தெரியும். ஆனால் நான் ஓசையின் கடலுக்குள் இருக்கிறேன்."

உடனடியாக மூளையின் மின் இயக்கத்தை ஆராய விரும்பினேன். மூளையின் இசை மடல்களான, பக்க மடல்களில் கவனம் செலுத்த விரும்பினேன். ஆனால் சூழ்நிலைகள் இதை சிறிது தடுத்தன. இதற்குள் இசை குறையத் தொடங்கியது. சப்தம் குறைந்தது. தொடர்ச்சியாக வருவதும் நின்றது. முதல் மூன்று இரவுகளுக்குப் பிறகு தூங்க முடிந்தது. பாடல்களுக்கு இடையில் பேசவும் கேட்கவும் முடிந்தது. நான் (electro encephalo gram EEG) எடுப்பதற்கு முன்னர், இசையின் சில பகுதிகளை மட்டும் எப்போதாவது சிறிது நேரம் கேட்டார். ஒரு நாளில் பத்துப் பன்னிரெண்டு முறைகள் மட்டும் நிகழ்ந்தது. அவரை அமைதிப்படுத்திய பிறகு அவரது தலையில் மின் வாய்களைப் பொருத்தி, அமைதியாகப் படுத்து, ஒன்றும் பேசாமலும் பாடாமலும் இருக்குமாறு சொன்னேன். நாங்கள் பதிவு செய்யும்போது பாடல்கள் கேட்டால் வலது ஆள்காட்டி விரலை மட்டும் தூக்குமாறு சொன்னேன். இதுகூட EEG-ஐப் பாதிக்கலாம். இரண்டு மணி நேரத்தில் தனது விரலை மூன்று முறை மட்டுமே உயர்த்தினார். மூன்று முறையும் EEG பேனாக்கள் வேகமாக இயங்கி மூளையின் பக்க மடல்களில் ஏற்ற இறக்க அலைகளைக் காட்டின. அவருக்கு மூளைப் பக்க மடல்களில் வலிப்புத் தாக்கம் இருப்பது உறுதியாயிற்று. ஹியூலிங்க் யூகித்தது போல, வைல்டர் பென்ஃபீல்ட் நிரூபித்தது போல நினைவு கூர்தலுக்கும், அனுபவ ரீதியான மாயத் தோற்றங்களுக்கும் (hallucinations) அடிப்படை. ஆனால், இந்த அபூர்வமான நோய்க்குறி திடீரென்று அவருக்கு

எப்படி ஏற்பட்டது? மூளையை ஸ்கேன் எடுத்தேன். இதில் அவரது வலது பக்க மடலின் ஒரு பகுதியில் சிறு இரத்த உறைவு அல்லது திசு அழிவு ஏற்பட்டிருந்ததைக் காட்டிற்று. இரவில் ஐரிஷ் பாடல்கள் திடீரென்று தோன்றியது, மூளையின் மேலுறையில் இசை நினைவு எச்சங்கள் தாண்டி விடப்பட்டது ஆகியவை ஸ்ட்ரோக் ஏற்பட்டதின் விளைவுதான். அது சரியானவுடன் பாடல்களும் நின்று விட்டன.

ஏப்ரல் மத்தியில் எல்லாப் பாடல்களும் முழுவதுமாய் போய் விட்டன. திருமதி O'C பழைய ஆளாக மாறிவிட்டார். இதைப் பற்றியும் குறிப்பாக அவர் கேட்டுக் கொண்டிருந்த பாடல்கள் நின்று போனது பற்றியும் அவரிடம் கேட்டேன். "நீங்கள் கேட்பது வேடிக்கையாக இருக்கிறது" என்றார் அவர் புன்னகை செய்து. "ஒரு பெரிய விடுதலைதான். பாடல்கள் இல்லாதது சிறிது கஷ்டமாகத் தான் இருக்கிறது. ஆனால் இவ்வளவு அதிகமாகக் கேட்ட பிறகு என்னால் அவற்றை நினைவு கூறக்கூட முடியவில்லை. என்னுடைய குழந்தைப் பருவத்தில் மறந்துபோன பகுதி திரும்பக் கிடைத்தது போல இருந்தது. அந்தப் பாடல்களில் பல அருமையாகவே இருந்தன."

L. .டோபா மருந்தைப் பயன்படுத்திய என்னுடைய நோயாளிகள் சிலரின் இதே போன்ற உணர்வுகளைக் கேள்விப்பட்டிருக்கிறேன். நான் பயன்படுத்திய சொற்றொடர் தவிர்க்க முடியாத பழைய நினைவு. திருமதி O'C கூறிய அவரது பழைய நினைவு, H.G. வெல்ஸ் 'The Door in the Wall' என்ற சிறுகதையை எனக்கு நினைவுபடுத்தியது. நான் அந்தக் கதையை அவரிடம் சொன்னேன். (வெல்ஸ் ஆங்கில நாவலாசிரியர். அறிவியல் கதையின் முன்னோடிகளில் ஒருவர்)

"அதுதான்" என்றார் அவர். "அது மன நிலையையும் உணர்ச்சியையும் முழுவதுமாகப் படம் பிடிக்கிறது. என்னுடைய கதவு உண்மையாக இருப்பதால், என்னுடைய சுவரும் உண்மையானது. எனது கதவு இழந்து போன மறந்து போன கடந்த காலத்திற்கு இட்டுச் செல்கிறது."

இதுபோன்ற இன்னொரு நோயாளியைச் சென்ற ஆண்டு ஜூன் வரையில் பார்க்கவில்லை. அப்போது திருமதி O'M-ஐப் பார்க்குமாறு கேட்டுக் கொள்ளப்பட்டேன். இப்போது அவர் அதே இல்லத்தில் இருக்கிறார். அவருக்கு எண்பது வயதுக்கு மேல். இவருக்கும் காது கோளாறு. ஆனால் கெட்டிக்காரரர், கவனத்துடன் இருப்பார். இவருக்கும் சில சமயங்களில் தலையில் இசை கேட்கும், சில

வேளைகளில் மணியொலி, ‘ஹிஸ்’ சப்தம், குமுறல் ஆகியவையும் கேட்கும். சில வேளைகளில் பேசும் குரல்களும் கேட்கும். ஆனால் அவை தொலைதூரத்திலிருந்து கேட்கும்; ஒரு சமயத்தில் பல குரல்கள் கேட்கும். எனவே அவருக்கு அவர்கள் என்ன பேசுகிறார்கள் என்பது புரியாது. அவர் இந்த நோய்க் குறிகளைப் பற்றி யாரிடமும் சொல்லவில்லை; நான்கு ஆண்டுகளாக தனக்குப் பைத்தியம் பிடித்து விட்டது என்று வருந்திக் கொண்டிருந்தார். இதேபோன்ற ஒரு நோயாளி சிறிது காலத்திற்கு முன்னர் இல்லத்தில் இருந்தார் என்று சகோதரியிடமிருந்து கேள்விப்பட்டு அவருக்கு நிம்மதி. என்னிடம் மனம் திறந்து பேச முடிந்ததால் இன்னும் அதிகமான நிம்மதி.

ஒருநாள் திருமதி. O’M சமையலறையில் காய் நறுக்கிக் கொண்டிருந்தபோது ஒரு பாட்டைக் கேட்டதாகச் சொன்னார். முதலில் ‘ஈஸ்டர் பேரேட்’ என்ற பாடல். அதைத் தொடர்ந்து ‘குளோரி, குளோரி, அல்லேலூயா-வும் குட் நைட், ஸ்வீட் ஜீசஸ்’பாடலும் கேட்டன. திருமதி. O’C-யைப் போலவே, இவரும் வானொலிப் பெட்டியிலிருந்து பாட்டுக் கேட்கிறது என்று நினைத்தார். ஆனால், எல்லா வானொலிப் பெட்டிகளும் மூடியிருந்தன. இது நடந்தது 1979-ஆம் ஆண்டு. நான்காண்டுகளுக்கு முன்னர் திருமதி O’C சில வாரங்களில் குணமாகி விட்டார். ஆனால் திருமதி. O’M-இன் இசை தொடர்ந்தது - மோசமாகிக்கொண்டே போய்க் கொண்டிருந்தது.

முதலில் அவர் மூன்று பாடல்களைத்தான் கேட்டார். சில சமயங்களில் அவர் தாமாகக் கேட்டார். ஆனால் அவர் நினைத்ததால்தான் வந்தது போலத் தோன்றியது. எனவே, அவற்றைப் பற்றி நினையாமலே இருக்க முயன்று பார்த்தார். ஆனால் நினைப்பதைத் தவிர்த்ததே நினைக்கத் தூண்டியது.

“இந்த குறிப்பிட்ட பாடல்கள் உங்களுக்குப் பிடிக்குமா?” என்று கேட்டேன் உள் ஆய்வுக்காக. “அவை உங்களுக்கு சிறப்பு அர்த்தம் கொடுக்கின்றனவா?”

“இல்லை. எனக்கு அவை பிடித்ததில்லை. எனக்குச் சிறப்பான அர்த்தம் உள்ளதாகவும் இல்லை” என்று விடை தந்தார் உடனே.

“அவை தொடர்ந்து கேட்டுக் கொண்டிருந்தபோது நீங்கள் என்ன உணர்ந்தீர்கள்?”

“நான் அவற்றை வெறுக்கத் தொடங்கினேன்” என்றார் வேகமாக.

“பக்கத்து வீட்டுப் பைத்தியக்காரர் ஒரே இசைத் தட்டை தொடர்ந்து போட்டுக் கொண்டிருந்தது போல இருந்தது.”

ஓராண்டுக்கு இந்தப் பாடல்களைத் தவிர வேறொன்றுமில்லை. அவையும் பைத்தியம் பிடித்தது போல ஒன்றன்பின் ஒன்றாக வந்து கொண்டிருந்தன. அதன் பிறகு இந்த உள் இசை குழப்பமானதாகவும், பலதரப்பட்டதாகவும் ஆகி விட்டது. எண்ணற்ற பாடல்களைக் கேட்டார். அவையும் சில நேரங்களில் ஒரே சமயத்தில் கேட்கும். சில நேரங்களில் இசைக் குழுவில் இசையைக் கேட்பார். எப்போதாவது வெறும் ஓசைகள்தான் கேட்கும்.

நான் திருமதி. O’M-ஐச் சோதித்தபோது அவருடைய கேட்கும் திறனைத் தவிர வேறு இயற்கைக்கு மாறானது எதையும் கேட்கவில்லை. ஆனால் நான் பார்த்த ஒன்று மட்டும் குறிப்பிடத் தக்கது. அவருக்கு உட்காதில் கேட்கவில்லை. இது பொதுவாகக் காணப்படுவதுதான். ஆனால் இவற்றிற்கும் மேலாக இன்னொரு பிரச்சனையும் இருந்தது. தொனிகளைக் கண்டுபிடிப்பதும், வேறுபடுத்திப் பார்ப்பதும் கடினமாக இருந்தது. இதனை நரம்பியல் வல்லுநர்கள் அமூசியா (amusia) என்று அழைத்தார்கள். இது மூளையில் கேட்டல் அல்லது பக்க மடல்கள் செயல்படுவதில் பாதிப்போடு தொடர்புடையது. அவரும் அண்மையில் எல்லாக் கோயில் பாடல்களும் ஒரே மாதிரிதான் இருக்கின்றன என்றும், அவற்றின் ராகம் அல்லது தொனியால் அவற்றை வேறுபடுத்திப் பார்க்க முடியவில்லை என்றும், அவற்றின் சொற்களையோ தாளத்தையோ தான் நம்ப வேண்டியதிருக்கிறது என்றும் கூறினார். முன்னர் அவர் ஒரு சிறந்த பாடகராக இருந்தாலும் இப்போது நான் சோதிக்கையில் அவர் கட்டை தவறி தட்டைக் குரலில் பாடினார். மேலும் அவர் எழும்போது உள் இசை தெளிவாக இருந்தாலும், தெளிவு குறைந்து கொண்டே வந்தது. மற்ற புலனுணர்வுகள் நிறைந்து விடுகின்றன. அவர் உணர்ச்சிப்பூர்வமாக, அறிவுப்பூர்வமாக, சிறப்பாக காட்சிப் புலனில் ஈடுபட்டிருக்கும்போது இது பெரும்பாலும் தோன்றுவதில்லை. அவர் என்னுடன் இருந்த ஒரு மணி நேரத்தில் அவர் ஒரு முறை தான் ஈஸ்டர் பாடலின் ஒரு சிறு பகுதியை மட்டும்தான் கேட்டார். அப்போது அது மிக உரக்க திடீரென்று ஏற்பட்டதால் அவரால் நான் பேசியதைக் கேட்க முடியவில்லை.

திருமதி. O’M-க்கு EEG எடுத்தபோது இரண்டு பக்க மடல்களிலும் அதிக மின்னழுத்தமும், கிளர்ச்சியும் காட்டியது. மூளையின் இந்தப்

பகுதிகள் ஓசைகள், இசை ஆகியவற்றின் மை வெளிப்பாட்டோடும், பல் தொகுதி அனுபவங்கள், காட்சிகளைக் காட்டுவதோடும் தொடர்புடையவை. அவர் எதையாவது கேட்டால்; உயர் மின் அழுத்த அலைகள் கூர்மையாக ஆகித் துடித்தன. எனவே இவருக்கும் பக்க மடல்களின் நோயினால் தொடர்புடைய இசை வலிப்பு இருக்கிறது என்ற எனது சந்தேகம் உறுதியாயிற்று.

திருமதி. O'C-க்கும், திருமதி. O'M -க்கும் என்ன நடந்து கொண்டிருந்தது? 'இசை வலிப்பு' என்பது சொல்லிலேயே முரண்படுவது போலத் தோன்றுகிறது. ஏனென்றால் இசை உணர்ச்சியும் பொருளும் உள்ளடங்கியது. நம்மிலுள்ள ஆழமான ஒன்றுடன் தொடர்பு கொள்கிறது, தாமஸ் மனின் வார்த்தைகளில் சொல்ல வேண்டுமென்றால், இசைக்குப் பின்னாலிருக்கும் உலகம் அது. ஆனால் வலிப்பு அதற்கு நேர்மாறான பொருளைத் தருகிறது. எதையும் தேர்ந்தெடுக்காத, உணர்ச்சியும் பொருளுமற்ற முரட்டுத்தனமான உடல் சார்ந்த நிகழ்ச்சியைக் குறிக்கிறது. எனவே இசை வலிப்பு அல்லது தனிப்பட்ட வலிப்பு என்பது சொல் முரணாகத் தோன்றுகிறது. எனினும் அப்படிப்பட்ட வலிப்புகள் நடக்கின்றன. எனினும் பக்க மடல்களின் நடுக்கங்களால்; மூளையின் நினைவு சார்ந்த பகுதியின் வலிப்புகள் அவை. இவற்றை ஹியூலிங்ஸ் ஜேக்சன் ஒரு நூற்றாண்டுக்கு முன்னர் விவரித்தார். 'கனவு நிலைகள்', 'பழைய நினைவு', உடல் வலிப்பு ஆகிய சூழலில் பேசினார்.

> வலிப்பு காணத் தொடங்கும்போது வலிப்பு நோயாளிகள் தெளிவற்ற ஆனால் மிக விரிவான மதி நிலைகளில் இருப்பது சாதாரணம். விரிவான மதி நிலை அல்லது நுண்ணறிவு சார்ந்த ஓர் ஒளி ஒவ்வொரு நோயாளியிடமும் ஒன்றாக ஒரே மாதிரி இருக்கும்.

அறை நூற்றாண்டுக்குப் பிறகு வில்டர் பென்ஃபீல்டின் அசாதாரணமாக ஆய்வுகள் வரும் வரையில் இந்த விரிவுரைகள் கதைகள் போலவே இருந்தன. பென்ஃபீல்ட் அவற்றின் தோற்றத்தை பக்க மடல்களில் குறித்தார். அதோடு விரிவான மதி நிலையை அல்லது அப்படிப்பட்ட வலிப்புகளின் துல்லியமான விரிவான அனுபவ மாயத் தோற்றங்களை மூளை மேலுறையின் வலிப்புப் புள்ளிகளை மென்மையான மின் தூண்டல்களால் ஏற்படுத்தினார். இது அறுவை சிகிச்சையின்போது முழு விழிப்புணர்வுடன் இருந்த நோயாளிகளிடம் வெளிப்பட்டது. அப்படிப்பட்ட தூண்டல்கள் ராகங்கள், காட்சிகளை, ஆழமான தெளிவான மாயத் தோற்றங்களை

ஏற்படுத்தும். அறுவைச் சிகிச்சை அறையின் உயிரற்ற சூழலிலும் கூட இவை உண்மையாக அனுபவிக்கப்படும். ஜேக்சன் அறுபது ஆண்டுகளுக்கு முன்னர் நனவு நிலையின் தனித்தன்மை வாய்ந்த இரட்டிப்பு பற்றிப் பேசியதை உறுதிப்படுத்தும் வகையில் அங்கே இருந்தவர்கள் கவர்ச்சிகரமான விபரங்களுடன் விவரிக்க முடிந்தது.

1. பாதி போலி நனவு நிலை (கனவு நிலை)யும் 2. சாதாரண நனவு நிலையின் எச்சங்களும் உள்ளன. ஆகவே இரட்டை நனவு நிலை.

இதைத்தான் எனது இரண்டு நோயாளிகளும் வெளிப்படுத்தினார்கள். திருமதி. O'M ஓரளவு கஷ்டத்துடன் 'ஈஸ்டர் பாரடைஸ்' பாட்டின் காது செவிடாகும் கனவின் வழியாக என்னைக் கேட்டார், பார்த்தார் அல்லது அமைதியான, ஆனால் ஆழமான 'Good Night sweet Jesus' பாடல் மூலம் பார்த்தார். இந்தப் பாடல் நவநாளுக்குப் பிறகு அவர் வழக்கமாகப் போகிற 31-ஆம் தெருவிலுள்ள கோயிலை அவருக்கு ஞாபகப்படுத்தியது. திருமதி. O'C யும் அயர்லாந்தின் அவரது குழந்தைப் பருவத்து ஆழமான பாட்டு வலிப்பின் வழியாக என்னைப் பார்த்தார், கேட்டார். "நீங்கள் இங்கே இருப்பது எனக்குத் தெரியும், டாக்டர் சேக்ஸ். முதியோர் இல்லத்தில் ஒரு ஸ்ட்ரோக்கினால் பாதிக்கப்பட்டுள்ள ஒரு மூதாட்டி என்று எனக்குத் தெரியும். எனினும் நான் அயர்லாந்தில் ஒரு குழந்தையாக இருப்பதாக உணர்கிறேன். நான் எனது தாயின் கைகளை உணர்கிறேன், அவரைப் பார்க்கிறேன், அவரது பாட்டைக் கேட்கிறேன்." அப்படிப்பட்ட வலிப்பு மாயத் தோற்றங்கள் அல்லது கனவுகள் வெறும் கற்பனை அல்ல என்று பென்ஃபீல்ட் காட்டினார். அவை முதலில் ஏற்பட்ட அனுபவத்தோடு சேர்ந்து வந்த அதே மனவெழுச்சிகளுடன் வரும் மிகத் துல்லியமான மிகத் தெளிவான நினைவுகளாகவே இருக்கும். மூளையின் வெளியுறை தூண்டப்படும் ஒவ்வொரு முறையும் ஏற்படுகின்ற அசாதாரணமான தொடர்ச்சியான விபரம் - இது சாதாரண நினைவாற்றலால் திரும்ப நினைவு கூற முடியும்; எதையும் மிஞ்சுகிற விபரம் - மூளை ஒவ்வொரு வாழ்நாள் அனுபவத்தின் பதிவையும் முழுமையாக வைத்திருக்கிறது என்றும், மொத்த நனவோடையும் மூளையில் காப்பாற்றப்படுகிறது. எனவே அவற்றைத் திரும்பப் பெற முடியும் என்றும் பென்ஃபீல்ட் அறியச் செய்தன. இப்படித் திரும்பப் பெறுதல் வாழ்க்கையின் சாதாரணத் தேவைகள் சூழல்களாலோ, வலிப்பு அல்லது மின் தூண்டலின் அசாதாரண சூழல்களாலோ நிகழலாம் என்பதும் பென்ஃபீல்டை அறியச் செய்தது. இப்படிப்பட்ட வலிப்புக்குட்பட்ட நினைவுகள் அல்லது காட்சிகளின் பல்வகை

தன்மையும் அபத்தமும் அப்படி நினைவு கூர்தல் அடிப்படையில் பொருளற்றனவாகவும், ஒழுங்கற்றவையாகவும் இருக்குமென்று பென்ஃபீல்டை நினைக்கச் செய்தது.

> அறுவைச் சிகிச்சையின்போது வெளிப்பட்ட அனுபவத் துலங்கல் நோயாளியின் கடந்த கால வாழ்க்கையில் ஏதோ ஒரு இடைவேளையில் நனவோடையை உண்டாக்கிய ஒன்றின் ஒழுங்கற்ற மறு மதிப்பு என்பது வழக்கமாகத் தெளிவாகும். அவர் உண்டாக்கிய வலிப்புக் கனவுகளையும் காட்சிகளையும் தொகுத்ததை பென்ஃபீல்ட் சுருக்கமாகச் சொல்கிறார். அது இசையைக் கேட்கும் நேரமாக இருக்கலாம். நடனக் கூடத்தின் கதவை பார்க்கும் நேரமாக இருக்கலாம், ஒரு நகைச்சுவைப் படத்தின் திருடர்களின் செயலை பிம்பமாக்கும் நேரமாக இருக்கலாம்; நண்பர்களோடு நகைச்சுவையோடு உரையாடும் நேரமாக இருக்கலாம்; தனது இளம் வயது மகன் பாதுகாப்பாக இருக்கிறானா என்று கவனித்துப் பார்க்கும் நேரமாக இருக்கலாம், தெளிவான கனவிலிருந்து விழிக்கும் நேரமாக இருக்கலாம், வண்ண விளக்குகளின் காட்சியைப் பார்க்கும் நேரமாக இருக்கலாம், மருத்துவமனையில் குழந்தை பெறப் படுத்திருக்கும் நேரமாக இருக்கலாம், ஒரு முரடனால் பயப்படும் நேரமாக இருக்கலாம், வெண் பனி உடைகளிலிருக்க அறைக்குள் நுழையும் மனிதரை வேடிக்கை பார்க்கும் நேரமாக இருக்கலாம்... இந்தியாவின் தெருமுனையில் நின்றநேரமாக... புறப்படும் விருந்தினருக்கு விடை தரும் அம்மாவைக் கவனிக்கும் நேரமாக... உங்கள் அம்மாவும், அப்பாவும் கிறிஸ்துமஸ் பாடல்களைப் பாடுவதைக் கேட்கும் நேரமாக இருக்கலாம்.

பென்ஃபீல்டின் (பக்கம் 687 முதல்) புத்தகத்திலிருந்து இந்த அருமையான பகுதியை முழுமையாக மேற்கோள் காட்டத்தான் விரும்புகிறேன். என்னுடைய அயர்லாந்து பெண்களைப் போல தனிப்பட்ட உடற்கூற்றை, ‘தான்’ என்பதன் உடற்கூற்றை இது தருகிறது. இசை வலிப்புகள் அடிக்கடி நடப்பது பற்றி பென்ஃபீல்ட் பெரிதும் கவரப்பட்டார். மிகவும் கவர்ச்சியான, வேடிக்கையான எடுத்துக்காட்டுகள் பலவற்றை அவர் தருகிறார். அவர் ஆராய்ந்த 300 பக்க மடல் வலிப்பு நோயாளிகளில் 3 சதவீதம் இவர்கள்தான்.

மின் தூண்டல் ஒரு நோயாளியை இசையைக் கேட்க எத்தனை முறை தூண்டியது என்பது எங்களுக்கு வியப்பளித்தது. 11 நோய் விபரங்களில் பதினேழு வெவ்வேறு இடங்களில் அது உண்டாக்கப்பட்டது (படம் பார்க்க). சில வேளைகளில் அது ஒரு இசை நிகழ்ச்சி. சில வேளைகளில் பாடும் குரல்கள் அல்லது பியானோ வாசித்தல் அல்லது கோயில் பாடல் குழு. பல வேளைகளில் அது வானொலியின் 'தீம்' பாடல்.. இசையை உண்டாக்க ஏற்பாடு செய்யும் இடம் மேல் பக்கம் - பக்கவாட்டு அல்லது மேற்பரப்பு ஆக இருக்கும் (இவ்வாறு இசை வலிப்பு musicogenic epilepsy) - யோடு தொடர்புடைய புள்ளிக்கு அருகில் இருக்கும்).

பென்ஃபீல்ட் வேடிக்கையாகத் தரும் எடுத்துக்காட்டுகளில் இது விளங்கும். அவருடைய கடைசிக் கட்டுரையிலிருந்து கீழே குறிப்பிட்ட பட்டியல் எடுக்கப்பட்டிருக்கிறது.

"வெள்ளை கிறிஸ்துமஸ்" (4) ஒரு பாடற் குழுவால் பாடப்பட்டது. 'ரோலிங் அலாங் டு கெதர்' (5) நோயாளி அடையாளம் காணாத ஆனால் செவிலியர் கண்டுபிடித்த நோயாளி செயற்கைத் தூண்டலின்போது முணுமுணுத்த பாடல் (6). அம்மாவால் போடப்பட்ட ஆனால் வானொலி நிகழ்ச்சியின் தீம் ராகம் (10). ரேடியோ நிகழ்ச்சியின் தீம் பாடலான The War March of Priests (31)… வானொலியில் அடிக்கடி கேட்ட பாடல்.

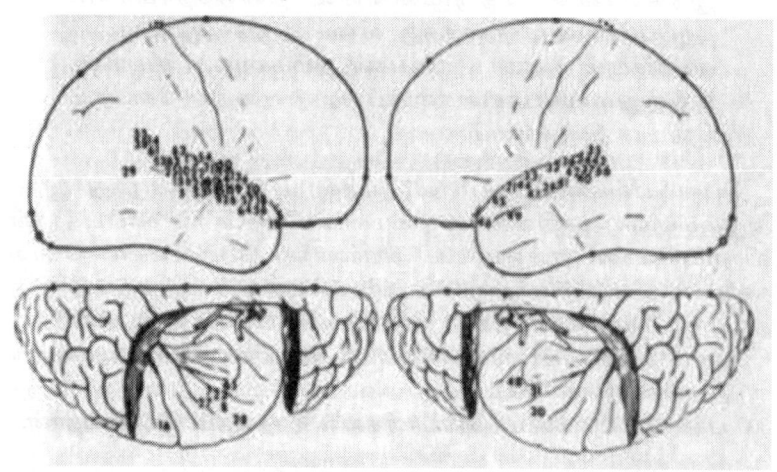

இசை நிரந்தரமாக ஒரே மாதிரியாக இருக்கும். ஒரே பாடல் அல்லது ராகம் திரும்பத் திரும்பக் கேட்கப்பட்டது. அவை மின் தூண்டலின் போதோ, தாமாக வலிப்பில் ஏற்படுவதாகவோ இருக்கும். இந்த ராகங்கள் வானொலியில் அதிகம் கேட்கப்படுபவை; அவை மாயக் காட்சிகளின்போது அதிகம் கேட்கப்படுபவை. அவை “மூளையுறையின் டாப் டென்”. குறிப்பிட்ட நோயாளிகள் குறிப்பிட்ட பாடல்களை அல்லது காட்சிகளை மாயக்காட்சி வலிப்புகளின்போது தேர்ந்தெடுக்க ஏதாவது காரணம் இருக்குமா என்று சிந்திக்கிறோம். பென்ஃபீல்ட் இந்தக் கேள்வியையும் ஆராய்ந்து இங்ஙனம் தேர்ந்தெடுத்ததற்கு எந்தக் காரணமுமோ முக்கியத்துவமோ இல்லை என்று எண்ணுகிறார்.

> சில சாதாரண நிகழ்ச்சிகளும், பாடல்களும் தூண்டப்படும்போது அல்லது வலிப்பு நோயின்போது நினைவுபடுத்தப்படுவதற்கு நோயாளிக்கு ஏதாவது உணர்ச்சிப்பூர்வமான முக்கியத்துவம் இருக்குமா என்று கற்பனை செய்வது கடினம். அப்படிப்பட்ட சாத்தியம் இருக்கலாம் என்றுகூட நினைக்கக் கூடும்.

இப்படித் தேர்வு எந்த ஒழுங்குமுறைக்கும் உட்படாதது. ஆனால் மூளையின் புறப்பகுதியில் புற மூளையைப் பதனப்படுத்தலின் அடையாளம் இருக்கிறது என்று அவர் முடிக்கிறார். இவ்வார்த்தைகள் அல்லது போங்குகள் உடற்கூறு சம்பந்தப்பட்டவை. ஒருவேளை பென்ஃபீல்ட் சொல்வது சரியாக இருக்கலாம். ஆனால் அவற்றிற்கும் மேலாக ஏதாவது இருக்குமா? தாமஸ் மன் கூறுகிற, இசைக்குப் பின்னாலிருக்கும் உலகத்திற்கு பாடல்களுக்கு உணர்ச்சி முக்கியத்துவம் இருக்கும் சாத்தியம் இருக்கிறது என்பதை அவர் அறிவாரா? ”இப்பாடல் உங்களுக்கு ஏதாவது சிறப்பான அர்த்தம் தருகிறதா?” என்ற மேலோட்டமான கேள்வி போதுமா? சுதந்திரமான தொடர்பு பகுதியிலிருந்து வெளியில் சாதாரணமானதாகத் தெரியும் ஒழுங்கற்ற சிந்தனைகள் எதிர்பாராத ஆழமும் பொருளும் கொண்டவையாக இருக்கலாம். அவற்றை ஆழமாகப் பகுப்பாய்வு செய்தால்தான் தெளிவாகும். பென்ஃபீல்டிடம் அப்படிப்பட்ட ஆழமான பகுப்பாய்வு இல்லை; உடற்கூறு உளவியலிலும் இல்லை. அதே சமயம் அப்படிப்பட்ட ஆழ்ந்த பகுப்பாய்வு தேவையா என்பதும் தெளிவாகத் தெரியவில்லை. ஆனால் வலிப்பு சார்ந்த பாடல்களும் காட்சிகளும் இருக்கும்போது அதனை ஆராய்ந்து பார்க்கலாம் என்று தோன்றுகிறது.

திருமதி. O'M-இன் தொடர்புகள், உணர்ச்சிகள், பாடல்களை அவரிடமிருந்து பெறத் திரும்பப் போனேன். இது தேவையில்லாததாக இருக்கலாம். ஆனால் முயன்று பார்க்க நினைத்தேன். முக்கியமான ஒரு செய்தி ஏற்கனவே வெளிப்படுகிறது. அந்த மூன்று பாடல்களுக்கும் சிறப்பான உணர்ச்சியையோ, பொருளையோ நனவு நிலையில் அவரால் கொடுக்க முடியாவிட்டாலும்கூட, அவை மாயத் தோற்ற வலிப்புகள் வருவதற்கு முன்னரே அவரையறியாமலே அவற்றை முணுமுணுத்திருக்கிறார். இதை மற்றவர்களும் உறுதிப்படுத்தியிருந்தார்கள். அதாவது அவை அவரறியாமலேயே தேர்ந்தெடுக்கப்பட்டு விட்டன என்று காட்டுகிறது. அந்தத் தேர்வு பின்னர் இயற்கையான நோயால் பிடித்துக் கொள்ளப்பட்டிருக்கிறது.

அவைதான் அவர் இன்னும் விரும்புகிற பாடல்களா? அவருக்கு இப்போது முக்கியத்துவம் வாய்ந்தவையா? மாயத் தோற்ற இசையால் அவர் ஏதாவது பெறுகிறாரா? நான் திருமதி. O'M-ஐப் பார்த்த ஒரு மாதத்திற்குப் பிறகு New York Times-இல் ஒரு கட்டுரை வந்தது. அதன் தலைப்பு "Did Shostakovich have a Secret?" என்று ஷாஸ்டகோவிச்சின் இரகசியம் அவரது மூளையில் இருந்த உலோகத் துண்டைப் பற்றியது. அது இடது வென்ட்ரிக்கிளின் முனைக் கொம்பில் இருந்தது. ஷாஸ்டகோவிச்சிற்கு அதை எடுப்பதில் விருப்பமில்லை.

> அந்தத் துண்டு அங்கே இருந்ததால் அவர் தலையை ஒரு பக்கம் திருப்பிய போதெல்லாம் இசையைக் கேட்டார் என்று அவர் சொன்னார். அவர் தலை முழுவதும் பாடல்கள்தான் ஒவ்வொரு முறையும் புதியது - அதனை அவர் பின்னர் இசை அமைக்கும்போது பயன்படுத்திக் கொண்டார்.

அவர் தலையை அசைத்த போதெல்லாம் அந்தத் துண்டு இயங்கிக் கொண்டிருந்ததை X- கதிர்கள் காட்டின. அவர் தலையைச் சாய்த்த போதெல்லாம் அது அவரது இசை பக்க மடலை அழுத்தியது. அப்போது பல இசை ராகங்கள் தோன்றும். அவற்றை அவர் பயன்படுத்திக் கொண்டார். Music and the Brain நூலைத் தொகுத்த R.A.ஹென்சன், இதனை மிகவும் சந்தேகத்தோடு பார்த்தார். "இது நடக்க முடியாதென்று உறுதி கூற நான் தயங்குவேன்" என்றார்.

இந்தக் கட்டுரையைப் படித்த பிறகு அதனை திருமதி.O'Mக்குப்

படிக்கக் கொடுத்தேன். அவருடைய எதிர்வினைகள் வலுவாகவும் தெளிவாகவும் இருந்தன. "நான் ஷாஸ்டகோவிச் இல்லை," என்றார். "நான் என்னுடைய பாடல்களைப் பயன்படுத்த முடியாது. எப்படியிருப்பினும் எனக்குக் களைப்பாக இருக்கிறது. ஒரே மாதிரியாக இருக்கிறது. இசை மாயத் தோற்றங்கள் ஒரு கொடையாக இருக்கலாம் ஷாஸ்டகோவிச்சுக்கு. ஆனால் அவை எனக்குத் தொல்லைதான். அவருக்கு சிகிச்சை தேவைப்படாமல் இருக்கலாம், எனக்கு வேண்டும்."

திருமதி.O'Mக்கு வலிப்பு எதிர்ப்பு மருந்துகளைக் கொடுத்தேன். அவருக்கு உடனே இசை வலிப்புகள் குறைந்து விட்டன. மீண்டும் அவரை அண்மையில் பார்த்தேன். அவர் அந்த இசை வலிப்புகள் இல்லாததற்காக வருத்தப்படுகிறாரா என்று கேட்டேன். "கிடையவே கிடையாது" என்றார். "அவை இல்லாமல் இருப்பதால் நான் நன்றாக இருக்கிறேன்" என்றார். ஆனால், திருமதி.O'Cயைப் பொறுத்தவரையில் அப்படி இல்லை என்று பார்த்தோம். அவருடைய மாயத் தோற்ற நோய் குழப்பமானது, புதிரானது, ஆழமானதும் கூட. அவை நடப்பதில் ஒழுங்கின்மை இருந்தாலும்கூட அவை உளவியல் சார்ந்த முக்கியத்துவமும் பயனும் உடையனவாக இருந்தன.

திருமதி.O'C-யைப் பொறுத்த வரையில் அவருடைய வலிப்பு தொடக்கத்திலிருந்து உடற்கூறு அமைப்பிலும், தனிப்பட்ட தன்மையிலும் வித்தியாசமானது. முதல் 72 மணிகளுக்கு தொடர்ந்த வலிப்பு நிலை இருந்தது. அப்போது பக்க மடலில் மூளை இரத்தக் கசிவு தொடர்பானது, இதுவே மிகவும் மோசமானது. இரண்டாவதாக, இதற்கும் சிறிது உடற்கூறு அடித்தளம் இருந்தது. (ஸ்ட்ரோக் உடனே ஏற்பட்டது, அதன் அளவு, மனவெழுச்சி மையங்களான அன்கஸ், அமிக்டேலா, நிணநீர் மண்டலம் ஆகியவற்றில் ஏற்படும் சலனங்கள் இருக்கும். அதோடு சேர்ந்த மிக மேலெழும் வலிப்புகள், பழைய நினவுகள் - மீண்டும் குழந்தையாகி விட்டோம் என்ற எண்ணம், மறந்து போன வீடு, அம்மாவின் கரங்களில் இருப்பது போன்றவையும் இருக்கும்.

இப்படிப்பட்ட வலிப்புகளுக்கு உடல்கூறு தொடர்பானதும், தனிப்பட்ட தோற்றுவாய் உள்ளதும் இருக்கலாம்; மூளையின் குறிப்பிட்ட மின்னூட்டம் பெற்ற பகுதிகளிலிருந்து வரலாம். அதேபோலவே குறிப்பிட்ட உள்ளச் சூழல்களையும் தேவைகளையும் எதிர்கொள்வதற்காகவும் இருக்கலாம். டென்னிங் வில்லியம்ஸ் (1956) வெளியிட்ட ஒரு நோய் விபர அறிக்கையைப் பார்க்க.

ஒருவர் (31-அறிக்கை 2770) தனியாக அந்நியர்களோடு இருந்ததால் தூண்டப்பட்டு பெரிய அளவில் வலிப்பு நோய் வந்தது. தொடக்கம், வீட்டில் தன்னுடைய பெற்றோருடன் இருப்பதான காட்சி நினைவு; 'வீட்டிற்கு திரும்ப வருவது எவ்வளவு உன்னதமானது' என்ற உணர்வு. அந்த நினைவு ஒரு இன்பகரமான ஒன்றாக விவரிக்கப்படுகிறது. அவருக்கு மயிர்க் கூச்செரிகிறது. மாறி மாறி வெப்பமும் குளிர்ச்சியும் வருகிறது. இந்தத் தாக்கம் குறைகிறது அல்லது வலிப்பில் முடிகிறது.

வில்லியம்ஸ் இந்த ஆச்சரியமான கதையைச் சரியாகச் சொல்லவில்லை. விட்டு விட்டு, பகுதிகளோடு தொடர்பில்லாமல் சொன்னார். மனவெழுச்சியைப் பொருத்தமில்லாத வலிப்பு தொடர்பான இன்பம் என்று தள்ளப்பட்டு விட்டது. 'வீட்டிற்குத் திரும்ப வருவதற்கும் தனிமைக்கும் இருக்கக் கூடிய தொடர்பு கண்டுகொள்ளப்படவில்லை. அவர் சொன்னது சரியாக இருக்கலாம். இது முழுவதுமாக உடல் சார்ந்ததாக இருக்கலாம். ஆனால் ஒருவருக்கு வலிப்புகள் வரவேண்டுமென்றால், இந்த ஆள் (2770) தனக்குச் சரியான நேரத்தில் சரியான வலிப்புகள் வருமாறு பார்த்துக் கொண்டார் என்று என்னால் நினைக்காமல் இருக்க முடியவில்லை.

திருமதி.O'C-யைப் பொறுத்தவரையில் பழமை நினைவுகளில் தேவை நாள்பட்டதாகவும் ஆழமாகவும் இருந்தது. ஏனென்றால் அவருடைய தந்தை அவர் பிறப்பதற்கு முன்னரே இறந்து விட்டார். அவரது தாய் ஐந்து வயதிற்கு முன்னால் இறந்து விட்டார். திருமதி. O'C-க்கு அவருடைய வாழ்க்கையின் முதல் ஐந்தாண்டுகள் பற்றிய நினைவே இல்லை. அவருடைய அம்மா பற்றியோ, அயர்லாந்து பற்றியோ, வீடு பற்றியோ நினைவில்லை. இதனை அவர் ஆழமான துன்பம் நிறைந்த சோகத்துடன் நினைத்துப் பார்த்தார். அவருடைய வாழ்க்கையின் தொடக்க கால, மிக மதிப்பு வாய்ந்த ஆண்டுகள் பற்றி ஒன்றும் தெரியாமல், மறந்து போய்விட்டிருந்தது அவருக்கு வேதனையளித்தது. அவருடைய மறந்து போன குழந்தைப் பருவ நினைவுகளை மீண்டும் கொண்டு வர முயன்றிருக்கிறார், பெரும்பாலும் தோல்வியையே சந்தித்தார். இப்போது அவரது கனவில், அதனைத் தொடர்ந்து வந்த கனவு நிலையில் அவர் மறந்து போன இறந்துபோன குழந்தைப் பருவ நினைவுகளைத் திரும்பக் கொண்டு வந்தார். அவருக்கு ஏற்பட்ட அந்த உணர்ச்சி 'வலிப்பு நோய் இன்பம்' மட்டுமல்ல. அது துடிக்கும் முழுமையான, உள்ளார்ந்த இன்பம். பிடிவாதமாக வாழ்நாள்

முழுவதும் மூடப்பட்டிருந்த கதவைத் திறந்ததுபோல இருந்தது என்று சொன்னார்.

தாமாக வரும் நினைவுகள் பற்றிய தனது அழகான புத்தகத்தில் (A Collection of Moments 1970) எஸ்தர் சாலமன் குழந்தைப் பருவத்தின் புனிதமான மதிப்புமிக்க நினைவுகளைக் காப்பது அல்லது திரும்பக் கொண்டு வருவதன் அவசியம் பற்றியும், இவை இல்லாமல் வாழ்க்கை வறுமையாகி அடித்தளமில்லாமல் ஆகிவிடுவது பற்றியும் பேசுகிறார். இங்ஙனம் திரும்ப அந்த நினைவுகளைக் கொண்டுவரும்போது ஏற்படும் ஆழமான இன்பத்தையும், உண்மை நிலை உணர்வையும் பற்றிப் பேசுகிறார். அற்புதமான தன் வரலாற்று மேற்கோள்களை, குறிப்பாக தஸ்தயேவ்ஸ்கியிலிருந்தும், பிரவுஸ்டிலிருந்து நிறைய எடுத்துக் கூறுகிறார். நாமெல்லாம் நமது கடந்த காலத்திலிருந்து நாடு கடத்தப்பட்டவர்கள், எனவே நாம் அதனைத் திரும்பக் கொண்டு வர வேண்டும் என்று எழுதுகிறார். திருமதி.O'C-க்குத் தொண்ணூறு வயது; நீண்ட தனி வாழ்க்கையின் முடிவை நெருங்கிக் கொண்டிருக்கிறார். அவருக்கு இந்த நிலையில் மூளையில் நடந்த ஒரு விபத்தினால் குழந்தைப் பருவத்தின் மூடிய கதவை உடைத்து, அவருடைய புனிதமான மதிப்புமிக்க குழந்தைப் பருவ நினைவுகளை இந்த அபூர்வமான, ஏறத்தாழ அற்புதமான ஏறக்குறைய முற்பிறவி நினைவுகளைக் கொண்டு வருவது நிகழ்ந்தது.

திருமதி O'M க்கு அவருடைய வலிப்புகள் களைப்படையச் செய்பவையாக இருந்தன. ஆனால் அப்படியில்லாமல் திருமதி. O'C தன்னுடையவற்றைத் தனது ஆன்மாவைப் புதிப்பிப்பவையாகக் கண்டார். தனது நீண்ட வாழ்க்கையின் தனித்து விடப்பட்ட, நாடு கடத்தப்பட்ட ஆண்டுகளில் இழந்து போன - தனக்கென்று குழந்தைப் பருவம் என்று ஒன்றிருந்தது, வீடிருந்தது, தன் அம்மாவின் அரவணைப்பைப் பெற்றிருந்தோம், கவனிக்கப்பட்டோம் என்ற உணர்வுகளை இந்த வலிப்புகள் அவருக்குத் திரும்பக் கொடுத்தன. அவருக்கு உள்ளத்தளவு நிலைப்பையும், உண்மை நிலையையும் தந்தன. திருமதி. O'M சிகிச்சை வேண்டுமென்றார். ஆனால் திருமதி. O'C க்கு வலிப்பு எதிர்ப்பு மருந்துகளை ஏற்க மறுத்து விட்டார். "எனக்கு இந்த நினைவுகள் வேண்டும்; நடந்து கொண்டிருப்பது எனக்குத் தேவைப்படுகிறது. விரைவிலேயே அது தானாக நின்று விடும்" என்று சொல்வார்.

தஸ்தயேவ்ஸ்கிக்கு உளம் சார்ந்த வலிப்புகள் அல்லது வலிப்புகள்

வரும்போது விரிவான மன நிலைகள் ஏற்படும். இவை பற்றி ஒரு முறை இவ்வாறு சொன்னார்:

> நாங்கள் - வலிப்பு நோயாளிகள் எங்களுக்கு வலிப்பு வருவதற்கு வரும் அந்த வினாடியில் எங்களுக்கு எப்படிப்பட்ட மகிழ்ச்சி என்பதை உடல் நலமுள்ள மக்கள் நீங்கள் கற்பனை செய்ய முடியாது. இந்த அனுபவம் சில வினாடிகளாக, மணிகளாக, மாதங்களாக நீடிக்கும் என்பது எனக்குத் தெரியாது. ஆனால் வாழ்க்கை கொண்டு வரும் வேறு எல்லா மகிழ்ச்சிகளுக்கும் ஈடாக நான் இதைத் தர மாட்டேன். *(1963)*

திருமதி. O'C இதைப் புரிந்து கொண்டிருப்பார். அவரும் தனது வலிப்புகளின்போது பெற்ற அசாதாரணமான இன்ப அனுபவத்தையும் அறிவார். அறிவுத் தெளிவும், உடல் நலமும் உச்சகட்டத்தில் இருப்பதுபோல, அறிவுத் தெளிவுக்கும், உடல் நலத்துக்கும் ஒரு சாவியாக, ஒரு கதவாக இருப்பது போல அவருக்குத் தோன்றியது. எனவே அவர் தனது நோயை ஒரு உடல் நலமாக, குணப்படுத்தும் ஒன்றாக உணர்ந்தார்.

அவர் நன்றாக ஆகி, தனது ஸ்ட்ரோக்கிலிருந்து குணமடைந்த போது, திருமதி. O'C-க்கு தெளிவற்ற ஏக்கமும், ஆக்கமும் கொண்ட ஒரு கால கட்டம் இருக்கும். "கதவு அடைத்துக் கொள்கிறது, நான் மீண்டும் அதை இழந்து கொண்டிருக்கிறேன்" என்றார். உண்மையில் ஏப்ரல் மத்தியில் இதை இழக்கத்தான் செய்தார். அவருடைய குழந்தைப் பருவ காட்சிகளும் இசையும், உணர்வும் திடீரென்று வருவது, பழைய நினைவுகளாக, மெய்யானவையாக இருந்த தொடக்ககாலக் குழந்தைப் பருவத்தின் உலகத்திற்கு வலிப்பால் கடத்தப்படுதல்களை அவர் இழந்து விட்டார். அத்தகைய வலிப்புகள் மெய் நிலையை, செயல் முறை உண்மை நிலையை - கற்பனை அல்லாதவற்றை பிடித்து மீண்டும் உருவாக்குகின்றன என்று பென்ஃபீல்ட் காட்டுகிறார்: இந்த மெய் நிலை ஒரு தனி மனிதனால் வாழ்நாளின், பழைய அனுபவங்களின் உண்மையான துண்டுகள் ஆகும்.

இது பற்றிப் பேசும்போது பென்ஃபீல்ட் நனவு நிலை (consciousness) பற்றிப் பேசுகிறார். உடல் சார்ந்த வலிப்புகளைப் பிடித்தல் என்றும், வலிப்போடு திரும்பச் செய்தல் என்றும், நனவோடையின் நனவு நிலையின் மெய்ம்மை என்றும் சொல்கிறார்.

திருமதி. O'C-யின் விஷயத்தில் முக்கியமானதும் மனதைத் தொழுவதும் எதுவென்றால், வலிப்பு நோயினால் ஏற்படும் பழைய நினைவு நனவு நிலையில் இல்லாத ஒன்றை - மறைந்து போன அல்லது நனவு நிலையிலிருந்து அடக்கப்பட்ட குழந்தைப் பருவத்து அனுபவங்களை - சன்னியில் முழு ஞாபகத்திலும், நனவு நிலையிலும் திரும்பக் கொண்டுவருவதுதான். இந்தக் காரணத்திற்காகத் தான் உடல் சார்ந்த கதவு மூடப்பட்டாலும், அந்த அனுபவம் மட்டும் இன்னும் மறக்கப்படவில்லை, ஆனால் முழுமையான நிலையான பதிவினை விட்டுச் சென்றிருக்கிறது, முக்கியமான குணமாக்கும் அனுபவமாக உணரப்பட்டது. எல்லாம் முடிந்த பிறகு, "இது நடந்தது எனக்கு மகிழ்ச்சிதான். என்னுடைய வாழ்க்கையில் நல்ல உடல் நலத்துடன், மகிழ்ச்சியுடன் இருந்த அனுபவம் இதுதான். என்னுடைய குழந்தைப் பருவத்தின் பெரும்பகுதி இப்போது தொலைந்து போகவில்லை. இப்போது விபரங்கள் நினைவில்லை. ஆனால் எல்லாம் அங்கே இருக்கிறது என்று எனக்குத் தெரியும். இதற்கு முன்னால் நான் அனுபவித்ததில் முழுமை இருக்கிறது" என்றார்.

இவை வெற்று வார்த்தைகள் இல்லை. ஆனால் துணிவு மிக்கவை, உண்மையானவை. திருமதி. O'C-யின் வலிப்புகள் அவருக்கு ஒரு வகை 'மாற்றத்தைத்' தந்தன. மையமற்ற வாழ்க்கைக்கு ஒரு மையத்தைத் தந்தன. அவர் இழந்து போன குழந்தைப் பருவத்தைத் திரும்பித் தந்தன. இவற்றோடு அவருக்கு இதுவரையில் இல்லாத, அவருடைய இனி வரும் வாழ்க்கையில் இருக்கிற ஒரு அமைதியையும் தந்திருக்கின்றன. உண்மையான கடந்த காலத்தைத் திரும்ப உரிமையாக்கிக் கொள்ளக் கூடிய, நினைவு கூரக் கூடியவர்களுக்கே தரப்பட்டிருக்கிற இறுதிக் கட்ட அமைதியும், ஆன்மாவின் பாதுகாப்பும் கிடைத்தன.

பின்குறிப்பு

"பழைய நினைவுகளுக்காக மட்டுமே என்னிடம் யாரும் ஆலோசனை கேட்டதில்லை" என்றார் ஹியூலிங்க்ஸ் ஜேக்சன். அதற்கு மாறாக, ஃபிராய்ட், "நரம்பு நோயே பழைய நினைவுதான்" என்றார். ஆனால் அந்தச் சொல் எதிர் எதிர் அர்த்தங்களில் பயன்படுத்தப்படுகிறது. ஏனென்றால் உளப் பகுப்பாய்வின் நோக்கம் பொய்யான அல்லது கற்பனையான பழைய நினைவுகளின்

இடத்தை உண்மையான நினைவால் அல்லது முந்தைய வாழ்க்கை அனுபவத்தை நினைவுகூர்வதால் நிரப்ப முயல்வதுதான். (உள்ள வலிப்புகளின்போது தூண்டப்படும் சாதாரணமான அல்லது ஆழமான உண்மை நினைவுதான் அது) ஃபிராய்ட் ஹியூலிங்சைப் பெரிதும் பாராட்டினார் என்பது தெரியும். ஆனால் 1911-இல் வாழ்ந்த ஜேக்சன் ஃபிராய்டைப் பற்றிக் கேள்விப்பட்டிருப்பாரா என்பது நமக்குத் தெரியாது.

திருமதி. O'C-யின் தனித் தன்மை என்னவென்றால் அது ஒரே சமயத்தில் ஜேக்சன் சார்ந்ததாயும், ஃபிராய்டைச் சார்ந்ததாகவும் இருந்தது. அவர் ஜேக்சனின் 'பழைய நினைவாலும்' பாதிக்கப்பட்டிருந்தார். ஆனால் இதுவே ஃபிராய்ட் சொன்ன முற்பிறவி நினைவுபோல அவருக்கு நங்கூரமாகவும் குணமளிப்பதாகவும் இருக்கிறது. இப்படிப்பட்ட நோய் விபரங்கள் கிளர்ச்சியூட்டுபவையாகவும், மதிப்புமிக்கவையாகவும் இருக்கின்றன. ஏனென்றால் அவை உடல் சார்ந்த நிலைக்கும், தனிப்பட்ட நிலைக்கும் பாலமாக இருக்கின்றன. நாம் அனுமதித்தால் அவை வருங்காலத்தின் நரம்பியலுக்கு, வாழும் அனுபவம் சார்ந்த நரம்பு நோயியலுக்கு நம்மை இட்டுச் செல்லும். இது ஹியூலிங்க்ஸ் ஜேக்சனை வியப்படையவோ, கோபப்படவோ செய்திருக்காது என்று நினைக்கிறேன். உண்மையில் இது அவர் 1880-இல் கனவு நிலைகள் பற்றியும், பழைய நினைவுகள் பற்றியும் எழுதியபோது கனவு கண்டதுதான்.

ஃபென்பீல்டும், பெரோட்டும் தங்களது ஆய்வுக் கட்டுரைக்கு 'காட்சி, கேள்வி அனுபவத்தின் மூளையினுடைய பதிவு' என்று பெயரிட்டார்கள். இப்போது அத்தகைய உள் பதிவுகளின் படிவம் அல்லது வடிவங்கள் பற்றிச் சிந்திப்போம். தனிப்பட்ட அனுபவ வலிப்புகளில் நடப்பது எல்லாம் அனுபவத்தின் ஒரு பகுதி திரும்ப நிகழ்த்தப்படுவதுதான். அப்படியானால் ஒரு அனுபவத்தை மீண்டும் அமைக்க எது நடத்தப்பட முடியும் என்று நாம் கேட்கலாம். மூளையின் திரைப்பட வீழ்த்தி அல்லது ஒலி பெருக்கியில் திரும்ப நிகழ்த்தப்படும், திரைப்படமா அல்லது ஒலி நாடா போன்றதா? ஒரு நாடக வசனம் அல்லது இசைக் குறிப்பு போன்ற ஒன்றாகி நமது வாழ்க்கையின் கருவூலத்தின் இறுதி வடிவம், இயற்கை வடிவம் எது? இந்தக் கருவூலம்தான் நமக்கு நினைவையும், பழைய நினைவையும் தருகிறது. அதோடு மிகவும் எளிமையான புலனுணர்வு, உடல் இயக்கப் படிவங்களிலிருந்து மிகவும் சிக்கலான கற்பனை உலகங்கள், காட்சிகள் வரையில் நமது எல்லாத்

தளங்களிலும் கற்பனையையும் தருகிறது. வாழ்க்கையின் இந்தக் கருவூலம், நினைவு, கற்பனை அடிப்படையில் தனிப்பட்டது, நாடகம் போன்றது, ஒரு 'உருவமானது'.

நமது நோயாளிகளின் பழைய நினைவு அனுபவங்கள் நினைவின் தன்மை பற்றி அடிப்படைக் கேள்விகளை எழுப்புகின்றன. எதிர்மறையாக மறதி, இசை ஆகியவற்றைப் பற்றிய கதைகளில் எழுப்பப்படுகின்றன (அத்தியாயம் 2,12). தெரிதல் பற்றிய இவை போன்ற கேள்விகள் நுண்ணுணர்வு இழப்பினால் பாதிக்கப்பட்ட நமது நோயாளிகளால் எழுப்பப்பட்டன. டாக்டர்.P-யின் காட்சி நுண்ணுணர்வு இழத்தல் (அத்தியாயம் 1) திருமதி. O'M, எமிலி.D ஆகியோரின் கேள்வி, இசை நுண்ணுணர்வு இழத்தல் (அத்தியாயம் 9) செயல் பற்றிய வினாக்கள் உடல் இயக்கக் கோளாறு (apraxic), (சில மனவளர்ச்சி குன்றியவர்கள் - முன் மடல் நோயுள்ளவர்கள்-) இப்படிப்பட்ட நோயாளிகளால் நடக்க முடியாது, நடனமாடும் இசையை இழந்திருப்பார்கள். (பார்கின்சன் நோயாளிகளிடம் காணப்படும்: Awaknings பார்க்க)

திருமதி.O'C-யும், திருமதி. O'M-உம் பழைய நினைவுகள், பாடல்களும், காட்சிகளும் பொங்கியதால் பாதிக்கப்பட்டிருந்தார்கள். அதாவது அதிகப்படியான மறதி, அதிகப்படியான அறிதலால் பாதிக்கப்பட்டிருந்ததால், மறதியும் - நுண்ணறிவு இழப்பும் உள்ள நோயாளிகள் தங்களுடைய உள் பாடல்களையும் காட்சிகளையும் இழந்திருக்கிறார்கள் அல்லது இழந்து கொண்டிருக்கிறார்கள். இருவருமே உள் வாழ்க்கையின் இசையும் காட்சியுமுள்ள தன்மை, நினைவு மதியின் தன்மை, பிரவுஸ்ட் தன்மை இருப்பதாகக் கட்டியம் கூறுவார்கள்.

அப்படிப்பட்ட ஒரு நோயாளியின் மூளையின் மேலுறையில் ஒரு புள்ளியைத் தூண்டினால் அங்கே பிரவுஸ்ட் வெளிப்பாடு அல்லது பழைய நினைவு வலிப்பாக வெளிப்படும். இதனை எது தொடர்புபடுத்துகிறது? மூளையின் அமைப்பில் எது இப்படி நடப்பதை அனுமதிக்கிறது? மூளையில் நடைபெறும் செயல்முறைகளும், குறியீட்டமைப்பும் பற்றிய நமது இன்றைய கருத்தியல்கள் அடிப்படையில் கணக்கிடுதல் தொடர்பானவை (பார்க்க David Marr âFò Vision: A Computational Investigation ofVisual Representation in Man 1982). எனவே அவை அமைவு நிலை, நிரல்கள், அல்காரிதம் என்று சொற்களில் புதைந்து போகின்றன.

ஆனால் அமைவு நிலை, நிரல்கள், அல்காரிதம் ஆகியவை மட்டும், அனுபவத்தின் வளமிக்க காட்சி, நாடகம், இசைத் தன்மையை அனுபவமாக்குகிற தெளிவான தனிப்பட்ட தன்மையைத் தர முடியுமா?

இதற்கு விடை முடியாது என்பதுதான். கணக்கிடுதல் வழிக் குறியீட்டமைப்புகள்- இந்தத் துறையில் பெரிய முன்னோடிகளும் சிந்தனையாளர்களுமான மாரும், பெர்ன்ஸ்டைனும் முன் வைத்த துல்லியமான புதுமை கூடிய - உருவக் குறியீட்டு அமைவுகளைக் கொண்டுவர முடியாது. இந்தக் குறியீட்டு அமைவுகளே வாழ்க்கையின் நூலும், உள்ளமைவும் ஆகும்.

இவ்வாறு நாம் நமது நோயாளிகளிடமிருந்து அறிவதற்கும், உடல் கூறு அறிஞர்கள் சொல்வதற்கும் இடையில் மிகப் பெரிய இடைவெளி - பாதாளமே இருக்கிறது. இந்தப் பாதாளத்திற்கு மேல் பாலம் கட்ட முடியுமா? அது முடியாவிட்டால், தகவல் தொடர்பியல்களுக்கு அப்பால் மதி, வாழ்க்கை ஆகியவற்றின் தனிப்பட்ட பழைய நினைவுகள் பிரவுஸ்டின் தன்மையை நன்றாகப் புரிந்து கொள்ள வழியிருக்கிறதா? எந்திரத்தனமான ஷெரிங்டனின் உடற்கூறியலுக்கு அப்பால் தனிப்பட்ட பிரவுஸ்ட் உடற்கூறியல் ஒன்று சாத்தியமா? (ஷெரிங்டன் மனத்தை ஒரு மாந்திரீக நூற்பு எந்திரமாக, எப்போதும் மாறிக் கொண்டிருக்கும். ஆனால் பொருளுள்ள வடிவங்களை நெய்வதாக - அதாவது அர்த்தத்தின் படிவங்களை நெய்வதாகக் கற்பனை செய்கிறார் - Man on His Nature (1940).

பொருளின் அத்தகைய வடிவமைப்புகள், தனியான புற வடிவம் சார்ந்த கணினி நிரல்கள் அல்லது வடிவமைப்புகள் என்ற நிலையைத் தாண்டி பழைய நினைவிலும், எல்லா அறிதலிலும், மறதியிலும், செயலிலும் உள்ளே இருக்கின்ற தனித் தன்மையை அனுமதிக்கும். நாம் எந்த வடிவம், எந்த அமைப்பு, எந்த வடிவமைப்புகள் கொண்டிருக்கிறோம் என்று கேட்டால், விடை உடனே வருகிறது. தனி மனிதனுக்குரிய தனிப்பட்ட வடிவமைப்புகள். உரைகள் அல்லது இசைக் குறிப்புகள் வடிவத்தில் இருக்கும். ஆனால் கணினிக்கு உரிய வடிவமைவுகள், அமைவு நிலைகள் (schemeta) அல்லது நிரல்கள் வடிவத்தில் இருக்கும். இவ்வாறு மூளையின் நிரல்கள் தளத்திற்கு மேல் மூளை உரைகள் இசைக் குறிப்புகள் என்ற தளத்தை நினைத்துப் பார்க்க வேண்டும்.

ஈஸ்டர் பேரேடின் இசைக் குறிப்பு அழிக்க முடியாதவாறு திருமதி.O'C-இன் மூளையில் செதுக்கப்பட்டுவிட்டது. அவர் அதனை அனுபவித்துப் பதிவான அந்த முதல் கணத்தில், அவர் கேட்ட, உணர்ந்த அனைத்தும் - அவருடைய இசைக் குறிப்பாக செதுக்கப்பட்டு விட்டது. இப்போது திருமதி.O'C-யின் நாடகவியல் சார்ந்த மூளைப் பகுதியில் அவருடைய நாடகம் போன்ற குழந்தைப் பருவக் காட்சி பதிவாகி விட்டது மறந்திருக்கலாம், ஆனால் முழுவதுமாகத் திரும்பப் பெறக்கூடிய வகையில் அழிக்க முடியாதவாறு செதுக்கப்பட்டு விட்டது.

பென்ஃபீல்டின் நோய்க் குறிப்புகளிலிருந்து நாம் தெரிந்து கொள்வது: மூளையின் மேலுறையில் மிக நுண்ணிய, வளர்ப்பு தரும் புள்ளியை -பழைய நினைவை உண்டாக்கிய பகுதியை - நீக்கி விடுதல் முழுவதுமாகத் திரும்பி வரும் காட்சியையே நீக்கி விடும். அதன் குறிப்பிட்ட பழைய நினைவின் இடத்தில், குறிப்பிடத்தக்க மறதியை வைத்து விடும். இங்கும் மிகவும் முக்கியமான பயம் தரக்கூடிய ஒன்று உண்டு. உண்மையான உள்ள அறுவைச் சிகிச்சை அல்லது அடையாளத்தின் நரம்பு அறுவை சிகிச்சை சாத்தியம். (இது நமது உறுப்பை நீக்குதல், மடலை நீக்குதலை விட நுண்ணியமானது; இது முழு தன்மையையும், குணத்தையும், உருச்சிதைக்க முடியும்; ஆனால் அதன் தனி அனுபவங்களைத் தொட முடியாது).

அனுபவத்தை உருவாக அமைத்தாலொழிய அது சாத்தியமில்லை. உருவாக அமைக்காவிட்டால் செயல் சாத்தியமில்லை. எல்லாவற்றையும், உயிரோடு இருக்கும் அனைத்தையும் பதிவு செய்யும் மூளைப் பதிவு, உருவம் சார்ந்ததாக இருக்க வேண்டும். தொடக்க வடிவம் கணினி சார்ந்த அல்ல நிரல் வழியின் வடிவில் இருந்தாலும், மூளைப் பதிவில் இறுதி வடிவம் இதுதான். மூளையின் குறியீட்டமைவின் இறுதி வடிவம் கலையாக - கலை வண்ணமுள்ள காட்சி, அனுபவம் செயலின் இசை - இருக்க வேண்டும் அல்லது அனுமதிக்க வேண்டும்.

அதே அடையாளப்படி, மூளையின் குறியீட்டு அமைப்புகள், மறதி, நுண்ணுணர்வு இழப்பு, சில செயல்களைச் செய்யும் ஆற்றல் இழப்பு ஆகியவற்றில் போல், பாதிக்கப்பட்டால் அல்லது அழிக்கப்பட்டால், இவற்றை மீட்டமைக்க - முடியுமானவை! இரண்டு அணுகுமுறைகள் தேவைப்படுகின்றன: சோவியத் நரம்பு உளவியல் உண்டாக்கிக் கொண்டிருக்கிற பாதிக்கப்பட்ட நிரல்களையும், அமைப்புகளையும் சீரமைக்கும் முயற்சி - அல்லது

உள் இசைகள், காட்சிகளின் தளத்தில் நேரடியான அணுகுமுறை Awakenings இல் விவரிக்கப்பட்டிருக்கிறது. இந்நூலில் பல நோய் விபரங்களில் தரப்பட்டிருக்கிறது அத்தியாயம் 21, பகுதி நான்கின் முன்னுரை), இரண்டில் ஒரு அணுகுமுறையைப் பயன்படுத்தலாம் அல்லது இரண்டையும் சேர்த்துப் பயன்படுத்தலாம் - நாம் மூளை பாதிக்கப்பட்ட நோயாளிகளைப் புரிந்து கொண்டு அவர்களுக்கு உதவ வேண்டுமென்றால் அமைப்புக்கு உட்பட்ட மருத்துவம், கலை சார்ந்த மருத்துவம் - அல்லது இரண்டும்.

நூறாண்டுகளுக்கு முன்னர் இவை அனைத்துமே குறிப்பால் சொல்லப்பட்டிருக்கின்றன: ஹியூலிங்ஸ் ஜேக்சனின் பழைய நினைவுகள் (1880) கோர்சகாஃபின் மறதி பற்றிய நூல் (1887) நுண்ணுணர்விழப்பு பற்றிய ஃபிராய்ட், ஆன்டன் - (1890) நூல்கள். அமைப்பு ரீதியான உடற்கூறியல் வளர்ந்த பிறகு அவர்களுடைய குறிப்பிடத் தகுந்த உள்ளொளிகள் மறக்கப்பட்டுவிட்டன. அவற்றை மீண்டும் நினைவு கூர்ந்து பயன்படுத்த வேண்டும். நமது காலத்திலேயே ஒரு புதிய அழகான இருத்தலியல் அறிவியலும் சிகிச்சையும் வர வேண்டும். இது அமைப்பியலோடு இணைந்து முழுமையாக புரிதலையும், ஆற்றலையும் தரும்.

இந்த நூலை முதலில் வெளியிட்ட பிறகு, இசை பழைய நினைவுகளின் நோய் விபரங்களுக்காக என்னைப் பலர் ஆலோசனை கேட்டார்கள். இது அரிதான ஒன்றில்லை, குறிப்பாக முதியோர் மத்தியில் இது அதிகம் பயத்தினால் பலர் உதவி நாடாமல் இருக்கலாம். எப்போதாவது (திருமதி.O'C, திருமதி.O'M போல) மிகவும் சீரியசான அல்லது முக்கியமான நோயியல் காணப்படும். எப்போதாவது - அண்மையில் கிடைத்த விபரப்படி (NE/M செப் 5, 1985) - ஒரு நச்சு அடிப்படையும் - ஆஸ்ப்ரின் அதிகம் எடுத்துக்கொண்டது- இருக்கும். கடுமையான நரம்பு காது கேளாமையுள்ள நோயாளிகளுக்கு இசை 'மாயாவிகள்' இருக்கலாம். ஆனால் பெரும்பாலான நோய் விபரங்களில் எந்த நோயும் இல்லாமலிருக்கலாம். அது எரிச்சலூட்டுவதாக இருக்கலாம். ஆனால் ஆபத்தில்லாதது. (முதுமையில் மூளையின் இசைப் பகுதிகள் இப்படிப்பட்ட பாதிப்புகளுக்கு ஏன் உட்படுகின்றன என்பது தெளிவாகத் தெரியவில்லை.)

16

கட்டுப்படுத்த முடியாத பழைய நினைவுகள்

வலிப்பு அல்லது மைக்ரேன் தொடர்பாக நான் 'பழைய நினைவுகளை'ச் சந்தித்தேனென்றால் நான் அதனை L.டோபாவினால் தூண்டப்பட்ட மூளை அழற்சி நோயாளிகளிடம் சாதாரணமாகப் பார்த்தேன். எனவே நான் L.டோபாவை வினோதமான தனிப்பட்ட காலப் பொறி வகையைச் சார்ந்தது என்று சொன்னேன். ஒரு நோயாளியிடம் அது நாடகம் போல நடந்தது. அதைப் பற்றி நான் எழுதிய கட்டுரை ஜூன் 1970-இல் லேன்சட் பத்திரிகையில் ஆசிரியருக்குக் கடிதம் பகுதியில் வெளியானது. அதனைக் கீழே பதிப்பித்திருக்கிறேன். இங்கே பழைய நினைவு என்பதை ஜேக்சன் சொன்ன பொருளில் பயன்படுத்துகிறேன். மிகவும் பின்னாலுள்ள கடந்த காலத்திலிருந்து நினைவுகள் வலிப்பாகப் பொங்கி வருவதையே இங்கே குறிப்பிடுகிறேன். பிறகு Awakenings-இல் இந்த நோயாளியின் (ரோஸ்) வரலாற்றை எழுதியபோது, பழைய நினைவுகள் என்று சொன்னதைக் குறைத்துக் கொண்டு,'நிறுத்தம்' என்ற சொல்லைப் பயன்படுத்தினேன். (1926-இலிருந்து அவர் அசைந்திருக்கிறாரா என்று எழுதினேன்). இதே சொற்றொடர்களால்தான் டெபோராவை A Kind of Alaska-வில் ஹரால்ட் பின்டர் சித்தரிக்கிறார். (ஹரால்ட் பின்டர் ஆங்கில நாடக ஆசிரியர். இந்த ஓரங்க நாடகத்தில் டெபோரா தூங்கும் நோயால் பாதிக்கப்பட்டவர்)

L.டோபாவின் வியப்பிற்குரிய பாதிப்புகளில் ஒன்று, மூளை அழற்சியினால் பாதிக்கப்பட்ட நோயாளிகள் சிலருக்கு அதனைக் கொடுத்தால், அந்த நோயின் முந்தைய நிலையில் இருந்த, ஆனால்

பின்னால் காணாமல் போன நோய்க் குறிகளும், நடத்தை முறைகளும் திரும்ப வந்துவிட்டன. இதுதொடர்பாக, மூச்சு விடுதலில் பிரச்சனைகள், கண் விழிகள் தாமாக மேலேறிக் கொள்ளுதல் (oculogyric crises) திரும்பத் திரும்ப வரும் கட்டுப்படுத்த முடியாத தசை இயக்கங்கள் (iterative hyperkineses), நடுக்கங்கள் ஆகியவை பற்றிச் சொல்லியிருக்கிறோம். தூங்கிக் கிடக்கும் பண்டைய நோய்க் குறிகளான உண்ணுதலில் சீர் குலைவு (bulimia), தசைகள் தாமாகச் சுருங்கி விரிதல் (myclonus), மையவலி முதலானவற்றில் திரும்ப வருவதையும் பார்த்தோம். செயல்பாட்டின் உயர் நிலையில், விரிவான அற நெறி நடத்தைகள், சிந்தனை அமைப்புகள், கனவுகள், நினைவுகள் - எல்லாமே மறக்கப்பட்டு அடக்கப்பட்டு அல்லது செயல்படாத நிலையில் இருப்பவை திரும்ப செயல்பட்டதையும் பார்த்தோம்.

L.டோபாவால் தூண்டப்பட்டுக் கட்டாயப்படுத்தப்பட்ட பழைய நினைவுக்கு ஒரு எடுத்துக்காட்டு ஒரு 63 வயது பெண்ணின் நோய் விபரக் குறிப்பு. அவருக்கு 18-ஆம் வயதிலிருந்தே மூளை அழற்சியால் பார்க்கின்சன் நோய் வளர்ந்துகொண்டே வந்தது. தொடர்ச்சியான கண் விழிகள் மேலேறிக் கொள்ளும் மயக்க நிலையில் மருத்துவமனையில் சேர்க்கப்பட்டு 24 ஆண்டுகள் இருந்திருக்கிறார். L.டோபா கொடுத்தவுடன் முதலில் அவருக்கு பார்க்கின்சன் நோயிலிருந்தும் விழிகள் மேலே செருகிய மயக்க நிலையிலிருந்தும் விடுதலை கிடைத்தது. அவருக்கு சாதாரணப் பேச்சும் இயக்கமும் வந்தன. அதன் பிறகு உடலியக்கக் கிளர்வும் அதிகப்படியான ஆண்மை உணர்வும் ஏற்பட்டன. இந்தக் காலகட்டத்தில் (இனிமையான) பழைய நினைவுகள், இளமையோடு மகிழ்ச்சியாக அடையாளப்படுத்திக் கொள்ளுதல், பாலியல் நினைவுகளும், குறிப்புகளும் கட்டுப்படுத்த முடியாத அளவிற்கு அதிகமாதல் ஆகியவை ஏற்பட்டன. நோயாளி ஒரு ஒலிநாடா பெட்டியைக் கேட்டு வாங்கி சில நாட்களில் பல ஆபாசமான பாடல்களையும் ஆபாச ஜோக்குகளையும், ஈரர்த்தப் பாடல்களையும் பதிவு செய்தார். இவை எல்லாம் விருந்துகளில் சொல்லப்படும் ஜோக்குகளிலும், சித்திரப் படங்களிலும் இரவு விடுதிகளிலும் 1920-களில் கேட்கப்பட்டவை. இவற்றில் அந்தக் கால நிகழ்வுகளைப் பற்றிய குறிப்புகள் அடிக்கடி வந்து உற்சாகப்படுத்தின. இப்போது புழக்கத்திலில்லாத பேச்சு வழக்குகள், பேச்சில் ஏற்றத்தாழ்வுகள், சமூக நடத்தைகள், அனைத்தும் கடந்துபோன காலத்தை நினைவூட்ட, மற்ற யாரையும்விட நோயாளிதான் மிகவும்

வியப்படைந்தார். "விந்தையாக இருக்கிறது" என்றார். "எனக்குப் புரியவில்லை. நாற்பதாண்டுகளுக்கு மேல் நான் இவற்றைப் பற்றிக் கேள்விப்பட்டதில்லை; நினைத்ததுமில்லை. இன்னும் எனக்கு இவை தெரியுமென்றே எனக்குத் தெரியாது. இப்போது அவை எனது மனத்துக்குள் ஓடிக் கொண்டிருந்தன." அவருக்கு அதிகப்படியான கிளர்வு ஏற்பட்டதால் L.டோபாவின் அளவைக் குறைத்தேன். இப்போது வழக்கம்போலவே பேசினாலும் அந்தத் தொடக்க நினைவுகளையெல்லாம் உடனே மறந்து விடுவார். அதன் பிறகு அவர் பதிவு செய்த பாடல்களில் ஒரு வரியைக்கூட அவரால் நினைவு கூற முடியவில்லை.

ஏற்கனவே நடந்த ஒன்று திரும்ப நடப்பது போன்ற உணர்வு (deja vu) ஜேக்சனின் சொற்றொடர்களில் நனவு நிலை இரட்டிப்பாதல் - மைக்ரேனிலும், வலிப்பிலும், மனோவசிய அல்லது மனநோய் நிலையிலும், எல்லோரிடமும் குறைந்த அளவிலும் சில சொற்கள், ஒலிகள், காட்சிகள், குறிப்பாக வாசனைகளில் சக்தி வாய்ந்த நினைவூட்டும் தூண்டுதலின் துலங்கலாக கட்டாயப்படுத்தப்பட்டு வந்த நினைவு நடைபெறுகிறது. கண்விழி தானாக மேலேறும் பிரச்சனையில் திடீரென்று நினைவு எழுதுவது விவரிக்கப்பட்டிருக்கிறது. ஜட் (Zutt), ஆயிரக்கணக்கான நினைவுகள் திடீரென்று நோயாளியின் மனத்தில் நெருக்கியடிக்கின்றன என்று விவரிக்கிறார். பென்ஃபீல்டும், பெரோட்டும் மூளை அழற்சியில் மூளை மேலுறையில் சில பகுதிகளைத் தூண்டி ஒரே மாதிரியான நினைவுகளை உண்டாக்குகிறார்கள். அப்படிப்பட்ட நோயாளிகளிடம் இயற்கையாக நிகழும் அல்லது செயற்கையாகத் தூண்டி விடப்படும் வலிப்புகள் மூளையில் உறைந்து போன நினைவு வரிசைகளை மீண்டும் செயல்பட வைக்கின்றதை அவர்கள் யூகிக்கிறார்கள்.

மற்றவர்களைப் போலவே நமது நோயாளியிடமும் செயல்படாமல் 'தூங்கும்' எண்ணற்ற நினைவுச் சுவடுகள் அடுக்கி வைக்கப்பட்டிருக்கும். சிறப்பான நிபந்தனைகளில், குறிப்பாக அடக்க முடியாத கிளர்வுகளின்போது அவற்றில் சில மீண்டும் செயல்படுத்தப்பட முடியும் என்று நாங்கள் யூகிக்கிறோம். மதி வாழ்க்கையின் தொடு வானத்திற்குக் கீழ் பழைய நிகழ்வுகளின் கீழ் மூளை மேலுறைப் பதிவுகள் போல அப்படிப்பட்ட சுவடுகள் நரம்பு மண்டலத்தில் அழிக்க முடியாத அளவிற்குச் செதுக்கப்பட்டிருக்கின்றன என்றும், கிளர்வு இல்லாததாலோ, நேர்மறையான அடக்குதலாலோ கிடப்பில் போடப்பட்ட நிலையில் நெடுங்காலம் தொடரும் என்றும் நாங்கள் எண்ணுகிறோம்.

அவற்றைக் கிளறுதலினால் அவற்றை அடக்கப்பட்ட நிலையிலிருந்து விடுவித்தலின் விளைவுகள் ஒரே மாதிரியாக, ஒன்றையொன்று தூண்டுவனவாக இருக்கும். எனினும் நமது நோயாளியின் நினைவுகள் அவருடைய நோயின் போது மீண்டும் அமுக்கப்பட்டு, L.டோபாவினால் விடுவிக்கப்படுகின்றன என்று சொல்லுவது போதுமா என்று நாங்கள் ஐயப்படுகிறோம்.

L.டோபாவினால் கட்டாயமாகத் தூண்டப்பட்ட மூளை மேலுறையைத் தொடுதல், மைக்ரேன்கள், வலிப்புகள் ஆகியவை முதன்மையாகக் கிளர்ச்சியை ஏற்படுத்துபவையாகத் தோன்றுகின்றன. ஆனால் முதுமையில் கட்டுப்படுத்த முடியாமல் வரும் இனிய நினைவு, சில வேளைகளில் மது மயக்கங்கள், மிகப் பழைய சுவடுகளைக் கட்டுப்பாட்டிலிருந்து விடுவித்து வெளிக் கொண்டு வருவது போலத் தோன்றுகிறது. இந்த நிலைகள் அனைத்துமே நினைவை விடுவிக்க முடியும்; கடந்த காலத்தை மீண்டும் அனுபவிக்க மீண்டும் நடத்திக்காட்டிச் செய்ய முடியும்.

17

இந்தியாவிற்கு ஒரு பயணம்

கேடு செய்யும் மூளைப் புற்றுநோயுடன் 19 வயதுள்ள இந்தியப் பெண் பகவந்தி எங்களது பிணியாளர் பேணகத்தில் அனுமதிக்கப்பட்டிருந்தாள். அஸ்ட்ரோசைட்டோமா என்ற புற்று நோய் (மூளையின் ஓரிடத்தில் இருக்கும் கட்டி இருப்பது) அவளது ஏழு வயதில் கண்டுபிடிக்கப்பட்டது. (இந்தக் கட்டி உடலின் மற்ற பாகங்களுக்குப் பரவாது). ஆனால் மிகக் குறைவான கேடு விளைவிக்கக் கூடியது. அது சரியான முறையில் கட்டுப்படுத்தப்பட்டு, மீண்டும் சரி செய்யப்பட்டு, சாதாரண நிலைக்கு வரச் செய்யப்பட்டது. பகவந்தி மீண்டும் வழக்கமான வாழ்க்கைக்குத் திரும்பினாள்.

கடந்த பத்து ஆண்டுகளாக ஒரு பிரச்சனையும் இல்லை. அக்கால கட்டத்தில் அவள் வாழ்க்கையை முழுமையாக வாழ்ந்தாள். நன்றியோடு, நினைவு நிலையில் முழுமையாக வாழ்ந்தாள். ஏனென்றால் அவளுக்கு (அவள் அறிவு மிகுந்த பெண்) தனது தலைக்குள் ஒரு 'டைம்பாம்' இருப்பது தெரியும்.

அவளது பதினெட்டாவது வயதில் கட்டி திரும்ப வந்தது. இப்போது படரும் தன்மையுடனும், மிகுந்த கேடு விளைவிக்கக் கூடியதாகவும், வெளியில் எடுக்க முடியாததாகவும் இருந்தது. அது பெரிதாக வழிசெய்யும் வகையில் அழுத்தக் குறைப்பு தரப்பட்டது. இதோடுதான் இடப் பக்கம் வலிமை குறைந்து மரத்துப்போய், எப்போதாவது ஏற்படும் வலிப்புடன் பகவந்தி சேர்க்கப்பட்டாள். அவள் முதலில் மகிழ்ச்சியோடு தனக்கு விதிக்கப்பட்டிருந்ததை

ஏற்றுக்கொண்டது போல இருந்தாள். எனினும் அவளால் முடிந்த மட்டும், மற்ற மக்களோடு இருந்து எவற்றையாவது செய்து கொண்டு வாழ்க்கையை அனுபவிக்க ஆர்வமாக இருந்தாள். அவளுடைய கட்டி சிறிது சிறிதாக பக்க மடலை நோக்கி வளர்ந்தது. அழுத்தத்தைக் குறைப்பதால் வீக்கம் ஏற்பட்டது. அவளுடைய மூளை வீங்காமல் இருக்க ஸ்டீராய்டு தந்தோம். இப்போது அவளுடைய வலிப்பு அதிகப்பட்டது; வித்தியாசமாகவும் இருந்தது.

முதலில் ஏற்பட்ட வலிப்புகளில் நினைவு தப்பும், தசை கடுமையாகத் துடிக்கும், எப்போதாவது வரும். ஆனால் இப்போது வந்த வலிப்புகள் வித்தியாசமானவை. அவளுக்கு நினைவு தப்பாது. ஆனால் அவள் கனவு காண்பது போலக் காணப்படுவாள்; உணர்வாள். இவளுக்கு இப்போது அடிக்கடி பக்க மடல் வலிப்பு ஏற்படுகிறது என்று முடிவுகட்டுவது எளிதாக இருந்தது. (EEG-யும் இதை உறுதி செய்தது) இந்த வலிப்புகள், நமக்கு ஹியூலிங்ஸ் ஜேக்சன் கற்றுத் தந்திருப்பதைப்போல, கனவு நிலைகளுடனும், தாமாகவே தோன்றும் பழைய நினைவுகளுடனும் (reminiscences) இருக்கும்.

முதலில் தெளிவில்லாமல் இருந்த கனவு நிலை இப்போது வரையறையுடன், பருப்பொருள் போன்ற தெளிவுடன், காட்சித் தன்மையுடையனவாக இருந்தன. இப்போது இந்தியாவின் காட்சிப் படிமங்களாக இந்திய நிலப் பரப்புகள், கிராமங்கள், வீடுகள், தோட்டங்களாகத் தோன்றின. இவற்றைத் தனக்குத் தெரிந்த இடங்களாக, தான் குழந்தைப் பருவத்தில் நேசித்த இடங்களாக அவள் உடனே அடையாளம் கண்டுபிடித்தாள்.

"இவை உன்னைத் துயரப்படுத்துகின்றனவா?" என்று கேட்டோம். "வேண்டுமென்றால் மருந்தை மாற்றி விடலாமா" என்றோம்.

"இல்லை" என்றாள் அவள் அமைதியான புன்னகையுடன். "எனக்கு இந்தக் கனவுகள் பிடித்திருக்கின்றன. என்னை அவை எனது வீட்டிற்கு அழைத்துச் செல்கின்றன.

அப்போது அவற்றில் மக்கள் - வழக்கமாக அவளது கிராமத்திலிருந்து அவளது குடும்பத்தார் பக்கத்து வீட்டுக்காரர்கள் - வருவார்கள். சிலவேளைகளில் பேச்சு, பாட்டு, நடனம் இருக்கும். ஒருமுறை கோவிலிலும், ஒரு முறை கல்லறையிலும் இருந்தாள். ஆனால் பெரும்பாலும் அவளது கிராமத்திற்கு அருகிலுள்ள

புல்வெளிகள், தோட்டங்கள், நெல் வயல்கள், தொடுவானம் வரையில் போகும் இனிய மாயைத் தொடர்கள், இவை வரும்.

இவையெல்லாமே பக்க மடல் வலிப்புதானா? முதலில் எங்களுக்கு அப்படித்தான் தோன்றியது. பிறகு எங்களுக்கு உறுதியாகத் தெரியவில்லை. (ஹியூலிங்ஸ் ஜேக்சன் வலியுறுத்தியது போல, வில்டர் பென்ஃபீல்ட் வெளியில் தெரிந்த மூளைக்கு தூண்டுதல் தந்து உறுதி செய்தது போல) பக்க மடல் வலிப்புகள் ஒரு மாதிரியான அமைப்பை உடையனவாக இருக்கும். ஒரே காட்சியோ பாட்டோ மாறாமல் திரும்பி வரும். மூளையின் மேலுறையில் குறிப்பிட்ட இடத்தில் நிலை கொண்டிருக்கும். மாறாக, பகவந்தியின் கனவுகளில் ஒரு நிலைத்தன்மை இல்லை. அவளுடைய கண்ணுக்கு முன்னால் எப்போதும் மாறும் காட்சிகளும், கரைந்து போகும் நிலக் காட்சிகளுமாக வந்தன. அவளுக்குத் தரப்பட்ட அதிகப்படியான அளவு ஸ்டீராய்டுகளால் அவளுக்கு நச்சு அதிகமாகி, மாயத் தோற்றங்களுக்கு உள்ளாகின்றாளா? இது சாத்தியமாகத் தோன்றியது. ஆனால் எங்களால் ஸ்டீராய்டுகளைக் குறைக்க முடியாது; குறைந்தால் அவள் மயக்க நிலைக்குப் போய் சில நாட்களிலேயே இறந்து விடுவாள்.

'ஸ்டீராய்ட் மனக்கோளாறு' என்று நாங்கள் அழைக்கும் நோயில் மனக் கிளர்ச்சியிருக்கும்; ஒழுங்கின்மை இருக்கும். ஆனால் பகவந்தி எப்போதும் தெளிவாகவும், அமைதியாகவும் இருந்தாள். ஃபிராய்ட் கருத்தியலின்படி அவை மாயத் தோற்றங்களும் கனவுகளுமா? அல்லது சில சமயங்களில் மூளைக் கோளாறுகளின்போது ஏற்படும் கனவு பைத்தியமா? (dream-madness -oneirophrenia)? இன்றும் எங்களுக்கு உறுதியாகத் தெரியவில்லை. மாயத் தோற்றங்களில் ஒரு வகையாக இருந்தாலும், மாயத் தோற்றங்கள் அனைத்துமே நினைவுகள் தான். சாதாரண நனவு நிலையில் அருகருகே நடைபெறுகின்றன. (ஹியூலிங்ஸ் ஜேக்சன் நனவு நிலையின் இரட்டிப்பு என்று சொல்கிறார் என்று பார்த்தோம்). ஃபிராய்ட் சில கனவு எண்ணங்கள் வெவ்வேறு அளவிலான மனவெழுச்சி ஊட்டம் உள்ளவையாக (over-cathected) இருக்கும் என்று சொன்னார். ஆனால், இவை அதிக மனவெழுச்சி ஊட்டம் உள்ளவையாக இல்லை; உணர்ச்சி உந்துதல்களும் இல்லை. அவை ஓவியங்கள் போல, கவிதைகள் போல இருந்தன. நேசிக்கப்பட்டு காக்கப்பட்டு வந்த குழந்தைப் பருவத்திலிருந்தும், அதற்குள்ளும் போய் சில வேளைகளில் மகிழ்ச்சியாகவோ, சில வேளைகளில் சோகமாகவோ மீட்கப்படும், மீண்டும் காட்சிப்படுத்தப்படும் காட்சிகளாக இருப்பதுபோலத் தோன்றின.

நாளுக்கு நாள், வாரத்திற்கு வாரம், கனவுகளும் காட்சிகளும் அடிக்கடி வரத்தொடங்கின, ஆழமாகவும் ஆகின. அவை எப்போதாவது வருவதில்லை. நாள் முழுவதுமே இருந்தன. மெய் மறந்த நிலையில் போல, ஆழ்ந்து போய், சில வேளைகளில் கண்கள் மூடி, சில வேளைகளில் கண்கள் திறந்து ஆனால், எதையும் பார்க்காமல், எப்போதும் முகத்தில் மென்மையான புன்னகையுடன் அவள் இருந்ததைப் பார்த்தோம்.

யாராவது செவிலியர் போன்றவர்கள் அவளை அணுகி ஏதாவது கேட்டால் உடனே மரியாதையுடன் தெளிவாகப் பதில் சொல்வாள். ஆனால் உணர்ச்சி வசப்படாத பணியாளர்களுக்குக்கூட, அவள் வேறு ஓர் உலகத்தில் இருக்கிறாள், நாம் குறுக்கிடக் கூடாது என்ற உணர்வு இருக்கும். நானும்கூட அந்த உணர்வைப் பகிர்ந்து கொண்டேன். எனக்கு என்ன நடக்கிறது என்று கண்டுபிடிக்க ஆர்வம்தான்; ஆனால் தயங்கினேன். ஒருமுறை மட்டும், "பகவந்தி, என்ன நடக்கிறது?" என்று சொன்னேன்.

"நான் இறந்து கொண்டிருக்கிறேன். நான் வீட்டிற்குப் போகிறேன். நான் எங்கிருந்து வந்தேனோ அங்கே போகிறேன். நீங்கள் அதனைத் திரும்பி வருதல் என்றுகூட அழைக்கலாம்" என்றாள்.

ஒரு வாரம் கழிந்தது. வெளித் தூண்டல் எதற்கும் அவள் விடை தரவில்லை. அவளுடைய உலகில் முழுவதுமாக மூழ்கிப் போயிருந்தாள் போலத் தோன்றிற்று. அவள் கண்கள் மூடியிருந்தாலும் அவளுடைய முகத்தில் இனிய புன்னகை மறையவில்லை. "அவள் திரும்பிப் போகிறாள். திரும்பிப் போகும் பயணம் இது. விரைவில் அங்கே போய்விடுவாள்" என்றார்கள் பணியாளர்கள். மூன்று நாட்கள் கழித்து இறந்தாள். அவளது இந்தியப் பயணத்தை முடித்து வீடு வந்து சேர்ந்து விட்டாள் என்று சொல்ல வேண்டுமோ?

18

தோலுக்குக் கீழே ஒரு நாய்

ஸ்டீபன் D. வயது 22, மருத்துவ மாணவர், போதை மருந்து பழக்கம். (கொக்கைன், PCP என்ற மாயக் காட்சி தரும் போதைப் பொருள் ஆம்ஃபிடமைன்கள்)

தெளிவான கனவு. ஓரிரவு கற்பனைக்கெட்டாத வளமுடைய உலகில், மணங்களுக்கு முக்கியத்துவமுள்ள இடத்தில், அவன் தான் ஒரு நாய் என்று கனவு காண்கிறான். (தண்ணீரின் இனிய மணம்... கல்லின் வீரமிக்க மணம்). விழித்தெழுந்தபொழுது, அதே உலகிலேயே இருந்தான். "இதற்கு முன்னால் நான் வண்ணங்களைக் காண முடியாத குருடனாக இருந்தது போலவும் உலகம் முழுக்க திடீரென்று வண்ணமயமாக ஆனது போலவும்." அவனுக்கு வண்ணத்தைப் பார்ப்பதில் திறன் அதிகமாயிருந்தது. ("இதுவரையில் ஒரே ஒரு மண் - பிரவுன் - நிறத்தைப் பார்த்திருந்த இடத்தில் இப்போது ஆயிரக்கணக்கான பிரவுன் நிறங்களைப் பார்க்கிறேன். தோல் அட்டை போட்ட என்னுடைய புத்தகங்கள் எல்லாமே முன்னர் ஒரே மாதிரி இருக்கும். ஆனால் இப்போது ஒவ்வொன்றும் வெவ்வேறு நிறமுள்ளவையாக இருக்கும்"). அதோடு கண்புலனில் அறிந்த காட்சியை நினைவுபடுத்துவதும், நினைவாற்றலும் அதிகமாகியிருந்தது. ("எனக்கு இதற்கு முன்னால் படம் வரைய வராது; எனது மனத்தில் நான் பொருட்களைப் பார்க்க முடியாது. இப்போது எனது மனத்தில் ஒரு வடிவத்தைத் தாளில் பிம்பமாகக் காட்டும் ஓவியர்கள் பயன்படுத்தும் கருவி camera lucida போல இருந்தது. ஒரு தாளில் பிரதிபலிக்கப்பட்டிருப்பதைப் போல அனைத்தையும் என்னால் பார்க்க முடிந்தது. நான் பார்க்கும் வரிகளை

அப்படியே வரைகிறேன். திடீரென்று மிகவும் துல்லியமான உடற்கூறுப் படங்களை என்னால் வரைய முடிகிறது). ஆனால் வாசனையினால் ஏற்படும் உச்சகட்டம்தான் அவனுடைய உலகை மாற்றிற்று; "நான் ஒரு நாயென்று கனவு கண்டேன் - அது வாசனைக் கனவு - நான் இப்போது நறுமணம் கொண்ட உலகில் விழித்திருக்கிறேன் - இந்த உலகில் மணத்துக்கு முன்னால் பிற புலனுணர்வர்கள் - அவை அதிகமாயிருந்தாலும் - மங்கி விட்டன. இதனோடுகூட ஒரு நடுக்கம் இருந்தது; ஆர்வமிக்க மனவெழுச்சி, அபூர்வமான பழைய நினைவு - பாதி மறந்து, பாதி நினைவு கூறப்பட்ட தொலைந்து போன உலகத்தினுடையது போல.[1]

"நான் ஒரு கடைக்குச் சென்றேன்" என்று அந்த இளைஞன் தொடர்ந்தான். "அதற்கு முன்னால் வாசனை பற்றி அவ்வளவு அக்கறை காட்டமாட்டேன். ஆனால் இப்போது ஒவ்வொரு மணத்தையும் உடனே அடையாளம் கண்டுகொள்கிறேன். ஒவ்வொன்றுக்கும் ஒரு தனித்தன்மை இருக்கிறது, ஒரு உலகமே இருக்கிறது". வாசனையாலேயே அவனுடைய நண்பர்களையும், நோயாளிகளையும் அவனால் அடையாளம் காணமுடியும் என்று கண்டுபிடித்தான். "நான் மருத்துவமனைக்குள் போனேன். ஒரு நாயைப் போல மோப்பம் பிடித்தேன். அதில் பார்ப்பதற்கு முன்னாலேயே அங்கிருந்த இருபது பேரையும் அடையாளம் கண்டு கொண்டேன். ஒவ்வொருவருக்கும் ஒரு வாசனை உடலமைப்பு இருந்தது - ஒரு வாசனை முகம். இது கண்ணால் பார்ப்பதைவிட தெளிவாக, நினைவூட்டுவதாக, நறுமணம் மிக்கதாக இருந்தது."

---

1. வினோதமான மனவெழுச்சி நிலை, சில வேளைகளில் பழைய நினைவுகள், ஞாபகங்கள், மீட்டறிவாகத் தோன்றும் திரிபுக் காட்சிகளாக, முகர்ச்சி மாயக் காட்சிகளுடன் இருக்கும். இதுபோன்ற நிலைகள் 'வகைப்படுத்தப்படாத வலிப்புகளுக்குரிய' (uncinate seizures) தன்மையுள்ளவை. ஒரு நூற்றாண்டுக்கு முன்னர் ஹியூலிங்ஸ் ஜேக்சன் முதலில் விவரித்த பக்க மடல் வலிப்பின் ஒரு வகை. வழக்கமாக இந்த அனுபவம் பொதுப்படையாக இருக்கும்; ஆனால் சில சமயங்களில் மிகையான மண உணர்வு (hyperosmia) ஆழப்படுத்தப்பட்டிருக்கும். பழைய மண மூளையின் பரிணாம வளர்ச்சியின் ஒரு பகுதியாக பக்க மடலினுள்ள ஒரு பகுதியான அன்கஸ் (uncus) செயல்பாட்டில் மொத்த மூளையின் மனவெழுச்சி, நினைவுகள் ஆகியவற்றின் மையத்தோடு தொடர்புடையது. மொத்த மனவெழுச்சி விசையையும் தீர்மானித்து ஒழுங்குபடுத்துவதில் முக்கிய பங்கு வகிக்கிறது என்பது ஏற்றுக் கொள்ளப்பட்டு வருகிறது. எந்த வழியிலாயினும் இதைக் கிளரச் செய்வது மனவெழுச்சியை உச்ச நிலைக்குக் கொண்டு வந்து புலனுணர்வுகளைத் தீவிரப்படுத்தும். பலவகைப் புதிர்களுள்ள கிளைத்தல்களுள்ள இந்தத் தலைப்பினை விரிவாக டேவிட் பேர் (1979) ஆராய்ந்திருக்கிறார்.

அவர்களுடைய அச்சம், மன நிறைவு, பாலுணர்வு ஆகிய உணர்ச்சிகளைக்கூட ஒரு நாயைப் போல அவனால் முகர்ந்திட முடியும். ஒவ்வொரு தெருவையும், ஒவ்வொரு கடையையும் அதன் வாசனையால் அவன் அடையாளம் கண்டுகொள்ள முடிந்தது. வாசனையின் உதவியாலேயே, எந்தத் தவறும் இல்லாமல் நியூயார்க் நகரில் அவன் வழி கண்டுபிடிக்க முடியும். அனைத்தையும் முகரவும், தொட்டுப் பார்க்கவும் அவனுக்கு உள் தூண்டல் ஏற்படும். ("நான் ஒரு பொருளைத் தொட்டு முகராவிட்டால், அது எனக்கு உண்மையான பொருளாக இருக்காது"). ஆனால் மற்றவர்களுடன் இருக்கும்போது அவர்கள் ஏதாவது நினைப்பார்கள் என்பதற்காக அடக்கிக் கொள்வான். பாலியல் மணங்கள் கிளர்ச்சியூட்டுபவையாக இருந்தன. ஆனால் உணர்வு, வாசனை வேறு மணங்களை விட அவ்வளவு அதிகம் இல்லை. மணத்தினால் வரும் இன்பம் தீவிரமாக இருந்தது - மணம் பற்றிய வெறுப்பும் இருந்தது. ஆனால் வெறும் இன்பம், துன்பம் உலகம் மட்டுமல்ல அது; அவனைச் சுற்றிலும், அழகியல், முழுவதுமான தேர்வு, ஒரு முழுமையான புதிய முக்கியத்துவம் நிறைந்த உலகம் அது. "அது மிகுதியாக ஆட்கொள்ளும் திடத் தன்மையுள்ள விபரங்கள் கொண்ட உலகம். மிக நெருக்கமானதாக, முக்கியத்துவத்தில் மிக அருகில் இருப்பதாக அந்த உலகம் என்னை ஆட்கொள்கிறது." முன்னாலேயே அறிவுஜீவி அவன். சிந்தனையும், கருத்து நிலையாக்கலும் உள்ளவன். இப்போது அவனுடைய அனுபவம் மிக நெருக்கமாக இருப்பதால், சிந்தனையும், கருத்தியலாக்கலும், வகைப்படுத்தலும் கடினமாக, உண்மையில்லாததாக உணர்ந்தான்.

ஆனால் திடீரென்று மூன்று வாரங்களுக்குப் பிறகு, இந்த வினோதமான மாற்றம் நின்றுவிட்டது. அவனுடைய வாசனை உணர்வு, அவனுடைய புலன்கள் எல்லாம் சாதாரண நிலைக்குத் திரும்பின. வெளிறிய, வலிமை குன்றிய புலனுணர்வும், பருப்பொருள் தன்மையில்லாத, கருத்துரு சார்ந்த உலகத்தில் இழப்பும், அதேசமயம் நலம் பெற்ற உணர்வும் சேர்ந்து பழைய நிலைக்கு வந்து விட்டதை உணர்ந்தான். "திரும்பி வந்தது எனக்கு மகிழ்ச்சிதான். ஆனால் அது பெரிய இழப்பும்கூட. நாம் நாகரிகமும், மனிதத் தனமும் உள்ளவர்களாக இருப்பதனால் எதை இழக்கிறோம் என்பது எனக்குப் புரிகிறது. நமக்கு அதுவும் - காட்டுமிராண்டித்தனமும் வேண்டாம்."

பதினாறு ஆண்டுகள் கழிந்து விட்டன. மாணவப் பருவ நாட்கள் - ஆம்ஃபிடமைன் (போதைப் பொருள்) நாட்கள் போய்விட்டன.

இதுபோன்ற ஒன்று அதன் பிறகு நடக்கவில்லை. இப்போது டாக்டர் D. மிகவும் வெற்றிகரமாகப் பணியாற்றும் மருத்துவர். என்னுடைய நண்பர், உடன் பணியாற்றுபவர். அவருக்கு வருத்தமில்லை; ஆனால் எப்போதாவது பழைய நினைவுகள் வரும். "அந்த வாசனை உலகம், நறுமண உலகம். எவ்வளவு தெளிவானது, உண்மையானது. அது இன்னொரு உலகிற்குப் போனது போல இருந்தது. தூய்மையான புலனுணர்வும், செறிவான, உயிரூட்டமுள்ள தன்னிறைவும் முழுமையும் உள்ள ஒரு உலகம். சிலவேளைகளில் திரும்பப் போய், மீண்டும் ஒரு நாயாக ஆக மாட்டேனா?"

நேராக நிமிர்ந்து இருத்தல், முதற் கால, பாலுறுப்புக்கு முந்திய பாலுணர்வை அடக்குதல் ஆகியவற்றை மனிதன் ஏற்றுக்கொண்டு வளர்தலிலும், நாகரிகத்திலும் அமுக்கப்பட்டதால் மனிதனுடைய வாசனை உணர்வு காவு கொடுக்கப்பட்டு விட்டது என்று ஃபிராய்ட் பல வேளைகளில் எழுதியிருக்கிறார். ஆபத்தில் இன்பம் தேடும் பாலுணர்வு, பொருட்கள் மேல் பாலுணர்வு போன்ற பாலுணர்வு வக்கிரங்கள், பின்னடைவுகள் நிகழும்போது வாசனை உணர்வு அதிகமாகிறது.[2] இங்கே விவரிக்கப்பட்டிருப்பது பொதுவானதாக இருக்கிறது. உளக் கிளர்ச்சியுடன் தொடர்புடையதாக இருந்தாலும் - ஆம்ஃபிடமைனால் தூண்டப்பட்ட கிளர்ச்சி குறிப்பிட்ட வகையில் பாலுணர்ச்சியோடு தொடர்புடையது இல்லை; பாலுணர்வை அடக்குவதாலும் ஏற்படவில்லை. இதுபோன்ற மிக மண உணர்வு - சில வேளைகளில் இசிவுடன் - L.டோபா கொடுக்கப்படும் மூளை அழற்சியில் போல அதிகமான டோபோமைன் நிலைகளிலும் இது நிகழக் கூடும். டரட் நோய்க் குறிகள் இருக்கும் போதும் ஏற்படக் கூடும்.

மிகக் கீழ்நிலையான புலனுணர்விலும்கூட தடுத்தல் (inhibition) பெருவாரியாக இருக்கிறது என்பதையே பார்க்கிறோம். அதிநவீன வகைப்படுத்தும் உணர்ச்சியற்ற, நுண் வெப்ப உணர்வுள்ள ஒரு நிலை வருவதை அனுமதிக்க முதன்மையானது, உணர்வுப்பூர்வமானது, புலனுணர்வு நரம்புகள் என்று தலை கருதுபவற்றையும் தடுக்க வேண்டிய தேவை ஏற்பட்டது.

---

2. இதனை A.A. பிரில் (1932) நன்றாக விவரித்து, பொதுவான சிறப்பு, நறுமணம், வாசனை உலகம், நாய்கள் போன்ற விலங்குகள், காட்டுமிராண்டிகள், குழந்தைகளுடன் ஒப்பிடுகிறார்.

அப்படித் தடுப்பதன் நோக்கத்தை ஃபிராய்டில் மட்டும் பார்க்க முடியாது. கவிஞன் பிளாக்கைப் போல அதைக் குறைத்தலை உயர்த்திப் பிடிக்கவும் கூடாது. நாம் நாய்களாக இல்லாமல் மனிதர்களாக இருக்க, தலை சொல்வது போல, அது தேவைப்படலாம். எனினும் ஸ்டீபன் D-யின் அனுபவம், G.K.செஸ்டர்டனுடைய கவிதையான The Song of Quoodle போல, நாம் சில வேளைகளில் மனிதர்களாக இல்லாமல் நாய்களாக இருக்க வேண்டும் என்பதை நினைவூட்டுகிறது.

அவர்களுக்கு –
ஏவாளின் இழிந்து போன மகன்களுக்கு நாசிகள் இல்லை...
ஓ, தண்ணீரின் இனிய மணம்...
கல்லின் வீரமிக்க மணம் வேண்டும்!

பின்குறிப்பு

இதன் கிளைக் கதை ஒன்றை அண்மையில் சந்தித்தேன். திறமையுள்ள ஒரு ஆளுக்குத் தலையில் காயம். அவருடைய முகரும் வழித் தடங்கள் பெரிதும் பாதிக்கப்பட்டுவிட்டன. (பின் பகுதி மூளைக் குழிவில் (fissa) மிகவும் எளிதில் பாதிக்கப்படக் கூடியவை.) அதன் விளைவாக முகரும் உணர்வை முழுவதுமாக இழந்து விட்டார்.

இதன் விளைவுகளால் அதிர்ச்சியும் துக்கமும் அடைந்தார். "வாசனை உணர்வா? அதைப் பற்றி நான் இதுவரையில் சிந்தித்ததே இல்லை. வழக்கமாக யாரும் அதைப் பற்றி யாரும் கவலைப்படுவதில்லை. ஆனால் எனக்கு அது போனபிறகு - நான் திடீரென்று பார்வையை இழந்தவன் போல ஆகிவிட்டேன். வாழ்க்கையின் சுவையின் பெரும் பகுதி போய்விட்டது. அந்தச் சுவையில் வாசனை எவ்வளவு முக்கியம் என்பதை யாரும் உணர்வதில்லை. நீங்கள் மக்களை முகர்ந்து பார்க்கிறீர்கள், புத்தகங்களை முகர்ந்து பார்க்கிறீர்கள். நகரத்தை முகர்கிறீர்கள், வசந்த காலத்தை முகர்கிறீர்கள் - நினைவு நிலையில் இல்லாமல் இருக்கலாம். ஆனால் அனைத்துக்குமே நம்மை அறியாமல் இருக்கும் வளமான பின்புலம் அது. எனது மொத்த உலகமுமே ஒன்றுமில்லாமல் போய்விட்டது".

மிகவும் ஆழமான இழப்பு; அவளால் தான் அதுவரையில் நனவு நிலையில் கவனம் செலுத்தாத வாசனை - உலகினை நினைவுபடுத்திக் கொள்ள ஆசை. இதுவரையில் கவனம் செலுத்தாவிட்டாலும் இப்போது தனது வாழ்க்கையின் அடித்தளம் என்று உணர்ந்தார். ஆனால் அவருக்குப் பெருவியப்பும், மகிழ்ச்சியும் ஒரு நாள் கிடைத்தன. அவர் காலையில் அருந்தும் காபி சுவையில்லாமல் போயிருந்தது. இப்போது திடீரென்று தனது மணத்தைச் சுவையைத் திரும்பப் பெற்றார். பல மாதங்களாக தொடாத அவருடைய புகையிலைக் குழாயை எடுத்தார். அவருக்குப் பிடித்தமான புகையிலை மணம் வந்து விட்டது.

நரம்பியல் வல்லுநர்கள் அவருக்குக் குணமாகும் என்று எதிர்பார்க்கவே இல்லை. அவர் மிகுந்த உற்சாகத்துடன் தன்னுடைய மருத்துவரிடம் போனார். மருத்துவர் அவரை மிகவும் கவனமாக ஆராய்ந்த பிறகு - இரட்டைப் பார்வையிழப்பு யுத்தியைக் கையாண்டு சொன்னார். "இல்லை, வருந்துகிறேன். குணமாவதற்கான அறிகுறி எதுவும் இல்லை. உங்களுக்குள் இன்னும் முழுமையான வாசனை இழப்பு இருக்கிறது. ஆனால் உங்களால் உங்களது காபி, புகையிலை ஆகியவற்றின் 'மணத்தை' நீங்கள் நுகர முடிவது ஆச்சரியம்தான்.

என்ன நடந்து கொண்டிருந்தது? அவருக்கு முகரும் வழித்தடங்கள் தான் பாதிக்கப்பட்டிருந்தனவே தவிர மூளையின் மேலுறை (cortex) பாதிக்கப்படவில்லை. ஆகவே அவருக்கு கட்டுப்பாட்டுக்குள் உள்ள மாயத் தோற்றங்கள் - அதிகப்படுத்தப்பட்ட முகரும் பிம்பம் வளர்ந்திருக்கிறது. ஆதலால் காபி குடிக்கும்போதும் புகை பிடிக்கும்போதும் வழக்கமாக முன்னால் இருந்த அத்தகைய மணம் தொடர்புடைய சூழல்களில் அவற்றைத் தன்னையறியாமலேயே மீண்டும் கொண்டு வந்து விடுகிறார். அது எவ்வளவு தீவிரமாக இருந்ததென்றால் அவற்றை உண்மை போல நினைக்கச் செய்தது. பாதி நினைவு நிலையிலும், பாதி நனவிலி நிலையிலும் இருக்கும் இந்தச் சக்தி தீவிரமடைந்து பரவிற்று. எடுத்துக்காட்டாக இப்போது அவர் வசந்த காலத்தின் மணத்தை நுகர்கிறார். அவருடய வாசனை நினைவை அல்லது வாசனை பிம்பத்தைக் கொண்டு வருகிறார். அது எவ்வளவு தீவிரமாக இருக்கிறது என்றால் அவர் தன்னையே ஏமாற்றிக் கொள்கிறார். அவரால் உண்மையிலேயே மணத்தை முகர முடிகிறது என்று மற்றவர்களையும் நம்ப வைத்து ஏமாற்றுகிறார்.

இப்படிப்பட்ட ஈடுகட்டுதல், பார்வை இழந்தோருக்கும், கேட்கும் திறனற்றோர்க்கும் இருப்பது நமக்குத் தெரியும். நாம் காது கேளாத பீதோவனையும், கண் தெரியாத பிரஸ்காட்டையும் (அமெரிக்க வரலாற்றாசிரியர்) எண்ணிப் பார்க்கிறோம். ஆனால் அது வாசனை இழப்பில் பொதுவாகக் காணப்படுகிறதா என்பது எனக்குத் தெரியாது.

19

கொலை

டொனால்ட், PCP (போதை மருந்து) போதையில் தனது காதலியைக் கொன்று விட்டான். அதுபற்றிய நினைவே அவனுக்கு இருந்ததாகத் தெரியவில்லை. மனோவசியம் செய்ததோ, சோடியம் அமிட்டால் தந்ததோ அவனுக்கு எந்த நினைவையும் தரவில்லை. எனவே அவன் நீதிமன்றத்தில் குற்றம் சாட்டியபோது இது நினைவை அடக்குதல் அல்ல, இயற்கையான மறதி நோய் என்று முடிவு கட்டப்பட்டது. PCP பயன்படுத்தும்போது இது நிகழ்வது.

காதலியின் உடற்கூறு ஆய்வின்போது கிடைத்த விபரங்கள் எவ்வளவு கொடூரமானவையாக இருந்ததென்றால் அவற்றை வழக்கு மன்றத்தில் வெளிப்படுத்த முடியவில்லை. எனவே அவை அறைக்குள் விவாதிக்கப்பட்டன் பொதுமக்களிடமிருந்தும், டொனால்டிடமிருந்தும் மறைக்கப்பட்டு விட்டன. பக்க மடல் அல்லது உடல் இயக்க வலிப்புகளின்போது காட்டப்படும் வன்முறைச் செயல்களோடு ஒப்பிட்டுப் பார்க்கப்பட்டது. அப்படிப்பட்ட வன்கொடுமைச் செயல்கள் பற்றிய நினைவே அவனுக்கு இல்லை; வன்முறையில் ஈடுபடும் நோக்கம்கூட இருக்காது - அவற்றைச் செய்பவர்கள், அச்செயல்களுக்குப் பொறுப்பாளியாகவோ - குற்றவாளியாகவோ கருதப்படுவதில்லை. எனினும் அவர்களுடைய பாதுகாப்பிற்காகவும், மற்றவர்களுடைய பாதுகாப்பிற்காகவும் சிறையில் அடைக்கப்படுவார்கள். இதுதான் துரதிர்ஷ்டசாலியான டொனால்டுக்கும் நடந்தது.

குற்றவாளியான மனநோயாளிக்குரிய மனநோய்

மருத்துவமனையில் அவன் நான்கு ஆண்டுகள் கழித்தான் - அவன் குற்றவாளியா மனநோயாளியா என்ற ஐயப்பாட்டுக்கு இடையில் அவனை மன நோயாளி மருத்துவமனையில் அடைத்து வைத்திருந்ததை ஒரு நிவாரணம் போல ஏற்றுக் கொண்டான். தண்டனை உணர்வு வரவேற்கத்தக்கதே. தனிமையில் பாதுகாப்பு இருக்கிறது என்பதை அவன் உணர்ந்திருக்க வேண்டும். "நான் சமுதாயத்திற்குத் தகுந்தவன் இல்லை" என்பான் சோகமாக, ஏதாவது கேள்வி கேட்டால். திடீரென்று ஆபத்தான கட்டுப்பாடின்மையில் இருந்து பாதுகாப்பு - பாதுகாப்பும் அமைதியும்கூட. அவனுக்குத் தாவரங்கள் மேல் ஆர்வம். இது ஆக்கப்பூர்வமானது, மனித உறவு, செயலாகிய ஆபத்தான வட்டத்திலிருந்து தொலைதூரத்தில் இருப்பது. எனவே அவன் இப்போது இருந்த சிறைச்சாலை மருத்துவமனையில் ஊக்கப்படுத்தப்பட்டது. பண்படுத்தப்படாத நிலத்தை எடுத்துக்கொண்டு மலர்த் தோட்டங்கள், காய்கறித் தோட்டங்கள் முதலான எல்லா வகைத் தோட்டங்களையும் உண்டாக்கிவிட்டான். அவன் ஒருவகை எளிமையான சமநிலையை அடைந்து விட்டது போலத் தோன்றியது. இதில் மிகவும் ஆவேசமாக இருந்த மனித உறவுகள், மனித உணர்ச்சிகளின் இடத்தை எல்லாம் அபூர்வமான அமைதி எடுத்துக் கொண்டது. சிலர் அவனை மன நோயாளி என்றார்கள், சிலர் தெளிவான அறிவுள்ளவன் என்றார்கள். அவன் ஒரு வகை நிலைத் தன்மையை அடைந்துவிட்டதை எல்லோருமே உணர்ந்தார்கள்.

அவனுடைய சிறை வாழ்க்கையின் ஐந்தாவது ஆண்டில் அவனுக்கு வார இறுதி நாட்களில் வெளியே போய் வர அனுமதி கிடைத்தது. அவனுக்கு சைக்கிள் ஓட்டுவதில் விருப்பம் அதிகம். இப்போது ஒரு சைக்கிள் வாங்கிக் கொண்டான். இது அவனுடைய அபூர்வமான வரலாற்றில் இன்னொரு கட்டம் வரக் காரணமாயிற்று.

அவன் மேடான இடத்திலிருந்து வேகமாகக் கீழே இறங்கிக் கொண்டிருந்தான். அப்போது மோசமாக ஓட்டப்பட்டு வந்த ஒரு கார் ஒரு திருப்பத்தில் அவனுக்கு முன்னால் வந்தது. நேரடியான மோதலைத் தடுக்க அவன் சைக்கிளை வளைத்தபோது கட்டுப்பாடு இழந்துவிட, தலை சாலையில் படத் தூக்கி எறியப்பட்டான்.

அவனுக்கு மோசமான தலைக் காயம். இரு பக்கமும் மூளை நடு உறையடி இரத்த உறைவு ஏற்பட்டது. உடனே அது அறுவைச் சிகிச்சை மூலம் அகற்றப்பட்டது. இரண்டு முன் மூளை மடல்களும் நசுங்கிப் போயிருந்தன. இரண்டு வாரங்கள் பக்கவாத மயக்கத்தில்

இருந்தான். பிறகு திடீரென்று எதிர்பாராதவிதமாக குணமாகத் தொடங்கினான். இப்போது இந்த நேரத்தில் பயங்கரக் கனாக்கள் ஏற்பட்டன.

நனவு நிலை திரும்பி வருவது, திரும்பப் பிறப்பது இனிமையானதாக இல்லை. பயங்கரமான குழப்பமும் கொந்தளிப்பும் அவனை ஆட்கொண்டன. அரை நினைவிலிருந்த டொனால்ட் கடுமையாகப் போராடினான், அழுதுகொண்டே இருந்தான். "ஓ, கடவுளே, வேண்டாம்" என்று புலம்பினான். அவனுடைய நனவு நிலை தெளிவானவுடன், அதோடு நினைவாற்றலும், முழுமையான, பயங்கரமான நினைவாற்றலும் வந்து விட்டது. கடுமையான நரம்பியல் பிரச்சனைகள் இருந்தன. இடது பக்கம் வலிமையின்மையும், மரத்துப் போதலும், நடுக்கமும் முன் மூளை மடல் குறைபாடுகள் இவற்றோடு முழுவதும் வித்தியாசமான ஒன்று. கொலை; அந்தச்செயல் இதுவரையில் மறதியில் இருந்தது. அவன் முன்னால் தெளிவாக, மாயத் தோற்றத்தின் விபரத்தோடு இப்போது நின்றது. கட்டுப்படுத்த முடியாத நினைவு பொங்கி எழுந்து அவனை ஆட்கொண்டது. அவன் அந்தக் கொலையைப் பார்த்துக்கொண்டே இருந்தான். திரும்பத் திரும்பச் செய்து கொண்டே இருந்தான். இது பயங்கரக் கனவா, பைத்தியமா அல்லது இப்போது அதிகப்படியான ஞாபகமா (hyper-mnesis?)- உண்மையான, மெய்யான பயங்கரத்தின் உச்சக் கட்ட நினைவுகளா?

அவனை மிகவும் விரிவாகக் கேள்வி கேட்டார்கள். எந்தக் குறிப்பும் தராமல் கவனமாக இருந்தார்கள். அவன் கட்டுப்படுத்த முடியாத ஆனால் உண்மையான நினைவுகளையே காட்டினான் என்பது தெளிவாகத் தெரிந்தது. கொலையின் துல்லியமான விபரங்களும் அவனுக்கு இப்போது தெரிந்தன. உடற்கூற்று ஆய்வில் பெறப்பட்ட தகவல்கள் - மக்களுக்கோ அவனுக்கோ தெரியப்படுத்தப்படாத விபரங்கள் இப்போது வெளிவந்தன.

முன்னால் இழந்து போன, மறக்கப்பட்டது அல்லது மறக்கப்பட்டதாகத் தோன்றியது எல்லாம் இப்போது மீண்டும் நினைவுக்கு வந்தது; நினைவுக்கு வரக் கூடியதாக இருந்தது. அவன் இதற்கு முன்னால் மனோவசியத்தினாலும் அமிட்டால் ஊசியினாலும் கூட மீண்டும் நினைவுக்குக் கொண்டுவர முடியவில்லை. மேலும் அதனைக் கட்டுப்படுத்தவும் முடியவில்லை. அதற்கும் மேலாக அவற்றைத் தாங்கிக் கொள்ளவும் முடியவில்லை. இரு முறை அவன் நரம்பு அறுவைச் சிகிச்சை பகுதியில் தற்கொலை செய்து

கொள்ள முயன்றான். அவனுக்கு மயக்க மருந்து கொடுத்து அடக்க வேண்டியதாயிற்று.

டொனால்ட்டுக்கு என்ன நடந்தது? என்ன நடந்து கொண்டிருந்தது? நினைவுக்கு வந்தவற்றின் உண்மைத் தன்மையைக் கொண்டு பார்த்தபோது மன நோயின் மாயக் காட்சி திடீரென்று தோன்றியது என்பதை ஏற்றுக்கொள்ள முடியாது. அப்படியே அது மன நோயினால் வரும் மாயக் காட்சி என்று வைத்துக் கொண்டாலும் கூட, அவனுடைய தலைக் காயத்தினால் திடீரென்று இதற்கு முன்னால் இல்லாத நிலையில் ஏன் தோன்ற வேண்டும்? அவனுடைய நினைவுகளுக்கு மன நோய் அல்லது மன நோய்க்கு மிக நெருக்கமான ஒரு ஊட்டம் ஏற்பட்டது. மனநோய்ச் சொல்லில் சொல்லப் போனால் அந்த நினைவுகள் அதிக ஊட்டம் பெற்ற கனவு நினைவுகள் (over-cathected). அதனால் அவை டொனால்டை அடிக்கடி தற்கொலைக்குத் தூண்டின. ஆனால் அப்படிப்பட்ட நினைவுக்குச் சாதாரண, இயல்பான கனவு நினைவு எதுவாக இருக்கும் - மொத்த மறதியிலிருந்து திடீரென்ற நினைவு, ஈடிபஸ் போராட்டம் அல்லது குற்ற உணர்வால் இல்லாமல், உண்மையான மரணத்தினால் ஏற்படுகிறது எப்படி இருக்கும்?

முன் மூளை மடலின் செயல் இழந்ததால், அமுக்கலின் (repression) முதல் தேவையும் இழக்கப்பட்டிருப்பது சாத்தியமா? இப்போது நாம் பார்ப்பது திடீரென்று வெடிக்கும் குறிப்பிட்ட அமுக்கலை நீக்கலா (de-repression)? நாங்கள் யாரும் இதுபோன்ற ஒன்றைப் பற்றிக் கேள்விப்படவோ, படிக்கவோ இல்லை. ஆனால் நாங்கள் அனைவரும் தடுப்பில்லாத, அக்கறை காட்டாத, கொச்சையான ஆழ்மனத்தின் வெளிப்பாட்டை, திடீரென்று உணர்ச்சிப்படுவதை, வேடிக்கைத்தனத்தை, வாயாடிப் பேச்சை, காம வெறியைப் பற்றித் தெரிந்திருந்தோம். ஆனால் இவற்றையெல்லாம் டொனால்ட் இப்போது காட்டவில்லை. அவன் திடீரென்று உணர்ச்சி வசப்படவில்லை, பொருத்தமில்லாமல் நடக்கவில்லை. அவனுடைய நடத்தை முடிவெடுத்தல், பொது ஆளுமை மொத்தமாகக் காக்கப்பட்டிருந்தது. ஆனால் கொலை பற்றிய அவனுடைய நினைவுகளும் உணர்வுகளும் மட்டுமே, அவனுள் கட்டுப்படுத்த முடியாமல் வெடித்து அவனை அழுத்தித் துன்புறுத்துகின்றன.

இதில் ஏதாவது கிளர்ச்சியூட்டும் அல்லது வலிப்பு நோய் சம்பந்தமான கூறு தொடர்பு கொண்டிருக்குமா? EEG-யின் முடிவுகள்

சிறப்பாகக் குறிப்பிடத்தக்கவை: சிறப்பு (மூக்கு தொண்டை nasopharyngeal) மின் முனைகளைப் பயன்படுத்திப் பார்த்தபோது, அவனுக்கு ஏற்கனவே இருந்த நினைவு இழப்பு உடல் துடிப்புள்ள வலிப்புகளுடன் (grand mal) தொடர்ச்சியான கொதிக்கும் வலிப்பு இரண்டு பக்க மடல்களிலும் காணப்பட்டது. இது பக்க மடல்களின் ஆழத்தில் இருக்கும். உணர்ச்சிச் சுற்றான உள் மூளையின் கட்டமைப்புகளான அன்கஸ், அமிக்டாலா, லிம்பிக் கட்டமைப்பு ஆகியவை வரையில் நீண்டது. பென்ஃபீல்டும், பெரோட்டும் (Brsin, 1963, 596-697) பக்க மடல் வலிப்புகளிலுள்ள சில நோயாளிகளிடம் திரும்பத் திரும்ப வரும் நினைவு அல்லது அனுபவ மாயக் காட்சிகள் பற்றி அறிக்கை தந்திருக்கிறார்கள். ஆனால் பென்ஃபீல்ட் விவரித்திருக்கும் அனுபவங்கள் அல்லது நினைவுகள் எல்லாம் செயலற்றவை. இசையைக் கேட்டல், காட்சிகளைக் காணல், ஒரு பார்வையாளராக - செயல் புரிபவராக அல்ல - மட்டுமே இருந்து பார்த்தல்.[1] எங்களில் யாரும் ஒரு செயலை ஒரு நோயாளி திரும்ப அனுபவிப்பதை அல்லது திரும்ப நடத்திக் காட்டுவதைக் கேள்விப்பட்டதில்லை. ஆனால் இதுதான் டொனால்ட் விஷயத்தில் நடப்பதாகத் தோன்றிற்று. ஆனால் ஒரு தெளிவான முடிவுக்கு வர முடியவில்லை.

இப்போது கதையின் கடைசிப் பகுதி. இளமை, அதிர்ஷ்டம், காலம், இயற்கையான குணமாக்கல், முன் மூளை மடல் பதிலீட்டுக்கான லூரியா சிகிச்சை ஆகியவை சில ஆண்டுகளில் டொனால்ட் குணமடையக் காரணமாயின. அவனுடைய முன் மூளை மடல் ஏறத்தாழ இயல்பாகச் செயல்படுகிறது. சில ஆண்டுகளாகக் கிடைக்கும் புதிய வலிப்பு எதிர்ப்பு மருந்துகள் அவனுடைய முன் மூளை மடலைக் கட்டுப்பாட்டுக்குள் வைக்க உதவின. இங்கும் இயற்கையாகவே குணமடைதல் முக்கிய பங்கு வகித்தது. இறுதியாக ஆதரவுடன் வழங்கப்பட்ட சீரான மன நோய் மருத்துவத்தால், தன்னையே குற்றம் சாட்டும் மேல் நிலை மனதில் தண்டனை தரும் வன்முறை டொனால்டிடம் குறைந்து, மனதின் மென்மையான தன்மை மேலோங்கிற்று.

---

1. ஆனால் எப்போது இப்படி இருப்பதில்லை. பென்ஃபீல்ட் பதிவு செய்த ஒரு குறிப்பிட்ட பயங்கரமான நிகழ்வில், பன்னிரெண்டு வயது சிறுமி. ஒவ்வொரு முறை வலிப்பு வரும்போதும், நெளியும் பாம்புகளுள்ள பையுடன் கொலைகாரன் ஒருவன் தூரத்திலிருந்து தப்பித்து ஓடுவதாக நினைக்கிறாள். ஐந்தாண்டுகளுக்கு முன்னர் உண்மையில் நடந்த பயங்கர நிகழ்ச்சியைத் திரும்ப நிகழ்த்துவது இந்த அனுபவ மாயக் காட்சி (experiential hallucination).

இன்னும் இறுதியான ஒன்று: டொனால்ட் தனது தோட்ட வேலைக்குத் திரும்பிவிட்டான். “தோட்ட வேலை செய்யும்போது என் மனம் அமைதி அடைகிறது. இங்கு முரண்பாடுகளுக்கு இடமில்லை. செடிகளுக்கு ego இல்லை. உங்களுடைய உணர்ச்சிகளை அவை காயப்படுத்துவதில்லை என்று என்னிடம் சொன்னான். இறுதி மருத்துவம், ஃபிராய்ட் சொல்வதுபோல, வேலையும் அன்பும்தான்.

டொனால்ட் கொலை பற்றிய எதையும் மறைக்கவில்லை அல்லது மீண்டும் அமுக்கி விடவில்லை. ஆனால் அவன் இப்போது அதனால் மீண்டும் அழுத்தப்படுவதில்லை. அவனுக்கு உடல் சார்ந்த அற நெறி சார்ந்த சமநிலை ஏற்பட்டு விட்டது.

ஆனால் முதலில் இழந்து திரும்ப வந்த நினைவு என்னவானது? மறதி ஏன்? பிறகு அது வெடித்துக் கிளம்பியது ஏன்? முழுவதுமாக மறந்து திரும்ப பயங்கரமாக வந்ததேன்? இந்த அபூர்வமான, பாதி நரம்பியல் சார்ந்த நாடகத்தில் என்னதான் நடந்தது? இன்றுவரையில் இந்தக் கேள்விகள் மர்மமாக இருக்கின்றன.

20

ஹில்டகார்டின் காட்சிகள்

எல்லாக் காலங்களிலும் எழுதப்பட்ட சமய இலக்கியங்களிலும் 'திருக்காட்சி'(Visions) களின் விவரிப்புகள் நிறைந்து காணப்படும். அவற்றில் தெய்வீக உணர்வுகளோடு பிரகாசமான ஒளியை அனுபவிப்பதும் சேர்ந்தே வரும். (வில்லியம் ஜேம்ஸ் இது பற்றிப் பேசும்போது ஒளியின் மாயத் தோற்றம் (photism) என்று குறிப்பிடுகிறார்). பெரும்பாலான நிகழ்வுகளில் அந்த அனுபவம் ஒரு இசிவு நோய் அல்லது மன நோயின் பரவசத்தை அல்லது போதைப் பொருளினால் ஏற்படும் மயக்கத்தின் விளைவுகளை அல்லது வலிப்பு அல்லது ஒற்றைத் தலைவலி எனப்படும் 'மைக்ரேனின்' தாக்கத்தை வெளிப்படுத்துகிறதா என்பதை உறுதியாகச் சொல்ல முடியாது. ஆனால் ஹில்டகார்டின் வாழ்க்கை நிகழ்வு ஒரு தனித்தன்மையுடைய விதிவிலக்காக இருக்கிறது. ஜெர்மனியிலுள்ள பிஞ்சன் எனுமிடத்தில் ஹில்டகார்ட் பிறந்தார் (1098-1180). நான்கு வயதிலேயே அவருக்குக் காட்சிகள் தோன்றின. பிறகு அவர் இளவயதிலேயே கன்னியர் மடத்தில் சேர்க்கப்பட்டார். அங்கு அவருக்குக் காட்சிகள் தோன்றின. கடவுளின் ஆணைப்படி அவற்றை அவர் எழுதினார். அதை ஒரு குருவானவர் லத்தீனில் மொழிபெயர்த்தார். அவருடைய காட்சிகளை அவருடைய மேற்பார்வையில் ஓவியமாகத் தீட்டச் செய்தார்). அவர் மீத்திறமுள்ள நுண்ணறிவும் இலக்கியத் திறன்களும் படைத்தவர். உள்ளொளியாளர், ஒரு இறைவாக்கினராக - தீர்க்கதரிசியாகப் போற்றப்பட்டவர். அவருக்குக் குழந்தைப் பருவத்திலிருந்தே காட்சிகள் தோன்றின. இறுதிவரையில் தொடர்ந்தன. அவற்றை இரண்டு ஏடுகளில் தந்திருக்கிறார். அவை Scivas, Liber diinorum operum

(தெய்வீகப் பணிகளின் நூல்) ஆகும்.

படம் 1.

வானக நகரின் காட்சி. ஹில்டகார்டின் Scivas-லிருந்து 1180–இல் பிஞ்சனில் எழுதப்பட்டது. இப்படம் ஒற்றைத் தலைவலியான மைக்ரேனில் தொடங்கிய காட்சிகளின் மறு உருவம்.

(அலையலையாக ஒன்றுக்குள் ஒன்று இருக்கும் வட்டங்களில் விண்மீன்களால் ஆன பின்புலம்)

இந்த விபரங்களையும் படங்களையும் கவனமாகப் பார்க்கும்போது அவற்றின் தன்மை பற்றி எந்த ஐயப்பாடும் இல்லை. அவை ஒற்றைத் தலைவலிக்கு உரியவையே. முன்னால் விளக்கப்பட்ட ஒளி, ஒலியின் வகைகளையே அவை விளக்குகின்றன. சிங்கர் 1958-இல் ஹில்டகார்டின் காட்சிகளை விவரிக்கும் தனது கட்டுரையில் அவற்றில் தனித்தன்மை வாய்ந்த கீழ்க்கண்ட தோற்றப்பாடுகளைத் தேர்ந்து கொள்கிறார்.

> அனைத்திலும் முதன்மையான இடத்தில் இருப்பது ஒளியின் ஒரு புள்ளி அல்லது புள்ளிகளின் தொகுதி. இது மின்னிக் கொண்டு பொதுவாக அலைகள் போல நகர்கின்றன. இவை விண்மீன்கள் என்றோ தீப்பிழம்பான கண்கள் என்றோ பொருள் கொள்ளப்படுகின்றன. (படம் 2) சில நிகழ்வுகளில் ஒரு ஒளி மட்டும் பிறவற்றைவிடப் பெரிதாக இருக்கிறது. அது அலை போன்ற வடிவமுடைய

உள்ளுக்குள் உள் இருக்கும் வட்ட வடிவங்களைக் காட்டுகின்றது (படம் 1). பெரும்பாலும் கோட்டை போன்ற பாதுகாப்பு உருவங்கள் விவரிக்கப்படுகின்றன. அவை சிலவற்றில் வண்ணம் பூசப்பட்ட பகுதிகளிலிருந்து வருகின்றன. பெரும்பாலும், இந்த ஒளிகள் வேலை செய்வது, கொதிப்பது, நொதிப்பது ஆகியன போன்ற ஒரு தாக்கத்தை ஏற்படுத்துகின்றன. இவற்றைப் பல காட்சியாளர்கள் விவரித்திருக்கிறார்கள்.

ஹில்டகார்ட் எழுதுவது:

நான் கண்ட காட்சிகளை தூக்கத்திலோ, கனவுகளிலோ, மனப் பேதலிப்பிலோ, இச்சையுள்ள கண்களாலோ, கதையின் காதுகளாலோ, மறைவான இடங்களிலோ பார்க்கவில்லை. நான் விழித்திருந்தேன், எச்சரிக்கையாக இருந்தேன். ஆன்மீகக் கதைகளில் உடல் செவிகளால் கடவுளின் சித்தத்தால் நான் வெளிக் காட்சியாக புலனுணர்கிறேன்.

அப்படிப்பட்ட ஒரு காட்சி, கீழே விழுகின்ற விண்மீன்கள், கடலால் அணைக்கப்படும் உருவத்தால் விளக்கப்படுகிறது (படம் B) அவருக்கு இது தேவதூதர்களின் வீழ்ச்சியைக் குறிக்கிறது.

படம் 2.

A
B

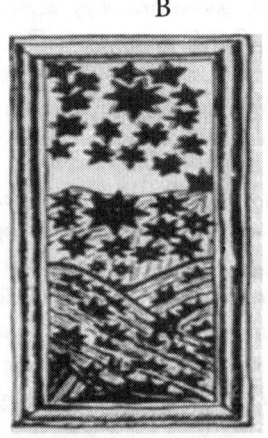

C D

ஹில்டகார்டின் காட்சிகளின் மைக்ரேன் மாயக் காட்சிகள் காட்டப்பட்டிருக்கின்றன

பிரகாசமான விண்மீன்கள் கண் நோயில் தோன்றும் ஒளி வளையங்கள் (phosphenes) மழையாகப் பொழிகின்றன. கீழே வரும்போது அணைந்து விடுகின்றன. நேர்மறை, எதிர்மறை இருண்மைகள் – கரும்புள்ளிகள் (scotomas) ஒன்றன் பின் ஒன்றாக வருவது. படம் C, படம் D. மையப் புள்ளியிலிருந்து விரியும் மைக்ரேன் காப்பு உருவங்களை ஹில்டகார்ட் காட்டுகிறார்.

> மிக பிரமாண்டமான அழகான ஒரு விண்மீனைப் பார்த்தேன். அதனோடு கீழே விழும் எண்ணிக்கையற்ற விண்மீன்களையும் பார்த்தேன். தெற்கு நோக்கிப் போயின. திடீரென்று அவை எல்லாம் அழிக்கப்பட்டன. அவை கறுப்புக் கரித் துண்டுகளாக மாறி பாதாளத்தில் வீசப்பட்டன. அவற்றை அதன் பிறகு என்னால் பார்க்க முடியவில்லை.

ஹில்டகார்டின் உருவக விளக்கம். நமது நேரடி விளக்கம். அவர் தன்னுடைய கண் பார்வையில் பாஸ்ஃபீன்களின் மழையை அனுபவிக்கிறார். அது போனவுடன் அதன் எதிர் மறை ஸ்கோடமா வருகிறது. கோட்டை போன்ற பாதுகாப்பு உருவங்களுடனான காட்சிகள் அவருடைய ஜீலஸ் டே (படம் C)-யிலும் செடன்ஸ் லுசிடஸ் (படம் D)-இலும் காணப்படுகின்றன. இந்தக் கோட்டைகள் பிரகாசமாக ஒளிவிடும் மின்னும் வண்ணம் பூசப்பட்ட புள்ளியிலிருந்து புறப்படுகின்றன. இந்த இரண்டு காட்சிகளும்

இணைந்தகாட்சியாக முதல் படத்தில் காட்டப்படுகிறது. (படம் 1). இதனில் கோட்டைகளை கடவுளின் நகரம் நிலையான கட்டடம் (aedificum) ஆகப் பொருள் கொள்கிறார்.

இந்தக் காட்சிகளின் அனுபவத்தில் பரவசமான ஆழம் தரப்பட்டிருக்கிறது. சிறப்பாக முதல் காட்சியை ஒளிப் பொறி சிதறலைத் (scintillation) தொடர்ந்து இரண்டாவது இருண்மை (scotoma) வரும்போது இது காணப்படுகிறது.

> நான் பார்த்த ஒளி ஒரு குறிப்பிட்ட இடத்தில் இல்லை. ஆனால் அது கதிரவனை விடப் பிரகாசமாக இருந்தது. அதன் உயரம், நீளம், அகலத்தை என்னால் அளவிட முடியாது. அதற்கு 'வாழும் ஒளியின் மேகம்' என்று பெயரிட்டிருக்கிறேன். கதிரவனும், நிலவும், விண்மீன்களும் தண்ணீரில் பிரதிபலிப்பது போல, எனக்கு முன்னால் மனிதரின் எழுத்துகளும், பொன் மொழிகளும், நற்பண்புகளும், பணிகளும் அதில் பளபளக்கின்றன.
>
> சில வேளைகளில் இந்த ஒளியினுள் இன்னொரு ஒளியையும் காண்கிறேன். அதற்கு வாழும் ஒளி என்று பெயரிடுகிறேன். நான் அதனைப் பார்க்கும்போது துன்பமும், வலியும் எனது நினைவிலிருந்து மறைகின்றன. அப்போது நான் மூதாட்டியாக அல்ல, எளிய இளம்பெண்ணாக மீண்டும் மாறி விடுகிறேன்.

பரவச உணர்வு மேலோங்க, ஆழமான இறைத் தீயும், தத்துவார்ந்த முக்கியத்துவமும் எரிய, ஹில்டகார்டின் காட்சிகள் அவரைப் புனித வாழ்க்கைக்கும் உள்ளொளி நிலைக்கும் இட்டுச் சென்றன. வெறுக்கத்தக்க, சாதாரண அல்லது பொருளற்ற ஒரு உடல் கூற்று நிகழ்வு மிகவும் சிறப்பு மிக்க நனவு நிலையில் மிக உயரிய பரவச உள் காட்சியாக மாற முடியும் என்பதற்கு இது ஒரு சிறப்பான எடுத்துக்காட்டு. இதற்கு வரலாற்றுபூர்வமான, இணையான நிகழ்ச்சி வேண்டுமென்றால், தஸ்தயேவ்ஸ்கியிடம் போக வேண்டும். அவர் சில வேளைகளில் பரவசமான வலிப்பு நோய்க் காட்சிகளைக் கண்டார். அவற்றிற்கு அவர் மிகுந்த முக்கியத்துவம் தந்தார்.

> என்றும் வாழும் இயைபின் பிரசன்னத்தை நீங்கள் ஐந்து ஆறு வினாடிகளே உணரும் நோய்கள் இருக்கின்றன. இதில் பயங்கரமானது என்னவென்றால் அது தன்னை வெளிப்படுத்திக் கொள்ளும் பயங்கரமான தெளிவும்,

உங்களை நிரப்பும் பேரின்பமும்தான். இந்த நிலை ஐந்து வினாடிகளுக்கு மேல் நீடித்தால், ஆன்மா அதைத் தாங்கிக்கொள்ள முடியாது, மறைந்துவிடும். இந்த ஐந்து வினாடிகளில் நான் முழுமையான மனித வாழ்க்கை வாழ்கிறேன். அதற்காக நான் எனது முழு வாழ்க்கையையும் கொடுப்பேன்; அதற்கு அதிக விலை கொடுத்துவிட்டேன் என்றும் எண்ணமாட்டேன்.

பகுதி நான்கு

எளியோரின் உலகம்

குறிப்பு : 'எளியோர்' என்ற சொல் மன வளர்ச்சி குன்றியவர்களைக் குறிக்கப் பயன்படுகிறது. ஆங்கிலச் சொல்லான *simple*-க்கு பல பொருள்கள் உள்ளன. அவற்றில் ஒன்று 'மன வளர்ச்சி குன்றிய' என்பது.

நான் மனவளர்ச்சி குன்றியவர்களுடன் எனது பணிகளைப் பல ஆண்டுகளுக்கு முன்னர் தொடங்கியபோது, அது உற்சாகமற்றதாக இருக்கும் என்று நினைத்து லூரியாவுக்கு எழுதினேன். எனக்கு வியப்பளிக்கும் வகையில் மிகவும் நேர் மறையான சொற்களில் விடை எழுதினார். பொதுவாக அவர்களை விட அவருக்கு விருப்பமான நோயாளிகள் இல்லை என்றார். தன்னுடைய தொழில் வாழ்க்கையில் மிகவும் மனத்தைத் தொடுகின்றவற்றில், ஆர்வமூட்டுகின்றவற்றில் அவர் இன்ஸ்டிடியூட் ஆப் டிஃபக்டாலஜியில் பணியாற்றிய மணிகளையும், ஆண்டுகளையும் முன் வைப்பார் என்று எழுதினார். அவருடைய முதல் மருத்துவ வாழ்க்கை வரலாறுகளின் நூலுக்கு (Speech and the Development in the Child 1959) அவர் தந்திருக்கும் முகவுரையில் அதே போன்ற கருத்தைக் கூறியிருக்கிறார். "ஓர் ஆசிரியர் தன்னுடைய நூல் பற்றிய உணர்ச்சிகளை வெளியிடுவதற்கு உரிமையிருந்தால், இந்தச் சிறிய நூலில் வெளியிடப்பட்டுள்ள கருத்துக்களை நான் விருப்ப உணர்வோடு பார்ப்பேன்."

லூரியா சொல்கிற 'விருப்ப உணர்வு' என்பதென்ன? இது தெளிவாக மனவெழுச்சி சம்பந்தமானது, தனிப்பட்டது. குறைபாடு உடையவர்கள் சரியாக 'எதிர்வினை' ஆற்றவில்லையென்றால், அவர்களுக்கென்ற உண்மையான உணர்வுகள், மனவெழுச்சியோடு தனிப்பட்ட உள்ளாற்றல்களும் இல்லையென்றால் - அவர்களுடைய மனக் குறைபாடுகள் எதுவாக இருந்தாலும், லூரியாவிடம் இந்த உணர்ச்சி வெளிப்பாடு சாத்தியமில்லை. ஆனால் அதை விடவும் அதிகமானது. அது அறிவியல் ஆர்வத்தின் வெளிப்பாடு. லூரியா அதனை மிகவும் வித்தியாசமான அறிவியல் ஆர்வம் என்று கருதினார். அது என்னவாக இருக்கும்? குறைபாடுகள்

(defects), மனவளர்ச்சி குன்றியவர்கள் பற்றிய அறிவியலிலிருந்து (defectology) வேறானவை. அவைபாலுள் அக்கறை குறிப்பிட்ட அளவே இருக்கும், அதிகம் இருக்காது. எளிமையான இதில் எது சிறப்பான ஆர்வத்தைத் தருவதாக இருக்கும்?

இது மனத்தின் தன்மைகள் பற்றியது. இந்தத் தன்மைகள் காக்கப்பட்டு, வளர்க்கப்படக்கூட வேண்டும். அப்போது சில வழிகளில் சிலர் மனத்தளவில் குறைபாடுகளுடையவர்களாக இருந்தாலும், அவை மனத்தளவில் ஆர்வமூட்டுபவையாக இருக்கும். அறிவு சார்ந்த நிலையில் முழுமையுடையவனவாகவும் இருக்கும். கருத்தியல் சாராத மனத்தின் மற்ற தன்மைகள் - இதைத்தான் எளிய மனத்தில் வித்தியாசமான தெளிவுடன் ஆய்வு செய்யப் போகிறோம். (குழந்தைகள் - காட்டுமிராண்டி மனத்திலும் பார்க்கலாம். எனினும் கிளிஃபோட் கீட்ஸ் வலியுறுத்துவது போல, இந்த வகைகளைச் சமப்படுத்தவே கூடாது. காட்டுமிராண்டிகள் எளிமையாகவும் இல்லை, குழந்தைகள் போலவும் இல்லை. குழந்தைகளிடம் காட்டுமிராண்டிப் பண்பாடு இல்லை. எளிய மனத்தோர் காட்டுமிராண்டிகளும் இல்லை, குழந்தைகளும் இல்லை. எனினும் முக்கியமான உறவுகள் உள்ளன. பியாஜே குழந்தைகளின் மனத்தில் நமக்குத் திறந்து காட்டியிருப்பது, லெவி-ஸ்ட்ராஸ் தனது 'காட்டுமிராண்டி மனத்தில்' சொல்வது, வேறு ஒரு வடிவில் எளியோரின் மனத்திலும் உலகிலும் நமக்காகக் காத்திருக்கின்றன.[1]

நமக்காகக் காத்திருப்பது இதயத்துக்கும் மனத்துக்கும் இதமளிப்பது, லூரியா சொல்லும் புனைவியல் சார்ந்த அறிவியலுக்கு (romantic science) நம்மைத் தூண்டுவது.

எளியவர்கள் என்பதைத் தனிமைப்படுத்திக் காட்டும் தன்மை எது? அவர்களுக்கு மனத்தைத் தொடும் மாசின்மை, வெளிப்படைத் தன்மை, முழுமை, கண்ணியம் ஆகியவற்றைத் தரும் மனத்தின் தன்மை எது? (நாம் குழந்தையின் உலகம், காட்டுமிராண்டியின் உலகம் என்று சொல்வது போல). எளியோரின் உலகம் என்று பேச வேண்டிய அளவிற்கு அவர்களின் தனித்தன்மை எது?

---

1. லூரியாவின் தொடக்க ஆய்வு, தொடர்புடைய இந்த மூன்று பரிமாணங்கள் பற்றி இருந்தது. மத்திய ஆசியாவில் பழங்குடி இனக் குழந்தைகளிடம் அவர் செய்த களப் பணி, அவருடைய இன்ஸ்டிடியூட் ஆஃப் டிஃபக்டாலஜியில் அவருடைய ஆய்வுகள் இது பற்றியவை. இவையெல்லாம் சேர்ந்து மனித கற்பனை பற்றிய அவருடைய ஆய்வுக்குக் காரணமாக அமைந்தன.

ஒரு வார்த்தையில் சொல்ல வேண்டுமென்றால் அதன் உருவமுடைமை, பருப்பொருளுக்கான தன்மை (concreteness). அவர்களது உலகம் தெளிவானதாக, தீவிரமானதாக, விபரங்கள் உள்ளதாக இருக்கிறது. அது பருப்பொருளான உருவமுடையதாக இருப்பதாலேயே அது எளிமையாக இருக்கிறது. கருத்தியலால் சிக்கலாக, நீர்க்கச் செய்யும் ஒன்றாக ஆக்கப்படுவதில்லை.

பொருட்களின் இயற்கையான வரிசை அமைப்பினைத் தலைகீழாக மாற்றுவதால் அல்லது அழிப்பதால் உருவமுடைமையை மோசமானதாக, தங்களது கவனத்திற்குக் கீழானதாக, தொடர்ச்சியற்றதாக, பின்னோக்கிச் செல்வதாக நரம்பியல் வல்லுநர்கள் கருதுகிறார்கள். ஆகவேதான் தனது தலைமுறையின் மிகப் பெரிய அமைப்புக்கு உட்படுத்துபவரான கர்ட் கோல்ட்ஸ்டைனைப் பொறுத்த வரையில் மனிதனின் புகழ்ச்சிக்குரிய பகுதியான மூளை அருவ நிலையில் வகைப்படுத்தக் கூடியதில் அடங்கியிருக்கிறது; மூளையின் எந்த வகையான சேதத்தின் பாதிப்பும் இந்த உயர்ந்த பீடத்திலிருந்து உருவமுடைமை என்னும், கீழ்நிலை மனிதன் என்னும் புதைகுழிக்குள் எறிகிறது. ஒரு மனிதன்; தனது அருவியான - வகைப்படுத்தும் போங்கினை (கோல்ட்ஸ்டைன்) அல்லது பகுத்தறியும் சிந்தனையை (ஹியூலிங்ஸ் ஜேக்சன்) இழந்து விட்டால் மிச்சம் இருப்பது எந்த ஆர்வமும் ஏற்படுத்தாத கீழ் நிலை மனிதன்தான்.

இதனை நான் தலைகீழ் மாற்றம் என்று அழைக்கிறேன். ஏனென்றால் உருவமுள்ள பருப்பொருள் மூலம், அதுதான் மெய்மையை உண்மையாக உயிரோட்டமுள்ளதாக ஆக்கி, தனியாருடையதாக பொருளுள்ளதாக ஆக்குகிறது. உருவமுடைமை போய்விட்டால் இவை அனைத்துமே போய் விடும். இதனைத்தான் தனது மனைவியைத் தொப்பியாகப் பார்த்த மனிதரான டாக்டர் P-யிடம் பார்த்தோம். அவர் கோல்ட்ஸ்டெய்ன் கருத்துக்கு எதிர் மாறாக உருவப் பருப்பொருள் நிலையிலிருந்து அருவ நிலைக்கு விழுந்து விட்டார்.

எளிதாக விளக்கக் கூடியதும், இயற்கையானதுமான ஒன்று மூளை சேதத்தில் பருப்பொருளைப் பாதுகாத்தல், பின்னோக்கி அதனுள் போவதில்லை, அதைப் பாதுகாத்தல். அப்போது காயப்பட்ட மனிதரின் அடிப்படை ஆளுமையும், அடையாளமும், மனிதத் தன்மையும், ஆள் என்ற உணர்வும் பாதுகாக்கப்படுகின்றன.

நாம் இதைத்தான் சாசட்ஸ்கியிடம் - நொறுங்கிப்போன உலக மனிதனிடம் - பார்க்கிறோம். அவர் மனிதராக இருக்கிறார். அவருடைய அருவ நிலை, பகுத்தறியும் திறன்கள் அழிந்து போனாலும் அவர் அறநெறியின் ஆற்றலும், செழிப்பான கற்பனையுமுள்ள அடிப்படையில் ஒரு மனிதனாக இருக்கிறார். இங்கே லூரியா, ஹியூலிங்ஸ் ஜேக்சன், கோல்ட்ஸ்டைன் ஆகியோருடைய கருத்தியல்களை ஆதரிப்பது போலத் தோன்றினாலும், அதே சமயம் அவர்களின் முக்கியத்துவத்தை தலைகீழாக மாற்றி விடுகிறார். சாசெட்ஸ்கி மெலிந்து போன ஜேக்சன் அல்லது கோல்ஸ்டைனின் எச்சமில்லை. அவர் முழு மனிதன். அவருடைய மனவெழுச்சிகளும், கற்பனையும் முழுவதுமாகக் காக்கப்பட்டு ஒருவேளை அதிகமாகி இருக்கின்றன. அவருடைய உலகம் நொறுங்கிப் போகவில்லை - புத்தகத்தின் தலைப்பு அப்படிச் சொன்னாலும் அதற்கு ஒன்று சேர்க்கும் அருவ நிலைகள் இல்லைதான். ஆனால் அது அசாதாரணமான ஊட்டமும், ஆழமுள்ள பருப்பொருளாலான மெய் நிலையாக அனுபவிக்கப்படுகிறது.

மன வளர்ச்சி குன்றியவர்கள் விஷயத்தில் இது உண்மையாக இருக்கிறது என்று நான் நம்புகிறேன். அதிகம் என்றே சொல்ல வேண்டும். ஏனென்றால் தொடக்கத்திலிருந்தே அவர்கள் ‘எளியராக’ இருப்பதால் அவர்களுக்கு கருத்தியல் தெரியாது; அவர்கள் ஈர்க்கப்படவுமில்லை. ஆனால் அவர்கள் மெய்மையை நேரடியாக, எந்தத் தரகருமின்றி அடிப்படையான தீவிரத்தோடு அனுபவிக்கிறார்கள்.

கவர்ச்சியும் முரண்பாடும் உள்ள ஒரு சாம்ராஜ்யத்துக்குள் நாம் நுழைகிறோம். அவையனைத்துமே பருப்பொருள் நிலையின் புதிரை மையமாகக் கொண்டிருக்கின்றன. குறிப்பாக, மருத்துவர்களாக, மன நோய் மருத்துவர்களாக, ஆசிரியர்களாக, அறிவியலாளராக நாம் பருப்பொருள் நிலையை ஆராய அழைக்கப்படுகிறோம், கட்டாயப்படுத்தப்படுகிறோம். இது தான் லூரியாவின் ‘புனைவியல் அறிவியல்’(romantic science). லூரியாவின் இரண்டு மருத்துவமனை வாழ்க்கை வரலாறுகளும் அல்லது ‘நாவல்களும்’ பரு நிலையை ஆராய்வதாகப் பார்க்கலாம். மூளை சேதமடைந்த செட்ஸ்கியில் உண்மை நிலைக்காக அது காக்கப்படுவது, Mnemonist -இன் அதீத மனத்தில் உண்மை நிலையைக் காவு கொடுப்பது, மிகைப்படுத்தல் ஆகியவை எடுத்துக்காட்டுகள்.

செம்மை, பழைய அறிவியலுக்கு பருப்பொருள் உருவ நிலை பயன்படாது. அதனை நரம்பியலிலும், உளவியலிலும் அற்பமானதற்குச் சமமாகப் பார்க்கிறார்கள். அதனுடைய முழுப் பங்களிப்பையும் காண 'புனைவியல்' சார்ந்த அறிவியல் தேவைப்படுகிறது; அதன் அசாதாரணமான சக்திகளையும், ஆபத்துகளையும் பார்க்க அது அவசியம். மனவளர்ச்சி குன்றிய இந்த எளியவர்களிடம் கட்டுப்பாடற்ற தீவிரத்துடன்,பருப்பொருள் உருவ நிலையைத் தூய்மையான, எளிய நிலையில் நேரடியாகச் சந்திக்கிறோம்.

பருப்பொருள் நிலை கதவுகளைத் திறக்கும், மூடவும் செய்யும். உணர்வுக்கான, கற்பனைக்கான, ஆழத்திற்கான நுழைவாயிலாக அது இருக்கலாம். அல்லது அதனைக் கொண்டிருப்பவரை அல்லது ஆட்கொள்ளப்பட்டிருப்பவரை, பொருளற்ற நுணுக்கங்களுக்குள் அடைத்து விடலாம். இந்த இரண்டு உள்ளாற்றல்களையும், மன வளர்ச்சி குன்றியவர்களிடம் காணமுடிகிறது.

கருத்தியல், அருவ நிலையிலுள்ள குறைபாடுகளுக்கு ஈடாக இயற்கை தந்திருக்கிற பருப்பொருள் படிமம், நினைவு ஆகியவற்றின் அதிகப்படியான ஆற்றல்கள், எதிர்த் திசைகளில் இட்டுச் செல்லலாம். நுணுக்கங்கள் மேல் மாற்ற இயலாமல் ஊன்றிப் போயிருக்கும் முன்னீடுபாடு (obcessive preoccupation) மீத் தெளிவுள்ள படிம, நினைவாற்றல் வளர்ச்சி, ஒரு நடிகர் அல்லது கலைஞனுடைய மனநிலை ஆகியவை ஏற்படலாம். (Mnemonist-இல் இது காணப்படுகிறது. பண்டையக் காலங்களில் நினைவின் பரு நிலை அதிக வளர்ச்சியிலும் இதனைப் பார்க்கலாம். மார்டின் A-யிலும் (அத்தியாயம் 22), ஜோசிலும் (அத்தியாயம் 24) சிறப்பாக இரட்டையர்களிடமும் (அத்தியாயம் 23) காணலாம். இரட்டையர்களிடம் அவர்களுடைய மாற்ற இயலாமல் ஊன்றிப் போயிருக்கும் தன்மை, தங்களை வெளிப்படுத்தும் ஆசை இவற்றோடு மக்கள் அவர்களை நிகழ்ச்சிகளைச் செய்து காட்டுமாறு கேட்பதால் மிகைப்படுத்தப்படுகிறது.

ஆனால் அதிகம் ஆர்வமூட்டுகிற, அதீத மனிதத் தன்மை வாய்ந்த, மனத்தைத் தொடுகின்ற, இன்னும் அதிகமான உண்மை நிலையுள்ள ஒன்று பருப் பொருளின் வளர்ச்சியும், அதனைச் சரியாகப் பயன்படுத்தலும் ஆகும். மன வளர்ச்சி குன்றியவர்கள் பற்றிய

அறிவியல் பூர்வமான ஆய்வில் இது கண்டுகொள்ளப்படுவதில்லை. (ஆனால் கரிசனையுள்ள பெற்றோரும், ஆசிரியர்களும் இதனை உடனே கண்டுகொள்வார்கள்).

பருப்பொருள் நிலை, மர்மம், அழகு, ஆழம், மன எழுச்சிகள், கற்பனை, ஆளுமை ஆகியவற்றிற்கு வழியாக - அருவமான கருத்தியலைப் போலவே முழுமையாக இருக்கும். (அதிகமாகவே இருக்கும் என்று ஜெரோம் புரூனர் (1984) தனது கொள்கை சார்ந்ததற்கு கதையாடலுக்கும் இடையிலுள்ள மாறுபாட்டைப் பற்றிச் சொல்லும்போது வாதிடுகிறார். கிரோஷம் ஷோலம் (1916) கருத்தியலுக்கும் குறியீடுகளுக்கும் உள்ள வேறுபாடுகள் பற்றிக் குறிப்பிடும்போது சொல்கிறார்). பருப்பொருள் சார்ந்தது உணர்ச்சியும் அர்த்தமும் கொண்டது; அருவமான கருத்தியலை விட அதிகம் என்று சொல்லலாம். அது எளிதாக அழகுணர்வு, நாடகமாக்கல், நகையுணர்வு, குறியீடு, கலையும் ஆன்மாவுமான உலகை நோக்கிச் செல்கிறது. கருத்தியல் சார்ந்தவற்றில், மன வளர்ச்சி குன்றியவர்கள் இயக்கமில்லாதவர்களாக இருக்கலாம். ஆனால் அவர்களுடையபருப்பொருள், குறியீடு சார்ந்தவற்றை புரிதலின் ஆற்றல்களில் எந்த ‘சாதாரண’ தனி மனிதருக்கும் சமமாகவே இருப்பார்கள். (இது அறிவியல், இது புனைவியலும் கூட). தத்துவஞானி கியர்க்ககார்டை விட யாரும் இதனைச் சிறப்பாகச் சித்தரித்திருக்க முடியாது. அவர் தனது மரணப் படுக்கையில் எழுதிய சொற்கள்: “சாதாரண மனிதனே, வேத நூல்களின் குறியீடு மிக மிக முடிவில்லா அளவு உயர்ந்தது... ஆனால் அது உயர்ந்தது என்றுகூறும்போது நுண்ணறிவு சார்ந்த உயரத்தோடு தொடர்புடையது இல்லை. மனிதனுக்கும் மனிதனுக்கும் இடையேயுள்ள நுண்ணறிவு வேறுபாடுகளைக் குறிப்பிடவில்லை... இல்லை. இது அனைவருக்கும் பொது... அனைவராலுமே இந்த முடிவில்லா உயரத்தை அடைய முடியாது.”

ஒரு மனிதன் நுண்ணறிவில் மிகக் குறைந்திருக்கலாம். அவரால் ஒரு கதவில் சாவியை நுழைக்க முடியாமல் இருக்கலாம். நியூட்டனுடைய இயக்க விதிகளைப் புரிந்து கொள்ள முடியாமல் இருக்கலாம்; உலகைக் கருத்தியல்களாகப் புரிந்து கொள்ள இயலாமல் இருக்கலாம்; ஆனால் உலகை அதன் பருப்பொருள் நிலையில் குறியீடுகளாகப் புரிந்து கொள்ளும் முழு ஆற்றலும், மீத்திறமும் கொண்டிருப்பார். இதுதான் தனியாக இருக்கின்ற

மீத்திறமிக்க எளியோரின் இன்னொரு பக்கம், மார்ட்டின், ஜோஸ், இரட்டையர்களைப் போல.

எனினும் அவர்கள் அசாதாரணமானவர்கள், பொதுவாக இருப்பவர்களைவிட மாறுபட்டவர்கள் என்பதையும் சொல்ல வேண்டும். எனவே இந்தக் கடைசிப் பகுதியை 'ரெபக்கா'வில் தொடங்குகின்றேன். அவள் குறிப்பிடத்தக்க திறன் எதுவுமில்லாத இளம்பெண், மன வளர்ச்சி குன்றியவள். அவளோடு பன்னிரெண்டு ஆண்டுகள் வேலை செய்திருக்கிறேன். அவளை நான் மிகவும் அன்புடன் நினைவு கூர்கிறேன்.

21

ரெபக்கா

ரெபக்கா எங்களுடைய மருத்துவமனைக்கு வந்தபோது அவள் சிறு குழந்தை இல்லை. அவளுக்குப் பத்தொன்பது வயது. ஆனால் அவளுடைய பாட்டி சொன்னது போல, 'அவள் சிலவற்றில் குழந்தை போலத்தான். கட்டடத்திற்குள் அவளுக்கு வழி கண்டுபிடிக்கத் தெரியாது. அவளால் சாவியைக் கொண்டு கதவைத் திறக்க முடியாது. (எப்படி சாவி நுழையும் என்று அவளால் பார்க்க முடியாது; கற்றுக் கொண்டதாகவும் தெரியவில்லை). அவளுக்கு இடது வலது குழப்பம். சில வேளைகளில் தனது உடையை மாற்றிப் போட்டு விடுவாள். உள்புறம் வெளியிலிருக்கும், முதுகுப் பக்கம் முன்னாலிருக்கும். அதை அவள் கவனித்ததாகத் தெரியவில்லை. அல்லது அப்படியே கவனித்திருந்தாலும் அவற்றைச் சரியாகப் போடத் தெரியவில்லை. தனது கையை தவறான கையுறைக்குள்ளும் காலைத் தவறான காலணிக்குள்ளும் நுழைக்க நாள் முழுவதும் செலவழிப்பாள். அவளுடைய பாட்டி சொன்னது போல, அவளுக்கு இடத்தைப் பற்றிய அறிவே இல்லை. அவளது இயக்கங்களும் ஒழுங்கில்லாமல் இருக்கும்; இயைபு இருக்காது. 'இயக்கத்தில் ஒரு மூடப் பெண் என்றது ஒரு அறிக்கை (ஆனால் அவள் நடனமாடினால் இந்த அசிங்கமான அசைவுகள் எல்லாம் மறைந்து விடும்).

ரெபக்காவிற்கு பிளவுபட்ட மேலண்ணம். அவள் பேசும்போது 'விசில்' சத்தம் கேட்கும். குட்டை கட்டையான விரல்கள், மொட்டையான வடிவமில்லாத நகங்கள்; நாளுக்கு நாள் மோசமாகிக் கொண்டு வரும் தூரத்துப் பார்வை. எனவே தடிமனான கண்ணாடி

அணிந்திருந்தாள். அவளுக்கு மூளை - மனக் குறைபாடுகளை உண்டாக்கிய அதே பிறவி நிலையின் வடுக்கள். அவளுக்கு கூச்சம் அதிகம், யாருடனும் சேரமாட்டாள். தான் 'வேடிக்கைப் பொருள்' என்ற உணர்வு அவளுக்கு.

ஆனால் அவள் மிகவும் உணர்ச்சிபூர்வமான நெருக்கம் காட்டுவாள். அவளுக்குத் தனது பாட்டியிடம் அளவு கடந்த அன்பு. (அவளுடைய பெற்றோர் இருவரும் இறந்த பிறகு) மூன்று வயதிலிருந்து அவர் தான் அவளை வளர்த்தாள். அவளுக்கு இயற்கை மிகவும் பிடிக்கும். அவளை நகரப் பூங்காவிற்கோ, தாவரத் தோட்டத்திற்கோ கூட்டிச் சென்றால் மணிக்கணக்கில் செலவழிப்பாள். கதைகளும் கூடப் பிடிக்கும். அவளுக்கு வாசிக்கத் தெரியாவிட்டாலும் அவளுக்கு மிகவும் பிடிக்கும். வாசிக்கக் கற்றுக்கொள்ள கடுமையாக முயன்றாள். தனது பாட்டியையாவது வேறு யாரையாவது தனக்கு வாசித்துக் காட்டுமாறு சொல்வாள். "அவளுக்குக் கதைகள் மேல் ஒரு பசி" என்று சொன்னார் பாட்டி. நல்லவேளையாக, பாட்டிக்கும் கதை வாசிப்பது பிடிக்கும். அவருக்கு அருமையான, வாசிப்பதற்கு ஏற்ற குரல், ரெபக்கா அதில் மயங்கிப் போவாள். கதைகள் மட்டுமில்லை, கவிதையும் பிடிக்கும். அவளுடைய மனத்துக்குத் தேவையான ஊட்டச்சத்தாகவும், உண்மை நிலையாகவும் ரெபக்காவிடம் ஒரு பசி போல, தேவை போல, இருந்ததாகத் தெரிந்தது. இயற்கை அழகாக இருந்தது, ஆனால் அது ஊமை. அது போதவில்லை. அவளுக்கு உலகம் படிமங்களாக, மொழியில் திரும்பக் காட்டப்பட வேண்டியிருந்தது. மிக ஆழ்ந்த கருத்துள்ள கவிதைகளின் உருவகங்களையும், குறியீடுகளையும் புரிந்து கொள்வதில் அவளுக்கு சிரமம் இருப்பதாகத் தோன்றவில்லை. ஆனால் அதற்கு நேர்மாறாக எளிய தர்க்கங்களையோ, கட்டளைகளையோ கூட அவளால் புரிந்து கொள்ள முடியவில்லை, பின்பற்ற முடியவில்லை. உணர்ச்சியின், பருப்பொருளின், படிமத்தின் குறியீட்டின் மொழி அவள் விரும்புகிற உலகத்தை அமைத்துத் தந்தது; அவளால் அதனுள் குறிப்பிடத்தக்க அளவில் நுழைய முடிந்தது. கருத்தியல் சார்பானவற்றில் தர்க்க ரீதியானவற்றில் அவள் திறனற்றவள்; இருந்தாலும், கவிதை மொழி அவளுக்கு உகந்ததாக இருந்தது; தடுக்கி விழும், ஆனால் மனத்தைத் தொடும், வகையில் அவள் ஒரு வகை இயற்கைக் கவிஞர்தான். உருவகங்களும், உவமைகளும் குறியீடுகளும், ஆனால் எதிர்பாராத நேரத்தில், கவிதை வெளிப்பாடுகளாக, குறிப்புகளாக அவளுக்கு இயற்கையாகவே வந்தன. அவளுடைய

பாட்டி அமைதியான வழியில் பக்தியுடையவர். ஒரு யூதரின் ஒரு நாள் பொழுதில் இறையோடும் கடவுள் வாழ்த்துகளோடும், மன்றாட்டுகளோடும் அவள் ஓய்வு நாளுக்கு முந்திய நாள் (வெள்ளி மாலை) மெழுகுத் திரிகளை ஏற்றுவதை விரும்புவாள். யூத ஆலயத்திற்குப் போவது பிடிக்கும். அங்கே அவள் மீது மற்றவர்கள் அன்பு பாராட்டுவார்கள். (அவளைக் கடவுளின் குழந்தை என்றும் மாசற்ற புனிதமான முட்டாள் என்றும் பார்த்தார்கள்). பழமையான யூத வழிபாடுகளிலுள்ள வழிபாட்டு முறைகள், மந்திரங்கள், மன்றாட்டுகள், சடங்குகள், அடையாளங்கள் அனைத்தையும் அவள் முழுமையாகப் புரிந்து கொண்டாள். அவளுக்கு புலனறிவு, இடம் சம்பந்தமான பிரச்சனைகள் இருந்தன. முறைப்படுத்தும் திறமை பாதிக்கப்பட்டிருந்தது. அவளால் சில்லறைகளை எண்ண முடியாது, சிறு கணக்குகளையும் போட முடியாது. எழுதப் படிக்க அவளால் கற்றுக் கொள்ள முடியவில்லை, நுண்ணறிவு ஈவுச் சோதனைகளில் 60-க்கும் குறைவாகவே வாங்கினாள். எனினும் அவளால் இவற்றையெல்லாம் செய்ய முடிந்தது. அவற்றை அவள் விரும்பினாள். அவள் நுண்ணறிவுச் சோதனைகளில் செயல்முறைத் தேர்வுகளை விட சொல் சம்பந்தமானவற்றை நன்றாகச் செய்தாள். அவள் ஒரு மூடப் பெண் (Moron), ஒரு முட்டாள். அவள் அப்படித்தான் தோன்றினாள். அவளை அப்படித் தான் அழைத்தார்கள். ஆனால் எதிர்பாராத, மனத்தைத் தொடுகிற கவிதை ஆற்றல் உடையவள். மேலோட்டமாகப் பார்க்கும்போது, அவள் ஊனங்களும், ஆற்றல்களில்லாமையும் கொண்டவள். அவற்றோடு வரும் தீவிரமான பதற்றங்களும், எரிச்சல்களும் இருந்தன. முயற்சி எடுக்க வேண்டாத திறன்களும், ஆற்றல்களும் இருந்தாலும் இந்த நிலையில் அவள் அறிவில் முடமானவள். அவளும் அப்படியே உணர்ந்தாள். ஆனால் ஆழமான நிலையில் அவளுக்கு ஊனமோ ஆற்றலின்மையோ இல்லை. அவளுக்கு அமையும் முழுமையுமான ஓர் உணர்வு, முழுவதும் உயிரூட்டமுள்ள, ஒரு ஆழமும் உயரமும்கொண்ட ஆன்மாவாக, மற்றவர்களுக்குச் சமமானவளாக உணர்ந்தாள். அறிவு நிலையில் அவள் ஒரு முடமாக உணர்ந்தாள்; ஆனால் ஆன்மீக நிலையில் அவள் முழுமையுள்ள உயிர் என்று உணர்ந்தாள்.

நான் ரெபக்காவை முதலில் பார்த்தபோது அவள் குழப்பம் நிறைந்தவளாக, செம்மைப்படுத்தப்படாதவளாக, தடுமாற்றம் கொண்டவளாக இருந்தாள். அவளை நான் ஒரு விபத்துக்குள்ளான

ஒருத்தியாக, உடைந்துபோன ஜந்துவாகப் பார்த்தேன். அவளுடைய நரம்பியல் பழுதுகளை எடுத்து துல்லியமாகப் பிரிக்க முடிந்தது. செயல்படும் ஆற்றலிழப்பு, நுண்ணுணர்விழப்பு, உணர்வியக்கப் பழுதுகள், செயலிழப்புகள், நுண்ணறிவு அமைப்பில் குறைபாடுகள் ஆகியவை இருந்தன. (பியாஜேவின் வகைப்படுத்தலின்படி) எட்டு வயதுக் குழந்தையினுடைய நுண்ணறிவு அமைப்பும், கருத்தியல்களும் கொண்டிருந்தாள். பாவம் என்று எனக்குள்ளே சொல்லிக் கொண்டேன். ஒரு வேளை ஒரு 'துண்டு' திறன்; பேச்சில் மட்டும் ஒரு இயற்கைக்கு மாறான கொடை; உயர் மூளையின் உயர் செயல்பாடுகளின் 'மொசைக்' பியாஜேயின் அமைப்பு முறை சிதைந்து போயிருந்தது.

அடுத்தமுறை அவளைப் பார்த்தபோது அவள் முற்றிலும் மாறியிருந்தாள். அவளை மருத்துவமனையில் சோதனை செய்யும் சூழலில் எடை போடவில்லை. மருத்துவமனை திறக்க சில நிமிடங்கள் இருந்தன. அருமையான வசந்த காலம். நான் வெளியே நடந்து கொண்டிருந்தேன். அங்கே ரெபக்கா வெளிப்படையான மகிழ்ச்சியுடன் ஏப்ரல் மாத இலை தழைகளை பெஞ்சியில் அமர்ந்து அமைதியாகப் பார்த்துக் கொண்டிருந்ததைக் கண்டேன். முன்னால் அவளைப் பார்த்தபோதிலிருந்த பார்ப்பதற்கு ஒவ்வாத நிலை அவளிடம் இப்போதில்லை. எளிமையான உடையில் அவளுடைய முகம் அமைதியாகப் புன்னகையுடன் அமர்ந்திருந்தது எனக்கு செக்கோவின் இளம் பெண்களான ஐரீன், அன்யா, சோனியா, நினா ஆகியோர் செக்கோவின் செர்ரி பழத் தோட்டத்தின் பின்னணியில் காணப்படுவதை நினைவுபடுத்தியது. அவள் அழகான வசந்த காலக் காலை நேரத்தை அனுபவித்துக் கொண்டிருக்கும் வேறு எந்த இளம் பெண்ணைப் போலவே இருந்தாள். இது என்னுடைய மனித, நரம்பியலுக்கு எதிரான காட்சி.

நான் அவளருகில் போனவுடன், என்னுடைய காலடிகளைக் கேட்டுத் திரும்பி ஒன்றும் பேசமாமல் சைகை செய்தாள். 'உலகைப் பாருங்கள், எவ்வளவு அழகாக இருக்கிறது!' என்று அவள் சொல்வது போல இருந்தது. ஜேக்சனின் நீரூற்று போல திடீரென்ற கவிதை வேகமாக வெளிப்பட்டது. 'வசந்தம்', 'பிறப்பு', 'வளர்ச்சி', 'எழுச்சி', 'உயிர் பெறல்', 'பருவங்கள்', 'எல்லாமே காலத்தில்'.

விவிலியத்தின் சபை உரையாளர் என்று வரிகள் நினைவுக்கு வந்தன. "ஒவ்வொன்றுக்கும் ஒரு நேரமுண்டு. உலகில் நடக்கும்

ஒவ்வொரு நிகழ்ச்சிக்கும் ஒரு காலமுண்டு. பிறப்புக்கு ஒரு காலம், இறப்புக்கு ஒரு காலம், நடவுக்கு ஒரு காலம், அறுவடைக்கு ஒரு காலம்." இதுதான் ரெபக்கா, அவளுடைய விட்டு விட்டுச் செல்லும் பாணியில் வெளிப்படுத்திக் கொண்டிருந்தாள். பருவங்கள், காலங்கள் ஆகியவற்றின் காட்சியை ஒரு போதகர் போல வெளிப்படுத்திக் கொண்டிருந்தாள். "அவள் ஒரு முட்டாள், சபை உரையாளர் என்று எனக்குள் சொல்லிக் கொண்டேன். இந்தச் சொற்றொடரில் அவள் பற்றிய என்னுடைய இரு காட்சிகள் - முட்டாள்; குறியீட்டாளர் - சந்தித்து, மோதி ஒன்றாயின. அவள் என்னுடைய நுண்ணறிவுச் சோதனையில் மிக மோசமாகச் செய்தாள். அந்தச் சோதனை மற்ற எல்லா நரம்பியல், உளவியல் சோதனையைப் போலவே குறைபாடுகளை வெளிப்படுத்த மட்டுமல்ல, அவளை செயல்களும் குறைபாடுகளும் உள்ளவளாகப் பிரித்தெடுப்பதற்காக வடிவமைக்கப்பட்டது. முறை சார்ந்த சோதனையில் அவள் சிதைந்து போனாள். ஆனால் இப்போது அவர் மர்மமான முறையில் ஒன்றாகிச் சேர்ந்திருக்கிறாள்.

முன்னால் ஏன் அவள் சிதைந்து சின்னாபின்னமாகியிருந்தாள்? இப்போது அவள் மீண்டும் ஏன் ஒன்றாக முடிந்தது? சிந்தனை, அமைப்பு, உயிர் வாழ்க்கை ஆகியவற்றில் முழுவதும் இரண்டு வெவ்வேறு வகைகள் இருப்பதாக எனக்கு வலிமையான ஒரு உணர்வு. முதலாவது சோதனையில் அமைப்பு முறை சார்ந்ததைப் பார்க்கவும், சிக்கலைத் தீர்ப்பதும்தான் சோதிக்கப்பட்டன. அவற்றில்தான் அவள் குறைபாடுள்ளவளாகக் காணப்பட்டாள். ஆனால் சோதனைகள் குறைபாடுகளைத் தவிர வேறு எதையும் பற்றி, அதாவது குறைகளுக்கு மேலிருக்கும் எதையும் பற்றி, ஒரு குறிப்புகூடத் தரவில்லை.

அவளிடம் இருக்கும் நேர் மறையான சக்திகளைப் பற்றி, உண்மை உலகை உய்த்துணரும் அவளுடைய திறனைப் பற்றி, அவை ஒரு குறிப்புகூடத் தரவில்லை. இயற்கையின் உலகை, அவளுடைய கற்பனையை பற்றி, தொடர்புள்ள, அறியக் கூடிய, கவிதையின் மொத்தமாக உலகைப் பார்ப்பதைப் பற்றி, இதைப் பார்க்க - இதைச் சிந்திக்க, இதை வாழ அவளுக்குள்ள திறனைப்பற்றி ஒன்றும் எனக்குக் குறிப்பாக உணர்த்தவில்லை. அவளுடைய உள் உலகு பற்றிய எனக்கு எந்தச் செய்தியையும் தரவில்லை. அந்த உள் உலகம் சிதறாமல், தொடர்புள்ளதாக உள்ளது. அதனைச் சிக்கல்களாக, செயல்களாக அல்லாத ஒன்றாக அணுக வேண்டும்.

அவளுக்கு ஒன்று சேர்தலை - அமைதி நிலையைத் தரும் கோட்பாடு எது? எந்தக் கோட்பாட்டின் அடிப்படையில் இந்த அமைதி நிலையைப் (composure) பெறுகிறாள். (கண்டிப்பாக இது அமைப்பு சார்ந்ததில்லை) அவளுக்குக் கதைகள், கதையாடலுள்ள படைப்பு, தொடர்புடைமை ஆகியவற்றின் மேலுள்ள ஆசையைப் பற்றி நினைத்துக் கொண்டேன். என் முன்னால் இருக்கும் இந்தப் பெண் - வசீகரமான இளம்பெண், ஒரு மட்டி, அறிதல் திறன் இல்லாதவள், ஒழுங்காக உள்ள ஒரு முறையின் இடத்தில் ஒரு தொடர்புள்ள உலகினைப் படைத்து, ஒன்றுபடுத்தும் கதையாடல் (அல்லது நாடக) முறையைப் பயன்படுத்த முடியுமா என்று நான் வியப்படைந்தேன். அவளிடம் ஒழுங்கமைவு முறை எவ்வளவு குறைபாடு உடையது என்றால் அது வேலை செய்யவே இல்லை. அவளது நாட்டியத்தை நான் நினைத்துப் பார்த்தேன். அவளுடைய மோசமான இயக்கங்களுள்ள நடத்தையை இது எப்படி மாற்றி அமைக்க முடியும் என்று சிந்தித்தேன்.

அவள் அந்தப் பெஞ்சில் உட்கார்ந்திருந்ததை - இயற்கையின் எளிய ஆனால் தெய்வீகக் காட்சியை ரசித்துக் கொண்டிருந்ததைப் பார்த்தபோது, எங்களுடைய மதிப்பீடு போதுமானவையாக இல்லை. அவை எங்களுக்கு குறைகளை மட்டுமே காட்டின, ஆற்றல்களைக் காட்டவில்லை என்பது எனக்குப் புரிந்தது. இசை, கதையாடல், நாடகம், ஒரு மனித உயிர் தன்னுடைய இயற்கையான வழியில் தானாக நடந்து கொள்வதை நாம் காண வேண்டிய நேரத்தில் இவை நமக்குப் புதிர்களையும், அமைப்பு முறைகளையுமே காட்டுகின்றன.

ரெபக்கா, கதையாடல் வழியில் தன்னை அமைத்துக்கொள்ள அனுமதிக்கும் சூழல்களில், முழுமையாக, சிதறாமல் இருப்பதாக நான் உணர்ந்தேன். இதனைத் தெரிந்து கொள்வது மிக முக்கியம். ஏனென்றால் அமைப்பு முறை வழி நம் மேல் சுமத்தியதிலிருந்து மாறுபட்ட வழியில் அவளை, அவளுடைய உள்ளாற்றலைப் பார்க்க அது அனுமதிக்கிறது.

ரெபக்காவை இவ்வளவு வெவ்வேறான வழிமுறைகளில் பார்க்க எனக்கு வியப்புக் கிடைத்தது எனக்கு நல்ல நேரம். ஒரு வழிமுறையில் அவ்வளவு சேதமுற்று, திருந்த முடியாத அளவிற்கு இருந்தாள்; இன்னொன்றில் அவ்வளவு சிறப்பாக உள்ளாற்றல் உள்ளவளாக இருக்கிறாள் - நான் முதலில் பார்த்த நோயாளிகளில் இவள் ஒருத்தி. ஏனென்றால் அவளிடம் பார்த்ததை அவள் என்னிடம் காட்டியவற்றை நான் எல்லோரிடமும் கண்டேன்.

எளியோரின் உலகம் | 257

நான் அவளைப் பார்க்கப் பார்க்க, அவள் ஆழமாகப் போனது போலத் தோன்றியது. அல்லது அவள் தன்னை வெளிப்படுத்தினாள். அவளுடைய ஆழங்களை அதிகம் அதிகமாக மதிக்கத் தொடங்கினேன். அவை மகிழ்ச்சி தரும் ஆழங்கள் இல்லை. ஆனால் அவை ஓராண்டின் பெரும் பகுதியில் அதிக மகிழ்ச்சியுடையவனாக இருந்தேன்.

பிறகு, நவம்பரில் அவளது பாட்டி இறந்தார். ஏப்ரலில் அவள் காட்டிய ஒளியும், மகிழ்ச்சியும் இப்போது ஆழமான துயரமாகவும் இருளாகவும் மாறின. அவள் சிதைந்து போனாள். ஆனால், அவள் கண்ணியத்தோடு நடந்து கொண்டாள். கண்ணியம் ஒரு அறநெறியின் ஆழம் சேர்ந்து நான் முதலில் பார்த்த அவளது எளிய கவித்துவத்திற்கு ஒரு நிரந்தர மாற்று உருவாயிற்று.

எனக்குச் செய்தி கிடைத்தவுடன் அவளைப் பார்க்கப் போனேன். அவள் என்னை கண்ணியத்துடன் வரவேற்றாள். இப்போது காலியாக இருந்த வீட்டின் சிறிய அறையில் அவள் துயரத்தில் உறைந்து போயிருந்தாள். அவளது பேச்சு விட்டு விட்டுப் பீரிட்டது. சோகமும் இரங்கலுமான குறுகிய சொற்றொடர்கள். “அவள் ஏன் போக வேண்டும்” என்று கதறினாள். பிறகு, “நான் எனக்காக அழுகிறேன், அவளுக்காக அல்ல” என்றாள். பிறகு சிறிது இடைவெளிவிட்டு “பாட்டி நன்றாக இருக்கிறாள். அவள் தனது நீண்ட வீட்டிற்குப் போய்விட்டாள்” என்றாள். ‘நீண்ட வீடு!’ இது அவளது குறியீடா அல்லது சபை உரையாளரின் சொற்களின் நனவிலி நினைவா அல்லது அதனைக் குறிக்கிறதா? தன்னைச் சுருட்டி மடக்கிக் கொண்டு, “எனக்குக் குளிர்கிறது” என்றாள். “அது வெளியில் இல்லை; குளிர் காலம் என்னுள் இருக்கிறது. சாவு போலக் குளிர்”, பிறகு “அவள் என்னில் ஒரு பகுதியாக இருந்தாள். என்னில் ஒரு பகுதி அவளோடு இறந்து விட்டது” என்றாள்.

அவளது இரங்கலில் அவள் முழுமையாக இருந்தாள். அவலமும் முழுமையும் - மனத்தளவில் குறைபாடுள்ளவள் என்ற உணர்வையே காண முடியவில்லை. அரைமணி நேரம் கழித்து அவள் தனது உயிரோட்டத்தை, மீண்டும் பெற்று உருகிவிட்டாள். பிறகு சொன்னாள். “இது குளிர் காலம். நான் இறந்தது போல உணர்கிறேன். ஆனால் வசந்தம் மீண்டும் வரும் என்று எனக்குத் தெரியும்”.

சோகம் செய்த வேலை மெதுவாக இருந்தது, ஆனால் வெற்றி

தந்தது - அதிகம் பாதிக்கப்பட்ட ரெபக்கா எதிர்பாராதது போல. அவளுடைய பாட்டியின் சகோதரி இப்போது இவளுடன் தங்க வந்துவிட்டார். அவளுடைய பரிவும் ஆதரவும் மிகவும் உதவின. யூத கோவில், மதக் குழு, அமர்ந்திருக்கும் ஷிவா சடங்குகள் ஆகியவையும் உதவின. (யூதர்கள் வழக்கப்படி இறந்தவருடைய நெருங்கிய உறவினர்கள் இறந்தவருடைய வீட்டிற்கு வந்து இருந்து ஏழு நாட்கள் - ஷிவா என்றால் ஏழு நாட்கள் - துக்கம் கொண்டாடுவார்கள்). அவற்றோடு, முதன்மையான துக்கம் கொண்டாடுபவருக்கு முக்கிய இடமும் தரப்பட்டது. அவள் என்னிடம் மனம்விட்டுப் பேசியதும் உதவியது. இவற்றோடு கனவுகளும் உதவின. இந்தக் கனவுகளை எனக்கு உணர்ச்சிப்பூர்வமாக அவள் விவரித்தாள். சோகம் வேலை செய்வதின் பல படிநிலைகளை இது குறித்தது (பீட்டர்ஸ், 1983 பார்க்க)

நான் ஏப்ரல் கதிரவனின் நினைவைப் போல அவளை நினைவு கூர்வது போல, அந்த ஆண்டு இருண்ட நவம்பரில் அவள் சோகமான தெளிவில் நிற்பதை நினைவு கூர்கிறேன். குவீன்ஸ் என்ற இடத்தில் அவளுடைய பார்ட்டியின் கல்லறையில் உலக அமைதிக்காகச் சொல்லப்படும் யூதரின் செபத்தைச் சொன்னது எனக்கு நினைவிருக்கிறது. அவளது வாழ்க்கையில் மகிழ்ச்சியின் இசைப் பாடலும், ஆசீர்வாதமும் உள்ள பகுதியில் மன்றாட்டுகளும் விவிலியக் கதைகளும் அவளைக் கவர்ந்தன. இப்போது இறுதி செபங்களில் திருப்பாடல் 103-இல், அனைத்துக்கும் மேலாக உலக அமைதிக்கான செபத்தில் (kaddish) அவள் தனக்கு ஆதரவையும், இரங்கலையும் தரும் சரியான சொற்களைக் கண்டாள். ஏப்ரலில் அவளைப் பார்த்ததிற்கும், நவம்பரில் அவளது பாட்டி இறந்ததிற்கும் இடைப்பட்ட மாதங்களில் ரெபக்காவை, எங்களுடைய வளர்ச்சி அறிதல் சார்ந்த உற்சாகமூட்டலின் ஒரு பகுதியாக பல வகைப்பட்ட வேலைகளிலும், வகுப்புகளிலும் அவள் சேர்க்கப்பட்டாள்.

ரெபக்காவிற்கு அவை எந்தப் பயனையும் தரவில்லை. பெரும்பாலானவர்களுக்கு அவை பயன் தரவில்லை. அது சரியானது இல்லை என்று நினைக்கத் தொடங்கினேன். ஏனென்றால் அவர்களுடைய குறைகளுள்ள பகுதிகளிலேயே மீண்டும் மீண்டும் ஈடுபடுத்தினால் பயனில்லை. அவர்களுடைய வாழ்நாள் முழுவதும் குரூரமானதாக இருந்திருக்கும்.

எங்களுடைய நோயாளிகளின் குறைகள் பற்றியே மிகுந்த கவனம்

செலுத்தினோம். ரெபக்காதான் எனக்கு இதை முதலில் காட்டினாள். அவர்களிடம் காக்கப்பட்ட சிதைவுறாமல் இருப்பதைப் பற்றிக் கவனம் செலுத்துவதில்லை. நாங்கள் குறைபாட்டியலைப் பற்றிக் கவலைப்பட்டமோ தவிர, ஒதுக்கி வைக்கப்பட்டுள்ள தேவையான பருநிலையின் அறிவியலாகிய கதையாடலியலைக் கவனிக்கவில்லை.

ரெபக்கா தனது பருப்பொருளாலான எடுத்துக்காட்டுகளுடன் தன் மாதிரியினாலேயே இரண்டு முழுவதும் வெவ்வேறான சிந்தனை, மனம் ஆகியவற்றை - வாய்ப்பாட்டு முன்னுதாரணமுள்ளதையும் (Paradigmatic) கதையாடலையும் - விளக்கினாள், தெளிவுபடுத்தினாள். விரிந்து வரும் மனித மனத்தின் இயற்கையான அதற்கே உரியதாக இருப்பினும், கதையாடலே முதலில் வருகிறது. ஆன்மீகத் தளத்தில் முதன்மை பெறுகிறது. இளங் குழந்தைகள் கதைகளை விரும்புகிறார்கள், வேண்டுமென்று கேட்கிறார்கள். கதைகள் வாயிலாகச் சொல்லப்படும் சிக்கலான விஷயங்களையும் புரிந்து கொள்கிறார்கள்; அப்போது அவர்களுக்கு பொதுக் கருத்தியல்களையும், கோட்பாடுகளையும் புரிந்து கொள்ளும் ஆற்றல்கள் இருக்காது. இந்தக் கதையாடல் அல்லது குறியீட்டு ஆற்றல்தான் உலகைப் பற்றிய ஒரு உணர்வைத் தருகிறது. கருத்தியல் சார்ந்த சிந்தனை ஒன்றும் தராத காலத்தில், குறியீடு, கதையின் கற்பனை வடிவத்தில் பருப்பொருள் சார்ந்த மெய் நிலையை அது தருகிறது. ஒரு குழந்தை யூக்லிடை (வரைகணிதத்தின் தந்தை) புரிந்து கொள்ளும் முன் விவிலியத்தைப் புரிந்து கொள்கிறது. விவிலியம் எளிமையாக இருப்பதால் அல்ல, ஆனால் அது குறியீட்டு, கதையாடல் வடிவில் தரப்பட்டிருப்பதால்.

இவ்வாறு ரெபக்கா அவளது பாட்டி சொன்னதுபோல் குழந்தை போல இருந்தாள். குழந்தை போல இருந்தாள், குழந்தையாக இல்லை. ஏனென்றால் அவள் வயது வந்தவள் ('மனவளர்ச்சி குன்றியவர் (retarded) என்ற சொற்றொடர் தொடர்ந்து முயன்று கொண்டிருக்கும் குழந்தையைக் குறிக்கிறது. 'மனக் குறைபாடுகள் உடையவர்' (mentally defective) என்பது குறைபாடுள்ள வயது வந்தவரைக் குறிக்கிறது. இரண்டு சொற்றொடர்களுமே, இரண்டு கருத்தியல்களுமே ஆழமான உண்மையையும், பிழையையும் இணைத்திருக்கின்றன).

ரெபக்காவைப் பொறுத்தவரையில் தனிப்பட்ட வளர்ச்சி அனுமதிக்கப்படும், ஊக்குவிக்கப்படும் மற்ற குறைபாடுகள்

உள்ளவர்களைப் போலவே அவளுடைய மனவெழுச்சி, கதையாடல், குறியீட்டு ஆற்றல்கள் வலிமையுடன் பெரிய அளவில் வளர முடியும், ரெபக்காவைப் போன்ற ஒரு இயற்கைக் கவிஞரை உருவாக்க முடியும் - அல்லது ஜோசைப் போல இயற்கையான கலைஞனை உண்டாக்க முடியும். ஆனால் அதே சமயம் கோட்பாடு சார்ந்த கருத்தியல் ஆற்றல்கள் தொடக்கத்திலிருந்தே வலிமை குன்றி இருக்கும்போது மிகவும் மெல்லவே முன்னேறுகின்றன - அவை குறைந்த அளவே வளர முடியும்.

நான் அவளை முதன் முதலில் பார்த்த வேளையில் ரெபக்கா தெளிவில்லாமல் பேசியபோதும் இசையோடு இயைபு பெறும்போது, அவளுடைய ஒழுங்கற்ற அசைவுகளும், இயக்கங்களும் எப்படி ஒழுங்காகவும் சரளமாகவும் ஆகின்றன என்று காட்டியபோதும் அவள் அவற்றை அறிந்தே இருந்தாள். மேலும் உயிரோட்டமுள்ள, அழகியல் சார்ந்த இயக்க ஒருமைப்பாடும் பொருளும் கொண்டுள்ள இயற்கைக் காட்சிகளினால் அவள் அமைதி நிலையை அடைந்தாள் என்பதை அவள் எனக்குக் காட்டினாள்.

திடீரென்று, அவளுடைய பாட்டியின் மறைவுக்குப் பிறகு அவள் தெளிவும் உறுதியும் பெற்றாள். "எனக்கு வகுப்புகள் வேண்டாம், செயற்கூடங்கள் வேண்டாம். அவை எனக்கு எதுவும் தருவதில்லை. என்னை ஒன்றாகச் சேர்ப்பதற்கு அவை ஒன்றும் செய்வதில்லை" என்றாள். பிறகு நான் அவளிடம் நன்றாக வளர்ந்திருந்த உருவகச் சிந்தனை ஆற்றலோடு, குறைந்த நுண்ணறிவு ஈவு இருந்தாலும் நன்றாக வளர்ந்திருந்த அந்தத் திறனோடு, அவள் எனது அலுவலகத் தரை விரிப்பைப் பார்த்தாள்.

"நான் உயிரோடு உள்ள தரை விரிப்புபோல இருக்கிறேன். இந்த விரிப்பில் காணப்படுவது போன்ற ஒரு அமைப்பு, வடிவம் எனக்குத் தேவைப்படுகிறது. வடிவமைப்பு இல்லையென்றால் நான் சிதைந்து போகிறேன்" என்றாள். ரெபக்கா இதைச் சொன்னபோது நான் தரைவிரிப்பைப் பார்த்தேன். ஆனால் பொருளுள்ள வடிவமைப்புகளை நெய்து கொண்டிருக்கும் மந்திரித்த தறிக்கு ஷெரிங்டன் ஒப்பிட்ட அந்தப் படிமம் எனக்கு நினைவிற்கு வந்தது. தரை விரிப்பு ஒரு வடிவமைப்பு இல்லாமல் இருக்க முடியுமா என்று நான் நினைத்தேன். (ஆனால் அது செஷையர் பூனை இல்லாத புன்னகை போல இருக்கும் - விந்தையுலகில் ஆலிஸ் கதையில் வரும் பூனை.) ரெபக்கா போன்ற ஒரு உயிருள்ள தரை விரிப்புக்கு

இரண்டும் வேண்டும். அவளுக்கு அமைப்பியல் சார்ந்த கட்டமைப்பு (விரிப்பின் பின்னல்) இல்லை. ஆனால் அவள் ஒரு வடிவமைப்பு இல்லாமலேயே அவளால் புதிரை அவிழ்க்க முடியும். (தரை விரிப்பின் காட்சி அல்லது கதையாடல் கட்டமைப்பைக் காண முடியும்).

"எனக்கு ஒரு பொருள், ஒரு அர்த்தம் வேண்டும். வகுப்புகள்; சில்லறை வேலைகள் எல்லாம் எந்தப் பொருளையும் தருவதில்லை. எனக்கு மிகவும் பிடித்தது நாடகம்தான்" என்றாள்.

எனவே அவள் வெறுத்த பணிமனையிலிருந்து வெளியே எடுத்து சிறப்பு நாடகக் குழுவில் சேர்த்தோம். அவள் அதை விரும்பினாள். அது அவளை அமைதிப்படுத்திற்று. மிக நன்றாகவே செய்தாள்; அவள் முழுமையான ஆனால், ஒவ்வொரு பாத்திரத்திலும் சரளமான, மிடுக்கோடு நடந்தாள். இப்போது ரெபக்காவை மேடையில் பார்க்கும் யாரும், அவள் அறிவில் குறைபாடு உடையவள் என்று யூகிக்கவே முடியாது. நாடகமும், நாடகக் குழுவும் அவளது வாழ்வாக ஆயின.

பின்குறிப்பு

இசை, கதையாடல், நாடகம் ஆகியவற்றின் சக்தி கோட்பாட்டு அடிப்படையிலும் செயல் முறையிலும் மிகவும் முக்கியமானது. நுண்ணறிவு ஈவு 20-க்கும் குறைவாக உள்ள 'இடியட்டுகளிலும்' கூட இதைக் காணலாம். மிக மோசமான உடல் இயக்கக் குறைபாடுள்ளவர்களிடமும் பார்க்கலாம். இசையும் நடனமும் இருக்கும் வேளையில் அவர்களுடைய அசிங்கமான அசைவுகள் மறைந்து விடும். திடீரென்று இசையோடு எப்படி இயங்குவது என்று அவர்களுக்குத் தெரிந்து விடுகிறது. வரிசையாக நான்கைந்து அசைவுகளுள்ள இயக்கங்களைக்கூடச் செய்ய முடியாதவர்கள்கூட இசையோடு அவற்றைச் செய்யும்போது நிறைவாகச் செய்கிறார்கள் என்று பார்க்கிறோம். அவர்களால் வரிசையாக இயங்க முடியாது. ஆனால் இசையில் ஒட்டியிருக்கும்போது செய்ய முடிகிறது. கடுமையான முன் மடல் சேதமும் சில செயல்களைச் செய்யும் ஆற்றலை இழந்தவர்களிடம்கூட - அதாவது எதையும் செய்ய முடியாதவர்கள், ஒழுங்காக இயங்க முடியாதவர்கள், நடக்க முடியாதவர்கள் - வேறு வழிகளில் முழுமையாக பாதுகாக்கப்பட்ட

நுண்ணறிவு உடையவர்களிடம் இதனைப் பார்க்க முடியும். இந்த செயல்பாட்டில் குறைபாடு அல்லது இயக்க, மூடத்தனம், மறுவாழ்வு கற்பிக்கும் மற்ற சாதாரண முறை பயனற்றுப் போகும்போது, கற்பிப்பது இசையாக இருந்தால், மறைந்து போகிறது. வேலைப் பாடல்களின் காரணங்களில் இதுவும் ஒன்று.

அடிப்படையில் நாம் பார்ப்பது அமைப்பு நிலையில் இசையின் வலிமையை. அமைப்பின் கருத்தியல் சார்ந்த அல்லது அமைப்பியல் சார்ந்த வகைகள் எல்லாம் தோற்றுப் போகும்போது திறமையாக மகிழ்ச்சியோடு செயல்படுகிறது. இது, சிறப்பாக நாடகம், வேறு எந்த அமைப்பும் வேலை செய்யாதபோது சிறந்த பலனளிக்கிறது. எனவே இசை அல்லது வேறு எந்த கதையாடலின் வகையும், மனவளர்ச்சி குன்றியவர்கள், செயல் திறன் இழந்தவர்களுடன் வேலை செய்யும்போது தேவைப்படுகிறது. அவர்களுக்குத் தரப்படுகிற கல்வியோ சிகிச்சையோ இசையை அல்லது ஒரு கலையை மையமாகக் கொள்ள வேண்டும். இது இன்னும் சிறப்பாகச் செயல்படும். அமைப்பு முறையையும், முழு ஆளுமையையுமே கூடத் தரக் கூடியதாக பாத்திரம் ஏற்று நடிப்பது இருக்கிறது. மனித வாழ்க்கையில் நடிக்கச் செய்ய, ஒரு ஆளாக இருக்கத் தேவையான ஆற்றல் இயற்கையாகவே இருக்கிறது. இதில் நுண்ணறிவு வேறுபாடுகளுக்கு இடமே இல்லை. சிசுக்களிடம் இதைப் பார்க்கிறோம், முதியோரிடம் பார்க்கிறோம்; மிகவும் நெகிழ்வைத் தரக் கூடிய வகையில் ரெபக்காக்களிடம் பார்க்கிறோம்.

22

நடமாடும் கிரோவ்

மார்டின் A-க்கு 61 வயது. 1983-ஆம் ஆண்டு கடைசியில் எங்களது இல்லத்தில் சேர்க்கப்பட்டார். அவருக்குப் பார்க்கின்சன் நோய். அவரால் தன்னையே பார்த்துக் கொள்ள முடியாது. குழந்தைப் பருவத்தில் அவருக்கு கடுமையான மூளைக் காய்ச்சல் வந்தது. இதனால் அவருக்கு மூளை வளர்ச்சி குன்றி, தான்தோன்றித்தனமான நடத்தை, வலிப்புகள், ஒரு பக்கவாதம் ஆகியவை ஏற்பட்டன. பள்ளிக்கு அதிகம் செல்லவில்லை. ஆனால் இசைக் கல்வி மட்டும் சிறப்பாகக் கிடைத்தது. அவரது தந்தை ஒரு புகழ்மிக்க பாடகர்.

அவருடைய பெற்றோர் இறக்கும் வரையில் அவர்களோடு வாழ்ந்தார். அதன்பிறகு செய்தி கொண்டு செல்பவராக, மூட்டை தூக்குபவராக தற்காலிக சமையல்காரராக வேலை பார்த்து வாழ்க்கை நடத்தி வந்தார். எந்த வேலையிலும் அவர் நிரந்தரமாக இருக்க முடியாது. அவர் மெதுவாகத்தான் எந்த வேலையையும் செய்ய முடியும், கனவு காண்பவர் போல இருப்பார். திறமை இருக்காது. ஆகவே வேலையிலிருந்து விலக்கி விடுவார்கள். அவருடைய இசைத் திறமை என்ற கொடையும், இசை உணர்வும், அது அவருக்கும், பிறருக்கும் தந்த மகிழ்ச்சியும் இல்லாவிட்டால் அவருடைய வாழ்க்கை மந்தமாக, மனத்தை வருத்துவதாக இருந்திருக்கும்.

அவருக்கு மிகச் சிறப்பான இசை நினைவாற்றல் இருந்தது. "எனக்கு 2000 ஆப்பராக்களுக்கு மேல் தெரியும்" என்று என்னிடம் ஒருமுறை சொன்னார். ஆனால் அவர் முறையாக இசை பயின்றவரில்லை; அவரால் இசைக் குறியீடுகளை வாசிக்கக்கூட

முடியாது. இது நடைமுறைக்கு சாத்தியமா என்பது தெளிவாகத் தெரியவில்லை. அவர் எப்போதுமே அவருடைய அசாதாரணமான செவியையும் ஒரு முறை கேட்டாலே ஆப்பராவையோ, நாடக இசையையோ நினைவில் வைத்துக் கொள்ளும் திறனையும் நம்பியிருந்தார். துரதிர்ஷ்டவசமாக, அவருடைய குரல் அவருடைய செவிக்கு ஒத்துழைக்கவில்லை. ராகம் சரியாக இருந்தாலும் கரகரப்பாக இருக்கும். பேச்சொலி தெளிவாக இருக்காது. ஆனால் அவருடைய பரம்பரை இசை ஞானம் மூளைக் காய்ச்சலையும் மூளை சேதத்தையும் தாங்கிப் பிழைத்து வந்திருந்தது; உண்மையில் பிழைத்ததா? சேதமடையாமல் இருந்திருந்தால் அவர், ஒரு குருசோவாக (இத்தாலியப் பாடகர்) வந்திருப்பாரோ? அல்லது அவரது இசைத்திறன் வளர்ச்சி அவருடைய மூளைச் சேதத்திற்கும், அறிவுசார் குறைகளுக்கும் ஈடாகக் கிடைக்கிறதா? நமக்குத் தெரியாது. ஆனால் நமக்கு உறுதியாகத் தெரிவது ஒன்று. அவரது தந்தை அவருக்குத் தன்னுடைய இசை சார்ந்த மரபணுவை மட்டும் தரவில்லை. தந்தை, மகன் உறவின் நெருக்கத்தில், ஒருவேளை மன வளர்ச்சியில்லாத குழந்தையின் மேல் பெற்றோரின் மென்மையான அரவணைப்பில் அவருக்கு இசையின்பால் காதல் ஏற்பட்டிருக்கலாம். மந்தமும், பொருத்தமற்ற உடலசைவும் கொண்ட மார்ட்டின் தனது தந்தையால் நேசிக்கப்பட்டார். இவரும் தனது தந்தையை நேசித்தார். இருவரது அன்பும் இருவருக்கும் பொதுவான இசையின் மேலுள்ள காதலால் உறுதியாயிற்று.

எனினும் இங்கும்கூட, ஒரே ஒரு விதி விலக்கு. அதுதான் அவரது அதிசயத்தக்க, தனிப்பட்ட மிகவும் பக்திகரமான நினைவாற்றல். மார்டினுக்கு மிகப் பெரிய சோகம் என்னவென்றால் அவரால் தனது தந்தையைப் பின்பற்றி அவர் போல ஒரு புகழ்மிக்க ஆப்பரா அல்லது நாடக இசை நிகழ்ச்சிப் பாடகராக வரமுடியவில்லை என்பது தான். ஆனால் அவருக்கு இது திரும்பத் திரும்ப வந்து மனத்தை உறுத்துவதாக இல்லை. எனினும் அவரால் முடிந்ததைக் கொண்டு தனக்கும் மற்றவர்களுக்கும் மகிழ்ச்சியளித்தார். அவருடைய நினைவாற்றலுக்காக மிகவும் புகழ் மிக்கவர்கள்கூட அவரிடம் ஆலோசனை கேட்க வருவார்கள். அவருடைய நினைவாற்றல் இசையையும் தாண்டி இசை நிகழ்ச்சிகள் பற்றிய விபரங்கள் வரையில் சென்றது. அவரை ‘நடமாடும் கலைக் களஞ்சியம்’ என்று அழைத்தார்கள். இரண்டாயிரம் ஆப்பராக்களின் இசையைத் தெரிந்திருந்தது மட்டுமில்லை; எண்ணற்ற நிகழ்ச்சிகளில் பங்கு கொண்ட பாடகர்களின் விபரங்கள் மட்டுமில்லை, நிகழ்ச்சிகள்

நடந்த இடம், மேடை, உடை, அலங்காரம் அத்தனையும் அவருக்கு நினைவிருந்தது. (அதோடு மட்டுமில்லை, நியூயார்க் நகரின் தெருக்கள் முதல் வீடுகள் வரை அவருக்குத் தெரியும் என்று அவர் பெருமை கொள்வார். எல்லா பேருந்து வழித்தடங்கள், தொடர் வண்டிகள் அத்தனையும் அவருக்கு மனப்பாடம்). அவர் ஒரு ஆப்பரா மற்றும் idiot savent (அறிவிலி மேதை) கூட. அவருக்கு இதிலெல்லாம் குழந்தையைப் போன்ற ஒரு மகிழ்ச்சி. மிகுதியான திறமை மிக்கவர்களுக்குள்ள மகிழ்ச்சி. ஆனால் அவருக்குகந்த உண்மையான மகிழ்ச்சி இசை நிகழ்ச்சிகளில் பங்கு கொள்வது, கோயில் பாடல் குழுவில் சேர்ந்து பாடுவது (அவருடைய பேச்சொலிக் குறைபாட்டினால் தனியாகப் பாட முடியாது). சிறப்பாக ஈஸ்டர், கிறிஸ்துமஸ் முதலான கொண்டாட்டங்களின் போது ஐம்பது ஆண்டுகளாக, சிறுவனாகவும், வயது வந்தவராகவும் நியூயார்க்கின் பெரிய கோயில்களிலும், பேராலயங்களிலும் பாடினார். பிறகு பொது மேடைகளிலும் பாடினார். அங்கு அவர் குரல் வானரிலும், வெர்டியிலும் (இசை மேதைகளின் படைப்புகள்) சேர்ந்திசையில் மறைந்திருக்கும்.

அந்தச் சமயங்களில் - நாடக, இசை நிகழ்ச்சிகளிலும், திருப்பாடுள்ள நிகழ்ச்சிகளிலும், சாதாரண கோயில் பாடற் குழுக்களிலும் இசையின் மேலே மேலே உயரும்போது மார்டின் தனது ஒரு மனவளர்ச்சிக் குறையை, தனது வாழ்க்கையின் சோகங்களை மறந்து, பெரியதொரு வெளி தன்னை அரவணைத்தது போல உணர்ந்தார். தன்னை உண்மையான மனிதனாகவும், கடவுளின் குழந்தையாகவும் உணர்ந்தார்.

மார்டினுடைய உலகம் - அவருடைய உள் உலகம் - எப்படிப்பட்ட உலகம் அவருடையது? வெளி உலகத்தினைப் பற்றி ஒன்றும் தெரியாது. - அவருக்குத் தெரிந்து கொள்ளும் ஆர்வமும் இல்லை. ஒரு கலைக் களஞ்சியம் அல்லது செய்தித்தாளின் ஒரு பக்கம் அவருக்கு வாசித்துக் காட்டப்பட்டால் அல்லது ஆசியாவின் ஆறுகளின் படம் அல்லது நியூயார்க்கின் பாதாளப் பாதைகள் காட்டப்பட்டால், அது உடனே அவரது தெளிவான நினைவில் பதிவாகி விடும். ஆனால் இந்தத் தெளிவான பதிவுகள் அவரோடு எந்தத் தொடர்பும் இல்லாமல் இருந்தன - அவை ரிச்சர்ட் ஒல்ஹெம் (Richard Wollheim) சொற்களில் மையம் இல்லாதவை (a-centric). அவரோ, யாரோ, எதுவுமே, உயிர் வாழும் மையமாக இல்லை. இந்த நினைவுகளோடு சார்ந்த எந்த மனவெழுச்சியும் இல்லை. நியூயார்க் நகரின் தெரு வரைபடத்தைப்

பார்த்தால் என்ன உணர்ச்சி வருமோ அதுதான் இருந்தது. அவை எந்த வகையிலும், எதனோடும் தொடர்புபடுத்தப்படுவதில்லை, பொதுவுடைமையாக்கப்படுவதில்லை. எனவே அவருடைய தெளிவான நினைவு ஒரு உலகின் உணர்வை எந்த வடிவிலும் அவருக்குத் தரவில்லை. அதில் ஒருமைப்பாடு இல்லை, உணர்ச்சி இல்லை - அவரோடு எந்த உறவும் இல்லை. அது ஒரு நினைவு; மையம் போன்ற, நினைவு வங்கி போன்ற, உடல் கூறு சார்ந்தது என்று தோன்றியது. அவருடைய உண்மையான, தனிப்பட்ட வாழ்க்கையில் ஒரு பகுதியாகவே இல்லை. அவருக்கு கிரோவ் (Grove) தொகுத்த இசை, இசைக் கலைஞர்களின் அகராதி *(1954)* மனப்பாடமாகத் தெரியும் (ஜார்ஜ் கிரோவ் என்ற 19-ஆம் நூற்றாண்டு ஆங்கில நாட்டு இசைக் கலைஞர் 'இசை, இசைக் கலைஞர்' பற்றிய அகராதியைத் தொகுத்தார்). உண்மையில் அவர் 'நடமாடும் கிரோவ்'. அவருடைய தந்தைக்கு வயதாகிக் கொண்டு வந்தது. உடல் நலமும் குறைந்து கொண்டிருந்தது. அவரால் பாட முடியவில்லை, வீட்டிலேயே நேரத்தைச் செலவழிக்க வேண்டிய கட்டாயம். எனவே, கிராமஃபோனில் அவரிடமிருந்த ஏராளமான இசைத்தட்டுகளைப் போட்டுக் கேட்பார். கூடவே சேர்ந்து பாடுவார். கூடவே தனது முப்பது வயது மகனையும் வைத்துக் கொள்வார். (அவர்களது வாழ்க்கையில் நெருக்கமான நேரங்கள்). ஆறாயிரம் பக்கங்கள் கொண்ட கிரோவின் அகராதியை உரக்க வாசிப்பார். அவர் வாசிக்க, வாசிக்க படிக்காத ஆனால் எதையும் நினைவில் வைக்கக் கூடிய அவருடைய மகனின் பெரு மூளையில் அத்தனை பக்கங்களும் பதிந்து விட்டன. கிரோவ் அதன் பிறகு மார்டினுடைய தந்தையின் குரலில் கேட்கப்பட்டார். எனவே மனவெழுச்சி இல்லாமல் அவற்றை மார்டின் நினைவுக்குக் கொண்டு வர முடிவதில்லை.

தெளிவான நினைவின் அதிசயமான மிகை வளர்ச்சிகள் தொழில் சார்ந்த முறையில் அவை பயன்படுத்தப்பட முடியுமென்றால் - சில சமயங்களில் உண்மையான ஆள் தன்மையை நீக்கி விடுவது போல அல்லது அதனோடு போட்டி போட்டு அதன் வளர்ச்சியைத் தடுப்பது போலத் தோன்றுகிறது. அதில் ஆழமோ உணர்ச்சியோ இல்லையென்றால், அந்த நினைவுகளில் எந்த வலிகளும் இருக்காது. எனவே மெய் நிலையிலிருந்து 'தப்பிக்க' உதவும். லூரியாவின் Mnemonist-இல் இது அதிக அளவில் நிகழ்ந்தது. இதனை அவர் தனது நூலின் கடைசி இயலில் உணர்ச்சிப்பூர்வமாக விவரித்திருக்கிறார். ஓரளவு மார்டின் A-யிடமும், ஜோசிடமும், இரட்டையர்களிடமும் நடந்திருக்கிறது. ஒவ்வொன்றிலுமே, அது உண்மை நிலைக்காகவும்,

மிகை உண்மை நிலைக்காகவும் - உலகின் விதிவிலக்கான, ஆழமான, உள்ளொளி தொடர்பான உணர்வில் பயன்பட்டிருக்கிறது.

தெளிவான நினைவாற்றலுக்கு அப்பால் அவருடைய உலகம் எப்படி இருந்தது? பல நிலைகளில், அவருடைய உலகம் சிறியது, கீழ்த்தரமானது, அசிங்கமானது, இருளானது. குழந்தையாக இருக்கும்போதே கைவிடப்பட்டு, சீண்டப்பட்டு வளர்ந்த, மனவளர்ச்சி குன்றிய ஒருவருடைய உலகம் அது. மனிதனாக வளர்ந்த பிறகு கீழான வேலையிலும் சேர்க்கப்பட்டு, இகழ்ச்சியுடன் வெளியேற்றப்பட்டவருடைய உலகம் அது. குழந்தையாகவோ, மனிதனாகவோ கருதப்பட்டாத, தானும் கருதாத ஒருவருடைய உலகம் அது.

பல நேரங்களில் அவர் குழந்தைத்தனமாக நடந்தார்; கோபம் கொண்டார், முரண்டு பிடித்தார். அப்போது ஒரு குழந்தை பேசும் மொழியில் பேசுவார். "உனது முகத்தில் சேற்றை எறிந்து விடுவேன்" என்று அவர் கத்தியதை நான் ஒரு முறை கேட்டேன். எப்போதாவது எச்சில் துப்புவார். மூக்கை உறிஞ்சுவார். அழுக்கடைந்து இருப்பார். மூக்கை சட்டைக் கையில் துடைப்பார். அப்போது எல்லாம் ஒரு சிறு மூக்கொழுகும் குழந்தையினுடைய தோற்றத்துடன் உணர்ச்சிகளுடன் இருப்பார். எரிச்சலூட்டும் வகையில் அவர் தனது நினைவாற்றலைக் காட்டிக் கொள்வதும் இந்தக் குழந்தைத்தனமான நடத்தைகளும் யாருக்கும் அவர்மேல் அன்பு கொள்ள உதவவில்லை. இல்லத்தில் அவருக்கு நல்ல பெயரில்லை; இல்லத்திலிருப்போர் பலர் அவரைத் தவிர்த்தார்கள். மார்டின் பின்னோக்கியே போக சிக்கல் தீவிரமானது. முதலில் என்ன செய்வதென்று யாருக்கும் தெரியவில்லை. எல்லா நோயாளிகளும் வெளியில் சுதந்திரமாக இருந்து விட்டு 'இல்லத்திற்கு' வந்தவுடன் ஒத்துப் போவதில் சிரமங்கள் இருக்கும். அது போன்ற சிரமங்கள் என்று முதலில் நினைத்தோம். ஆனால் அருட்சகோதரி வேறு ஏதோ ஒன்று குறுக்கிடுகிறது என்று நினைத்தார். 'ஏதோ ஒன்று, ஒரு வகைப் பசி அவரை அரித்துக் கொண்டிருக்கிறது. நம்மால் ஆற்ற முடியாத பசி அது. அது அவரை அழித்துக் கொண்டிருக்கிறது. நாம் ஏதாவது செய்ய வேண்டும்' என்றார்.

எனவே ஜனவரியில் இரண்டாம் முறையாக மார்டினைப் பார்க்கப் போனேன். இப்போது அவர் வேறு ஒரு மனிதராகக் காணப்பட்டார். முன்னர் மாதிரி தன்னை வெளிப்படுத்தவில்லை. ஏதோ ஒரு ஆன்மீக உடல் வலியால்; நைந்து போனவர் போலத் தோன்றினார்.

"என்ன? என்ன விஷயம்?" என்றேன்.

"நான் பாட வேண்டும்" என்றார் கரகரப்பாக. "அது இல்லாமல் என்னால் வாழ முடியாது. இசை மட்டுமில்லை. என்னால் ஜெபிக்க முடியவில்லை". பிறகு ஏதோ திடீரென்று நினைவு வந்தது போல, "பாக்கிற்கு (ஜெர்மன் இசைக் கலைஞர்) இசை, வழிபாட்டிற்கான கருவி. பாக் பற்றி பக்கம் 304-இல் கிரோவ் எழுதிய கட்டுரையில்" என்றவர் மீண்டும் தொடர்ந்தார். "கோயிலுக்குப் போகாமல், பாடல் குழுவில் பாடாமல் நான் ஒரு ஞாயிற்றுக் கிழமை கூட இருந்ததில்லை. எனக்கு நடக்கத் தெரிந்தபோது நான் என்னுடைய தந்தையுடன் முதலில் போனேன். 1955-இல் அவர் இறந்த பிறகும் தினமும் போனேன். நான் போயே ஆக வேண்டும், நான் போகவில்லை என்றால் அது என்னைக் கொன்று விடும்" என்றார்.

"நீங்கள் கண்டிப்பாகப் போகிறீர்கள்" என்றேன். "உங்களுக்கு என்ன தேவையென்று எங்களுக்குத் தெரியாமல் போய் விட்டது."

இல்லத்திலிருந்து கோயில் தூரத்தில் இல்லை. மார்டினை சபையின் உறுப்பினராக, பாடல் குழுவின் உறுப்பினராக ஏற்றுக் கொண்டார்கள். அது மட்டுமல்ல அவரது தந்தையைப் போலவே அவருரையும் பாடற் குழுவின் மூளையாக, ஆலோசகராக வரவேற்றார்கள்.

இதனால் வாழ்க்கை அவருக்குத் திடீரென்று மாறிவிட்டது. மார்ட்டின் தனது வழக்கமான, தனக்குப் பொருத்தமான இடத்தைப் பிடித்துக்கொண்டார். அவர் இப்போது பாக்கின் இசையில் ஒவ்வொரு ஞாயிறும் பாட முடிந்தது. வழிபட முடிந்தது. அதோடு அவருக்கு அமைதியாகத் தரப்பட்ட அதிகாரத்தை ரசிக்க முடிந்தது.

நான் அடுத்தமுறை போனபோது, கர்வம் எதுவுமில்லாமல் இயற்கையாகவே, "எனக்கு பாக்கின்; வழிபாட்டு, குழு இசையெல்லாம் தெரியும் என்று அவர்களுக்குத் தெரியும். எனக்குக் கோயிலில் பாட வேண்டிய கிரோவர் பட்டியலிடுகிற 202 கதை இசைப் பாடல்களும் தெரியும். எந்த ஞாயிற்றுக் கிழமைகளில், புனித நாட்களில் அவற்றைப் பாட வேண்டும் என்றும் எனக்குத் தெரியும். மறை மாவட்டத்திலேயே எங்கள் கோயில் ஒன்றில்தான் உண்மையான இசைக் குழுவும், பாடல் குழுவும் இருக்கின்றன. இங்கு மட்டும்தான் பாக்கின் பாடல்கள் எல்லாம் ஒழுங்காகப் பாடப்படுகின்றன. ஒவ்வொரு ஞாயிற்றுக் கிழமையும் ஒரு

கதைப்பாடலைப் (Cantata) பாடுகிறோம். ஈஸ்டருக்கு மத்தேயுவின் திருப்பாடுகளைப் பாடப் போகிறோம்!".

பாக் பற்றி மனவளர்ச்சி குன்றிய மார்டினுக்கு இவ்வளவு பேரார்வம் இருப்பது எனக்கு வியப்பாகவும், மனத்தைத் தொடுவதாகவும் இருந்தது. பாக் ஒரு அறிவு ஜீவி. மார்டின் ஒரு அறிவிலி. இசைப் பாடல்களின் ஒலிப் பேழைகளைக் கொண்டு வரத் தொடங்கும் வரையில் எனக்குத் தெரியாத ஒன்று, மார்டினுக்கு நுண்ணறிவுக் குறைபாடுகள் இருப்பினும் அவருடைய இசை நுண்ணறிவு மிக உயர்வாக, பாக்கின் தொழில்நுட்பத்தை ரசிக்கும் அளவிற்கு இருந்தது. அதற்கும் மேலாக அது வெறும் நுண்ணறிவு சார்ந்தது மட்டுமில்லை. பாக் அவரில் வாழ்ந்தார். அவர் பாக்கில் வாழ்ந்தார்.

மார்டினுக்கு இயற்கை பிறழ்ந்த இசைத் திறன்கள் இருந்தன. அவற்றை அவற்றிற்குரிய இயற்கையான சூழலிலிருந்து எடுத்தால்தான் அவை இயற்கை பிறழ்ந்தவை (Freak).

மார்டினின் மையத்திலிருந்தது, அவருடைய தந்தைக்கு மையமாக இருப்பது போல, இருவரிடையேயும் நெருக்கமாகப் பகிர்ந்து கொள்ளப்பட்டிருந்தது, இசையின், சிறப்பாக மதம் சார்பான இசையின், ஆன்மாவாக இருந்தது. பாடல் பேரின்பத்திலும் புகழ்ச்சியிலும் உயர்ந்த நிலையில் அருளப்பட்டதாக, தெய்வீகக் கருவியான குரலின் ஆன்மாவாக இருந்தது.

இவ்வாறு மார்டின் கோவிலுக்கும் பாடலுக்கும் திரும்பி வந்தபோது வேறு மனிதராக ஆனார். தானே நலம் பெற்று, தன்னையே திரும்பப் பெற்று உண்மையாக ஆனார். போலி ஆட்களான, ஒதுக்கப்பட்ட மன வளர்ச்சியவர், மூக்கொழுகி, கண்ட இடங்களில் துப்புபவர் மறைந்து விட்டார். எரிச்சல்படும், உணர்ச்சியற்ற யாருடனும் ஒட்டாதவராக இல்லை.

இப்போது அவருடைய உண்மையான ஆள் தன்மை வெளிப்பட்டது. கண்ணியமிக்க மனிதர், இல்லத்திலுள்ள மற்றவர்கள் மதித்து மரியாதை செய்யும் ஒருவராக மீண்டு வந்தார்.

ஆனால் அதிசயம், உண்மையான அதிசயம் மார்டின் பாடுகின்றபோது அல்லது இசையோடு ஒன்றியிருக்கும்போது - பரவச நிலையில் ஆழமாகக் கவனிக்கும்போது - ஒரு மனிதர் முழுமையில் முழுமையாக ஒன்றியிருக்கும்போது அவரைப்

பார்ப்பதுதான். ரெபக்கா நடிக்கும்போதும், ஜோஸ் ஓவியம் தீட்டும்போதும் இப்படித்தான். இரட்டையர்கள் கணக்கில் ஒன்றியிருக்கும்போதும் இவ்வாறுதான். அந்த வேளைகளில் மார்டின் மாறி விட்டிருந்தார். அவரிடமிருந்து குறைபாடுகள், நோய்க்குறிகள் அனைத்தும் இல்லாது போயின. நாம் பார்ப்பதெல்லாம் ஆழ்ந்த ஒன்றிப்பு, முழுமை, உடல் நலம் மட்டுமே.

பின்குறிப்பு

நான் இதையும், பின்னால் வரும் இரண்டு கட்டுரைகளையும் எழுதியபோது, என்னுடைய சொந்த அனுபவத்தின் அடிப்படையிலேயே எழுதினேன். இது பற்றிய நூல்களை நான் பார்க்கவில்லை. நூல்கள் இருப்பதே எனக்குத் தெரியாது. (லிவிஸ் ஹில் - 1974-இல் ஐம்பத்தி இரண்டு குறிப்புகள் உள்ளன). இரட்டையர்கள் வெளியான பிறகு திகைக்க வைக்கக் கூடிய புதிரான உள்ளுணர்வு ஏற்பட்டது. பல கடிதங்களும், கட்டுரைப் பிரதிகளும் வந்தன.

குறிப்பாக, டேவிட் விஸ்காட் (1970)டின் விரிவான நிகழ்வு ஆய்வு எனது கவனத்தைக் கவர்ந்தது. அவருடைய நோயாளியின் ஹாரியட் பு-க்கும் மார்டினுக்கும் நிறைய ஒற்றுமைகள் இருந்தன. இரண்டு பேரிடமுமே அசாதாரண ஆற்றல்கள் இருந்தன. சில வேளைகளில் அவை மையத்திற்கு அப்பால், வாழ்க்கையை மறுக்கும் வழியில் பயன்பட்டன. சில வேளைகளில் அவை வாழ்க்கையை உறுதிப்படுத்தும் படைப்பாற்றலை வெளிப்படுத்தும் வழிகளில் பயன்பட்டன. இவ்வாறு ஹாரியட் அவளுடைய தந்தை பாஸ்டன் நகர தொலைபேசி டைரக்டரியின் மூன்று பக்கங்களை நினைவில் வைத்திருந்தார். (அந்தப் பக்கங்களிலுள்ள எந்தத் தொலைபேசி எண்ணையும் பல ஆண்டுகள் வரை அவரால் நினைவுகூற முடியும்). ஆனால் வேறு ஒரு படைப்பாற்றல் வெளிப்படும் வழியில் அவளால் இசை அமைக்க முடியும். எந்த இசை அமைப்பாளரின் பாணியிலும் இசை அமைக்க முடியும்.

இரண்டு பேரையும், இரட்டையர்களைப் போல - அறிவிலி அறிஞர்களிடம் மட்டுமே காணப்படும், ஒரே மாதிரியான சாகசங்களைச் செய்யத் தூண்ட முடியும், இழுக்க முடியும். ஆனால் இருவருமே தூண்டப்படாமல் இழுக்கப்படாமல் இருந்தால் அழகையும் ஒழுங்கையும் தேடுகிறார்கள். மார்டினுக்கு

பொருளில்லாத விஷயங்கள் பற்றி வியத்தகு நினைவாற்றல் இருந்தாலும், அவருடைய உண்மையான மகிழ்ச்சி ஒழுங்கு, தொடர்புடைமை ஆகியவற்றிலிருந்து வருகிறது. கதைப் பாடலின் இசை ஆன்மீக ஒழுங்கமைவாக இருக்கலாம்; அல்லது கிரோவின் கலைக் களஞ்சிய ஒழுங்கமைவாக இருக்கலாம். பாக்கும் கிரோவும் ஒரு உலகை அறிவிக்கிறார்கள். மார்டினுக்கு விஸ்காட்டின் நோயாளி போல இசையைத் தவிர வேறு உலகில்லை. ஆனால் இந்த உலகம் உண்மையில் அவரை உண்மையானவராக ஆக்குகிறது; அவரை மாற்றுகிறது. மார்டினைப் பார்ப்பது ஒரு அதிசயம், அதே போலத்தான் ஹாரியட்டும் இருக்க வேண்டும்.

> பாஸ்டன் மாநில மருத்துவமனையில் ஒரு கருத்தரங்கில் அவளை வாசிக்கச் சொன்னபோது அசிங்கமான, அருவருப்பான, ஐந்து வயதுப் பெண் போன்றிருந்த அவள் முழுவதுமாக மாறி விட்டாள். அவள் வெட்கத்துடன் அமைதியாக 'கீ போர்டை'ப் பார்த்துக் கொண்டிருந்தாள், அனைவரும் அமைதியாக ஆகும் வரையில். பிறகு தனது கைகளை மெதுவாக கீ போர்டில் கொண்டு வந்து சிறிது நேரம் வைத்திருந்தாள். பிறகு தலையை அசைத்து, பெரிய இசை நிகழ்ச்சியில் வாசிப்பவள் போல உணர்ச்சியுடன் வாசிக்கத் தொடங்கினாள். அந்தக் கணத்திலிருந்து அவள் வேறு ஒரு ஆளாகி விட்டாள்.

அறிவிலி மேதைகளைப் பற்றிப் பேசும்போது எந்திரம் போன்ற ஒரு திறன் அல்லது ஒரு தனி நுட்பம் அவர்களுக்கு இருக்கிறது என்றும் அவர்களுக்கு உண்மையில் அறிவோ புரிதலோ இல்லை என்றும் சொல்கிறார்கள். இப்படித்தான் நானும் மார்டினைப் பற்றி நினைத்தேன். நான் 'மாக்னிபிக்கட்' என்ற கன்னி மரியின் மேல் பாடப்பட்ட இசை நிகழ்ச்சிக்கு வரும் வரையில் அப்படித்தான் நினைத்து வந்தேன். மார்டின் அந்த பின்னல்கள் நிறைந்த இசையின் முழுப் பொருளையும் மார்டினால் புரிந்து கொள்ள முடிந்தது என்று எனக்கு அப்போதுதான் புரிந்தது. இங்கே ஏதோ ஒரு நுட்பம் அல்லது குருட்டு மனப்பாடம் வேலை செய்யவில்லை, மாறாக உண்மையான, சக்தி வாய்ந்த இசை நுண்ணறிவு அது என்று புரிந்தது. முதலில் நூல் வெளி வந்தவுடன் சிக்காகோவின் L.K. மில்லர் எழுதிய ஒரு கட்டுரையைப் படிக்க நேர்ந்தது. இந்த ஐந்து வயது மேதைக்கு கடுமையான மனக் குறைபாடுகள். அந்தக் குழந்தை எந்திரத்தனமான குருட்டு மனப்பாடம் எதையும் காட்டவில்லை. ஆனால் இசையமைப்பின் விதிகள் பற்றிய உள்ளுணர்வு இருந்தது.

அடிப்படை அமைப்பை நிர்ணயிக்கும் வெவ்வேறு இசைக் குறிப்புகளும், அமைப்பியல் சார் விதிகளும் தெரிந்திருந்தன. வெறும் அனுபவத்தினால் பெறப்படும் குறிப்பிட்ட எடுத்துக்காட்டுகளுக்கு மட்டும் உரியவை அல்ல. இது மார்டின் விஷயத்திலும் சரியாக இருந்தது. எல்லா அறிவிலி அறிவாளிகளுக்கும் இது பொருந்துமா என்று சிந்திக்க வேண்டும். அதாவது அவர்கள் சிறந்து நிற்கும் ஒரு குறிப்பிட்ட துறையில், துறைகளில் - இசை, எண், காட்சி முதலானவற்றில் - அவர்கள் வெறும் எந்திரத்தனமான நுட்பம் கொண்டிருக்கவில்லை. மாறாக, உண்மையில், படைப்பாற்றலுள்ள நுண்ணறிவு உடையவர்களாக இருக்கலாம் என்ற எண்ணம் வருகிறது. மார்டின், ஜோஸ், இரட்டையர்கள் - ஒரு குறிப்பிட்ட குறுகிய வட்டத்தில் இருந்தாலும் அவர்களின் நுண்ணறிவுதான் நம்மை ஆட்கொள்கிறது. இந்த நுண்ணறிவை அடையாளம்கண்டு வளர்க்க வேண்டும்.

23

இரட்டையர்கள்

ஜான், மைக்கேல் என்ற இரட்டையர்களை நான் 1966-ஆம் ஆண்டு அரசு மருத்துவமனையில் சந்தித்தபோது, அவர்களை அனைவருக்கும் நன்றாகத் தெரியும். வானொலியிலும், தொலைக்காட்சியிலும் தோன்றியிருந்தார்கள். அவர்கள் பற்றி அறிவியல்பூர்வமான ஆய்வுகள் நடத்தியிருந்தார்கள். அவர்கள் அறிவியல் கதைகளில்கூட இடம் பெற்றுவிட்டார்கள் என்று நினைத்தேன். கொஞ்சம் கற்பனை கலந்து இருந்தாலும் ஏற்கனவே வெளிவந்த விபரங்களை ஒட்டியே அவை இருந்தன.

இரட்டையர்களுக்கு அப்போது இருபத்து ஆறு வயது. அவர்கள் தன்னுள் வாசம் செய்பவர்கள் (autism) மனநோய் உள்ளவர்கள் அல்லது மிகவும் மன வளர்ச்சி குன்றியவர்கள் என்று பலவாறாக ஏழாம் வயதிலிருந்து சொல்லப்பட்டவர்கள். பெரும்பாலான அறிக்கைகள், அறிவிலி மேதைகளான அவர்களிடம் எதுவும் அதிகம் இல்லை என்றும் முடிவு கட்டின. ஆனால் இவற்றைத் தவிர: அவர்களுடைய அனுபவத்தின் காட்சி விபரங்களில் மிகச் சிறியவற்றையும் ஆவணப்படுத்தும் நினைவாற்றலும், ஒரு வாரத்தில் எந்த நாளில் ஒரு தேதி வந்தது அல்லது வரும் என்பதை உடனுக்குடன் சொல்லும் ஆற்றலும், அதாவது அவர்களையறியாமலேயே நாட்காட்டி அல்காரிதத்தைப்[1] (Algorithm) பயன்படுத்தும் ஆற்றலும் இருந்தன.

---

1. அல்காரிதம் என்றால் கணக்குப் போடும்போதும், சிக்கல் தீர்க்கும் போதும் பயன்படுத்த வேண்டிய விதி முறைகள் – 'வழி முறைகள்' ஆகும்.

The Great Mental Calculators (1983) என்ற முழுமையான, கற்பனை வளமிக்க நூலில் ஸ்டீவன் ஸ்மித் எடுக்கும் கண்ணோட்டம் இதுதான். 1960-களின் நடுவில் வேறு ஆய்வுகள் எனக்குத் தெரிந்தவரையில் இல்லை. அவர்கள் முன் வைத்த சிக்கல்கள் தீர்க்கப்பட்டு விட்டது போலத் தோன்றியதால், அவர்கள் சிறிது காலம் தோற்றுவித்திருந்த ஆர்வமும் குறைந்து விட்டது.

ஆனால் இது தவறான புரிதல் என்று நினைக்கிறேன். முதல் ஆய்வாளர்கள் ஏற்கனவே வரையறை செய்யப்பட்ட அணுகுமுறை, வினாக்களின் ஒரே மாதிரியான அமைப்பு, ஒரே ஒரு செயலில் மட்டும் குவிந்த பார்வை ஆகியவற்றைக் கொண்டு இரட்டையர்களை அணுகியதால் இப்படிப்பட்ட முடிவுக்கு அவர்கள் வந்தது இயற்கை தான். இரட்டையர்களின் உளவியலை, அவர்களுடைய செயல்களை, வாழ்க்கையை ஒன்றுமில்லாமல் அவர்களது ஆய்வு முறைகளால் ஆக்கி விட்டார்கள்.

இந்த ஆய்வுகள் முன்வைப்பதை விட, உண்மை நிலை அதிகம் வினோதமானது, சிக்கலானது, எளிதில் விளக்க முடியாதது. ஆனால் கடுமையான முறை சார்ந்த சோதனையால், அல்லது இரட்டையரை 60 நிமிடம் நேர் காணல் செய்வதால் ஒரு சிறிதுகூடத் தெரிந்து கொள்ள முடியாது.

இந்த ஆய்வுகளோ தொலைக்காட்சி நிகழ்ச்சிகளோ தவறு என்று சொல்ல வரவில்லை. அவை அறிவு சார்ந்தவைதான்; பெரும்பாலும் விபரங்கள் உடையவை. ஆனால் வெளியில் தெரிகின்ற, சோதனை செய்யப்படக் கூடிய மேற்பரப்பை மட்டுமே பார்க்கின்றன. ஆழத்திற்குப் போவதில்லை. அவற்றிற்கும் கீழே ஆழங்கள் இருக்கின்றன என்று குறிப்பாகக்கூடச் சொல்வதில்லை.

இரட்டையர்களை சோதிப்பதை, ஆய்வுப் பொருட்களாகப் பார்ப்பதை நிறுத்தாத வரையில் அந்த ஆழங்கள் பற்றிய குறிப்புகள் கிடைக்காது. சோதனை செய்ய வேண்டும் என்ற துடிப்பைத் தள்ளி வைத்துவிட்டு இரட்டையர்களைப் புரிந்துகொள்ள வேண்டும். எந்தக் கருத்துகளையும் முன்னாலேயே வகுத்துக் கொள்ளாமல் வெளிப்படையாக அமைதியாக உற்றுநோக்க வேண்டும். முழுமையான, கருணையுடைய, வெளிப்படை உள்ளத்தோடு பார்க்கவேண்டும். அவர்கள்; வாழும்போது, சிந்திக்கும்போது, அமைதியாக உறவாடும்போது அவர்களுக்கே உரிய வழியில் தாமாக நடக்கும்போது கவனிக்க வேண்டும். அப்போது மிகவும் மர்மமான

ஒன்று, அடிப்படையான சக்திகளும் ஆழங்களும் இருப்பதைக் காண முடியும். ஆனால் அவர்களுடன் பழகிய இந்தப் பதினெட்டு ஆண்டுகளில் இந்தப் புதிரை என்னால் அவிழ்க்க முடியவில்லை.

முதல் சந்திப்பின்போது அவர்கள் கவர்ச்சியூட்டுபவர்களாக இல்லை. விகாரமான தோற்றமுடைய வேறுபாடு காணமுடியாத, கண்ணாடி பிம்பங்கள் போல, ஒரே மாதிரியான முகத்துடன், ஒரே உடல் இயக்கங்களுடன், ஆளுமையிலும், மனத்திலும், மூளை, திசு சேதத்திலும் ஒரே மாதிரியாக இருந்த இரட்டையர்கள். உடல் அமைப்பில் கைகளுக்கும் அளவு வேறுபாடுகள். மேல் அண்ணங்கள் தூக்கி, வளைந்த கால்களுடன், மந்தமான கிறீச்சிடும் குரல்களுடன் அசைவுகளும், நடுக்கங்களும் கொண்டிருந்தார்கள். மங்கிக்கொண்டே வந்த தூரத்துப் பார்வைக்கு தடிமனான கண்ணாடி தேவைப்பட்டது. அதனால் அவர்களது கண்கள் விகாரமாகத் தோன்றி எங்கேயோ பார்ப்பதாகக் காட்டி, அவர்களுக்கு அபத்தமான சிறு பேராசிரியர்கள் போன்ற தோற்றத்தைத் தந்தன. அவர்களைக் கேள்வி கேட்டால் அல்லது வழக்கமான அவர்களது 'சேட்டைகளைச்' செய்ய அனுமதிக்கும்போது இந்த எண்ணம் உறுதியானது.

வெளியிடப்பட்ட கட்டுரைகளிலும், மேடையிலும் இந்தத் தோற்றம் காணப்பட்டது. நான் பணியாற்றிய மருத்துவமனையில் ஆண்டுக் கொண்டாட்டத்தின்போது இப்படித்தான் காட்டப்பட்டார்கள், தொலைக்காட்சியிலும் இப்படித்தான் வந்தார்கள்.

சலிப்பூட்டுபவையாக நிகழ்ச்சிகள் இருந்தன. இரட்டையர்கள் "40,000 ஆண்டுகளுக்கு முந்திய அல்லது வரப்போகிற தேதி ஒன்றைச் சொல்லுங்கள்" என்று சொல்வார்கள். நீங்கள் ஒரு நாளைக் குறிப்பிட்டுச் சொல்வீர்கள். அடுத்த வினாடி வாரத்தில் அது எந்த நாள் என்று சொல்லிவிடுவார்கள். "அடுத்து ஒரு தேதி கொடுங்கள்!" என்று சொல்வார்கள். இப்படியே காட்சி தொடரும். 80,000 ஆண்டுகளில் ஈஸ்டர் வரும் நாளைச் சொல்வார்கள். இதை அவர்கள் செய்யும்போது அவர்கள் கண்களை உருட்டுவது போல, எதையோ ஆராய்வது போல, உள்ளே அகக் காட்சியாக ஒரு நாட்காட்டியைக் காண்பது போல, கண்கள் அசைந்து ஒரு வித்தியாசமான முறையில் நிலைகுத்தி நின்றன. அறிக்கைகளில் இது சொல்லப்படாவிட்டாலும் நாம் காண முடியும். அவர்கள் 'பார்க்கிறார்கள்' ஆழ்ந்த முறையில் காட்சிப்படுத்துகிறார்கள். ஆனால் இங்கே வெறும் கணக்குப் போடுவதுதான் நடக்கிறது என்று முடிவு கட்டப்பட்டது.

அவர்களது எண்கள் பற்றிய நினைவாற்றல் வியப்பூட்டியது. உண்மையில் அதற்கு எல்லையே இல்லை போன்றிருந்தது. மூன்று இலக்கங்கள், முப்பது இலக்கங்கள், முன்னூறு இலக்கங்களுள்ள எண்களைக்கூட எளிதாகத் திருப்பிச் சொல்வார்கள். இப்போதும் கூட அவர்கள் ஒரு கணக்குப் போடும் முறையைக் கையாள்கிறார்கள் என்று விளக்கப்பட்டது.

அவர்களது கணக்குப் போடும் திறமையைச் சோதிக்கும்போது, அவர்கள் அதில் மோசமாகச் செய்தார்கள். நுண்ணறிவு ஈவு அறுபதுக்குள். கீழுள்ளவர்கள் போலச் செய்தார்கள். வழக்கமாக, கணக்கு மேதைகள் அல்லது மனக் கணக்கில் வல்லவர்களுக்கு உரிய திறன்; இது. கூட்டல், கழித்தல் கணக்குகளைச் சரியாகச் செய்ய முடியவில்லை. பெருக்கல், வகுத்தல் புரியவே இல்லை. அப்படியானால் இது என்ன? கணக்குப் போடமுடியாத கணித மேதைகள்? சாதாரண எண் கணிதம்கூடத் தெரியாமல் இருக்கிறார்களே!

எனினும் அவர்களை நாட்காட்டிக் கணித மேதைகள் என்று அழைக்கிறார்கள். இதில் அவர்கள் பயன்படுத்துவது நினைவாற்றல் இல்லை, நாட்காட்டி கணக்குப் போடுவதற்கு, அதற்கான அல்காரிதத்தைப் பயன்படுத்துகிறார்கள் என்று எந்த ஆதாரமும் இல்லாமல் முடிவு செய்யப்பட்டு ஏற்றுக் கொள்ளப்பட்டது. கார்ல் ஃபிரடரிக் காஸ் (18-ஆம் நூற்றாண்டு ஜெர்மன் கணித மேதை) ஒரு பெரிய கணித மேதைதான்; கணக்குப் போடுவதில் வல்லவர்தான். ஆனால் அவரால் ஈஸ்டர் நாளைக் கண்டுபிடிக்க ஒரு 'அல்காரிதம்' அமைக்க முடியவில்லை. அப்படி இருக்கும்போது, இந்த இரட்டையர்கள் சாதாரண எண் கணிதக் கணக்குகளைக் கூடச் சொல்ல முடியாதவர்கள், அப்படிப்பட்ட அல்காரிதத்தைப் பயன்படுத்தியிருப்பார்கள் என்பதை நம்ப முடியவில்லை. கணக்கு மேதைகளில் பலர் தாங்களே கண்டுபிடித்துக் கொண்ட முறைகளையும் அல்காரிதங்களையும் வைத்திருக்கிறார்கள் என்பது உண்மைதான். இது தான் W.A. ஹார்விட்ஸ் முதலானோர் இரட்டையர்களிடம் அப்படித்தான் இருக்கும் என்று முடிவு கட்டச் செய்தது போலும். ஸ்டீவன் ஸ்மித் தனது தொடக்க கால ஆய்வுகள் பற்றிச் சொல்கிறார்.

> ஒரு மர்மமான, ஆனால் சாதாரண ஒன்று இங்கே வேலை செய்கிறது. எடுத்துக்காட்டுகளின் அடிப்படையில் நினைவிலி நிலை அல்காரிதங்களை உண்டாக்கும் மர்மமான மனிதத் திறன்.

இப்படி மட்டும் இருந்தால் அது எல்லா இடத்திலும் காணப்படும் ஒன்றாக இருக்கும்; அதில் மர்மம் எதுவும் இருக்காது. இப்படிக் கணக்குப் போடும் வழிமுறை எந்திரத்தால் செய்யப்படக் கூடியது. எனவே அது 'சிக்கல்கள்' அடியில் வரும் 'மர்மங்கள்' என்பதில் அடங்காது.

அவர்களுடைய காட்சிகளில், அவர்களுடைய 'தந்திரங்களில்' திகைக்க வைக்கக் கூடிய ஒன்று இருந்தது. அவர்களது வாழ்க்கையில் நான்கு வயதிலிருந்து எந்த நாளிலும் நடந்த நிகழ்ச்சிகளையும் - அன்றைய பருவநிலையைக் கூட -அவர்களால் சொல்ல முடியும். அவர்கள் பேசும் முறை குழந்தைத்தனமாக, விபரங்களுடன், எந்த உணர்ச்சியும் இல்லாமல் இருக்கும். (அறிவியல் கதை எழுதும் அமெரிக்க எழுத்தாளர் ராபர்ட் சிலவர்பர்கின் படைப்பான மெலாஞ்சியோ போல) -ஒரு நாளைக் கொடுங்கள். ஒரு கணம் அவர்களது கண்கள் உருளும்; பிறகு நிலைகுத்தி நிற்கும். பிறகு ஒரே மாதிரியான, சலிப்பூட்டும் குரலில், அன்றைய பருவ நிலை, அவர்கள் கேள்விப்பட்ட அரசியல் நிகழ்வுகள், அவர்களுடைய வாழ்க்கையில் நடந்த நிகழ்வுகள் ஆகியவற்றைச் சொல்வார்கள். தங்களது வாழ்க்கையைப் பற்றிச் சொல்லும்போது அவர்களது குழந்தைப் பருவத்தில் அவர்கள் சந்தித்த துன்பங்களையும், அவர்கள் தாங்க வேண்டியிருந்த இகழ்ச்சி, கேலிகள் ஆகியவற்றையும் விவரிப்பார்கள். ஆனால் அவற்றையெல்லாம் ஒரே மாதிரியான குரலில், தனிப்பட்ட உணர்ச்சியின் குறிப்பு எதுவுமில்லாமல்; சொல்வார்கள். இங்கே தனிப்பட்ட பாதிப்புக்குட்படாத, தனிப்பட்ட உறவு இல்லாத, ஒரு உயிர் வாழ்க்கை மையமும் இல்லாத ஆவணப் படம் போன்ற நினைவுகளாக அவை இருக்கின்றன.

தனிப்பட்ட ஈடுபாடு, உணர்ச்சி ஆகியவை அவர்களது நினைவுகளிலிருந்து நீக்கப்பட்டிருக்கலாம் என்று சொல்லக் கூடும். ஏனென்றால் மாற்ற முடியாமல் ஒன்றையே செய்யும் (obsessive) மன நோய் உள்ளவர்களிடம் பாதுகாப்பு - வழியாக இது இருப்பதைப் பார்க்கிறோம். (இரட்டையர்களையும், அப்படிப்பட்டவர்களாகத் தான் கருத வேண்டும்.) ஆனால் அதே சமயம், இதுபோன்ற நினைவு ஆற்றல்களுக்குத் தனித்தன்மை இருந்ததே இல்லை. ஏனென்றால் இதுபோன்ற தெளிவான சிந்தனையின் முக்கிய தன்மை அது.

ஆனால் இங்கே வலியுறுத்தப்படுவது என்னவென்றால், அவர்களுடைய ஆய்வுகளில் தகுந்த அளவு இதற்கு முக்கியத்துவம் தரப்படவில்லை - இரட்டையரின் அளவு கடந்த நினைவாற்றல்

பார்வைக்கு அளவிட முடியாத - எல்லையில்லாததாகத் தோன்றுகிறது. அதோடு அவர்கள் இவற்றைத் திரும்ப எப்படி நினைவு கூர்கிறார்கள் என்பதும் முக்கியம். அவர்களிடம் அவர்கள் எப்படி இவற்றை எல்லாம் மனத்தில் வைத்திருக்க முடிகிறது என்று கேட்டால், அவர்கள், 'நாங்கள் அதனைப் பார்க்கிறோம்' என்று எளிதாகச் சொல்லி விடுகிறார்கள். அபூர்வமான அசாதாரணமான தீவிரத்தோடும் எல்லையற்ற வீச்சுடனும், முழுமையான மெய்மையுடனும் பார்ப்பது, காட்சிப்படுத்துவது இதற்குத் திறவுகோலாக இருக்கும். மனங்களின் உடற்கூறு சார்ந்த இயற்கையான திறமையாக இது இருக்கலாம். A.R.லூரியா தனது நூலில் விவரிக்கும் நோயாளி 'பார்ப்பது' போல இருப்பதற்கும் இதற்கும் பல ஒற்றுமைகள் உள்ளன. இரட்டையர்களிடம் நிமானிஸ்ட்டுடைய அமைப்புச் செயல்பாட்டின் வளமை இல்லை. எனினும், இரட்டையர்களிடம் திறமையான காட்சிப் படலம், காட்சிப் புலன், உடல் அமைப்பாக, அவர்கள் பார்க்கும், கேட்கும், சிந்திக்கும், செய்யும் அனைத்தையும் ஆக்க முடிகிறது என்பதில் எனக்கு ஐயமில்லை. கண் சிமிட்டும் நேரத்தில் - அவர்கள் கண்களை உருட்டி நிலை கொள்ளச் செய்வதிலிருந்து இது தெரிகிறது - அவர்கள் தங்கள் மனக் கண்ணால், அந்தப் பரந்த காட்சியிலிருந்து தேவையானவற்றை எடுத்துக் கொள்ள முடிகிறது.

இப்படிப்பட்ட நினைவாற்றல்கள் அபூர்வமாகவே காணப்படும். ஆனால் அவை தனித்தன்மை வாய்ந்தவை அல்ல. இந்த இரட்டையர்களோ வேறு யாருமோ ஏன் அவற்றைப் பெற்றிருக்கிறார்கள் என்பது பற்றி நமக்குத் தெரியாது. அப்படியானால் இரட்டையர்களிடம் ஆழமான ஆர்வத்தைத் தூண்டுகிற ஒன்று - நான் குறிப்பாகச் சொல்லி வருவது இருக்கிறதா? இருக்கும் என்று நம்புகிறேன்.

19-ஆம் நூற்றாண்டு எடின்பர் இசைப் பேராசிரியரான சர் ஹெர்பர்ட் ஆக்லே ஒருமுறை ஒரு பண்ணைக்கு அழைத்துச் செல்லப்பட்டாராம். அங்கே பன்றி கீச்சிடுவதைக் கேட்டாராம். உடனே G.ஷார்ப் (இசைக் குறிப்புகளில் ஒன்று) என்று கத்தினாராம். உடனே ஒருவர் பியானோவில் வாசிக்க ஹெர்பர்ட் சொன்னது சரியாக இருந்ததாம். இதேபோன்றுதான் இயற்கை சக்திகளையும், இயற்கை வழிமுறைகளையும் பற்றிய எனது உள்ளொளியும் எதிர்பாராமல், அதுவும் வேடிக்கையான முறையில் வந்தது.

அவர்களது மேசையிலிருந்த தீப்பெட்டி கீழே விழுந்து, குச்சிகள்

சிதறின. உடனே இருவரும் ஒரே குரலில் '*111*' என்றார்கள். பிறகு ஜான் '*37*' என்று முணுமுணுத்தான். மைக்கேல் அதைத் திரும்பச் சொன்னான். ஜான் அதை மூன்றாம் முறையாகச் சொன்னான். நான் குச்சிகளை எண்ணினேன். கொஞ்சம் நேரம் ஆனது. சரியாக இருந்தது.

"குச்சிகளை இவ்வளவு வேகமாக எப்படி எண்ணினீர்கள்?" என்று நான் கேட்டேன்.

"நாங்கள் எண்ணவில்லை, நாங்கள் *111*-ஐப் பார்த்தோம்" என்றார்கள்.

இதேபோன்ற கதைகளை சக்கரியாஸ் தேஸ் பற்றியும் சொல்வார்கள். அவரும் ஒரு எண் கணித மேதைதான். பட்டாணியை அவர் முன் கொட்டினால். உடனே '*183*' என்றோ '*79*' என்றோ சொல்லிவிடுவார். அவரும் இவர்கள் போன்ற அறிவிலிதான். அவரும், 'நான் பட்டாணிகளை எண்ணவில்லை, பார்க்கத்தான் செய்தேன்' என்று சொல்வார்.

"நீங்கள் ஏன் '*37*' என்று மூன்று முறை முணுமுணுத்தீர்கள்?" என்று இரட்டையர்களிடம் கேட்டேன். இருவரும் ஒரே நேரத்தில் "*37,37, 37, 111*" என்றார்கள்.

இது இன்னும் புதிராக இருந்தது. அவர்களால் '*111*'-யை அதன் தன்மையை மின்னலொளி போலப் பார்க்க முடிந்தது. அசாதாரணம்தான், ஆக்லே 'G.ஷார்ப்' என்று சொன்னது போலத்தான், இது எண்களுக்கான 'ஒரு ராகம்'. ஆனால் அவர்கள் *111*-இன் காரணிகளை சொன்னார்கள். எந்த ஒரு வழிமுறையையும் பின்பற்றாமல், காரணிகள் என்றால் என்ன என்று தெரியாமலேயே, காரணிகளாகப் பிரித்து விட்டார்கள். அவர்களால் எளிய கணக்குகளைக் கூடப் போட முடியாது என்றும் பெருக்கல், வகுத்தல் என்ன என்று புரியவில்லை என்றும் எனக்கு ஏற்கனவே தெரியுமே! ஆனால் இப்போது தாங்களாகவே ஒரு கூட்டு எண்ணை மூன்று சம பாகங்களாகப் பிரித்து விட்டார்கள்.

"அதை எப்படிக் கண்டுபிடித்தீர்கள்?" என்று கேட்டேன். அவர்களுக்கு இருந்த சொற்களின் உதவியுடன் அவர்கள் விளக்க முயன்றார்கள். ஆனால் இப்படிப்பட்ட செயல்களுக்குத் தகுந்த சொற்கள் கிடைக்காது. தாங்கள் கணக்குப் போட்டுப் பார்க்க முடியவில்லை. எனினும், மின்னொளியில் பார்த்ததாகவும்

குறிப்பிட்டார்கள். ஜான் தனது இரண்டு விரல்களையும் கட்டை விரலையும் நீட்டி சைகை செய்தான். அந்த எண்ணை (உட் தூண்டலினால்) தாங்களாகவே பிரித்து விட்டோம் என்றோ, ஏதோ எண்ணின் பிரிவினால், தானாகவே எண் மூன்றாக வந்துவிட்டது என்றோ சொல்வது போல இருந்தது. நான் வியப்படைவதைப் பார்த்து அவர்கள் வியப்படைவது போலத் தோன்றிற்று; கண் தெரியாதவன் போல அவர்களுக்குத் தோன்றினேனோ? ஜானுடைய கையசைவு மிக நெருக்கமான மெய் நிலை உணர்வினை வெளிப்படுத்திற்று. அவர்கள் எப்படியோ குணங்களை, கருத்தியல் சார்ந்த அருவ வழியில் பார்க்கவில்லை. அவற்றை பருப்பொருள் உருவமாக புலனால் உணரக் கூடிய தன்மைகளாக - பார்க்கிறார்களோ என்று எனக்குள் சொல்லிக் கொண்டேன். 111-இன் தன்மை போன்ற தனியான தன்மைகளாகப் பார்க்காமல், உறவுகளின் தன்மைகளைப் பார்க்கிறார்களோ? ஆக்லேகூட இதேபோல இசைக் குறிப்புகளைச் சொல்லிவிட முடியும்.

அவர்கள் நிகழ்ச்சிகளையும், நாட்களையும் 'பார்ப்பதிலிருந்து' அவர்கள் தங்கள் மனத்தில் மிகப்பெரிய நிமோனிக் திரைச் சீலையை தனியாகவோ, தொடர்புள்ளவையாகவோ அனைத்தையும் பார்க்கக் கூடிய மிகப்பெரிய (முடிவில்லாததாகக்கூட இருக்கலாம்). நிலக் காட்சியை அவர்கள் வைத்திருப்பார்கள் என்று உணரத் தலைப்பட்டேன். அது தனித்ததாகவே இருந்தது, தொடர்புடையதாக இல்லை என்றுதான் சொல்ல வேண்டும். ஆனால் அவர்கள் தங்களது உறுதியான, நிலையற்ற ஆவணப் படத்தை விரிக்கும் போதுதான் அது வெளிப்பட்டது.

காட்சிப்படுத்தலின் மிகுந்த ஆற்றல்கள், கருத்தியலாக்கலிலிருந்து முற்றிலும் வேறுபட்ட பருப்பொருள் சார்ந்த ஆற்றல்கள் அவர்களுக்கு தொடர்புகளை, முக்கியமாக அல்லாத நிரந்தரமற்ற வடிவத்தின் தொடர்புகளைப் பார்க்கும் உட்திறன்களைத் தராதா? ஒரே பார்வையில் 111 என்ற தன்மையைப் பார்க்க முடியுமென்றால் (எண்களின் முழுத் தொகுதியையும் பார்க்க முடியுமென்றால்) மிகப் பெரிய சிக்கலான அமைப்புகளையும், எண்களின் தொகுதிகளையும் புலனுணர்வால் மட்டுமே, நுண்ணறிவு சாராத வழியில் பார்த்து, அடையாளம்கண்டு, தொடர்புபடுத்தி ஒற்றுமை வேற்றுமை பார்க்க முடியாதா? அபத்தமான, செயலிழக்கச் செய்யும் திறன் போர்ஹேசின் ஃபியூன்சை நினைத்துக்கொண்டன.

நாம் ஒரு பார்வையில் மேசையிலிருக்கும் மூன்று

கண்ணாடிகளைப் பார்க்க முடியும். ஃபியூன்சால் திராட்சைக் கொடியிலுள்ள இலைகளை, தண்டுகளை, கனியை ஒரே பார்வையில் காணமுடியும். ஒரு கரும்பலகையில் வரையப்பட்ட வட்டம், செங்கோணம், ஒரு மிட்டாய் - இவையெல்லாம் நாம் முழுமையான உள்ளொளியில் புரிந்து கொள்ள முடியும். ஐரீனோ (ஃபியூன்ஸ் கதையில்) மலையில் கால்நடையின் மத்தியில் மட்டக் குதிரையின் அலை பாயும் பிடரி மயிரில் பார்க்க முடியும். அவனால் எத்தனை விண்மீன்களைப் பார்க்க முடியும் என்று தெரியாது.

எண்களை அறிந்து கொள்ளும் திறமையும், எண்கள் மேல் ஆசையும் கொண்ட இந்த இரட்டையரால் தங்கள் மனங்களின் எண் - இலைகள், எண் - தண்டுகள், எண் - கனி என்று அவையெல்லாம் சேர்ந்திருக்கும் எண் - திராட்சைக் கொடியைப் பார்க்க முடியுமா? இது வினோதமான, ஒருவேளை அபத்தமான, ஏறக்குறைய நடக்க முடியாத எண்ணம்தான் - ஆனால் அவர்கள் என்னிடம் காட்டியவை எவ்வளவு வினோதமாக இருந்தனவென்றால்; எனது புரிதலுக்கு அப்பாலிருந்தன. நான் பார்த்தவையெல்லாம் அவர்கள் செய்யக் கூடியதில் ஒரு சிறு துளிதான்.

இதைப் பற்றிச் சிந்தித்துக் கொண்டிருந்தேன். பிறகு அதை மறந்து விட்டேன். முழுவதும் எதார்த்தமாக, தானாக நிகழ்ந்த, ஒரு மாயக் காட்சியை நான் காணாத வரையில் இதை மறந்து விட்டிருந்தேன்.

இம்முறை அவர்கள் இருவரும், முகத்தில் இதுவரையில் நான் பார்த்திராத மர்மப் புன்னகையுடன் அபூர்வமான மகிழ்ச்சியையும், அமைதியையும் அனுபவித்துக்கொண்டு ஒரு மூலையில் உட்கார்ந்திருந்தார்கள். நான் அவர்களைத் தொந்தரவு செய்யாமல் மெல்ல அமைதியாக அவர்கள் அருகில் சென்றேன். அவர்கள் இருவரும் எண்களாலேயே பேசிக் கொண்டிருந்தது போல இருந்தது. ஜான் ஒரு ஆறு இலக்க எண்ணைச் சொல்வான். மைக்கேல் அதனைக் கேட்டு ரசித்துத் தலை அசைப்பான். பிறகு அவன் இன்னொரு ஆறு இலக்க எண்ணைச் சொல்வான். இப்போது ஜான் அதைப் பெற்று, பாராட்டுவான். அவர்கள் இருவரும் ஒயினை ருசி பார்ப்பவர்கள் போல அபூர்வமான சுவையை, அபூர்வமாகப் பாராட்டுபவர்களாக இருந்தார்கள். நான் அவர்களால் கவர்ந்து ஈர்க்கப்பட்டு, குழம்பிப் போய் அவர்களுக்குத் தெரியாமல் உட்கார்ந்திருந்தேன்.

அவர்கள் என்னதான் செய்து கொண்டிருந்தார்கள்? என்னதான் நடக்கிறது? எனக்கு ஒன்றும் புரியவில்லை. இது ஒரு வகை விளையாட்டுப் போலும். ஆனால் நான் இதுவரையில் காணாத ஒரு கவனம், தீவிரம், அமைதியுடன் கூடிய தியானம் இவ்விளையாட்டில் இருந்தது. இது சாதாரண விளையாட்டிலும் இல்லை; வழக்கமாக கொந்தளிப்புடன் கவனக் குறைவாக இருக்கும் இரட்டையர்களிடமும் பார்த்ததில்லை. அவர்கள் சொன்ன எண்களை, அவர்களுக்கு இவ்வளவு மகிழ்ச்சி தந்த எண்களை, அவர்கள் ரசித்து பகிர்ந்து கொண்ட எண்களைக் குறித்துக் கொண்டேன்.

இந்த எண்களுக்கு ஏதாவது பொருள் இருக்கிறதா அல்லது சகோதரர்கள் விளையாட்டிற்காகத் தங்களுக்குள் பயன்படுத்தும் இரகசிய மொழிகள் போல இவையும் இருக்குமா என்று நான் வீட்டுக்குப் போகும் வழியில் சிந்தித்துக் கொண்டு போனேன். அப்போது லூரியாவின் இரட்டையர்கள் லோய்ஷாவும், யூராவும் நினைவிற்கு வந்தார்கள். அவர்கள், மூளையும், பேச்சும் சேதமடைந்த ஒரே மாதிரியான இரட்டையர்கள் (identical twins) அவர்களுக்கே உரிய மழலை மொழியில் பேசிக் கொள்வார்கள். (லூரியாவும் யுட்ரோவிச்சும் 1959). ஆனால் இங்கே ஜானும் மைக்கேலும் சொற்கள் அல்லது பாதிச்சொற்களைக்கூட பயன்படுத்தவில்லை; அவர்கள் ஒருவர் மேல் எண்களை எறிந்து கொண்டார்கள். இவை போர்கேசின் அல்லது ஃப்யூன்சின் எண்களா, எண் திராட்சைக் கொடிகள், குதிரையின் பிடரி மயிர்கள், விண்மீன் தொகுதிகள், தனிப்பட்ட எண் வடிவங்கள் - இரட்டையருக்கு மட்டுமே தெரிந்தவையா?

நான் வீட்டிற்குப் போனவுடன் அடுக்குகள், காரணிகள், லாகரிதம், பகா எண்கள் வாய்ப்பாடுகளைத் தேடியெடுத்தேன். எனது குழந்தைப் பருவத்தின் ஒரு குறிப்பிட்ட கால நினைவுச் சின்னங்கள் அவை. சிறுவனாக இருந்தபோது நானும் எண்களைப் பற்றிச் சிந்திப்பேன், பார்ப்பேன். எனக்கு எண்கள் மேல் அளவற்ற காதல். எனக்கு ஏற்கனவே ஒரு பொறி தட்டிற்று. இரட்டையர்கள் பரிமாறிக் கொண்ட எண்கள் எல்லாமே பகா எண்கள் (Prime numbers). அதாவது அவை தன்னாலும், ஒன்றாலும்தான் மீதியில்லாமல் வகுபட முடியும். ஒருவேளை என்னுடைய புத்தகம் போலவே ஒன்று அவர்களிடம் இருக்கிறதோ? அல்லது 111-ஐ அல்லது மூன்று 37-களைப் பார்த்தது போலவே பகா எண்களையும் 'பார்க்கிறார்களோ?' கண்டிப்பாக அவர்கள் அவற்றைக் கணக்கிட்டுப் பார்க்க முடியாது. அவர்களால் எதையுமே கணக்கிட முடியாது.

எளியோரின் உலகம் | 283

அடுத்த நாள் என்னுடைய பகா எண்கள் புத்தகத்துடன் வார்டுக்கு வந்தேன். அவர்கள் இப்போதும் தங்கள் எண்களால் ஆன உரையாடலைத் தொடர்ந்து கொண்டிருந்தார்கள். எதுவும் பேசாமல் நான் அவர்களோடு சேர்ந்துகொண்டேன். அவர்களுக்கு முதலில் அதிர்ச்சி. ஆனால் நான் எதுவும் குறுக்கிடவில்லை. அவர்கள் தங்களது ஆறிலக்க பகா எண்கள் விளையாட்டைத் தொடர்ந்தார்கள். சில நிமிடங்கள் கழித்து நான் அவர்களது விளையாட்டில் சேர்ந்து கொள்ளத் தீர்மானித்து எட்டிலக்க பகா எண் ஒன்றைச் சொன்னேன். இருவரும் என் பக்கம் திரும்பி அமைதியானார்கள். அவர்கள் முகத்தில் ஆழ்ந்த கவனமும் வியப்பும் காணப்பட்டன. நீண்ட இடைவேளை. நான் பார்த்த அளவில் நீண்ட இடைவேளை அதுதான். அரை நிமிடம் இருவரும் பேசவில்லை; பிறகு திடீரென்று இருவருமே ஒரே நேரத்தில் புன்னகை செய்தார்கள்.

கற்பனைக்கெட்டாத முறையில் மனதுக்குள் சோதனையின் மூலம் என்னுடைய எண்ணை எட்டிலக்க பகா எண் என்று கண்டு கொண்டார்கள். அவர்களுக்கு இது இரட்டை மகிழ்ச்சி. முதலாவதாக அவர்களுக்கு ஒரு புது விளையாட்டைக் கொடுத்து விட்டேன். அவர்கள் சந்தித்திராத எட்டிலக்க பகா எண். இரண்டாவதாக நான் அவர்கள் என்ன செய்தார்கள் என்பதைக் கவனித்து விட்டேன் என்றும், எனக்கு அது பிடித்திருக்கிறது என்றும், அதனைப் புகழ்ந்தேன் என்றும் நானே அவர்களோடு சேர்ந்து கொண்டேன் என்றும் அவர்களுக்குத் தெளிவாகத் தெரிந்தது.

அவர்கள் நகர்ந்து எனக்கு இடம் தந்தார்கள். நான் அவர்கள் விளையாட்டில் புது ஆள், அவர்கள் உலகில் மூன்றாவது ஆள். பிறகு ஜான் நெடு நேரம் யோசித்து - ஐந்து நிமிடங்கள் இருக்கும், - நான் அசையக்கூடத் துணியவில்லை - மூச்சுக்கூட விடவில்லை. ஒன்பது இலக்க எண்ணைச் சொன்னான். வழக்கமாக அவன்தான் எதையும் முதலில் செய்வான். அதே அளவு நேரம் எடுத்துக்கொண்டு, மைக்கேல் இன்னொரு எண் சொன்னான். நான் என்னுடைய பங்கிற்கு, என்னுடைய புத்தகத்தைக் கள்ளத்தனமாகப் பார்த்து, என்னுடைய நேர்மையற்ற பங்களிப்பைச் செய்தேன். புத்தகத்தில் பார்த்த பத்து இலக்கப் பகா எண்ணைக் கொடுத்தேன்.

மீண்டும் நீண்ட அமைதியான இடைவேளை. இப்போது ஜான் மிக ஆழமான சிந்தனைக்குப் பிறகு பன்னிரெண்டு இலக்கப் பகா எண்ணைச் சொன்னான். என்னால் அதைச் சரிபார்க்க முடியவில்லை. என்னுடைய புத்தகத்தில் - அது அபூர்வமான புத்தகம்தான் - பத்து

இலக்கத்திற்கு மேல் எண்கள் இல்லை. ஆனால் மைக்கேலால் முடிந்தது. அவன் இப்போது ஐந்து நிமிடங்கள் எடுத்துக் கொண்டான். ஒரு மணி நேரத்துக்குப் பிறகு இரட்டையர் கூட இருபது இலக்க பகா எண்களைப் பரிமாறிக் கொண்டார்கள். நான் அப்படி அனுமானித்துக் கொண்டேன். ஏனென்றால் சோதித்துப் பார்க்க எனக்கு அப்போது எந்த வழியும் இல்லை. 1966-இல் மிக நவீன கணினி உதவியில்லாமல் அது சாத்தியமில்லை. அப்போதும்கூட அது கடினம்தான். ஏனென்றால் எராடோஸ்தீன் சல்லடையையோ வேறு எந்த அல்காரிதத்தையோ பயன்படுத்தினாலும் பகா எண்களைக் கணக்கிட எளிய முறை எதுவும் இல்லை. இந்த இலக்கம் உள்ள பகா எண்களைக் கண்டுபிடிக்க எளிய முறை எதுவும் இல்லை. எனினும் இரட்டையர்களால் முடிந்தது (பின் குறிப்பைப் பார்க்க).

மீண்டும், F.W.H. மையர்சின் புத்தகமான Human Personality (1901)-இல் பல ஆண்டுகளுக்கு முன்னர் படித்த டேஸ் பற்றி நினைத்தேன்.

> (மிகவும் வெற்றிகரமான மீத்திறமிக்கவரான) டேசுக்குக் கணிதத்தைப் புரிந்து கொள்வது கடினம் என்று நமக்குத் தெரியும். எனினும் அவர் பன்னிரெண்டு ஆண்டுகளில் 7, 8 மில்லியன்கள் வரையிலான காரணிகளுக்கும், பகா எண்களுக்கும் வாய்ப்பாடுகள் தயாரித்தார். தனது வாழ்நாளில் எந்திர உதவியில்லாமல் இந்த வேலையைச் செய்யக் கூடியவர்கள் மிகச் சிலரே.

யூக்லிடின் வரைகணிதத்தின் ஆகஸ் பிரிட்ஜைக் (தர்க்க சாத்திர வகை) கடக்காமலேயே கணிதத்திற்கு பயனுள்ள தொண்டாற்றிய ஒரே மனிதர் அவர் என்று மையர்ஸ் முடிவு செய்கிறார்.

மையர்சால் விளக்கப்படாத ஒன்று டேஸ். அவர் தனது வாய்ப்பாட்டைத் தயார் செய்ததற்கு ஏதாவது ஒரு முறையைப் பின்பற்றினாரா அல்லது இரட்டையர்கள் செய்தது போல பகா எண்களை எப்படியோ 'பார்த்தாரா' என்பதை அவர் விளக்கவில்லை.

நான் அவர்களை அமைதியாக உற்று நோக்கினேன். இரட்டையர்கள் இருந்த வார்டில் எனக்கு ஒரு அலுவலகம் இருந்ததால் எனக்கு இது எளிதாக இருந்தது. அவர்கள் எண்ணற்ற எண்கள் விளையாட்டில் ஈடுபட்டிருந்தார்கள் என்பதைக் கவனித்தேன். ஆனால் அவற்றின் தன்மை பற்றி உறுதி செய்யவோ ஊகிக்கவோ முடியவில்லை.

ஆனால் அவை 'உண்மையான' தன்மைகள் பற்றியவை என்பது

சாத்தியம் அல்லது உறுதி. ஏனென்றால் சீரற்ற எண்கள் போன்ற தன்னிச்சையான எண் அவர்களுக்கு மகிழ்ச்சி தருவதில்லை. அவர்கள் எண்களில் ஒரு 'பொருள்' காண வேண்டும் என்பது தெளிவாக, ஒரு இசைக் கலைஞனுக்கு இயைபு வேண்டும் என்பது போல. உண்மையில் நான்; இவர்களை இசைக் கலைஞர்களுடன் ஒப்பிடுகிறேன். அல்லது மன வளர்ச்சி குன்றிய மார்டினுடன் ஒப்பிடுகிறேன். (அத்தியாயம் 22). மார்டின் இறுதியான இயைபையும் பாக்கின் அமைதியான உன்னதமான இசையில் கண்டார். அவர் கருத்தியல்படி அவருடைய நுண்ணறிவும் குறைபாடுகளால் அதனை அணுக முடியவில்லை.

"இயைபோடு அமைக்கப்பட்டிருக்கும் அனைவரும் இயைபில் இன்பம் காண்கிறார்கள்" என்று எழுதுகிறார் சர் தாமஸ் பிரவுன். (பதினேழாம் நூற்றாண்டில் வாழ்ந்த ஆங்கில அறிஞர்). "செவி கண்டுபிடிப்பதை விட அதில் தெய்வீகம் இருக்கிறது. உலகம் முழுவதையும் காட்டும் ஓவிய எழுத்து, பாடம். கடவுளின் செவிகளில் இந்த அறிவார்ந்த இயைபு ஒலிக்கிறது. ஆன்மா இயைபுள்ளது; இசையோடு நெருங்கிய அணுக்கம் உள்ளது".

ரிச்சர்ட் வோல்ஹீம் தனது The Thread of Life (1984) என்ற நூலில் கணக்குகளுக்கும் சின்னமான மனநிலைகளுக்கும் வேறுபாடு காண்கிறார். இந்த வேறுபாட்டிற்கு எதிர்ப்பு இருக்கும் என்று எதிர்பார்க்கிறார்.

> எல்லா கணக்குகளுமே சின்னமில்லாதவை என்று யாராவது எதிர்ப்புச் சொல்லக் கூடும். ஒருவர் கணக்குப் போடும்போது ஒரு தாளின் பக்கத்தில் கணக்குப் போடுவதைக் காட்சிப்படுத்தித் தான் செய்கிறார் என்று காரணம் காட்டுவார். ஆனால் இது எதிர் எடுத்துக்காட்டு இல்லை - ஏனென்றால் அங்கே காட்டப்படுவது கணக்குப் போடுவது இல்லை; அதன் பிரதிநிதிதான். கணக்குப் போடப்படுபவை எண்கள்தான். ஆனால் காட்சிப்படுத்தப்படுபவை எண்களின் பிரதிநிதிகளான குறியீடுகள் (numerals).

லீப்னிட்ஸ் (கணிதத்தில் கால்குலசைக் கண்டுபிடித்த ஜெர்மன் மேதை) எண்களுக்கும் இசைக்கும் கவர்ச்சிகரமான ஒப்புமை காட்டுகிறார். "நாம் இசையினால் பெறும் இன்பம், எண்ணுவதால் வருகிறது. ஆனால் நனவிலி நிலையில் எண்ணப்படுகிறது. இசை

நினைவிலி நிலையிலுள்ள எண் கணிதம்" என்று சொல்கிறார்.

நமது ஆய்வில் தெரிந்தது போல இரட்டையர்களின் சூழல் என்ன? மற்றவர்களின் சூழல் எப்படி இருக்கும்? எர்னஸ்ட் டோக் என்ற இசை அமைப்பாளரின் பேரன் தனது தாத்தா பற்றிக் குறிப்பிடும்போது, "அவர் எளிதாக ஒரு தடவை கேட்ட எண்களை மனத்தில் இருத்திக் கொள்வார். ஆனால் அந்த எண்களை (அவரே எண்களுக்குத் தொடர்பாக இசை அமைத்த) ஒரு ராகமாக மாற்றிக் கொள்வார்" என்றார். ஜெடெடையா பக்ஸ்டன் என்ற கணித வல்லுநர் கணக்குப் போடுவதிலும், எண்ணுவதிலும் மிகுந்த ஆர்வம் கொண்டவர். அவருடைய சொற்களின்படியே அவர் கணக்குப் போடுவதில் போதையாகி விடுவார். அவர் இசையையும் நாடகத்தையும் எண்களாக மாற்றிக் கொள்வார். 1754-இல் செய்யப்பட்ட ஒரு பதிவின்படி அவர் படிகளின் எண்ணிக்கையில் மிகுந்த கவனம் செலுத்துவார். அருமையான ஒரு இசை நிகழ்வுக்குப் பிறகு, இசையின் கணக்கற்ற ஒலிகள் தன்னை மிகவும் குழப்பி விட்டன என்றும் திரு.காரிக் (18-ஆம் நூற்றாண்டு நாடக நடிகர்)-கினுடைய நடிப்பைப் பார்த்ததுகூட அவர் சொன்ன வார்த்தைகளை எண்ணித்தான் என்றும், அதில் அவர் முழுமையாக வெற்றி பெற்று விட்டதாகவும் சொன்னார்."

இங்கே இரண்டு எடுத்துக்காட்டுகள் - எண்களை இசையாக மாற்றும் இசைக் கலைஞர். இசையை எண்களாக மாற்றும் எண்ணிக்கையாளர். ஒருவர் இரண்டு எதிர் வகைகளான மனத்தைக் கொண்டிருக்க முடியாது அல்லது மனத்தின் எதிர் வழிகளைக் கொண்டிருக்க முடியாது.[2]

இரட்டையர்கள் எண்கள்பால் அசாதாரணமான உணர்வு கொண்டவர்கள். அவர்களால் கணக்குப் போடவே முடியாது. அவர்கள் டோக்கோடு சேர்ந்தவர்கள், பக்ஸ்டனோடு அல்ல. ஆனால் இவர்கள் எண்களை இசையாக மாற்றுவதில்லை. ஆனால் அவற்றைத் தங்களுக்குள்ளேயே வடிவங்களாக, இராகங்களாக உணர்கிறார்கள், இயற்கை கணக்கற்ற வடிவங்களைக் கொண்டிருக்கிறதல்லவா? அதுபோல.

---

2. பக்ஸ்டனுடைய வழியோடு ஒப்பிடத்தக்கது. என்னுடைய நோயாளி மரியம் H–இனுடையது. இரண்டில் இது இயற்கைக்கு மாறானதாக இருக்கிறது. மரியம் Awakenings எண் கணித மன நோய்க்கு உள்ளாவார்.

அவர்கள் கணக்குப் பொறி அல்ல - அவர்களது எண்ணறிவு சின்னம். அவர்கள் எண்களில் வினோதமான காட்சிகளை அமைத்துக் கொள்கிறார்கள், அவற்றில் வாழ்கிறார்கள். எண்கள் எனும் நிலக் காட்சிகளில் அவர்கள் சுதந்திரமாக நடைபோடுகிறார்கள். எண்களாலான ஓர் உலகத்தையே படைக்கிறார்கள். அவர்களுக்கு ஒரு தனிப்பட்ட கற்பனை உள்ளது என்று நம்புகிறேன். அது எண்களை மட்டுமே கற்பனை செய்ய முடியும். எண்களைக்கொண்டு அவர்கள் செயல்படுவதாகத் தோன்றவில்லை, அவர்கள் கணக்குப் பொறிபோல சின்னமில்லாமல் செயல்படுவதில்லை. ஒரு பரந்த இயற்கைக் காட்சியில் அவர்கள் நேரடியாகப் பார்க்கிறார்கள்.

அடையாளச் சின்னத்திற்கு ஒப்புமையாக எடுத்துக்காட்டுகள் இருக்கின்றனவா என்று கேட்டால், சில அறிவியல் மனங்களில் காண முடியும் என்று நினைக்கிறேன். எடுத்துக்காட்டாக, பீரியாடிக் அட்டவணையைக் கண்டுபிடித்த டிமிட்ரி மெண்டலீவ், தனிமங்களின் எண் குணங்களை ஒரு அட்டையில் எழுதி வைத்துத் தன்னுடனேயே கொண்டு செல்வார். அவை அவருக்குப் பழக்கமாகும் வரையில் இருக்கும். அவற்றை குணங்களின் மொத்தங்கள் என்று கருதாமல் தெரிந்த முகங்களாகக் கருதினார். இப்போது தனிமங்களை, சின்னங்களாக உடலுறுப்புகள் போல, ‘முகங்களைப்’ பார்த்தார். ஒரு குடும்பத்தின் உறுப்பினர்கள் போல இந்த முகங்கள் தொடர்புடையவை, உறவுடையவை. அவை மொத்தமாகச் சேர்ந்து அண்டவெளியின் மொத்த முகத்தையும் ஆக்கின. அப்படிப்பட்ட அறிவியல் மனம் ‘சின்னம்’ சார்ந்தது. இயற்கையை எல்லாமே, முகங்களாக காட்சிகளாக, ஒருவேளை இசையாகக் கூடப் பார்க்கிறது அந்த மனம். இந்தக் காட்சி, அகக் காட்சி தோற்றப்பாடுடன் சேர்ந்து, இயற்பியலுடன் இணைந்த உறவுடன், உள்ள நிலையில் இருந்து இயற்பியல் நிலைக்குத் திரும்பி வந்து, அவ்வறிவியலின் இரண்டாவது நிலையான அல்லது வெளிச் செயலாக ஆகிறது. (‘தத்துவஞானி தனக்குள் உலகினுடைய இசையின் எதிரொலிகளைக் கேட்கவும் அவற்றைக் கருத்தியல்களாக மாற்றவும் தேடுகிறார்’ என்று நீட்சே எழுதுகிறார்). இரட்டையர்கள் அறிவிலிகளாக இருந்தாலும் உலக இசையைக் கேட்கிறார்கள், ஆனால் எண்களின் வடிவில் கேட்கிறார்கள் என்று நான் யூகிக்கிறேன்.

ஒருவருடைய நுண்ணறிவு ஈவு எதுவாக இருந்தாலும் ஆன்மா இசையின் இயைபோடு இருக்கிறது. இயற்பியல் அறிஞர்கள், கணக்கியல்; அறிஞர்கள் போன்றவர்களுக்கு இயைபு உணர்வு என்பது முதன்மையாக அறிவு சார்ந்ததாக இருக்கும். அறிவு

சார்ந்த எதுவுமே விவேகமானதாகவும் (sensible) இருக்கும். உணர்வு சார்ந்தது தனிப்பட்டதாகவும் இருக்கும். ஏனென்றால் ஒருவர் எதையும் விவேகமானதாக பார்க்க வேண்டுமென்றால், தன்னோடு தொடர்புபடுத்திக் கொள்ள வேண்டும். இவ்வாறு பாக்கின் இசை மார்டினுக்குச் செய்தது போல உலக முழுமையையும் வரைபடமாகவும் பாடமாகவும் காட்டிற்று. ஆனால் அவை பாக்கினுடையவை. அதுவும் மார்டினால் உணரப்பட்டது. அவருடைய தந்தையின்பாலுள்ள அன்பால் அது அவரோடு உறவு கொண்டது.

இரட்டையர்கள் வினோதமான, அபூர்வமான திறன் கொண்டவர்களில்லை என்று நான் நம்புகிறேன். ஆனால் அவர்களிடம் உணர்வு, இயைபான உணர்வு, ஒருவேளை இசைக்கு இணையான ஒன்று இருக்கிறது. அதைப் பற்றி இயற்கையாக பைதாக்ரேசின் உணர்வு நிலை என்று சொல்லலாம் - அது இருப்பது வினோதமில்லை; ஆனால் அது அபூர்வமானது. ஒருவருடைய நுண்ணறிவு ஈவு எதுவாக இருந்தாலும் அவருடைய ஆன்மா இயைபுடையது. ஒரு மனம், அதனுடைய ஆற்றல்கள் எவை இருந்தாலும், எப்படிப்பட்ட உருவம் எடுத்தாலும், இறுதியில் இயைபையும், ஒழுங்கையும் காண்பதை அல்லது உணர்வதைத் தேடுவது மனத்தில் பொதுத்தன்மை போலும். கணிதத்தை ‘அறிவியல்களின் அரசி’ என்று சொல்கிறோம். கணித மேதைகள் எண்ணை ஒரு பெரிய புதிர் என்றும், உலகு எண்ணின் ஆற்றலால் மர்மமாக ஒழுங்கு அமைவாக ஆக்கப்பட்டிருக்கிறது என்றும் உணர்கிறார்கள். இது தத்துவஞானி பெட்ரண்ட ரசலுடைய தன் வரலாற்றின் முகவுரையில் அழகாகச் சொல்லப்படுகிறது:

> ஒரே வேகத்தோடு நான் அறிவைத் தேடியிருக்கிறேன். மனிதர்களின் இதயங்களைப் புரிந்து கொள்ள விரும்பி இருக்கிறேன். விண்மீன்கள் ஏன் மின்னுகின்றன என்று அறிய விரும்பியிருக்கிறேன். மாற்றத்திற்கும் மேலே எண் செலுத்தும் பைதகரிசீன் சக்தியை அறிய முயன்றிருக்கிறேன்.

அறிவிலிகளான இரட்டையர்களை பெட்ரண்ட் ரசலுடையதைப் போன்ற ஒரு அறிவுடன், ஆன்மாவுடன் ஒப்பிடுவது வினோதமானது தான். ஆனால் அவ்வளவு பொருத்தம் இல்லாமல் இல்லை என்று நான் கருதுகிறேன். இரட்டையர்கள் எண்ணங்களின் சிந்தனை உலகில் மட்டுமே வாழ்கிறார்கள். அவர்களுக்கு விண்மீன்கள்

மின்னுவதைப் பற்றியோ, மனிதர்களின் இதயங்களைப் பற்றியோ அக்கறை இல்லை. எனினும் அவர்களைப் பொறுத்தவரையில் எண்கள் வெறும் எண்கள் இல்லை, ஆனால் குறிப்பிடத்தக்கவை. அடையாளங்கள், அவை குறிப்பது உலகையே.

பெரும்பாலான கணக்கு வல்லுநர்களைப் போல அவர்கள் எண்களை எளிதாக அணுகுவதில்லை. கணக்கிடுவதில் அவர்களுக்கு ஆர்வம் இல்லை, ஆற்றலும் இல்லை. கணக்கிடுவதை அவர்கள் புரிந்து கொள்ளவும் முடியாது. மாறாக அவர்கள் எண்களைப் பற்றி அமைதியாகச் சிந்திப்பவர்கள். அவர்கள் எண்களை மரியாதையுடனும் பயத்துடனும் அணுகுகிறார்கள். அவர்களுக்கு எண்கள் தெய்வீகத் தன்மை வாய்ந்தவை, முக்கியத்துவம் கொண்டவை. அது அவர்களது வழி - மார்டினுக்கு இசை போல - முதல் படைப்பாளியைப் புரியும் வழி.

எண்கள் பயபக்தி தருபவை மட்டுமில்லை; அவர்களுடைய நண்பர்களும்கூட. தமக்குள் வாசம் புரியும் தனித்து விடப்பட்ட உயிர்கள் மத்தியில் அவர்களுக்கு இருந்த ஒரே நண்பர்கள் எண்கள் தான். எண்களில் திறமை கொண்டவர்கள் மத்தியில் பொதுவாகக் காணப்படும் உணர்வு இது. ஸ்டீவன் ஸ்மித் பல எடுத்துக்காட்டுகள் தருகிறார்: ஜார்ஜ் பார்க்கா பிட்டர் தனது தொடக்ககால கணித உறவை பற்றி எழுதும்போது "100 வரையிலுள்ள எண்கள் எனக்கு மிகவும் பழக்கமாகி விட்டன. அவை எனக்கு நண்பர்களாகி விட்டன. அவற்றின் உறவினர்கள் நண்பர்கள் எல்லாம் எனக்குத் தெரியும்" என்றார். சமகாலத்து இந்தியரான ஷியாம் மார்த்தே, "எண்கள் எனது நண்பர்கள் என்று நான் சொல்லும்போது ஒரு குறிப்பிட்ட எண்ணை நான் பல வழிகளில் பயன்படுத்தியிருக்கிறேன் என்று பொருள். ஒவ்வொரு எண்ணிலும் கவர்ச்சிமிக்க குணங்கள் மறைந்திருக்கின்றன" என்றார்.

ஹெர்மன் வான் ஹெல்ம்ஹால்ட்ஸ் இசைப் புலனுணர்வு பற்றிச் சொல்லும்போது 'தொனி'களைப் பகுத்து ஆய்வு செய்ய முடிந்தாலும் அவற்றில் தனித் தன்மைகளாவே கேட்கிறோம், பிரிக்க முடியாத மொத்த அமைப்பாகக் கேட்கிறோம் என்று சொல்கிறார். இசைத் தொனிகளும் இராகங்களும் காதுக்கு முகங்கள் போல என்று சொல்கிறார். அவற்றை உணர்ச்சியோடும், தனிப்பட்ட உறவால் ஆட்களை அடையாளம் காணப்படுகின்றன என்று சொல்கிறார்.

இதே போலத்தான் எண்களை நேசிப்பவர்களும், எண்களும்

அடையாளம் காணப்படக்கூடிய தனி உறவு கொண்டவை.[3] கணித மேதை விம் கிளேய்ன் இதை அழகாகச் சொல்கிறார். 'எனக்கு எண்கள் நண்பர்கள். *3844* உங்களுக்கு எந்த முக்கியத்துவமும் தரவில்லை. உங்களுக்கு அது மூன்று, எட்டு, நான்கு, நான்கு அவ்வளவுதான். ஆனால் நான் 'ஹாய், 62'-இன் வர்க்கம் என்று சொல்வேன்."

இரட்டையர்கள் நண்பர்கள் நிறைந்த உலகில் வாழ்கிறார்கள். அவர்களுடைய நண்பர்கள் மில்லியன் கணக்கில் இருக்கிறார்கள். அவற்றை நோக்கி அவர்கள் 'ஹாய்' சொல்கிறார்கள். விடையாக அவையும் 'ஹாய்' சொல்லும் என்று எனக்கு உறுதியாகத் தெரியும். ஆனால் எந்த எண்ணும் தன்னிச்சையாக வருவதில்லை. அது வழக்கமான முறைகளில் பெறப்படுவதில்லை. என்னால் எதையும் கண்டுபிடிக்க முடியவில்லை. இரட்டையர்கள் நேரடியான அறிதல் திறனைப் பயன்படுத்துகிறார்கள் - வானகத் தூதர்கள் போல நேரடியாக எண்களின் அண்டவெளியை, வானகத்தைப் பார்க்கிறார்கள். இதனை நீங்கள் எப்படி அழைத்தாலும் அது அவர்களுக்கு தன் நிறைவையும் வாழ்க்கையில் அமைதியையும் தருகின்றது. அதனை உடைப்பதோ அதில் குறுக்கிடுவதோ பேரவலம் ஆகி விடும்.

ஆனால் இந்த அமைதி பத்து ஆண்டுகளுக்குப் பிறகு உடைக்கப்பட்டு விட்டது. இரட்டையர்கள் அவர்களது நலுனுக்காக பிரிக்கப்பட்டு விட்டார்கள். தங்களுக்குள்ளேயே இருப்பதை விடுத்து உலகத்திற்கு வந்து அதனை எதிர்கொள்ள வேண்டும், சமுதாயத்தில் சேர வேண்டும் என்பதற்காக 1977-ஆம் அண்டு பிரித்து விட்டார்கள். அதனால் நல்லதும் ஏற்பட்டது, தீமையும் ஏற்பட்டது. அவர்கள் வீடுகளுக்கு அனுப்பப்பட்டு அங்கே சில சின்ன வேலைகள் செய்கிறார்கள். கூலி 'பாக்கெட் மணி' யாகப் பயன்படுகிறது. சரியாக வழிகாட்டினால் பஸ்களில் பயணம் செய்கிறார்கள். ஓரளவு சுத்தமாக இருக்கிறார்கள். ஆனால் பார்த்தவுடன் அவர்கள் மொரோன்கள் என்பது தெரிந்து விடும்.

---

3. முகங்களைக் கொண்டு அடையாளம் காண்பது பல கவர்ச்சிகரமான அடிப்படைச் சிக்கல்களை எழுப்பியிருக்கிறது. நாம் முகங்களை நேரடியாக அடையாளம் கண்டு கொள்கிறோம், ஒவ்வொரு பகுதியாகப் பகுப்பாய்வு செய்வதில்லை. இதை பிரோசோபகனோசியாவில் பார்த்திருக்கிறோம். வலது மூளை உறையில் ஏற்பட்ட சிதைவினால் நோயாளிகள் முகங்களைப் பார்த்து அடையாளம் காணும் திறனை இழக்கிறார்கள். அவர்கள் சிறு சிறு பகுதியாகப் பார்க்கும் வழியைத் தேடுகிறார்கள்.

இது அவர்களுக்கு ஏற்பட்ட நன்மை. இதற்கு நேர் எதிரான விளைவும் உள்ளது. அவர்கள் இருவருக்கும் கணக்கு சார்ந்த உறவு இல்லை. எந்த சிந்தனைக்கும் செய்தி பரிமாற்றத்திற்கும் வழி இல்லை. எப்போதுமே அவசரமாகத் தள்ளப்படுகிறார்கள். அவர்களுடைய எண் திறன் போய்விட்டது போலத் தோன்றிற்று. எனினும் அதிகம் யாரையும் சாராமல் சமுதாயத்தில் ஏற்றுக் கொள்ளப்பட்டவர்களாக இருப்பதற்கு இது பெரிய விலை இல்லை.

நாதியாவிற்குத் தரப்பட்ட சிகிச்சை நினைவிற்கு வருகிறது. (பார்க்க அடுத்த அத்தியாயம்) அவள் தன்னுள் வாசம் செய்பவள். ஓவியத்தில் திறமையுள்ளவள். ஆனால் அவளுக்குள்ள உள்ளாற்றல்களை அதிகரிப்பதற்காகத் தரப்பட்ட சிகிச்சையில் அவள் படம் வரைவதை நிறுத்தி விட்டாள். நிஜல் டென்னிஸ் சொல்கிறார். "ஒரு மேதை அவளுடைய மேதைத் தன்மையை இழந்து நிற்கிறாள். அவளிடம் இப்போது பொதுவான குறைபாடுகளைத் தவிர ஒன்றுமில்லை. இப்படிப்பட்ட சிகிச்சை பற்றி நாம் என்ன நினைப்பது?"

F.W.H. மையர்ஸ் சொன்ன கருத்தை இங்கே எடுத்துக் கூற வேண்டும். அவர் மேதை என்ற அதிகாரத்தில் எண்கள் மேதைகளைப் பற்றிச் சொல்கிறார். இந்தத் திறன் வினோதமானது தானாகவே மறைந்து போகலாம். ஆனால் பெரும்பாலும் அது வாழ்நாள் முழுவதும் இருக்கும். இரட்டையர்களைப் பொறுத்த வரையில் அது 'திறன்' மட்டுமில்லை. அவர்களுடைய வாழ்க்கையின் தனிப்பட்ட மனவெழுச்சி மையமும்கூட.[4]

பின்குறிப்பு

இஸ்ரேயல் ரோசன் ஃபீல்டிடம் இந்தக் கட்டுரையைக் காண்பித்தேன். அவர் பழைய எண் கணிதத்தை விட மேலான எளிமையான எண் கணிதங்கள் இருக்கின்றன என்றார். அப்படிப்பட்ட 'Modular' எண் கணிதத்தை இரட்டையர்கள் பயன்படுத்தியதன் விளக்கமாக அவர்களது சிறப்புத் திறன்கள் இருக்கலாம் என்று எண்ணினார்.

---

4. ஆனால் ஹாராவின் இரட்டையர்களாகப் பிரிக்க வேண்டியது அவர்களுடைய வளர்ச்சிக்காக அவசியமாகிறது. அர்த்தமில்லா பேச்சிலிருந்து அவர்களை விடுவித்து நலமிக்க படைப்பாற்றலுள்ளவர்களாக மாற்ற அது தேவைப்பட்டது.

எனக்கு எழுதிய கடிதத்தில் ஐயன் ஸ்வார்ட் தனது Concept of Modern Mathematics (1975) விளக்கியுள்ள Modular அல்காரிதம் இரட்டையரின் நாட்காட்டி கண்டுபிடிக்கும் திறனை விளக்கலாம் என்று அவர் குறிப்பிட்டிருந்தார்.

அவர்கள் 80,000 ஆண்டில் வாரத்தின் நாட்களைக் கண்டுபிடிக்க முடிந்தது. ஒரு எளிய அல்காரிதம் செயல்படுவதைக் காட்டுகிறது. இப்போதைய அப்போதைய நாட்களுக்குள் இடையேயுள்ள எண்களின் மொத்தத்தை ஏழால் வகுக்க வேண்டும். மீதி 'ஒன்று' வந்தால் அந்த நாளுக்கு அடுத்த நாள். மீதி வரவில்லையென்றால் தேதி இப்போதைய நாளிலேயே இருக்கும். 'மாடுலார்' எண் கணிதம் சுழற்சி முறை-யிலானது. அது திரும்ப வரும் அமைப்பினைக் கொண்டது. ஒருவேளை இந்த அமைப்புகளை கட்டமைக்கப்பட்ட படங்களாகவோ, ஒரு வகை நிலக் காட்சியாகவோ காட்சிப்படுத்தியிருக்கலாம்.

ஆனால் இந்த விளக்கம் இரட்டையர்கள் ஏன் பகா எண்கள்; மூலம் பேசிக் கொண்டார்கள் என்பதற்கு விடை தரவில்லை. ஆனால் நாட்காட்டி எண் கணிதத்திற்கு 7-இன் பகா எண் தேவைப்படும். பொதுவாக மாடுலார் எண் கணிதத்தை எடுத்துக் கொண்டோமென்றால் பகா எண்களைப் பயன்படுத்தினால்தான் மாடுலார் வகுத்தல் சரியான சுழற்சி அமைப்பைத் தரும். ஏழு என்ற பகா எண் தேதிகளைத் திரும்பப் பெற இரட்டையர்களுக்கு உதவினால், அதனால் அவர்கள் தங்களுடைய வாழ்க்கையின் குறிப்பிட்ட திங்களில் நடந்த நிகழ்ச்சிகளை நினைவுபடுத்த முடிந்தால், மற்ற பகா எண்களும் அவைபோன்ற அமைப்பை உண்டாக்கும் என்று கண்டுபிடித்திருப்பார்கள். அவர்கள் நினைவுபடுத்திக் கொள்வதற்கு அவை முக்கியம் (அவர்கள் தீக்குச்சிகளை 111-37 மூன்று முறை என்று சொன்னபோது அவர்கள் 37 என்ற பகா எண்ணை எடுத்துக் கொண்டார்கள் என்பதை நினைவில் கொள்ள வேண்டும்.) உண்மையில் பகா எண்களைத்தான் காட்சிக்கு உட்படுத்த முடியும். வெவ்வேறு பகா எண்கள் உண்டாக்கும் வெவ்வேறான அமைப்புகள் அவர்கள் பகா எண்ணைத் திரும்பச் சொல்லும் போது அவர்கள் பரிமாறிக் கொள்ளும் காட்சிச் செய்திகள் துணுக்குகளாக இருக்கலாம். சுருங்கச் சொன்னால், மாடுலார் எண் கணிதம் அவர்களுடைய

பழைய வாழ்க்கையை நினைவுபடுத்த உதவலாம். அதன் விளைவாக இந்தக் கணக்குகளைப் போடும்போது உண்டாக்கப்பட்ட அமைப்புகள் இரட்டையர்களுக்கு முக்கியத்துவம் வாய்ந்தவையாக இருக்கலாம்.

இப்படிப்பட்ட மாடுலார் எண் கணிதத்தைப் பயன்படுத்தி, சாதாரண எண் கணித முறைகளில் செய்ய முடியாத கணக்குகளுக்கு விடை கண்டுவிடலாம் என்று ஐயான் ஸ்டூவர்ட் கூறுகிறார். இத்தகைய காட்சிப்படுத்தல் போன்ற முறைகளை அல்காரிதங்கள் என்று எடுத்துக் கொண்டால் அவை வித்தியாசமானவை. அல்ஜீப்ரா முறைப்படி வடிவமைக்கப்படாமல் இடத்தின் அடிப்படையில் மரங்கள், சுழற்சிகள், கட்டடங்கள், எண்ண வெளிகள் - மனவெளியில் ஏற்படுத்தப்படும் அமைப்புகளாக இருக்கலாம்.

ஐவான் ஸ்டூவர்ட்டின் விமர்சனங்களும், மேல் நிலை மாடுலார் எண் கணிதம் பற்றிய விளக்கங்களும், இரட்டையர்களின் ஆற்றலை விளக்க ஓரளவு உதவலாம்.

காஸ்ஸீம் உயர்நிலை கணிதங்களைப் பற்றிச் சொல்லியிருக்கிறார். அவை இப்போதுதான் பயன்பாட்டிற்கு வந்திருக்கின்றன. மாணவர்களை எரிச்சலூட்டுகின்ற வழக்கமான எண் கணிதம் கற்றுத் தருவதும் கடினம், கற்பதும் கடினம். காஸ் விளக்கும் ஆழமான கணிதம், சாம்ஸ்கி சொல்லும் (மன) ஆழ இலக்கணம் போல, மூளையில் பிறவியிலேயே இருக்கலாம். அப்படிப்பட்ட எண் கணிதம் இருந்தால், (இரட்டையர்களிடம் போல) உயிரோட்டமுள்ளதாக இயங்கக்கூடியதாக மன வானத்தில் விண்மீன்கள் போல புதிய தொகுதிகளை உருவாக்கலாம். இரட்டையர்கள் பற்றி நான் எழுதிய பிறகு பலர் என்னுடன் தொடர்பு கொண்டார்கள். சிலர் எண்களைப் பார்த்தல், புரிதல் ஆகியவை பற்றி எழுதினார்கள். இப்படிப்பட்ட குழந்தைகளின் பெற்றோரிடமிருந்து வந்த கடிதங்கள் ஆர்வமூட்டுபவையாக இருந்தன. சில பெற்றோர் இவை பற்றிச் சிந்திக்கவும், ஆராய்ச்சி செய்யவும் முயன்றிருக்கிறார்கள். சிறப்பாக பார்கஸ் பெற்றோரைக் குறிப்பிட வேண்டும். அவர்களும் அறிவாளிகள். அவர்களது குழந்தை எல்லாமும் ஒரு மேதை. ஆனால் தன்னுள் வாசம் செய்யும் குழந்தை. எல்லா திறமையுள்ள ஓவியர், எண் கணிதத்திலும் வல்லவள், குறிப்பாக இளம் வயதில். அவளை எண்கள், குறிப்பாக பகா எண்கள் வசீகரித்தன. இங்ஙனம் பகா எண்கள் மேல் ஆர்வம் நிறையக் காணப்படுகிறது. சி.சி பார்க் எனக்கு எழுதிய கடிதத்தில் அவருக்கு பகா எண்களில் ஆற்றலுள்ள இன்னொரு தன்னுள் வாசம் செய்யும் குழந்தையைத் தெரியும் என்று எழுதியிருந்தார். 'அந்தப் பெண் எழுதிய எண்கள் எல்லாம் பகா

எண்கள். அவை இன்னொரு உலகத்தைக் காட்டும் சன்னல்கள்.' என்றார். இன்னொரு இளைஞன் காரணிகள் மேலும், பகா எண்கள் மேலும் ஆர்வத்துடன் இருந்தான் என்றும் குறிப்பிட்டார். அவற்றை அவன் 'சிறப்பானவை'யாக அடையாளம் கண்டான்.

"இதில் ஏதாவது 'சிறப்பு' இருக்கிறதா ஜோ. '4875' என்ற எண்ணில்?

"இதை 13-ஆலும் 25-ஆலும் வகுக்கலாம்."

"7241"

"13-ஆலும் 557 ஆலும் வகுக்கலாம்."

"8741"

"அது பகா எண்."

பார்க் எழுதுகிறார். "அவர்கள் வீட்டிலும் அவனுடைய திறமையை உற்சாகப்படுத்துவதில்லை. அவை அவனுடைய தனிப்பட்ட இன்பம்."

இந்த விடைகளெல்லாம் எப்படிக் கிடைக்கின்றன என்பது புதிர்தான். அவர்கள் கணக்குப் போடுகிறார்களா? அவர்களுக்குத் தெரிந்திருக்கிறதா? நினைவுபடுத்திக் கொள்கிறார்களா? பகா எண்கள் மேல் அவர்களுக்கு ஏன் ஆர்வம்? சில ஒரு சீரானவை, அழகானவை, சில அர்த்தத்துடன் தொடர்புடையவை. எல்லாவைப் போல. அவை மாய சக்தியுள்ளவை. சிறப்பானவை - சிறப்பான எண்ணங்களையும் படிமங்களையும் உணர்ச்சிகளையும் தருபவை. டேவிட் பார்க் தனது கட்டுரையில் இது பற்றிக் கூறுகிறார்.

எப்படி எண்கள், குறிப்பாக பகா எண்கள் எண்ணங்களுக்கும், இடங்களுக்கும் குறிகளாக இருக்கும் என்ற கர்ட் கோடல் விளக்குகிறார். உலகை எண் கணித மயமாக்கவும், எண்ணாகவும் மாற்ற இந்தக் குறி வழி வகுக்கும். அப்படி நடக்குமானால், இரட்டையர்களும், அவர்களைப் போன்ற மற்றவர்களும் எண்களின் உலகின் மட்டும் வாழவில்லை, எண்களாகிய உலகில் வாழ்கிறார்கள். அவர்களது எண்-தியானம் அல்லது விளையாட்டு ஒருவகை இருத்தலியல் தியானமாக இருக்கும். இது புரிந்து விட்டால் அல்லது ஒரு திறவுகோலைக் கண்டுபிடித்து விட்டால் அது வினோதமான துல்லியமான செய்திப் பரிமாற்றமாக இருக்கும்.

24

தன்னுள் வாசம் செய்யும் (Autist) கலைஞர்

"இதை வரை" என்று சொல்லி என்னுடைய பாக்கட் கடிகாரத்தை ஜோசிடம் கொடுத்தேன்.

அவனுக்கு 21 வயது. மிகவும் மோசமாக மனவளர்ச்சி குன்றியவன் என்று சொல்லப்பட்டவன். வலிப்பு நோய் இருந்தது. மெலிந்த உடல். அவனுடைய கவனமின்மை, நிலை கொள்ளாமை திடீரென்று நின்று விட்டது. அவன் கடிகாரத்தைக் கவனமாக, அது ஏதோ ஒரு தாயத்து அல்லது நகை போல கவனமாக எடுத்தான். தன் முன்னால் வைத்து அசையாமல் கவனத்தைக் குவித்து அதைப் பார்த்தான்.

 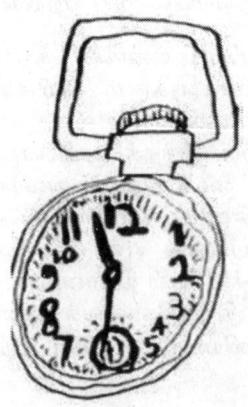

“அவன் ஒரு மூடன் (Idiot)” என்று பணியாளர் சொன்னார். “அவனை எதுவும் செய்யச் சொல்லாதீர்கள். அவனுக்கு இது என்னவென்றே தெரியாது. அவனால் பேசக்கூட முடியாது. அவன் தன்னுள் வாசம் செய்கிறவன். அவன் மூடன்” என்றார். ஜோசின் முகம் வெளுத்தது. பணியாளின் சொற்களைவிட அவரது தொனி அவனைப் பாதித்திருக்க வேண்டும். ஜோஸ் வார்த்தைகளைப் பயன்படுத்துவதில்லை என்று பணியாளர் முன்னர் சொல்லி இருக்கிறார்.

“படம் வரைய உன்னால் முடியும் என்று எனக்குத் தெரியும்” என்றேன்.

ஜோஸ் தன் முன்னாலிருந்த கடிகாரத்தின் மேல் முழுக் கவனம் செலுத்தி மற்றவற்றை எல்லாம் மறந்துவிட்டு முழு அமைதியுடன் வரைந்தான். இப்போதுதான், முதல் முறையாக அவன் அச்சமின்றி, தயக்கமின்றி மன அமைதியுடன், கவனம் சிதறாமல் இருந்தான். வேகமாக ஆனால் தெளிவான கோடுகளில் அழித்தல் இல்லாமல் துல்லியமாக வரைந்தான்.

என்னுடைய நோயாளிகளால் முடியுமென்றால் அவர்களது பல திறமைகளைச் சோதிக்கும் அளவுக்குறியாக அவர்களை எழுதவும் படம் வரையவும் சொல்வேன். அவர்களது திறன்களை மட்டுமல்ல, குணம், தன்மை, பாணி ஆகியவற்றையும் அவை வெளிப்படுத்தும்.

ஜோஸ் கடிகாரத்தை மிகவும் அச்சாக வரைந்திருந்தான். எல்லா முக்கிய பாகங்களையும் வரைந்திருந்தான். ஆனால் வெஸ்ட் கிளாக்ஸ், ஷாக் ரெசிஸ்டன்ட், மேட் இன் USA ஆகிய விபரங்களைக் குறிக்கவில்லை. ஆனால் நேரத்தையும் செகண்டையும், இடையிலுள்ள செகண்டுகளுக்குள்ள இடத்தையும்கூட வரைந்தான். சொர சொரப்பான திருகியும் சங்கிலியில் இணைக்கப் பயன்படும் கிளிப்பையும்கூட வரைந்திருந்தான். மற்றவற்றின் அளவு சரியான விகிதாச்சரப்படி இருந்தது. ஆனால் கிளிப் மட்டும் பெரிதாக்கப்பட்டிருந்தது. எண்கள் வெவ்வேறு அளவுகளில், வெவ்வேறு வடிவங்களில், வெவ்வேறு பாணிகளில் இருந்தன. சில தடியாகவும் சில ஒல்லியாகவும் இருந்தன. சில ஓரங்கட்டியும், சில உள்ளேயும் இருந்தன. சில எளிமையாகவும், சில அலங்காரத்துடனும் கோதிக் பாணியில்கூட இருந்தன. உள் பகுதியில் இருந்த செகண்ட் முள் கடிகாரத்தில் அவ்வளவு பெரிதாகத் தெரியாது. ஆனால் அவனது படத்தில் முக்கியத்துவம் பெற்றிருந்தது.

அதனுடைய உணர்வு, கடிகாரத்தின் பொதுவான புரிதல் நன்றாகக் கொண்டு வரப்பட்டிருந்தது. பணியாளர் ஜோசுக்கு மணி பார்க்கவே தெரியாது. நேரம் பற்றியே ஒன்றும் தெரியாது என்பது உண்மையாக இருந்தால், இது மிகச் சிறப்பாகவே கொண்டு வரப்பட்டிருக்கிறது. மிக நெருக்கமான துல்லியத்துடன் விவரணைகளுடனும் மாற்றங்களும் சேர்ந்த கலவையாக இருந்தது.

இது எனக்குப் புதிராக இருந்தது. வீட்டிற்குப் போகும்போது இது எனது மனத்தினை ஆட்கொண்டிருந்தது. ஒரு மூடனா? தன்னுள் வாசம் செய்பவனா? இல்லை. ஏதோ ஒன்று வேலை செய்து கொண்டிருந்தது.

ஜோசைப் பார்க்க மறுபடியும் நான் அழைக்கப்படவில்லை. பிறகு ஒரு ஞாயிற்றுக் கிழமை மாலை அழைக்கப்பட்டது ஒரு அவசர அழைப்பு. அந்த வாரம் முழுவதும் அவனுக்கு வலிப்பு வந்து கொண்டிருந்தது. தொலைபேசியிலேயே அவனுக்கு வலிப்பு எதிர்ப்பு மருந்துகளைச் சொன்னேன். அவனுடைய வலிப்புகள் கட்டுப்பட்டு விட்டன. மீண்டும் நரம்பியல் ஆலோசனை தேவைப்படவில்லை. எனினும் அந்தக் கடிகாரம் முன் வைத்த சிக்கல்கள் என்னைச் சிரமப்படுத்தின. அதைப் பற்றிய புதிர் அவிழ்க்கப்படாமலேயே இருந்தது. அவனை மீண்டும் நான் பார்க்க வேண்டும். எனவே நான் அவனைச் சென்று பார்ப்பதற்கு ஏற்பாடு செய்து கொண்டேன். அவனுடைய நோய்க் குறிப்பேடு முழுவதையும் பார்க்க வேண்டியிருந்தது. அதற்கு முன்னால் பார்த்தபோது ஆலோசனைச் சீட்டு மட்டும்தான் இருந்தது.

ஜோஸ் மருத்துவமனைக்குள் வந்தான். அவனை எதற்காக அழைத்தோம் என்று அவனுக்கு ஒன்றும் தெரியாது. (ஒருவேளை அவன் கவலைப்படவில்லை போலும்). என்னைப் பார்த்தவுடன் அவனது முகத்தில் புன்னகையுடன் ஒளி பிறந்தது. எதைப் பற்றியும் ஆக்கவியலற்ற பார்வை, எனக்கு நினைவிலிருந்த அந்த முகமூடி அகற்றப்பட்டிருந்தது. ஒரு கதவின் வழியாகப் பார்ப்பது போல ஒரு வெட்கம் கலந்த பார்வை.

“உன்னைப் பற்றி நினைத்துக் கொண்டிருந்தேன், ஜோஸ்” என்றேன். அவனுக்கு என்னுடைய பேச்சு புரிந்திருக்காது; ஆனால் என்னுடைய தொனி புரிந்திருக்கும். “எனக்கு வேறு படம் வரைய வேண்டும்” என்று சொல்லி என்னுடைய பேனாவைக் கொடுத்தேன்.

இப்போது அவனை என்ன வரையச் சொல்லலாம்? வழக்கமாக, என்னிடம் Arizona Highways பத்திரிகை இருக்கும். நிறையப் படங்கள் இருக்கும். எனக்கு மிகவும் பிடிக்கும். என்னுடைய நோயாளிகளைச் சோதிக்க வைத்திருப்பேன். அது இப்போது இருந்தது. மேலட்டை ஏரியில் மலைகளின் பின்னணியில் கதிரவன் மறையும் நேரத்தில் படகு போய்க் கொண்டிருந்ததைக் காட்டியது. ஜான் முதலில் முன் புலத்தில் தொடங்கினான். ஏறக்குறைய கறுப்பு நிழல் தண்ணீருக்கு முன்னால் இருந்தது. அதை மிகத் துல்லியமாக வெளிக் கோடிட்டு உள்ளே இருக்கும் பகுதிக்குக் கறுப்பு கொடுக்கத் தொடங்கினான். இதைப் பேனாவினால் செய்ய முடியாது, தூரிகை வேண்டும். "அதை விட்டு விடு, படகிற்குப் போ" என்று சுட்டிக் காட்டிச் சொன்னேன். வேகமாகத் தயக்கமின்றி படகையும், படகிலிருந்தவர்களையும் வரைந்தான். அவற்றைப் பார்த்துவிட்டு வேறு பக்கம் திரும்பினான். அவன் மனத்தில் அந்த உருவங்கள் பதிந்துவிட்டன போலும். பிறகு பேனாவை ஒரு பக்கம் சாய்த்து அவற்றை மூடினான்.

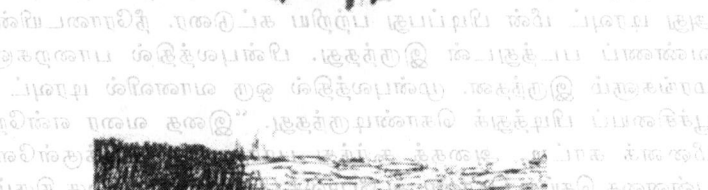

இங்கும் அவனது படைப்பு சிறப்பாக இருந்தது. ஏனென்றால் இங்கே மொத்தமாக காட்சியையும் வரைய வேண்டும். வேகமாகவும்,

துல்லியமாகவும் வரைந்தது எனக்கு வியப்பூட்டியது. ஏனென்றால் படகைப் பார்த்துவிட்டு அதை மனத்தில் வாங்கிக் கொண்டு வேறு பக்கம் பார்த்தான். அவன் வெறுமனே 'காப்பி' அடிக்கவில்லை என்று இது காட்டியது. பணியாள் அவன் வெறும் ஜெராக்ஸ் எந்திரம் என்று சொல்லியிருந்தார். ஆனால் இங்கு அவன் அந்தக் காட்சியை ஒரு படிமமாகப் புரிந்து கொண்டான். வெறும் 'காப்பியடிக்காமல் புலனுணர்வுடன் செயல்பட்டான். ஏனென்றால் படத்தில் இல்லாத ஒரு இயக்கம் அவன் வரைந்ததில் இருந்தது. சிறிய உருவங்கள் பெரிதாக்கப்பட்டிருந்தன, உயிரோட்டம் உள்ளவையாக இருந்தன் மூலத்தில் தெளிவாக இல்லாத ஒரு ஈடுபாடும் நோக்கமும் தெரிந்தன. அடையாளச் சின்னத்தின் குறிகளெல்லாம் - தற்சார்பு, நோக்கம், நாடகப்படுத்தல் - இருந்தன. வெறும் அச்சாக வரைவதற்கு அப்பால் அவனிடம் கற்பனைத் திறன்களும் படைப்பாலும் இருந்தன. அவன் ஏதோ ஒரு படகை வரையவில்லை. அவன் வரைந்ததில் அவனுடைய படகு வெளிப்பட்டது.

அடுத்து, பத்திரிகையின் இன்னொரு பக்கத்தைப் புரட்டினேன். அது டிரவுட் மீன் பிடிப்பது பற்றிய கட்டுரை. நீரோடையின் நீர் வண்ணப் படத்துடன் இருந்தது. பின்புலத்தில் பாறைகளும், மரங்களும் இருந்தன. முன்புலத்தில் ஒரு வானவில் டிரவுட் ஒரு பூச்சியைப் பிடித்துக் கொண்டிருந்தது. "இதை வரை என்றேன்" மீனைக் காட்டி. அதைக் கூர்ந்து பார்த்தான். தனக்குள்ளேயே புன்னகை செய்து கொண்டது போலத் தோன்றிற்று. பிறகு திரும்பிக் கொண்டான். இப்போது அதை ரசிப்பது போலத் தோன்றிற்று. அவனது புன்னகை பெரிதாக ஆகிக்கொண்டே போனது. இப்போது அவனுடைய மீனொன்றை வரைந்தான்.

அவன் வரைந்தபோது என்னையறியாமலேயே புன்னகை செய்து விட்டேன். அவன் சுதந்திரமாகத் தனது பேனாவை ஓட விட்டான். அவன் வரைந்தது ஒரு மீன் மட்டுமில்லை; அதற்கென்று தனிக் குணம் கொண்ட ஒன்று.

பத்திரிக்கையிலிருந்த படத்திற்கென்று ஒரு தனித்தன்மை இல்லை. உயிரோட்டம் இல்லை. இரண்டு பரிமாணங்கள் மட்டுமே இருந்தன. பாடம் செய்யப்பட்ட மீன் போலத் தோன்றியது. ஆனால் ஜோசின் மீன் நேர் மாறாக, ஒரு பக்கம் சாய்ந்து மூன்று பரிமாணங்கள் உள்ளதாக உண்மையான மீனாக இருந்தது. இயற்கையான தன்மையும் உயிரோட்டமும் மட்டும் தரப்படவில்லை. ஏதோ வேறொன்றும் இருந்தது. உணர்ச்சியை வெளிப்படுத்தக் கூடியதாக, மீன் போலக்கூட முழுவதும் இல்லை. பெரிய குகை போன்ற திமிங்கல வாய், சிறிது முதலை போன்ற மூக்கு. ஒரு கண் மட்டும் மனிதக் கண் போல ஒரு முரட்டுத்தனமான தோற்றம். அது வேடிக்கையான மீன்தான். அவன் புன்னகை செய்ததில் வியப்பில்லை. ஒரு வகை மீன் மனிதன், குழந்தைகள், கதைப் பாத்திரம் 'விந்தை உலகில் ஆலிசில்' வரும் தவளைப் பணியாளைப் போல.

இப்போது எனக்கு என்னுடைய ஆய்வை மேற்கொள்ளத் தகுந்த விபரம் கிடைத்து விட்டது. கடிகாரத்தின் படம் என்னை அதிர வைத்து என்னுடைய ஆர்வத்தைத் தூண்டிற்று. ஆனால் சிந்தனைக்கோ ஒரு முடிவிற்கு வருவதற்கோ வழி வகுக்கவில்லை. படகு ஜோசுக்கு காட்சி நினைவாற்றல் சிறப்பாக இருப்பதைக் காட்டிற்று. மீனின் படமோ அவனுடைய உயிரோட்டமுள்ள, தனித்

தன்மை வாய்ந்த கற்பனையையும், நகைச்சுவை உணர்வையும், தேவதைக் கதை கலை போன்ற ஒன்றையும் காட்டிற்று. அது ஒரு பெரிய கலைப் படைப்பில்லை; தொடக்க மனிதனுடையதைப் போன்றது, ஒருவேளை குழந்தைக் கலை என்று சொல்லலாம். ஆனால் அது உறுதியாக ஒரு வகைக் கலை. கற்பனை, விளையாட்டுத் தன்மை, கலை ஆகியவற்றை நாம் அறிவிலிகளிடமோ அல்லது அறிவிலி மேதைகளிடமோ தன்னுள் வாசம் செய்கிறவர்களிடமோ எதிர்பார்ப்பதில்லை. இதுதான் இப்போதுள்ள கருத்து.

இசபல் ராபின் என்னுடன் பணியாற்றும் தோழி, அவரும் ஜோசைச் சில ஆண்டுகளுக்கு முன்னர் பார்த்திருக்கிறார். அப்போது குழந்தைகளுக்கான நரம்பியல் மருத்துவமனையில் கண்டுபிடிக்க முடியாத வலிப்புகளுக்காக ஜோஸ் அனுமதிக்கப்பட்டிருந்தான். இசபல் நல்ல அனுபவமுள்ளவர். அவர் இவனுக்கு 'ஆட்டிசம்' தான் என்று உறுதியாகச் சொன்னார். தன்னுள் வாசம் எனும் 'ஆட்டிசம்' அவர் பொதுவாக எழுதியிருப்பது, இங்கே தரப்படுகிறது.

> ஆட்டிசம் உள்ள குழந்தைகளில் மிகச் சிலர் எழுதப்பட்டவற்றைப் புரிந்து கொள்வதில் மிகவும் திறமையுடையவர்கள், மிகுதியான சொல் வளம் மிக்கவர்கள். எண்கள் பற்றி முன்னீடுபாடு கொண்டவர்கள். சில ஆட்டிசம் உள்ள குழந்தைகளின் அசாதாரணமான திறன்கள் புதிர்களை ஒன்று சேர்ப்பது, விளையாட்டுப் பொருட்களைப் பிரித்துப் போடுவது, எழுதப்பட்டவற்றைப் புரிந்து கொள்வது முதலானவற்றில் இருக்கும். இவர்களுக்கு பேச்சு, எழுதும் திறன்களின் தேவை இல்லாததால் அல்லது அவற்றைவிட்டு விடுவதால், அவர்களது கவனமும் கற்றலும் சொல் சாராத காட்சி இடச் செயல்களில் குவிந்திருக்கும் போலும் (1982, 146-50)

இதுபோன்றே, குறிப்பாக படம் வரைவது பற்றி, லோர்னா செல்ஃபி தனது நூலான Naida (1978) வில் எழுதியிருக்கிறார். எல்லா அறிவிலி மேதைகளின் அல்லது ஆட்டிசம் சார்ந்த திறமைகள் கணக்குப் போடுதல், நினைவாற்றலை அடிப்படையாகக் கொண்டவை. அவை கற்பனை அல்லது தனிப்பட்ட தன்மையைச் சார்ந்தவை அல்ல. இந்தக் குழந்தைகள் அபூர்வமாக வரைய முடிந்ததென்றால் அவர்களின் படங்களும் எந்திரத் தன்மையானது

மட்டும்தான். திறமையின் தனியான தீவு, சில்லறைத் திறன்கள் என்று அவை பேசப்படுகின்றன. தனி ஆளுமைக்கு, படைப்பாற்றலுள்ள ஆளுமைக்கு அங்கே இடமில்லை.

அப்படியானால் ஜோ என்னவாக இருந்தான்? அவன் எப்படிப்பட்ட மனிதன்? அவன் உள்ளே என்ன நடக்கிறது? அவன் இப்போதுள்ள நிலைக்கு எப்படி வந்தான்? அது எந்த நிலை? ஏதாவது செய்ய முடியுமா?

எனக்குக் கிடைத்த விபரங்கள் என்னைக் குழப்பத்தில் ஆழ்த்தின. உதவவும் செய்தன. அவனைப் பற்றி முழு புள்ளி விபரங்களும் கிடைத்தன. நீண்ட நோய் வரலாறு. அவனைத் தாக்கிய முதல் நோய் பற்றிய விபரம் கிடைத்தது. எட்டு வயதில் காய்ச்சல். அதனைத் தொடர்ந்து விடாத வலிப்புகள். மிக விரைவாகவே மூளை சேதமும், ஆட்டிசமும். (என்ன அவனுக்கு நடந்து கொண்டிருந்தது என்பது பற்றி எந்த ஐயமும் இல்லை!)

நோய் தீவிரமாக இருந்தபோது முதுகுத் தண்டு திரவம் மிக அதிகமாக இருந்தது. ஒரு வகை மூளைக் காய்ச்சலால் பாதிக்கப்பட்டான் என்று எல்லோராலும் ஒப்புக் கொள்ளப்பட்டது. அவனுடைய வலிப்புகள் பல வகை: petit mal, (கவனச் சிதைவுடன் வலிப்பு), grand mal (வலிப்போடு நினைவிழப்பும் இருக்கும்), akinetic (அசைவற்ற உடல் இயக்கம்) இவையெல்லாமே சிக்கல் நிறைந்தவை.

உடலியக்க வலிப்புகள் திடீரென்று ஏற்படும் உணர்ச்சி வேகம் அல்லது வன்முறையோடு தொடர்புபடுத்தப்படலாம். வலிப்புகளுக்கு இடையிலும் வித்தியாசமான நடத்தைகள் இருக்கும். (உடலியக்க ஆளுமை என்று சொல்வார்கள்). பக்க மடல்களில் இரண்டிலுமே சீர்குலைவு, சேதம் ஏற்பட்டிருக்க வேண்டும். ஜோவினுடைய EEG அறிக்கைகள் பலவும் இதையே காட்டின.

பக்க மடல்கள் செவித் திறன்களோடு - குறிப்பாக, பேச்சை அறியவும், பேசவும் தேவையான திறன்களோடு - தொடர்புடையவை. டாக்டர் ராபின் ஜோசை 'ஆட்டிஸ்டிக்' என்று கருதினார். அதோடு பக்க மடல் சீர்குலைவு சொல் கேட்டல் நுண்ணுர்வு இழப்பு (verbal auditary agnosia)க்குக் காரணமாகி விட்டது. பேச்சு ஒலிகளை அடையாளம் காண முடியாததால் பேச்சைப் பயன்படுத்தவோ புரிந்துகொள்ளவோ முடியாது போயிற்று.

எப்படிப் பொருள் கொண்டாலும் - உளவியல் சார்ந்த, நரம்பியல் சார்ந்த விளக்கங்களாக இருந்தாலும் - ஜோசுக்கு பேச்சிழப்பு அல்லது பின்னடைவு ஏற்பட்டது. ஜோஸ் முன்னால் சாதாரணமாக இருந்தான் என்று அவன் பெற்றோர் சொன்னார்கள். அவன் சுகமில்லாமல் போனவுடன் ஊமையாகி மற்றவர்களுடன் பேசுவதை நிறுத்தி விட்டான்.

ஆனால் ஒரு திறன் மட்டும் தப்பித்து விட்டது போலும் - ஈடுகட்டும் முறையில் அது அதிகமாக்கப்பட்டது. ஓவியம் வரைவதற்கான ஆர்வமும் திறனும். அது அவனுடைய குழந்தைப் பருவத்திலிருந்து இருந்திருக்கிறது. ஓரளவு அது பரம்பரையாக வந்த திறனாகவும் இருக்கலாம். ஏனென்றால் அவனது தந்தைக்குப் படம் வரைவது பிடிக்கும். அவனுடைய அண்ணன் ஒரு வெற்றிகரமான கலைஞன். ஜோசை நோய் தாக்கிய பிறகு, நிற்காத வலிப்புகள். (ஒரு நாளைக்கு இருபது முப்பது வலிப்புகள், சிறு நடுக்கங்கள், கீழே விடுவது, இருண்ட நினைவு, கனவு நிலைகள்) பேச்சிழப்பு, பொதுவாகவே அவனுடைய அறிவு, மனவெழுச்சிப் பின்னடைவு ஆகியவற்றால் ஜோஸ் ஒரு வினோதமான சோக நிலையில் இருந்தான். பள்ளிக்கூடம் செல்வதை நிறுத்தி விட்டார்கள். தனி ஆசிரியர் சிறிது காலம் நியமிக்கப்பட்டிருந்தார். நிரந்தரமாக வீட்டிற்கு வந்து விட்டான். முழுநேர வலிப்பு நோயாளி, ஆட்டிசமுள்ளவன், ஒருவேளை பேச்சிழப்புள்ள மன வளர்ச்சி குன்றிய குழந்தை. அவனுக்குக் கல்வி கற்றுத் தர முடியாது என்றும், அவனுக்கே சிகிச்சை அளிக்க முடியாது என்றும் முடிவு கட்டி கை விரித்து விட்டார்கள். ஒன்பது வயதில் பள்ளிக்குச் செல்லாமல் இடை நின்று விட்டான். பள்ளியிலிருந்து, சமுதாயத்திலிருந்து, சாதாரணக் குழந்தைக்கு உண்மையென்று கருதப்படும் அனைத்திலிருந்தும் அவன் இடை நின்று விட்டான்.

பதினைந்து ஆண்டுகள் அவன் வீட்டைவிட்டு வெளியே போனதே இல்லை. கட்டுப்படுத்த முடியாத வலிப்பு நோயுள்ள அவனை வீட்டிற்கு வெளியே கூட்டிச் சென்றால் தெருவில் இருபது முப்பது வலிப்புகள் வந்து விடும் என்று அவரது அம்மா பயந்து வெளியே அழைத்துப் போவதில்லை. எல்லா வகையான வலிப்பு எதிர்ப்பு மருந்துகளையும் கொடுத்துப் பார்த்தாகி விட்டது. அவனது வலிப்பு குணமாக்கப்பட முடியாததாக இருந்தது. இப்படித்தான் அவனது மருத்துவமனை பதிவேட்டில் தரப்பட்டிருந்தது. அவனுக்கு மூத்த சகோதர சகோதரிகள் இருந்தார்கள். ஆனால் அவன் இன்னும் பெரிய குழந்தைதான்.

இந்த இடைப்பட்ட காலங்களைப் பற்றி விபரங்கள் இல்லை. அவனுக்குத் தொடர்ந்து மருத்துவச் சிகிச்சை அளிக்கப்படவில்லை. அவனுடைய அறையிலேயே அடைபட்டுக் கிடந்திருப்பான்; ஆனால் அண்மையில் கோளாறு ஏற்பட்டதால் மருத்துவமனைக்குக் கூட்டிச் செல்லப்பட்டான். ஆனால் அவனுடைய சிற்றறையில் அவனுக்கென்று ஓர் உள் வாழ்க்கை இருந்தது. அவனுக்குப் படங்களுள்ள பத்திரிகைகள் மேல் ஆசை; குறிப்பாக இயற்கை வரலாறு, நேஷனல் ஜியோகிராபிக் போன்ற பத்திரிகைகள். வலிப்புகளுக்கும், திட்டுகளுக்கும் நடுவில் அவன் தான் பார்த்ததை வரைவான்.

அவனுடைய படங்கள்தான் அவனுக்கு வெளி உலகத்தோடுள்ள ஒரே தொடர்பு; குறிப்பாக விலங்குகள், செடி, கொடிகள் - இயற்கையோடு தொடர்பு. அவன் தனது தந்தையோடு படம் வரையப்போனபோது இவற்றை நேசித்தான். இவற்றை மட்டும்தான் அவன் வைத்திருக்க அனுமதிக்கப்பட்டான்.

இதுதான் நான் கேட்ட கதை. அல்லது அவனது நோய்க் குறிப்புகள், ஆவணங்களிலிருந்து சேகரித்தது - பதினைந்து ஆண்டு இடைவேளை உள்ளது. அவர்களது வீட்டிற்குப் போன சமூகப் பணியாளர் அவனுடைய வயதான பெற்றோரிடமிருந்து பெற்ற விபரங்கள். ஆனால் திடீரென்று ஜோஸ் வன்முறையுடன் நடந்து கொண்டிருக்காவிட்டால் இவை தெரிய வந்திருக்காது. அவன் திடீரென்று பயமுறுத்தும் வன்முறையில் ஈடுபட்டு பொருட்களை உடைத்து நாசப்படுத்திவிட்டான். அதனால்தான் முதன் முறையாக மருத்துவமனைக்கு அழைத்து வந்தார்கள்.

இந்தக் கோபத்திற்கு என்ன காரணம் என்று தெரியவில்லை. வலிப்பு நோயினாலா? (கடுமையான பக்க மடல் வலிப்புகளில் எப்போதாவது வன்முறை வரும்) அல்லது சாதாரண மன நோயினாலா? அல்லது ஊமையாகத் தனது நிலையை, தனது தேவைகளை, நேரடியாக வெளிப்படுத்த முடியாத வதைக்கு உட்பட்ட ஓர் ஆன்மாவிடமிருந்து வெடித்த உதவி கேட்ட கடைசிக் குரலா?

என்ன தெளிவாகத் தெரிந்ததென்றால், மருத்துவமனைக்கு வந்த பிறகு, புதிய மருந்துகளால் அவனுடைய வலிப்புகள் கட்டுப்படுத்தப்பட்ட பிறகு, முதல் முறையாக உடல் சார்ந்த மனம்

சார்ந்த இடமும், விடுதலையும் கிடைத்தன. எட்டு வயதிலிருந்து கிடைக்காதவை அவை.

மருத்துவமனைகள், குறிப்பாக அரசு மருத்துவமனைகள், நோயாளிகளின் இழிவுக்காகவே இருக்கின்றன என்று கருதப்படுகிறது. பெருமளவில் இது நடக்கிறது. ஆனால் அவை புகலிடங்களாகவும் இருக்கின்றன. துன்பத்துக்குள்ளான, அலைக்கழிக்கப்பட்ட ஆன்மாவிற்கு ஒரு புகலிடம் தருகின்றன. ஒழுங்கும் உரிமையும் சரியான அளவில் தரப்படுகின்றன. ஜோசைப் பொறுத்தவரையில் குழப்பத்தைச் சந்தித்திருக்கிறான். ஒரு பக்கம் இயற்கையான வலிப்பு. இன்னொரு பக்கம் வாழ்க்கையில் சீர்குலைவு, அடைப்பட்டுக் கிடந்த வாழ்க்கை. எனவே ஜோசுக்கு மருத்துவமனை நல்லதாக, அவனுடைய வாழ்க்கையின் இத்தருணத்தில் உயிர் காப்பதாக இருந்தது. இது அவனுக்கு முழுவதும் தெரிந்திருந்தது.

அவனுடைய வீட்டிலிருந்த நெருக்கத்திற்குப் பிறகு இங்கே மற்றவர்களைச் சந்தித்தான். தொழில் முறை சார்ந்தவர்களும் கவலைப்படுபவர்களும் உள்ளதொரு உலகைச் சந்தித்தான். இங்கு அவனை யாரும் நியாயத் தீர்ப்பிடுவதில்லை குற்றம் சாட்டுவதில்லை, ஒழுக்க நெறி பற்றிச் சொல்வதில்லை - நெருக்கமில்லாமல் ஆனால் அதே சமயம் அவனுக்காகவும் அவனுடைய பிரச்சனைகளுக்காகவும் உண்மையான உணர்ச்சியிலுள்ளவர்கள் இருந்தார்கள். அவன் மருத்துவமனைக்கு வந்து நான்கு வாரங்கள் ஆகி விட்டன. இந்நிலையில் அவன் நம்பிக்கை கொள்ள ஆரம்பித்தான். உயிரோட்டம் பெற்று இதற்கு முன்னர் எட்டு வயதுக்குப் பிறகு இல்லாதபடி மற்றவர்கள் பக்கம் திரும்பினான்.

ஆனால் அவனுக்கு நம்பிக்கை மறுக்கப்பட்டது. அது மட்டுமல்ல, பிறர் பக்கம் திருப்புவது, பிறரோடு உறவு கொள்வதும் துண்டிக்கப்பட்டது. இப்படி பதினைந்து ஆண்டுகள் காவல் காக்கப்பட்ட, மூடிய உலகத்தில் வாழ்ந்து விட்டான். இதனை புரூனோ பெட்டல்ஹிப் 'காலியான கோட்டை' என்று அழைத்தார். ஆனால் ஜோசைப் பொறுத்தவரையில் அது முழுவதும் காலியான கோட்டை இல்லை. இயற்கை மேலும், விலங்குகள் மேலும், தாவரங்கள் மேலும் அவனுக்கு ஆசை இருந்தது. அவனுடைய இந்தப் பகுதி, இந்தக் கதவு திறந்தே இருந்தது. ஆனால் இப்போது 'தொடர்பு கொள்ள வேண்டும்' என்ற ஆசையும் அழுத்தமும்

அதிகமாகிவிட்டன. பொறுக்க முடியாத அளவிற்கு என்று கூடச் சொல்லலாம். அப்போது அவனுக்கு நோய் திரும்பி விடும். ஆறுதலும், பாதுகாப்பும் தேடுவதுபோல அவன் தனிமையை நாடி விடுவான்.

நான் மூன்றாம் முறை ஜோசைச் சந்திக்கச் சென்றபோது நானே வார்டுக்கு எந்த எச்சரிக்கையும் கொடுக்காமல் போனேன். அவன் சாய்ந்தாடிக்கொண்டே அறையில் உட்கார்ந்திருந்தான். அவனுடைய முகமும், கண்களும் மூடியிருந்தன. பின்னடைவு தோற்றம். இவனை இப்படிப் பார்த்தவுடன் எனக்குப் பயங்கர உணர்வு வந்து விட்டது. ஏனென்றால் அவன் சீரான முறையில் நலமடைந்து கொண்டிருந்தான் என்று நம்பினேன். இப்படிப் பின்னோக்கிச் சென்ற நிலையில் ஜோசை அடிக்கடி பார்க்க வேண்டியிருந்தது. அவனை மீட்டுக் கொண்டு வருவதற்கு எளிய வழி இல்லை என்பதை அறிந்து கொண்டேன். இப்போது ஒரு அபாய உணர்வு. இரட்டை அச்சம்; ஏனென்றால் அவன் தனது சிறைச்சாலைக் கம்பிகளை விரும்ப ஆரம்பித்து விட்டான்.

நான் அவனை அழைத்தவுடன், துள்ளிக் குதித்து எழுந்து ஆர்வத்துடன் கலை அறைக்கு என்னுடன் வந்தான். மீண்டும் நான் பேனாவை எடுத்துக் கொடுத்தேன். அவனுக்கு கிரயான்கள் என்றால் - வெறுப்பு போலத் தோன்றிற்று. வார்டில் அவற்றை மட்டும்தான் பயன்படுத்தினார்கள், நான் பேசும் வார்த்தைகள் எவ்வளவு அவனுக்குப் புரியும் என்று தெரியாமல் நான் சைகையால் சுட்டிக் கொண்டே, "நீ வரைந்த மீன் உனக்கு ஞாபகம் இருக்கிறதா? அதை மீண்டும் வரைய முடியுமா?" என்று கேட்டேன். அவன் தலையை ஆர்வமுடன் ஆட்டி, என்னுடைய கைகளிலிருந்து பேனாவை எடுத்துக் கொண்டான். அதைப் பார்த்து மூன்று வாரங்கள் ஆகி விட்டன. அவன் இப்போது எதை வரைவான்?

ஒரு கணம் கண்களை மூடினான். படிமம் ஒன்றை கண் முன் நிறுத்துகிறானோ? வரையத் தொடங்கினான். இப்போதும் டிரவுட் மீன் தான். வானவில் போலப் புள்ளிகள். ஓரத்தில் துடுப்புகள்; வளைந்த வால். ஆனால் இப்போது மனித உறுப்புகளும் இருந்தன. வித்தியாசமான மூக்குத் துவாரங்கள் (மீனுக்கு ஏது?) மனித உதடுகள். நான் அவனிடமிருந்து பேனாவை வாங்க முயன்றான். ஆனால் அவன் இன்னும் படத்தை முடிக்கவில்லை. அவன் மனத்தில் என்ன இருந்தது? இப்போது பிம்பம் முழுமையானது.

பிம்பம்தான், காட்சி அல்ல. முன்னர் மீன் ஒரு சின்னமாக தனியாக இருந்தது. இப்போது அலகின் ஒரு பகுதியாக ஒரு காட்சியாக இருக்க வேண்டும். வேகமாக அருகில் ஒரு சிறு மீனை, அதன் கூட்டாளியை வரைந்தான். தண்ணீருக்குள் அது துள்ளி நீந்தியது, விளையாட்டுப் போலக் காட்சி. அதன் பிறகு நீர் மட்டம் திடீரென்று ஒரு அலை எழுவதாகக் காட்டப்பட்டது. அலையை வரைந்தபோது அவனுக்கு உற்சாகம் மிக, மர்மமான வித்தியாசமான ஒலி எழுப்பினான்.

இந்தப் படம் ஒரு குறியீடாக இருக்குமோ என்று எண்ணினேன். பெரிய மீனும் சின்ன மீனும் - நானும் அவனும்? - நான் சொல்லாமலேயே அவனது உள் தூண்டலில் புதிதான ஒன்றை நுழைத்ததுதான் எனக்கு முக்கியமாக, உற்சாகமூட்டுவதாக இருந்தது. அவனுடைய பார்வையில், இருந்தவற்றோடு அவன் உறவு கொள்கிறான். அவனுடைய படங்களிலும், அவனுடைய வாழ்க்கையிலும் இதுவரையில் மற்றவரோடு தொடர்பு இருந்ததில்லை. இப்போது விளையாட்டோ, குறியீடோ அது திரும்ப வந்து விட்டது. வந்து விட்டதா? அந்தக் கோபமான, பழி வாங்கும் அலைக்கு என்ன பொருள்?

திரும்ப பாதுகாப்பான இடத்திற்குப் போக வேண்டியது தான். அவன் சுதந்திரமாக வரைவதை நிறுத்தி விட வேண்டும். அவனுடைய உள் திறமை தெரிந்து விட்டது. அதுபோலவே ஆபத்தும் தெரிந்து விட்டது. மீண்டும் ஈடன் தோட்டத்து இயற்கைக்குப் போக வேண்டியதுதான். மேசையில் கிறிஸ்துமஸ் வாழ்த்து அட்டை ஒன்று கிடந்தது. அதில் ராபின் பறவை ஒரு மரத் தண்டில் உட்கார்ந்திருந்தது. பனியும் குச்சிகளும் சுற்றிக் கிடந்தன. நான் பறவையைக் காட்டி பேனாவைக் கொடுத்தேன். பறவை மிகவும் துல்லியமாக வரையப்பட்டிருந்தது. நெஞ்சுப் பகுதியைக் காட்ட சிவப்பு மைப் பேனாவைப் பயன்படுத்தினான். கால்கள் தசை நார்கள் புடைக்க ஒரு மரக்கட்டையைப் பற்றிக் கொண்டிருந்தன. (கால்களில் பிடித்துக் கொள்ளும் சக்திக்கு அவன் அழுத்தம் கொடுத்தான்). ஆனால் என்ன நடந்து கொண்டிருந்தது? மரத் தண்டின் அருகில் காய்ந்த கிளை இவனுடைய படத்தில் மேலே எழுந்து பூவாக மாறியிருந்தது. வேறு பலவும் இருந்தன. குறியீடுகள் என்பது எனக்கு உறுதியாகத் தெரியவில்லை. ஆனால் மிக முக்கியமான மாற்றம் இருந்தது. ஜோஸ் பனிக் காலத்தை வசந்தமாக மாற்றி விட்டிருந்தான். இறுதியாக அவன் பேசத் தொடங்கிவிட்டான். அவனின் வாயிலிருந்து திக்கித் திக்கி வந்த வித்தியாசமான

ஒலிகளைப் 'பேச்சு' என்று சொல்ல முடியாது. ஆனால் அது அவனையும், எங்களையும்கூட அதிர்ச்சியடையச் செய்தது. ஜோசேமும் அவனைப் பேச வைக்க முடியாத அளவிற்கு ஊமை என்று தீர்மானித்திருந்தார். இயலாமையாலோ, நோயாலோ அல்லது இரண்டினாலோ அவன் இருந்தான் என்று கருதினார். அதாவது பேச முடியும், மனப்போங்கும் சேர்ந்திருக்கலாம். இங்கும்கூட எவ்வளவு இயற்கையானது, எவ்வளவு தன் ஊக்கத்தினால் வந்தது என்று சொல்ல முடியவில்லை. அவனுடைய பக்க மடல்களின் சீர்குலைவுகளை முழுவதுமாக நீக்க முடியாவிட்டாலும் குறைத்து விட்டோம். அவனுடைய எலக்ட்ரோ என்ஃபலோகிராம்கஸ் (EEG) சாதாரண நிலையிலே இருந்ததே இல்லை. இன்னும்கூட அந்த மடல்களில் குறைந்த அளவு மின் அதிர்வுகளும், எப்போதாவது மேலே போவதும், மெதுவான அலைகளும் காணப்பட்டன. ஆனால் அவன் மருத்துவமனைக்கு வந்தபோது இருந்ததைவிட நல்ல முன்னேற்றம். அவற்றின் வலிப்புகளை நீக்கினாலும், அவற்றிற்கு ஏற்பட்ட சேதத்தைச் சரி செய்ய முடியாது.

அவனுடைய பேச்சைப் பயன்படுத்தும், புரியும், அடையாளம் காணும் திறன்களில் பாதிப்பு ஏற்பட்டிருந்தாலும் (அவனுடைய பேச்சுக்கான உடல் சார்ந்த உள்ளாற்றல்கள் முன்னேறச் செய்திருக்கிறோம். அவற்றோடு அவன் போராட வேண்டியதாகத் தான் இருக்கும். ஆனால் அதை விட முக்கியம், எங்கள் அனைவருடைய தூண்டுதலால், குறிப்பாகப் பேச்சுப் பயிற்சியாளரால் வழிகாட்டப்பட்டு) அவன் தன்னுடைய புரிதல், பேச்சுத் திறனைத் திரும்பப் பெறப் போராடிக் கொண்டிருந்தான். அவன் முன்னர் நம்பிக்கையின்றி ஏற்றுக் கொண்டிருந்தான். எனவே பிறரோடு அவனுடைய பேச்சுத் தொடர்பையும் பிற தொடர்புகளையும் நிறுத்தி விட்டான். அவனுடைய நோயின் இரட்டைப் பாதிப்பினால் பேச்சுப் பாதிப்பும், பேச மறுத்தலும் சேர்ந்து கொண்டன. ஆனால் இப்போது நலம் பெறும் நேரத்தில் இரட்டை நலத்தில் பேச்சைத் திரும்பப் பெறுதலும், பேச முயற்சியும் சேர்ந்து கொண்டன. எங்களில் மிகுந்த நம்பிக்கைக் கொண்டவர்களுக்குக்கூட அவன் சாதாரணமான பேச்சைத் திரும்பப் பெற இயலும் என்று நம்பவில்லை. அவனுக்கு பேச்சு தன்னை வெளிப்படுத்த உதவுவது, அவனுடைய அடிப்படைத் தேவைகளைச் சொல்லவே பயன்படும் என்று நினைத்தோம். அவன் பேசப் போராடினாலும்கூட அவனுக்கும் இது புரிந்திருக்க வேண்டும். தன்னை வெளிப்படுத்த படம் வரைவதில் ஆவேசமாக ஈடுபட்டான்.

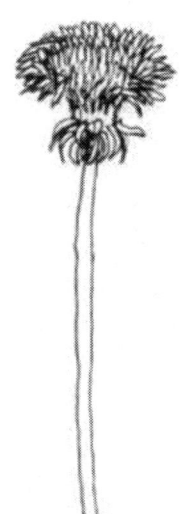

ஒரு கடைசி நிகழ்வு. அனுமதிக்கப்பட்டிருந்த வார்டிலிருந்து அமைதியான சிறப்பு வார்டுக்கு மாற்றப்பட்டான். அது சிறைச்சாலை போல அல்லாமல் வீடு போல இருந்தது. 'மனத்துக்கான வீடு' போல அமைக்கப்பட்டிருந்தது. குறிப்பாக அன்பான ஈடுபாடுடைய பராமரிப்பு தேவைப்படும் ஆட்டிசம் உள்ளவர்களுக்காக அமைக்கப்பட்டது; அவர்களுக்கு அது தேவைப்பட்டது. நான் புதிய வார்டுக்குப் போனபோது என்னைப் பார்த்தவுடன் வேகமாகக் கையசைத்தான். இதற்கு முன்னால் அவன் இப்படிச் செய்து நான் பார்த்ததில்லை. மூடியிருந்த கதவைக் காண்பித்தான். அதைத் திறந்து அவன் வெளியில் போக விரும்புவதைக் காட்டினான்.

அவன் கீழே கூட்டிக் கொண்டு போய் தோட்டத்திற்குள் போனான். இதுவரையில் எட்டு வயதிலிருந்து தானாக வெளியே போனதில்லை. நான் இப்போது அவனுக்குப் பேனா தர வேண்டியதிருக்கவில்லை. அவனே வைத்திருந்தான். நாங்கள் மருத்துவமனை மைதானத்தில் நடந்தோம். ஜோஸ் வானத்தையும், மரங்களையும் பார்த்தான். ஆனால் அடிக்கடி தரையை, மஞ்சளும் பச்சையுமான புல், கொடிகள் காலடியில் கம்பளமாக விரிந்து கிடப்பதைப் பார்த்தான். ஒரு வெள்ளைப் புல்லைக் கையிலெடுத்தான். அபூர்வமான நான்கு இலையுள்ள ஒன்றை எடுத்தான். அவன் ஏழு வெவ்வேறு வகையான

புற்செடிகளைக் கையிலெடுத்தான். அவை ஒவ்வொன்றையும் நண்பனைப்போல அடையாளங்கண்டு வாழ்த்துவதுபோலத் தோன்றிற்று. மஞ்சள் நிற டான்டலின்கள் அவனை மிகவும் கவர்ந்தன. இதுதான் அவனுடைய செடி - அப்படித்தான் அவன் உணர்ந்தான். அவனுடைய உணர்ச்சியை வெளிப்படுத்த அவன் அதை வரைய வேண்டும். உடனே வரைய வேண்டுமென்ற ஆசை. மண்டியிட்டு அட்டையைத் தரையில் வைத்து கையில் டான்டலியனை வைத்துக்கொண்டு வரையத் தொடங்கினான்.

ஜோஸ் இயற்கையான ஒன்றைப் பார்த்து முதலில் வரைந்த படம் இதுதான் என்று நினைக்கிறேன். எட்டு வயதுக்கு முன்னால் வரைந்திருக்கலாம். இது மிக அருமையான படம். துல்லியமாக உயிரோட்டத்துடன் இருந்தது. மெய்மையின்பால் அவனுக்குள்ள உயிரின் இன்னொரு உருவத்தின் மேல் நேசத்தைக் காட்டிற்று. மத்திய கால தாவர, பச்சிலை நூல்களில் காணப்படும் தெளிவான மலர்களைப் போன்றே இதுவும் இருந்தது. கவனமாக, தாவர இயல்படி துல்லியமாக இருந்தது. ஜோசுக்கு தாவர இயல் தெரியாது. அவன் முயன்றால்கூடக் கற்றுக் கொள்ள முடியாது. அவனுடைய மனம் அருவமாற்றிற்காக, கருத்தியல் சார்ந்தவற்றிற்காக ஆனதில்லை. உண்மையைக் காண அவனுக்கு இழைத்த வழி அதுவல்ல. ஆனால் நுண்ணிய விஷயங்களை அறிய அவனுக்கு ஆற்றலும் ஆசையும் இருந்தன. அது அவனுக்குப் பிடிக்கிறது, அதனுள் நுழைகிறான். அதை மீண்டும் படைக்கிறது. இந்த நுண்பொருள்கூட ஒரு பாதை தான் - இயற்கையின் பாதைதான் - மெய்மைகளும் உண்மைக்கும்.

தன்னுள் வாசம் செய்யும் ஆட்டிஸ்டிக் மனிதருக்கு அருவமானது, வகைப்படுத்தக் கூடியது எந்த ஆர்வத்தையும் தராது. பருப்பொருளானது, குறிப்பிட்ட ஒன்று, ஒருமையானது மட்டுமே பிடிக்கும். அது இயலக்கூடாததாக இருப்பதாலா, மனப்போங்கினாலா என்பது தெரியாது. எனினும் அதனை நடப்பது - பொதுமைப்படுத்துவது இல்லாததால் அல்லது விரும்பாததால், ஆட்டிஸ்டிக் நுண்பொருட்களாலேயே தனது உலகத்தை அமைத்துக் கொள்கிறார். எனவே அவர்கள் ஒரு வெளியில் (uni-verse) வாழ்வதில்லை. மாறாக, வில்லியம் ஜேம்ஸ் அழைக்கும் பல்வெளியில் (multiverse) வாழ்கிறார்கள். இந்த வெளி எண்ணிலடங்காத, துல்லியமான நுண்பொருட்களால் ஆனது. பொதுமை அறிவியல் நுட்பத்துக்கு எதிர் நிலையிலுள்ளது. எனினும் மெய்யானது, வேறொரு வழியில் அத்தகைய மனத்தைத்தான் போர்ஹேசின் ‘ஃபியூன்ஸ் த மெமோரியஸ்’ கதையில் கற்பனை

செய்யப்பட்டிருக்கிறது. (லூரியாவின் நிமானிஸ்ட் போல)

> பிளேட்டோவின் மாதிரியான பொதுமையான எண்ணங்களை எண்ண அவன் இயலாதவன் என்பதை மறக்கக் கூடாது. ஃபியூன்சின் பல் வகை உலகங்களின் விவரங்களே இருந்தன. பாசத்திற்குரிய, உதவ முடியாத ஐரினியோவில் இரவும் பகலும் குவியும் மெய் நிலையின் வெம்மையையும் அழுத்தத்தையும் வேறு எவரும் அனுபவிக்க முடியாது.

போர்ஹேசின் ஐரினியோவைப் போலத்தான் ஜோசும். ஆனால் அது ஒரு உதவ முடியாத நிலையான சூழலாக இருக்க வேண்டியதில்லை. நுண்ணியவற்றின் விபரங்களில் ஒரு ஆழமான திருப்தி இருக்கலாம்; குறிப்பாக ஜோசைப் போல அவை ஒரு சின்னத்தின் பிரகாசத்துடன் பளபளத்த நூல்.

ஜோஸ் என்ற ஆட்டிச ஆள், ஒரு முட்டாள். பருநிலைப் பொருள்களை உருவங்களை அறிய சிறப்புத் திறன் அவனுக்கு இருக்கிறது. அவன் வழியில் அவன் ஒரு இயற்கைவாதி, இயற்கைக் கலைஞன். உலகை அவன் நேரடியாக தீவிரமாக உணர்ந்த வடிவங்களாகப் பார்க்கிறான். அப்படியே வரைகிறான். அவனிடம் இலக்கியத் திறன்கள் உள்ளன. ஆனால் அவனிடம் உருவ ஆற்றல்களும் உள்ளன. அவன் ஒரு பூவையோ, மீனையோ குறிப்பிடத்தக்க துல்லியத்துடன் வரைய முடிகிறது. அவனால் உருவாக்கப்பட்ட ஒன்றை, ஒரு அடையாளத்தை, ஒரு கனவை, ஒரு ஜோக்கை கொண்டு வர முடியும். ஆனால் தன்னுள் வாசம் செய்பவர்களுக்கு கற்பனையும், விளையாட்டுத்தனமும், கலையும் இருக்காது என்று கருதப்படுகிறது.

ஜோஸ் போன்றவர்கள் இருப்பதாகக் கருத முடியாது. ஆட்டிசத்துக்கும் உட்பட்ட நாடியா போன்ற குழந்தைக் கலைஞர்கள் இருப்பதாகக் கருதப்படுவதில்லை. அப்படியானால் அவர்கள் அபூர்வமாகத்தான் காணப்படுகிறார்களா? அல்லது அவர்களைக் கவனிக்காமல் விட்டு விடுகிறோமா? *New York Review of Books* (4 May 1978) இதழில் தனது கட்டுரையில் நிஜல் டெனிஸ், உலகில் எத்தனை நாடியாக்களை கவனிக்காமல் விட்டு, அவர்களது சிறப்பான படைப்புகளைக் கசக்கிக் குப்பையில் போடுகிறோம், ஜோசைப் போல எத்தனை பேரை விசித்திரமான திறன், தனியானது, பொருத்தமற்றது, பயனற்றது என்று நடத்துகிறோம் என்று

ஆதங்கப்படுகிறார். ஆனால் ஆட்டிஸ்டிக் கலைஞன் அல்லது ஆட்டிஸ்டிக் கற்பனை அபூர்வமாகக் காணப்படுவதில்லை. பத்துப் பன்னிரெண்டு ஆண்டுகளில் பத்துக்கும் மேற்பட்டோரைப் பார்த்திருக்கிறேன். அதுவும் அப்படிப்பட்டவர்களைத் தேடிப் போகமலேயே.

இயற்கையாகவே தன்னுள் வாசம் செய்வோர் வெளித் தாக்கத்துக்கு உள்ளாவது இல்லை. 'தனிமைப்படுவது' அவர்களது விதி. எனவே 'ஒரிஜனலாக' இருக்கிறார்கள். நம் மத்தியில் உள்ள வினோதமான உயிரினமாக, விசித்திரமாக, ஒரிஜனலாக, தனக்குள்ளேயே முழுவதுமாகத் திருப்பப்பட்டவர்களாக நான் பார்க்கிறேன்.

முன்பெல்லாம் ஆட்டிசம் குழந்தைப் பருவ மன நோய் என்று பார்க்கப்பட்டது. ஆனால் முற்றிலும் தலைகீழானது. மன நோயாளியின் புகார் வெளியிலிருந்து வரும் 'தாக்கம்' பற்றியதுதான். அவன் செயலின்றி இருக்கிறான். வெளியிலிருந்து வரும் தாக்கத்தால் அவன் தானாக இருப்பதில்லை. ஆட்டிசம் உள்ளவர்களின் புகார் - அவர்கள் புகார் செய்ய முடிந்தால் - தாக்கம் இல்லாததுதான், முழுமையாகத் தனிமைப் படுத்தப்படுவது தான்.

"எந்த மனிதனும் முழுமையாக ஒரு தீவு இல்லை" என்று ஆங்கிலக் கவிஞன் டன் எழுதினான். ஆனால் இதுதான் ஆட்டிசம் என்பதே பிரதான நிலப் பரப்பிலிருந்து துண்டிக்கப்பட்ட தீவு. வாழ்க்கையின் மூன்றாம் ஆண்டு தோன்றி முழுமையாகி விடும். 'பழமை' ஆட்டிசத்தில் துண்டிக்கப்படுவது மிக இள வயதில் ஏற்படுவதால், பிரதானப் பகுதி பற்றி நினைவு இருக்காது. இரண்டாவது நிலை 'ஆட்டிசத்தில்' ஜோசினுடையதைப் போல, வாழ்க்கையின் பின் பகுதியில் மூளை நோயினால் ஏற்படுவதால், நினைவு இருக்கும். பிரதான இடம் பற்றிய விருப்ப நினைவு இருக்கும். ஜோஸ் பலரை விட எளிதில் அணுகக் கூடியவனாக இருந்தான் என்பதையும் ஏன் அவன் வரையும்போது உறவு நிலை ஏற்படுவதைக் காட்டினான் என்பதையும் இது விளக்கும்.

துண்டிக்கப்பட்டு தீவில் இருப்பது இறப்பா? இறப்பாக இருக்கலாம். ஆனால் அப்படி இருக்கவேண்டும் என்பது கட்டாயமில்லை. ஏனென்றால் மற்றவர்களோடும், சமுதாயத்தோடும், பண்பாட்டோடும் கிடைக்கோட்டுத் தொடர்பு இல்லையென்றாலும், உயிர் நிலையான செங்குத்தான தொடர்புகள் - இயற்கையோடும், மெய்நிலையோடும், மற்றவர்கள் தாக்கம் எதுவுமின்றி, இடையில் யாருமின்றி, யாரும் தொடாமல் நேரடியான

தொடர்புகள் இருக்கலாம். இந்தச் செங்குத்துத் தொடர்புகள் ஜோசிடம் அதிகமாகவே இருக்கும். எனவே தெளிவின்மையின் நிழலில்லாமல் பிறரால் தாக்கம் பெறாத பாறை போன்ற உறுதியுடன் அவனுடைய புரிதலும், படங்களில் முழுமையான தெளிவும், நேரான தன்மையும் காணப்படுகின்றன.

இது நமது இறுதிக் கேள்விக்கு நம்மை அழைத்துச் செல்கிறது. ஒரு தீவு போல இருக்கும் ஒரு மனிதனுக்கு, பண்பாட்டோடு சேர்க்கப்பட முடியாத ஒருவனுக்கு, உலகில் இடமே இல்லையா? அவனைப் பிரதான இடத்தோடு சேர்க்க முடியாதா? பிரதான நிலம் அவனுக்கும் இடம் தந்து சேர்த்துக் கொள்ள முடியாதா? ஒரு மேதைக்கு, மீத்திறமுள்ள ஒருவனுக்கு ஏற்படும் சமூக பண்பாட்டுப் பிரதி வினைகளோடு ஒற்றுமைகள் இருக்கின்றன. (ஆட்டிசம் உள்ள அனைவரும் மேதைகள், மீத்திறம் உள்ளவர்கள் என்று நான் சொல்லவில்லை; அவர்கள் மேதைகளோ தனித் தன்மை என்னும் சிக்கலைப் பகிர்ந்து கொள்கிறார்கள். சிறப்பாக ஜோசின் வருங்காலம் எப்படி இருக்கும்? அவனுடைய தன்னாட்சியைப் பயன்படுத்தி அதனை அப்படியே விட்டு வைக்கும் இடம் உலகில் அவனுக்கு ஏதாவது இருக்கிறதா?

அவனுடைய கண்களைக் கொண்டு, தாவரங்கள் மேலுள்ள அவனுடைய அன்பினால் தாவரவியல், பச்சிலைகள் நூல்களுக்குப் படங்கள் வரைய முடியுமா? விலங்கியல் உடற்கூறு இயல் நூல்களுக்குப் படம் வரைபவராக இருப்பானா? (அடுக்கடுக்கான தசை - சிலியேட்டட் எபித்தீலியம் - படத்தைக் காட்டி வரையச் சொன்னபோது அவன் வரைந்த படம் பார்க்கவும்). அறிவியல் ஆய்வுப் பயணங்களின்போது கூடப்போய் அபூர்வமான உயிரினங்களின் படங்களை அவனால் வரைய முடியுமா? (ஓவியம் தீட்டுகிறான், மாதரிகள் செய்கிறான் திறமையுடன்). இப்படிப்பட்ட சூழல்களில் அவனுடைய கூர்மையான கவனம் உதவும்.

அல்லது ஒரு விந்தையான, ஆனால் தாக்க அறிவுக்கு ஒவ்வாது அல்ல - வேலை செய்ய முடியுமா? அவனுடைய தனித் தன்மைகள், விசித்திரங்களின் உதவியால் தேவதைக் கதைகள், குழந்தைகள் கதைகள், விவிலியக் கதைகள், பழங்கதைகளுக்குப் படங்கள் வரைய முடியுமா? அல்லது அவனால் வாசிக்க முடியாது, எழுத்துகளை அழகான வடிவங்களாக மட்டும் பார்க்கிறான். கோயில்களில் பயன்படும் ஜெபப் புத்தகங்கள், பூசைப் புத்தகங்கள் ஆகியவற்றிலுள்ள காப்பிட்டல் எழுத்துகளை விரிவான, ஆடம்பரமான முறையில் எழுத முடியாதா?

கோயில்களுக்கு அவன் மொசைக்கிலும், மரத்திலும் அழகான பலி பீடங்கள் செய்திருக்கிறான். கல்லறைப் பலகைகளில் அழகான எழுத்துகள் எழுதியிருக்கிறான். அவனுடைய இப்போதைய வேலை வார்டுக்குத் தேவையான அறிக்கைகளைக் கையில் அச்சிடுவது. 'மாக்னா கார்டா'வின் எழுத்துகளைப் போலவே எழுதுகிறான். அவற்றையெல்லாம் நன்றாகவே செய்கிறான். மற்றவர்களுக்கு இது மகிழ்ச்சியூட்டுவதால் அவனுக்கு மகிழ்ச்சியாக இருக்கிறது. அவனால் இதையெல்லாம் செய்ய முடியும். ஆனால் இதையெல்லாம் அவனைப் புரிந்து கொண்டவர்கள் வாய்ப்பும், வசதியும் உள்ளவர்கள் அவனை வழி நடத்தி அவனுக்கு வேலை தந்தால்தான் முடியும். ஆனால் விண்மீன்கள் நிற்பதைப் போல, கவனிக்கப்படாமல் ஒரு அரசு மருத்துவமனையில் விடப்பட்ட மற்ற ஆட்டிசம் உள்ளவர்கள் பலரைப்போல, இவனும் ஒன்று செய்யாமல், பயனற்ற வாழ்க்கையை வாழ்வான்.

பின்குறிப்பு

இதனை வெளியிட்ட பிறகு எனக்குப் பல கடிதங்களும், கட்டுரைப் பிரதிகளும் வந்தன. அவற்றில் ஒன்று டாக்டர் C.C.பார்க்கிடமிருந்து வந்தது. நாடியா சிறப்பு ஆற்றல் உள்ளவராக - பிக்காசோவாக இருந்தாலும், - ஆட்டிசம் உள்ளவர்கள் மத்தியில் உயர் நிலையிலான கலைத் திறமைகள் உள்ளவர்கள் இல்லாமல் இல்லை. குட்எனஃப் தந்திருக்கும் நுண்ணறிவுச் சோதனையைப் போல, கலைத் திறமையைச் சோதித்தால் ஏறக்குறைய பயனற்றது. ஏனென்றால் நாடியா, ஜோஸ், பார்க்கினுடைய எல்லா ஆகியோரிடம் தாமாகவே படம் வரையச் செய்யப்பட வேண்டும்.

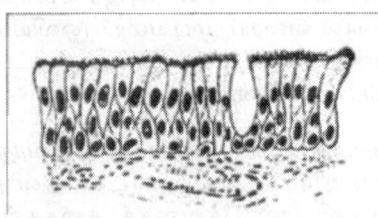

'நாடியா'வைப் பற்றிய படங்கள் நிறைந்த முக்கிய விமர்சனத்தில் டாக்டர் பார்க் தனது குழந்தையுடனான அனுபவத்திலிருந்தும், இது பற்றிய உலகளாவிய ஆய்வுகளிலிருந்தும், இந்தப் படங்களின் முக்கிய தன்மைகளைச் சொல்கிறார். அவற்றிலுள்ள எதிர்

மறையான தன்மைகள் ஒன்றிலிருந்து பெறப்படுவது, ஒரே மாதிரியானது முதலியன. நேர் மறையானவை; காலம் கழிந்த பிறகு வரைதலுக்கும், பார்த்தவற்றை வரைதலுக்குமான ஆற்றல்கள் முதலியன. மற்றவர்களில் எதிர் வினைகள் காட்டப்படுவதைக் கண்டு கொள்ளாமையையும் அவர் குறிப்பிடுகிறார். அப்போது அவர்களை பயிற்சி தரப்பட முடியாதவர்களாக ஆக்கி விடும். எனினும் அப்படி இருப்பதில்லை. இப்படிப்பட்ட குழந்தைகள் கற்பித்தலுக்கும், கவனத்துக்கும் எதிர் வினையாற்றுகிறார்கள். ஆனால் அவை வேறு சிறப்பான வகையாக இருக்க வேண்டும்.

டாக்டர் பார்க்சின் குழந்தை இப்போது சிறப்பான கலைஞனாக ஆகி விட்டார். அந்த அனுபவத்தோடு அவர் வேறு கவர்ச்சிகரமான, ஆனால் அதிகம் வெளியில் தெரியாத, எடுத்துக்காட்டுகளையும் தருகிறார். மோரிலூமா, மாட்சுகி என்ற ஜப்பானியர்கள் குழந்தைப் பருவத்தில் கல்வியறிவும், பயிற்சியும் இல்லாத ஆட்டிசம் உள்ளவர்களை சிறந்த கலைஞர்களாக வயது வந்த போது ஆக்கியது பற்றிச் சொல்கிறார். மாஷிமா இவர்களுக்கென்று சிறப்பான பயிற்று யுத்திகளைப் பயன்படுத்த வேண்டும் என்று சொல்கிறார். (மிக அதிகமான கட்டமைப்புள்ள திறன் பயிற்சிகள்) பண்டைய ஜப்பானிய மரபுப்படி ஒருவரிடம் தனிப் பயிற்சிக்கு (apprenticeship) அனுப்புதலும், படம் வரைவதை செய்தி பரிமாற்றத்திற்கான கருவியாகப் பயன்படுத்த ஊக்குவித்தலும் பரிந்துரைக்கப்படுகின்றன. ஆனால் அப்படிப்பட்ட முறை சார்ந்த பயிற்சி மட்டும் போதாது. மிக நெருக்கமான கரிசனையான உறவும் வேண்டும். டாக்டர் பார்க் இவ்வாறு தனது The World of Simple நூலை முடிக்கிறார்:

> இரகசியம் வேறு எங்கோ இருக்கிறது. மனவளர்ச்சி குன்றிய கலைஞனோ அவனுடைய வீட்டிலேயே இருந்த மாட்சுகியின் அர்ப்பணிப்பில் இருக்கிறது. யான்முராவின் திறமையை வளர்த்தலின் இரகசியம் அவனுடைய ஆன்மாவை பகிர்ந்து கொள்வதில் இருக்கிறது. மனவளர்ச்சி கொண்ட அழகான நேர்மையான மனதினை ஆசிரியர் நேசிக்க வேண்டும், தூய்மையாக்கப்பட்ட மனவளர்ச்சி குன்றிய உலகில் வசிக்க வேண்டும்.

***

நூல் வரிசை (selected)

Henry Head

Studies in Neurology, Oxford 1920, 2 vols.

Aphasisa and kindered Disroders of Speech, Cambridge: 1926, 2 vols.

Kurt Goldstein

The Organism: A Holistic Approach to Biology derived from pathoogical Date in Man, New York:1939.

A.R.Luria

The Man with a Shattered World, New York: 1972.

The Mind of a Mnemonist, New York: 1968.

The Human Brain and Psychological Processes, New York: 1966.

Chapter References

1. The Man Who Mistook His Wife for a Hat

   Macrae, D. and Trolle, E. "The defect of function in visual agnosia." Brain (1956) 77: 94-110.

   Kertesz, A. "Visual agnosia: the dual deficit of perception and recognition." Cortex (1979) J 5: 403-19.

   Marr, D. See below under Chapter 15.

2. The Lost Mariner

   Freud, S. Zur Auffassung der Aphasia. Leipzig: 1891. Authorized English tr., by E. Stengel, as On Aphasia: A Critical Study. New York: 1953.

3. The Disembodied Lady

   Sherrington, C. S. The Integrative Action of the Nervous System. Cambridge: 1906. Esp. pp. 335-43.

   Man on His Nature. Cambridge: 1940.

   Purdon Martin, J. The Basal Ganglia and Posture. London: 1967.

4. The Man Who Fell out of Bed

> Potzl, O. Op. cit.

5. Hands

> Leont'ev, A. N. and Zaporozhets, A. V. Rehabilitation of Hand Function. Eng. tr. Oxford: 1960.

6. Phantoms

> Weir Mitchell, S. Injuries of Nerves. 1872;

7. On the Level

> Purdon Martin, J. Op. cit. Esp. ch. 3, pp. 36-51.

8. Eyes Right!

> Battersby, W. S. et al. "Unilateral 'spatial agnosia' (inattention) in patients with cerebral lesions." Brain (1956) 79: 68-93.

9. The President's Speech

> Dummett, M., Frege: Philosophy of Language (London: 1973), esp. pp. 83-89.

10. Witty Ticcy Ray

> Goetz, C. G. and Klawans, H. L., Gilles de la Tourette on Tourette Syndrome (New York: 1982).

11. Cupid's Disease

> Kraepelin, E., Lectures on Clinical Psychiatry (Eng. tr. London: 1904)

12. A Matter of Identity

> See Luria (1976).

13. Yes, Father-Sister

> See Luria (1966).

14. The Possessed

> See above under Chapter 10.

15. Reminiscence

> Alajouanine, T. "Dostoievski's epilepsy." Brain (1963)

16. Incontinent Nostalgia

> Jelliffe, S. E. Psychopathology of Forced Movements and Oculogyric Crises of

Lethargic Encephalitis. London: 1932.

18. The Dog Beneath the Skin

Bear, D. "Temporal lobe epilepsy: a syndrome of sensory-limbic hyperconnection." Cortex (1979)

20. The Visions of Hildegard

Singer, C. "The visions of Hildegard of Bingen" in From Magic to Science (Dover repr. 1958).

Yates, F. The Art of Memory. London: 1966.

21. Rebecca

Peters, L. R. "The role of dreams in the life of a mentally retarded individual." Ethos (1983): 49-65.

22. A Walking Grove

Hill, L. "Idiots savants: a categorization of abilities.' Mental Retardation. December 1974.

23. The Twins

Stewart, I. Concepts of Modern Mathematics. Harmondsworth: 1975.

24. The Autist Artist

Buck, L. A. et al. "Artistic talent in autistic adolescents and young adults." Empirical Studies of the Arts (1985) 3 (1): 81-104.

Rapin, I. Children with Brain Dysfunction: Neurology, Cognition, Language and Behavior NewYork: 1982.

பின்னுரை

என்னுடைய பெற்றோர் இருவருமே மருத்துவர்கள். மருத்துவம் பற்றிய கதைகள் நிறைந்த வீட்டில் வளர்ந்தேன். இரவு உணவின் போது அம்மாவோ அப்பாவோ தாங்கள் பார்த்த நோயாளிகள் பற்றிய கதைகளைச் சொல்வார்கள். நோயினாலோ விபத்துக் காயங்களாலோ நிகழ்ந்த வாழ்க்கைக் கதைகள் அவை. (சில சமயங்களில் அவர்கள் நரம்பு நோயினாலோ காயங்களாலோ பாதிக்கப்பட்ட நோயாளிகளின் கதைகள். எனென்றால் அவர்கள் வேறு சிறப்பு மருத்துவத் துறைகளுக்குப் போவதற்கு முன்னர் நரம்புநோய் மருத்துவர்களாகப் பயிற்சிபெற்றவர்கள்.) நான் பள்ளி மாணவனாக இருந்தபோது எனக்கு வேதியியலிலும், பிறகு தாவர இயல் கடல்வாழ் உயிரியல் ஆகியவற்றில் ஆர்வம் ஏற்பட்டது. ஆனால், நான் கேட்ட மக்களின் கதைகளாலும் பயிற்சியாலும் மருத்துவத்தில் நாட்டம் ஏற்பட்டது தவிர்க்க முடியாததாக ஆயிற்று.

எனது அண்ணன்மார் போல நான் மருத்துவ மாணவனாக ஆனபோது நான் பார்த்த நோயாளிகள், அவர்களது இக்கட்டுகள், அவர்களது கதைகள் எனது கற்பனையை ஆட்கொண்டன. இந்த அனுபவங்கள் என்மேல் அழிக்கமுடியாத முத்திரைகளைப் பதித்துவிட்டன. அனுபங்களிலிருந்து பிரித்தெடுக்கப்பட்ட உரைகளும் பாடநூல்களும் என்மேல் எந்தப் பாதிப்பையும் ஏற்படுத்தவில்லை. எனினும் பத்தொன்பதாம் நூற்றாண்டு மருத்துவ நூல்களில் காணப்பட்ட நோய்க்குறிப்புகள் என்னைப் பெரிதும் கவர்ந்தன. அவற்றில் நரம்புநோய் அல்லது உளவியல் சிக்கல்களால் பாதிக்கப்பட்டோருடைய வளமான விரிவான விவரிப்புகள் காணப்பட்டன.

1966ஆம் ஆண்டு, ஓர் இளம் மருத்துவராக நான் பின்னால் என்னுடைய Awakenings நூலில் விவரிக்கும் பல நோயாளிகளைச்

சந்தித்தேன். அவர்களுடைய சூழல் பலவழிகளில் தனித்தன்மை வாய்ந்த்தாக இருந்தது. அவர்கள் தனித்தனி மனிதராக இருந்தாலும் ஏறத்தாழ ஒரேமாதிரியான நோய்களால் அசைவில்லா நிலையில் முடக்கப்பட்டு பல ஆண்டுகள் நாட்பட்ட நோய் மருத்துவமனைகளில் அடைக்கப்பட்டிருந்தார்கள். அவர்களது இந்த உறைந்துபோன ரிப் வான் விங்கிள் நிலையிலிருந்து விழித்தெழுவதை L-டோபா என்ற புதிய மருந்து சாத்தியமாக்கிற்று. அதனை வெறும் மேலோட்டமான ஆய்வாகவோ எண்களாகவோ குறுக்கிவிட முடியாது; அவற்றிற்கு தனிப்பட்ட கதையாடல்கள் தேவைப்பட்டன.

தனது மனைவியைத் தொப்பியாக நினைத்த மனிதன் நூலில் இருபது ஆண்டுகள் மருத்துப்பணியாற்றிய பிறகு பல்வேறு வகையான நரம்புச் சீர்குலைவினால் பாதிக்கப்பட்டவர்களை விவரித்தேன். அவர்களில் மனைவியைத் தொப்பியாகக் கருதிய டாக்டர் P போன்ற சிலர் எந்த மருத்துமனைக்கும் போகாமல் முழுவாழ்க்கை வாழ முடிந்தது. அவர்களை அவர்களது தனிப்பட்ட சூழலில் அவர்களது இல்லங்களில் சந்திப்பேன்.

தொப்பி எழுதி வெளியிட்டு முப்பது ஆண்டுகள் ஆனாலும் நான் விவரித்த சில நோயாளிகள் இன்னும் நன்றாகவே இருக்கிறார்கள். 1972 இல் நான் பார்த்த வேடிக்கைக்கார துடிப்புள்ள ரே அவர்க்கு டரட் நோய் இருந்தாலும் முழு வாழ்க்கை வாழ்ந்து கொண்டு இருக்கிறார். நாங்கள் இருவரும் இன்னும் தொடர்பில் இருக்கிறோம். ரேயினால்தான் எனக்கு டரட் நோய் மேல் ஆர்வம் ஏற்பட்டது. அதன்பிறகு டரட்டால் பாதிக்கப்பட்டோர் பலரைப்பற்றி எழுதியிருக்கிறேன். ‘உலகின் ஒரே பறக்கும் டரட் சர்ஜன்’ என்ற நீண்ட கட்டுரை எழுதினேன்.

நான் தொப்பியில் விவரித்த நோயாளிகளை நான் மறந்துவிடவில்லை. அவர்களுடைய கதைகளோடு புதிய தொடர்புகள் ஏற்படுத்திக்கொள்கிறேன். தொப்பி வெளியிட்டு பதினைந்து ஆண்டுகளுக்குப் பிறகு பெரிய பியானோ கலைஞரான லிலியன் கல்லிர் தனக்கு அவரைச் சுற்றியுள்ள பொருட்களை அடையாளம் காண முடியவில்லை என்று எனக்கு எழுதினார். அவர் தன்னை டாக்டர் Pயுடன் ஒப்பிட்டார். ஆனால் இவருடைய பிரச்சினை வேறு. இவருக்கு போஸ்டீரியர் கார்டிகள் அட்ரோஃபி. இந்தச் சொற்றொடரே தொப்பி வெளியிடப்பட்டு பல ஆண்டுகளுக்குப் பிறகுதான் அறிமுகம் ஆனது. இது அல்சைமீர் நோய்க்குறியின் ஒரு வகை. அப்போது என்னால் குறிப்பிட்ட

நோய்குறியைக் காணமுடியவில்லை. அவரைப் பல ஆண்டுகளுக்குப் பிறகு சந்தித்தபோது என்னால் உதவ முடிந்தது.

காணாமல்போன மாலுமி ஜிம்மி ஒருவகை மறதி நோய்க்கு என்னை அறிமுகப்படுத்தினார். அதனை த லாஸ்ட் ஹிப்பியில் க்ரெக்டிமும், கிளைவ் வேரிங்கிடமும் ஆய்வு செய்யமுடிந்தது. மக்களின் ஒரே மாதிரியான நோய்க்குறிகளையும் அவற்றை ஒப்பிட்டுப் பார்க்கும்போதும் இந்த நோய்க்குறிப்புகளைத் தொகுப்பதால் அவற்றிலுள்ள இயக்கமுறைகளைப் புரிந்துகொள்ள முடிந்தது.

நினவுகளில் வரும் இசை மாயக் காட்சிகள் காணும் இரண்டு பெண்களின் கதை என்னை மாயக்காட்சி பற்றிய ஆய்வில் ஈடுபடச்செய்தது. தொப்பியின் கடைசி அதிகாரமான ஆட்டிசக் கலைஞர் இன்னொரு ஆட்டிசக் கலைஞரான ஸ்டீபன் வில்ட்ஷையரைப் பற்றி நீண்ட கட்டுரை எழுத வழிவகுத்தது.

நான் தொப்பியில் எழுதியிருக்கும் பல விஷயங்களோடு எனக்கு இப்போது உடன்பாடில்லை. பல நோய்க்குறிப்புகளை நான் புதிய கோணத்தில் அணுகுகிறேன். எனினும் அவை எனக்கு உயிரோட்டம் உள்ளவையாகவே உள்ளன. அவர்களுடைய கதைகள் இன்னும் விரிவாகிக்கொண்டு மீள்பார்வைக்கு உட்பட்டுக்கொண்டே இருக்கின்றன, நம் அனைவருடைய வாழ்க்கையைப்போல.

நோய்களின் தாக்கங்களை மட்டுமல்ல ஒரு நோயாளியின் முழு வாழ்வின் உண்மை நிலையைக் காட்டும் நோய்க்குறிகளைப் பற்றி எழுதுவது பத்தொன்பதாம் நூற்றாண்டில் உச்சநிலையை எட்டியது. ஆனால் இருபதாம் நூற்றாண்டின் பிற்பகுதியில் தொழில்நுட்பம்சார்ந்த அளவீடுகளுக்குட்பட்ட மருத்துவம் மேலோங்கியபோது ஏறக்குறைய இல்லாதுபோயிற்று என்று சொல்லலாம். எனவே நான் என்னுடைய நோய்க்குறிப்புகளை 1970களிலும் 80களிலும் ஆய்வு ஏடுகளில் வெளியிடுவது இயலாததாக இருந்தது. அவை அட்டவணைகளையும் சார்ட்டுகளையும் தன்சார்பில்லாத மொழிநடையையும் எதிர்பார்த்தன. நீண்ட தனிப்பட்டமுறையில் எழுதப்பட்ட விரிவான நோய்க்குறிப்புகள் புராதனமான, அறிவியலுக்கு முரணான ஒன்றாகக் கருதப்பட்டன. இந்நிலை இப்போது மாறத்தொடங்கியிருக்கிறது. பல மருத்துவக் கல்லூரிகள் இப்போது கதையாடல் மருத்துவப் பாடத்தைக் கற்றுத்தருகின்றன. இளம் நரம்புநோய் வல்லுநர்கள்

நோய்க்குறிப்புகளை மருத்துவத்தின் முக்கியபகுதியாகப் பார்க்கிறார்கள். நோய்குறிப்புகள் மரபைத் திரும்பக்கொண்டு வந்ததில் தனது மனைவியைத் தொப்பியாக நினைத்த மனிதர் நூல் முக்கிய பங்கு வகிக்கிறது என்று மதிக்கப்படுகிறது. நானும் அவ்வாறே கருத விரும்புகிறேன்.

தொழில்நுட்பம் சார்ந்த மருத்துவம் இப்போது மேலோங்கிவரும் வேளையில் தனிப்பட்ட கதையாடலைக் காத்து, ஒவ்வொரு நோயாளியும் தனக்கென வரலாறும் தன்னை மாற்றிக்கொள்ளவும் உயிர்பிழைக்கவும் அவருக்கே உரிய யுத்திகளைக் கையாளவும் கூடிய ஒரு தனி மனிதர் என்பதைக் காண்பதும் முக்கியம். கலைச்சொற்கள் பரிணாம வளர்ச்சி பெறலாம், மாறலாம். ஆனால் நோய் உடல் நலம் எனும் தோற்றப்பாடு மாறாமலே இருக்கும். கவனமாக விரிவாக விவரிக்கப்படும் தனிமனித நோயாளியின் நோய்க்குறிப்பு என்றும் வழக்கொழிந்துபோகாது.

ஆலிவர் சேக்ஸ்
2015.

குறிப்புகள்

அலெக்சாண்டர் லூரியா (1902 - 1977)

ரஷிய நாட்டு நரம்பு உளவியலறிஞர். நவீன நரம்பு உளவியல் அளவீட்டின் தந்தை என்று பாராட்டப்படுபவர். ரஷியாவின் காசான் என்னுமிடத்தில் யூதக் குடும்பத்தில் பிறந்தவர். அவருடைய தந்தை மருத்துவப் பேராசிரியர். கல்லூரியில் படிக்கும்போதே லூரியா 'காசான் உளப்பகுப்பாய்வுக் கழகத்தை' நிறுவினார். ஃப்ராய்டுடன் கடிதத் தொடர்பு வைத்திருந்தார். மாஸ்கோ சென்றபிறகு லெவ் விகோட்ஸ்கியுடன் தொடர்பு ஏற்பட்டது. உளவியல் சார்ந்த பல துறைகளில் ஆய்வுகள் மேற்கொண்டார். மொழிப்பிறழ்வு பற்றிய அவரது ஆய்வு குறிப்பிடத்தக்கது. பலநூல்களை எழுதியுள்ளார். அவற்றில் முக்கியமானவை The Mind of a Mnemonist, The Man with a Shattered World ஆகியவை.

ஜான் ஹ்யூலிங் ஜேக்சன்

ஜான் ஹ்யூலிங் ஜேக்சன் ஆங்கில நரம்பியல் நிபுணர், வலிப்பு நோயில் ஆய்வு மேற்கொண்டவர். 1835 ஆண்டு யார்க்ஷையரில் பிறந்தார். வலிப்பு நோய்க்குறிகளைக் கண்டுபிடித்து, அந்த நோயைப் புரிந்து கொள்வதில் அவர் ஆய்வு மேற்கொண்டார். சில குழந்தைகளுக்குப் பேச்சிழப்பு இருந்தாலும் அவர்களால் எப்படிப் பாட முடிகிறது என்று காண முயன்றார். பக்க மடல் ஆரம்பமாகும் உடல் வலிப்புகளின் கனவுநிலை பற்றியும் ஆராய்ந்தார். Brain என்ற பத்திரிகையைத் தொடங்கியவர்களில் இவரும் ஒருவர். ஆலிவர் சேக்ஸ் தனது பணிக்கு இவருடைய ஆய்வுகள் பெரிதும் உதவின என்று போற்றுகிறார்.

கர்ட் கோல்ட்ஸ்டைன் (1878 - 1965)

இவர் ஒரு ஜெர்மானிய நரம்பியலாளர். ஓர் உயிரியின் மொத்த நிலையையும் பார்க்க வேண்டும் என்ற கருத்தியலைத் தந்தார். காட்சி இழப்பு பற்றிய ஆய்வை மேற்கொண்டார். The Organism என்ற நூலில் உயிரியின் மொத்த இயல்பையையும் பார்த்தல் பற்றிய தனது கோட்பாட்டை விளக்கியுள்ளார். தன்னை முழுமையாக ஆக்கிக்கொள்ளும் தன்னிலை முழுமையாக்கல் (self-actualisation) என்ற கோட்பாட்டை முன் வைத்தார். இதனைப் பின்னர் ஆப்ரகாம் மாஸ்லோ பயன்படுத்தினார். நரம்பு உளவியலின் தோற்றத்திற்குக் காரணமாக இருந்தவர்களில் ஒருவர். மனப்பேதலிப்பின் காரணங்களை ஆராய்ந்தார். பல நூல்களின் ஆசிரியர்.

ஹேன்றி ஹெட் (1861 -1940)

இவர் ஆங்கில நாட்டு நரம்பியல் அறிஞர். சோதனைகளைத் தன்மேலேயே நடத்திக்கொண்டவர். முதுகுத்தண்டு நோய்கள் இடம்பெறும் பகுதிகளைக் கண்டறிந்தார். அவர் இறுதியில் பார்க்கின்சன் நோயால் பாதிக்கப்பட்டார். அப்போது நரம்பியல் பற்றிய தன்னுடைய அறிவைப் பயன்படுத்தி, மூளைக் காய்ச்சலால் ஏற்படும் விளைவுகளை ஆராய்ந்தார். பேச்சிழப்பு பற்றியும் ஆய்வு மேற்கொண்டார். Aphasia and Kindred Disorders of Speech (1926) என்ற நூல் பேச்சிழப்பு பற்றி விரிவாகக் கூறுகிறது.

டரட் நோய்க்குறி (Tourette Syndrome)

இது நரம்பு உள்ளச் சீர்குலைவு. உடலில் பல துடிப்புகள் தோன்றும் நோய். பாதிக்கப்பட்ட தசைநார்கள் துடிக்கும். கண்சிமிட்டல், இருமுதல், முகத்தை வெட்டுதல், மூக்கை அடிக்கடி உறிஞ்சுதல் முதலியன இந்த துடிப்புகளில் (tics) அடங்கும். இதைப்பற்றி Georg Giles de la Tourette (1857-1904) ஆய்வுகள் செய்தார். இந்நோய்க்கு அவர் பெயரே தரப்பட்டது.

கார்சகாஃப் (1854 -1900)

ரஷியாவின் முதல் நரம்பு உளவியலாளர். நரம்பு நோயியல், உளவியல்பற்றி ஆய்வு நடத்திப் பலநூல்களை எழுதியுள்ளார். மது அருந்துவதால் நரம்பு மண்டலத்திற்கு ஏற்படும் பாதிப்புகள் பற்றி ஆய்வு நடத்தி அதன் மன நோய்க்குறிகளை விளக்கினார். அவற்றிற்கு கார்ச்காஃப் நோய்க்குறிகள் என்று பெயர்.

கலைச் சொற்கள்

Abstract	கருத்துநிலை, அருவ நிலை
Agnosia	நுண்ணுணர்வு இழப்பு
Alexia	சொற்பார்வை இழப்பு
Amnesia	நினைவாற்றல் இழப்பு
Aphasia	பேச்சிழப்பு
Aphemia	சொற்களை வாசிக்க இயலாமை
Aphonia	பேச்சொலியின்மை
Apraxia	செயல்திறன் இழப்பு
Archetype	மூலப்படிவம்
Case history	நோய்விவரக் குறிப்பு
Cathexis	மன அவா ஆற்றல்
Cerebral	பெருமூளை
Cortex	மூளையின் மேலுறை/ புறப்பகுதி
Cryptomnesia	மறந்த நினைவு திரும்ப வருவது
Delerium	சன்னி
Delusion	மாயத் தோற்றம்
Disorder	சீர்குலைவு
Disorientation	தன்னிலை இழத்தல்
Dorsal	தண்டுவடப் பின்புறத் திசு (அழிவு)
Dysfunction	செயல் பிறழ்வு

Exteroception	வெளித்தூண்டலுக்கான (stimulus) துலங்கல் (response)
Freak	இயற்கைப் பிறழ்வு
frontal lobe	முன்மூளை மடல்
hypertrophy	மிகை வளர்ச்சி
gnosis	மறையியல் (ஆன்மீக) அறிவு
Idetic	மிகைத்தெளிவு
Interoception	உள்தூண்டலுக்கான துலங்கல்
Lesion	நசிவு
Mal grand	தசைத் துடிப்பு
Mnesis	நினைவு தொடர்பான
Muscle tone	தசைவிசை
Obsessive	மாற்ற இயலாமல் ஊன்றிப்போயிருத்தல்
Occipetal lobes	பிடரி மடல் (மூளையடி)
Parietal lobe	தலையின் பக்க மடல்
Paronia	அறிவுப் பிறழ்ச்சி, மனப்பேதலிப்பு
Pathology	நோயியல்
Praxis	வழக்கமான
Propositional	பின்வரும் மெய்ம்மை
Proprioception	உள் உறுப்பினுள் தூண்டல் துலங்கல் இழப்பு
Schizopherenia	மூளைக்கோளாறு
Syndrome	நோய்க்குறி
Tabes	திசு அழிவு
temporal lobe	பக்க மடல்
trauma	அதிர்ச்சி
vestibular	செவிமுன்றில்